நளபாகம்

தி. ஜானகிராமனின் பிற காலச்சுவடு வெளியீடுகள்

நாவல்

- மலர் மஞ்சம்
- மரப்பசு
- மோக முள் (கிளாசிக் வரிசை)
- அம்மா வந்தாள் (கிளாசிக் வரிசை)
- செம்பருத்தி
- உயிர்த் தேன்
- அமிர்தம்
- அன்பே ஆரமுதே

குறுநாவல்

- அடி (கிளாசிக் வரிசை)
- தி. ஜானகிராமன் குறுநாவல்கள்: முழுத்தொகுப்பு

வாழ்வியல் சித்திரம்

- அபூர்வ மனிதர்கள்

சிறுகதை

- கொட்டு மேளம் (முதல் சிறுகதைத் தொகுப்பு வரிசை)
- சிவப்பு ரிக்ஷா
- சிலிர்ப்பு (கிளாசிக் வரிசை)
- கச்சேரி
- பாயசம்

பயண நூல்

- நடந்தாய் வாழி காவேரி (சிட்டியுடன்)
- கருங்கடலும் கலைக்கடலும் (கிளாசிக் வரிசை)
- உதய சூரியன் (கிளாசிக் வரிசை)
- அடுத்த வீடு ஐம்பது மைல் (கிளாசிக் வரிசை)

முழுத் தொகுப்பு

- தி. ஜானகிராமன் சிறுகதைகள்
- தி. ஜானகிராமன் குறுநாவல்கள்

கட்டுரைகள்

- தி. ஜானகிராமன் கட்டுரைகள்

நளபாகம்
தி. ஜானகிராமன் (1921–1982)

தி. ஜானகிராமன் தஞ்சை மாவட்டம் மன்னார்குடியை அடுத்த தேவங்குடியில் பிறந்தவர். பத்து வருடங்கள் பள்ளியாசிரியராகப் பணியாற்றியவர். பின்பு அகில இந்திய வானொலியில் பணியாற்றி ஓய்வுபெற்றார். கர்நாடக இசை அறிவும், வடமொழிப் புலமையும் பெற்றிருந்தவர்.

1943இல் எழுதத் தொடங்கிய தி. ஜானகிராமன், 'மோக முள்', 'அம்மா வந்தாள்', 'மரப்பசு' உள்ளிட்ட ஒன்பது நாவல்கள், நூற்றுக்கும் மேற்பட்ட சிறுகதைகள், மூன்று நாடகங்கள், பயண நூல்கள் ஆகியவற்றை எழுதினார். சிட்டியுடன் இணைந்து எழுதிய 'நடந்தாய் வாழி காவேரி' பயண இலக்கிய வகையில் முக்கியமான நூலாகக் கருதப்படுகிறது.

'மோக முள்', 'நாலு வேலி நிலம்' ஆகியன திரைப்படமாக்கப் பட்டுள்ளன. 'மோக முள்', 'மரப்பசு', 'அம்மா வந்தாள்' ஆகிய நாவல்களும் பல சிறுகதைகளும் இந்திய, ஐரோப்பிய மொழிகளில் மொழிபெயர்க்கப்பட்டிருக்கின்றன.

1979இல் 'சக்தி வைத்தியம்' சிறுகதைத் தொகுப்பிற்கு சாகித்திய அக்காதெமி விருது வழங்கப்பட்டது.

'நளபாகம்' 1979 ஏப்ரல் முதல் 1982 ஜூலை வரையிலான *கணையாழி* இதழ்களில் தொடராக வெளியிடப்பட்டது.

இப்பதிப்பில் உதவிய தஞ்சாவூர்க் கவிராயருக்கு நன்றி.

தி. ஜானகிராமன்

நளபாகம்

காலச்சுவடு பதிப்பகம்

அன்பார்ந்த வாசகருக்கு,

வணக்கம்.

காலச்சுவடு நூலை வாங்கியமைக்கு நன்றி.

நூலின் உள்ளடக்கம், உருவாக்கம், அட்டைப்படம் இன்ன பிற அம்சங்கள் பற்றிய உங்கள் கருத்துகளையும் ஆலோசனைகளையும் காலச்சுவடு வரவேற்கிறது. தகவல், எழுத்து, வாக்கியப் பிழைகள் தென்பட்டால் அவசியம் தெரிவித்து உதவுங்கள். நூல் தயாரிப்பில் கடும் குறைபாடு இருப்பின் மாற்றுப் பிரதி உங்களுக்குக் கிடைக்கக் காலச்சுவடு ஏற்பாடு செய்யும்.

மின்னஞ்சல்: publisher@kalachuvadu.com

காலச்சுவடு நாகர்கோவில் அலுவலகத்திற்குக் கடிதம் அனுப்பலாம்.

தங்கள்
எஸ்.ஆர். சுந்தரம் (கண்ணன்)
பதிப்பாளர் – நிர்வாக இயக்குநர்

நளபாகம் ❖ நாவல் ❖ ஆசிரியர்: தி.ஜானகிராமன் ❖ © உமா சங்கரி ❖ முதல் பதிப்பு: செப்டம்பர் 1983 ❖ காலச்சுவடு முதல் பதிப்பு: டிசம்பர் 2016, பன்னிரண்டாம் பதிப்பு: மே 2025 ❖ வெளியீடு: காலச்சுவடு பப்ளிகேஷன்ஸ் (பி) லிட்., 669, கே.பி. சாலை, நாகர்கோவில் 629001

naLapaakam ❖ Novel ❖ Author: Thi. Janakiraman ❖ © Uma Shankari ❖ Language: Tamil ❖ First Edition: September 1983 ❖ Kalachuvadu First Edition: December 2016, Twelth Edition: May 2025 ❖ Size: Demy 1 x 8 ❖ Paper: 18.6 kg maplitho ❖ Pages: 320

Published by Kalachuvadu Publications Pvt. Ltd., 669 K.P. Road, Nagercoil 629001, India ❖ Phone: 91-4652-278525 ❖ e-mail: publications @kalachuvadu.com ❖ Printed at Mani Offset, Chennai 600077

ISBN: 978-93-5244-064-1

05/2025/S.No. 741, kcp 5747, 18.6 (12) ass

அத்தியாயம் ஒன்று

1

“நல்லா தரிசினம் பண்ணிக்கிங்க. ட்ரைவர் கிட்டே மெதுவாவிடச் சொல்லிக்கிட்டேன். ஹொசங்காபாத் ஸ்டேஷன்லெ. அதான் வண்டி நிதானமாய் போயிட்டிருக்கு. நர்மதைன்னா நர்மதைதான். நல்லா தர்சனம் பண்ணிக்கிங்க... தாயே, புண்யமூர்த்தி, என்ன அழகு! கொள்ளை அழகாச்சே எங்கம்மா, தாயே... முதலாளி! நல்லா பார்த்துங்க... நல்லூரம்மா, பாருங்க கண்கொள்ளாத காட்சி. ஜீ. டீயிலே போனா, இப்படி சாவகாசமாய்ப் பார்க்க முடியாது. யாத்ரா ஸ்பெஷல்லெதான் இதெல்லாம் முடியும். ட்ரைவர் கிறிஸ்டியன். இருந்தாலும் கேட்டுக்கிட்டேன். பொடி நடையா விடறார் பாருங்க...”

நாயுடு பேசிக்கொண்டேயிருந்தார்.

நல்லூரம்மா என்று அவர் கூப்பிடுகிற ரங்கமணி நதியைப் பார்த்தாள். முதலாளி என்கிற முத்துசாமி பார்த்தார். அவர் சம்சாரம் பார்த்தாள். பகல் சமையல் சாப்பாட்டுக்குப் பின் சிறிது ஓய்வு எடுத்துக்கொண்டு பேச வந்திருந்த காமேச்வரன் பார்த்தான்.

ரங்கமணி ஜன்னலிலிருந்து எட்டி வண்டித் தொடரைப் பின்னும் முன்னும் பார்த்தாள். ஜன்னல்கள் ஒரே தலையாகத் தெரிந்தன. நாயுடு ஒரு வண்டி விடாமல் சேதி சொல்லிவிட்டாற் போலிருக்கிறது. பின் சீட்டின் ஜன்னலில் ஒரு குழந்தை. எட்டு ஒன்பது மாதம் – அதுவும் நதியைப் பார்த்துக் கையைத் தூக்கி வீசிக் கத்திக் கொண்டிருந்தது.

நர்மதைப் பிரவாகம் இரு கரை தொட்டுப் பாய்ந்துகொண்டிருந்தது.

“என்ன தெளிவு பார்த்தேளா?” என்றார் நாயுடு. “நல்லா பாருங்க. இந்த ட்ரைவர் புண்யவான் எப்படி மெதுவாப் போறார் பாருங்க. கிறிஸ்துவரா இருந்தாலும். நானும் எத்தனையோ தடவை யாத்ரா ஸ்பெஷல் நடத்திக்கிட்டு வரேன். கங்கை, யமுனை, கோதாவரி, பிரம்மபுத்ரா, கிருஷ்ணா, தபதின்னு எல்லா நதிமேலயுந்தான் போவுது வண்டி. ஆனா நர்மதைக்கு ஈடு கிடையாதம்மா. என்னமோ நானும் பார்க்கறேன். ஒரு தடவை நர்மதையிலே இறங்கிக் குளிக்கிறாப்பல ப்ரொக்ராம் போட்டதில்லெ. ஆனா, இத பார்க்கறப்பல்லாம் என்னமோ ஒரு ஸ்பெஷல் பரவசம் முதலாளி! சோய்ஸ்யம் எல்லாம் பார்க்கிறீங்களே, இது என்னத்தினாலேன்னு சொல்லுங்களேன்.”

“இதுக்கு என்னய்யா சோய்ஸ்யம்! நாமெல்லாம் குளிக்கிறப்ப, நர்மதே, சிந்து, காவேரி, கோதாவரி, சரஸ்வதி: கங்கே யமுனே சைவ ஜலேஸ்மின் சந்நிதம் குருன்னு தானே சொல்றம். முதல்லெ காவேரியையா சொல்றோம்! கங்கையையா சொல்றோம்! நர்மதே, சிந்து, காவேரி, கோதாவரி, ஸரஸ்வதி: கங்கே யமுனே சைவ ஜலேஸ்மின் சந்நிதம் குரு. ஓய் – நீர் புஷ்ய மண்டலத்துறையிலே காவேரிலே குளிச்சாலும் சரி, நீர்ரோகக்காரன் ஒண்ணுக்குப் போறாப்பல சொட்றதே உம்ம திருச்சினாப்பள்ளி முனிசிபால்ட்டி குழா, அதிலே குளிச்சாலும் சரி, நர்மதே சிந்து காவேரின்னு ஏழு நதியும் அதிலே வந்தாப்பல ஆவாகனம் பண்ணி, கல்பனைப்பண்ணி குளிச்சுத்தான் ஆகணும். அதிலெ நர்மதைக்குத்தான் முதல் ஸ்தானம்.”

“அதான் எதுனாலெங்கறேன்? சுலோகம் சொன்ன ரிஷிக்கு நானும் சமம்னு ஒத்துக்கறேன். ஏன்னா, எனக்கு நர்மதைதான் பெரிய அட்ராக்ஷனாயிருக்கு. அது எதுனாலேன்னுதான் கேக்கறேன்”, என்று நாயுடு ஒரு கண்ணைச் சிமிட்டினார். அவர் தன் ஹாஸ்யத்தையே ரசிக்கிற சுபாசிகர்.

“நான் சொல்லலாம். நீங்க ஒத்துக்கணுமே” என்று மூன்றாவது குரல், காமேச்வரன் தான் பேசினான்.

முகங்கள் அவன் பக்கம் திரும்பின.

“என்ன சொல்லப்போறீம்?” – நாயுடு.

“நீங்க யாத்ரா ஸ்பெஷல் கண்டிராக்டர். பன்னண்டு ஸ்பெஷல் நடத்திப்பிட்டேள். முதலாளி நம்ம தேசத்திலேயே பெரிய ஜோஸ்யர் – சொன்ன வாக்கு நடக்கும்.”

“முதலாளி, இது மகா ஆஷாடபூதி, இப்படியே கல்லுளி மங்கன் மாதிரி பேசிப்பேசி, பழக்கமா ஊறிப்போச்சு, சட்டுனு சொல்லு வீமா?”

“சொல்றேன்: இந்த சுலோகம் எழுதினவன் பிராமணன் – என் மாதிரி. ப்ராமணோ போஜனப்ரியஹ. எதுக்கு நர்மதையை முதல்லெ வச்சான்கறேன். நர்மதைத் தண்ணியிலே ஒரு சாமானைப் போட்டு சமைச்சுப்ட்டோமோ, அது நளபாகமா, தேவாமிர்தா இருக்கும்னு சொல்ற வழக்கம். நளமகாராஜா சமையல் கலையிலே கைதேர்ந்தவன். நர்மதை நதிக்கரையிலே குடியிருந்த ஒரு பிராமணன்தான் இந்த சுலோகத்தை எழுதி யிருப்பான்: நானே அனுபவஸ்தன். ஜபல்பூரிலெ கர்னல் ராகவன் வீட்டிலெ ரண்டு வருஷம் சமைச்சிட்டிருந்தேன். ஒரு நாளைக்கு குடும்பத்தோட அவர் என்னை பேரா காட்டுக்கு அழச்சிண்டு போனார். நர்மதையை இங்கே பார்க்கறேளே! அங்க பார்க்கணும். இப்படி நிமிந்து பார்த்தா சலவைக்கல்லு மலை. நீலமும் சேப்பும் பச்சையும் ஊதாவுமா, மதில் சுவர் மாதிரி. அப்படி நிமிந்து பார்த்தா, மாக்கல்லுமலை. வெள்ளை வெளேர்னு கண்ணு கூசும். ரண்டுக்கும் நடுவிலே நர்மதை ஓடறது. ஓடறதாவது. நிக்கறாப்பல இருக்கும். அவ்வளவு ஆழம் அதிலே ‘போட்’லெ போனோம். கர்னல் ராகவன், அவர் சம்சாரம் நான் மூணு பேரும். அந்த அம்மா ஒரு குடம் கொண்டு வந்திருந்தா – நான்தான் அதிலெ ‘போட்’ லேர்ந்து குனிஞ்சு தண்ணியை ரொப்பிண்டேன், மறுநாளைக்குக் காலையிலே அந்தத் தண்ணியைத்தான் உலைநீர் வச்சேன். பிட்ளை பண்ணினேன். துவையல் பண்ணினேன். ராகவன் சாப்பிட்டார். பிடிச்சுது சனி. அப்பறம் மாசம் ஒரு தடவை பேரா காட்டு. ஒரு குடம் இல்லெ. ரண்டு குடம் ஆச்சு. மூணு குடம் ஆச்சு. நளமகாராஜாவுக்குப் பிடிச்சாப்பல, எனக்கும் தண்ணிமொண்டு சமைக்கிற சனி பிடிச்சுது. இப்பவும் சொல்றேன். நல்ல சாப்பாடு ருசிச்சு சாப்பிடணும்னா இதிலெ தண்ணிமொண்டு சமைச்சு சாப்பிடணும். இல்லெ –”

“இல்லெ, இந்த நூற்றாண்டு நளன் இருக்குறாரே, காமேச்வரய்யரு – அவர் கையாலே சமைச்சு சாப்பிடணும்” – நாயுடு குறுக்கிட்டார். “எதாவது கம்ப்ளெய்ண்ட் ஆரமிச்சிருவம்னு கவலை அய்யிருக்கு.”

“அவர் நன்னாத்தானேய்யா பண்ணிப்போடறார். எனக்கு மொளகு ரசம். கன்னடக்காரனுக்கு கொட்டு ரசம். தெலுங்குக் காரனுக்கு கோங்க்குரா தொகையல். நல்லூரம்மாவுக்கு வத்தக் குழம்பு. என் ஆம்படையாளுக்குக் கல்கண்டு பொங்கல், நாயுடுக்கு வெண் பொங்கல் – எல்லாம் வாய்க்கு வழங்கப் பண்ணித்தான் போடறார். அவர் என்ன செய்வர்? நீர் ஒரு வண்டி நல்ல தண்ணியா ரொப்பிண்டு வந்திருக்கணும். அதை விட்டுப்பட்டு, நீர் ஜங்ஷனுக்கு ஜங்ஷன் ‘யாதும் நீரே, எதுவும் உண்பீர்’னு

கடுப்புத் தண்ணியெல்லாம் பிடிச்சுக் கொடுக்கிறீர் –" என்று முத்துசாமி காமேச்வரனுக்குக் கைத்தாங்கல் கொடுத்தார்.

"நீங்க வேடிக்கையாப் பேசினாலும் சரி, நெஜம்மாப் பேசினாலும் சரி. நான் என் மனசார நன்னாத்தான் பண்ணிப் போடறேன். நீங்க தான் பார்த்துண்டு வரேளே – ஒரு உப்புத்தூக்கல், புளி தூக்கல், ஒரு வாசனை குறைச்சல்னு எப்பாவாவது சாப்பிட்டிருக்கேளோ! நான் ஒரு சர்வீஸ் மாதிரி செய்யறேன். யாத்ரீகா ஏதோ புண்யத்தைத் தேடிண்டு போறா – நல்ல காரியமாப் போறா – அவாளுக்கு நல்லதா வாய்க்கு வழங்கப் பண்ணிப்போட்டா எனக்கும் கொஞ்சம் புண்ணியம் சேரும். காலமே எழுந்தவுடனே ஸ்னானம் பண்ணி, நாலு காயத்ரி பண்ணிவிட்டுத்தான் காபி கூட போடறேன். என் குருநாதன் வத்ஸனை நினைச்சுண்டு அவருக்கு ஒரு கும்பிடு போட்டுட்டுத்தான் உலநீர் வைக்கிறேன். சமையல் சுய போதினி புத்தகங்களைப் பார்த்து சமைக்கலெ. அந்தப் புத்தகங்களைப் படிச்சு ரசம் குழம்பு வச்சா, நவத்வாரமும் எரியும். எனக்கு வத்ஸனோட அனுக்ரகம்–"

ரங்கமணி கூர்ந்து கேட்டுக்கொண்டிருந்தாள். காமேச்வரனைக் கண்கொட்டாமல் பார்த்தாள். முதன் முதலில் திருச்சி ஜங்ஷனில் யாத்திரை ஸ்பெஷல் வண்டி புறப்படுவதற்கு முன் யாத்ரீகர்கள் கூடியிருந்தபோது அவனைப் பார்த்தது ஞாபகம் வந்தது. ஆயிரத்து சொச்ச ரூபாய் கட்டிச் சேர்ந்துகொண்ட யாத்ரீகர்களில் ஒருவன் என்று நினைத்தாள். வெள்ளை முழுக்கைச் சட்டை, அரையில் ஒரு சேலம் குண்டஞ்சி எட்டு முழம் வேஷ்டி, முன் தலையில் சிறிது க்ஷவரம் செய்த அரை கிராப்பு, கழுத்தில் எப்போதாவது எட்டிப் பார்க்கிற ஒரு காய் மாலை – அது ருத்ராட்சமா துளசிமணியா என்று தெரியவில்லை – நடுத்தர உயரம், மாநிறம் – யாரோ தீர்த்த யாத்திரைக்குக் கிளம்பின கிராமத்து மிராசுதாராக இருக்கலாம் என்று தோற்றம். மறுநாள் காலை தான் தெரிந்தது. ஒரு காலர் வைத்த நீல பனியனுடன் "காலமே டிபன்லாம் எப்படியிருக்கு? ஏதாவது முன்னே பின்னே இருந்தா சொல்லணும் – பயப்படாம, சங்கோசப் படாம, கோச்சுக்காம ஒரு வார்த்தை எங்கிட்ட சொன்னாப் போரும். உடம்பு கிடம்பு சரியில்லே, எதாவது ஸ்பெஷலாப் பண்ணிச் சாப்பிடணும்னு தோணித்து – பொரிச்ச ரசம், பொரிச்ச குழம்பு, மணத்தக்காளி வத்தல், வேப்பம்பூ ரசம் – எல்லாத்துக்கும் சாமான் ரெடியா இருக்கு. இல்லெ, கஞ்சி, புனப்பாகம்னு வேணும்னா அதுக்கும் தயார். அதுக்கெல்லாம் அவசியம் இராது. யாத்ரை பண்றவாளை பகவான் அப்படியெல்லாம் சோதிக்கமாட்டார். யாத்ரை முடிஞ்சு வீட்டுக்குப் போன

அப்புறம் அலைச்சல் தாங்காம உடம்புக்கு ஏதாவது அஸ்வஸ்தமாயிருக்கும். அதுதான் அனுபவம், இருந்தாலும் நான் சொல்றதைச் சொல்லிவிடறேன். ஒரு ஜலதோஷம் கூட வராது கவலைப்படாதேங்கோ" என்று ஒவ்வொரு வண்டியாகச் சொல்லிக்கொண்டே போனான். அவன்தான் தலைமைப் பரிசாரகனாம். வயது முப்பத்திரண்டு, முப்பத்தைந்து இருக்கும்' காலர் வைத்த பனியன்தான் பிடிக்கும் போலிருக்கிறது. அரையில் சேலம் வேட்டிதான் எப்போதும். நெற்றியில் ஒரு புதுப் பைசா அகலத்துக்கு மஞ்சள் குங்குமம். மணிக்கட்டிலும் முன்னங் கையிலும் ஒரு தனி அகலம், வலுத்தோற்றம். அவன் ஏதாவது கொண்டு கொடுக்கும் போது ரங்கமணிக்கு அவன் புறங்கையை உற்றுப் பார்க்க வேண்டும் போலிருக்கும். அதில் ஒரு வழவழப்பு, உரம். விரல் நகங்களில் சமையல் செய்கிற கறுப்புக் கோடு லேசாகத் தெரிந்தாலும் அழுக்கு ஒட்டிக்கொள்ளாத கை போல ஒரு நறுவிசு. மதராஸ் தாண்டி, நெல்லூர், தெனாலி, விஜயவாடா வருவதற்குள் அத்தனை பேருக்கும் தோழனாகி விட்டான் அவன் – சிரிப்பாலும் உபசாரத்தாலும்.

பிற்பகல் ஒரு மணியிலிருந்து இரண்டரை மணி வரையில் பகல் சாப்பாட்டுக்கும் பிற்பகல் சிற்றுண்டிக்கும் இடையில் அவனுக்கு ஓய்வு. ரங்கமணிக்கு எதிர்ப்பலகையில் இருந்த முத்துசாமியோடு வந்து பேசிக்கொண்டிருப்பான். முத்துசாமிக்கு திருவிடமருதூருக்குப் பக்கத்தில் ஒரு கிராமம். ஏகப்பட்ட நில சொத்து. ஓரிரண்டு முடி மட்டும் நரைத்த கட்டுக்குடுமி. காதில் பலச்சைக் கடுக்கன். அவர் நெற்றியிலும் ஒரு குங்குமப் பொட்டு. கழுத்தில் ஒரு இரண்டு வட நவரத்ன மாலை. எப்போதும் ஜன்னலில் ஒரு சிறு தலையணையை வைத்து பாதி படுக்கை, பாதி உட்காரலான கிடக்கையில்தான் ரங்கமணி அவரைப் பார்த்துக்கொண்டிருக்கிறாள். அந்தப் பாதிப் படுக்கையில்தான் அவர் மார்பின் மீது எவர்சில்வர் வெற்றிலைப் பெட்டியைத் திறந்து கொட்டைப்பாக்கைச் சீவி, வெற்றிலை புகையிலை போடுகிற வழக்கம். புகையிலைச் சாற்றைத் துப்பக்கூட அவர் எழுந்திருப்பதில்லை. அப்படியே கழுத்தைத் திருப்பி ரங்கமணியை 'சற்று உள்ளே நகர்ந்து கொள்ளுங்கள்' என்று கையால் ஜாடை காட்டிவிட்டு, ஜன்னல் வழியாகத் துப்பி விடுவார். முழங்காலை மட்டும் மடித்து அவர் மனைவிக்கு உட்கார இடம் கொடுத்திருக்கிறார். அவர் மனைவி சுலோசனம்மாள் பங்கனபள்ளி மாம்பழ நிறம். ஒரு லேசான மஞ்சள் கலந்த வெள்ளை. கணவனின் சொத்துகள் அனைத்தும் சூக்ஷ்மசரீரம் எடுத்து வந்தது போல கழுத்திலும், காதிலும், கையிலும் மூக்கிலும், விரல்களிலும் தங்கமும்,

முத்தும் வைரமுமாகத் தங்கியிருந்தன. உடலில் எப்போதும் பதினெட்டு முழப் பட்டுப்புடவை. காமேச்வரனுக்கு பிற்பகல் பொழுதுபோக்கு இங்குதான். முத்துசாமி ஜோதிட சிம்மம் என்று மதராஸுக்குப் பிறகுதான் தெரிந்தது. மதராஸ் ஸெண்ட்ரல் ஸ்டேஷனில் அவரைச் சந்தித்து வழியனுப்ப ஒரு சிறு கூட்டம் வந்திருந்தது. இரண்டு எம்.எல்.ஏக்கள், ஒரு முஸ்லீம் நாலைந்து சாஸ்திரிகள், இரண்டு பாடகர்கள் இப்படி ஒரு சிறு கூட்டம்.

“ஆக்ராவிலெ நீங்க எங்கியும் பஸ், டாக்சின்னு போக வாணாம். மச்சினன் கார் கொண்டு வருவான். அவன் தாஜ்மகால், நயால்பாக் எல்லாம் சுத்திக்காமிச்சு, அம்மாளையும் உங்களையும் திரும்பிக் கொண்ட வண்டியிலெ விட்டுடுவான்” என்று அந்த சாயபு சொல்லிட்டுப் போனார்.

“அப்புணு, நீ இந்த பௌர்ணமியிலிருந்து மாம்பலம் போக்ரோடுக்குப் போய் ஒரு மண்டலம் பூஜை பண்ணு. நான் சொல்லியிருக்கேன். அவர் எல்லாம் நன்னாச் செய்வர்; நீயா ஒண்ணும் கேட்காதே – என்ன?” என்று ஒரு சாஸ்திரிகளுக்கு உத்தரவிட்டார் முத்துசாமி.

“நன்னாருக்கு, நான் வாயைத் திறப்பேனா? அண்ணா சொல்லியாச்சுன்னா, அவாளுக்குத் தெரியாதா – உங்க மூஞ்சியிலேதான் அவா அப்புறம் முழிக்கவேண்டாமா? நன்னாருக்கு – நானாவது கேக்கவாவது!” என்று உதவி பெறுகிற சிரிப்பு பதிலாக வந்தது.

இன்னொரு சாஸ்திரிகளுக்கு எங்கேயோ பிள்ளையார் ஹோமம் பண்ணும்படி உத்தரவு.

“உமாமகேச்வரா மாதிரி நீங்க வந்திருக்கேள். வரபோதாவது எங்களோட நாலைஞ்சு நாள் தங்க பூஜை பண்ணிட்டுத் தான் போகணும்” என்று சொல்லிக்கொண்டிருந்த ஒரு அம்மாளுக்கும் அவர் கணவருக்கும் முத்துசாமி கூறிய பதில் “நாலு நாள் என்ன, ஏழு நாள் இருக்கப் போறேன். இந்த வருஷம் லேட்டாத்தான் காவேரியிலே ஜலம் வரப்போறது. நான் ஏழு நாள் தங்கிவிட்டுப் போறதுக்கும் ஜலம் வந்து நாத்து விடறதுக்கும் சரியா இருக்கப் போறது!”

“பேப்பர்லெ போட்டிருக்காளா, காவேரியிலே தண்ணீர் லேட்டா விடறோம்னு?”

“பேப்பர்லெதான் போடணுமா?” என்கிறார் முத்துசாமி.

‘இப்படி தெரியாம கேக்கறியே!’ என்பதுபோல் கணவர் மனைவியைப் பார்க்கிறார்.

இதையெல்லாம் காமேச்வரன் பார்த்திருக்கிறான். முத்துசாமி யிடம் அவ்வளவு ஈர்ப்பு ஏற்பட வேறென்ன வேண்டும்?

அவரோடு பேசும்போது ரங்கமணியைப் பார்த்துக்கொண்டு பேசுவான் – எல்லோருக்கும் பேசுவதாக அர்த்தம்.

அவன் பார்வை என்னவோ செய்கிறது. விகல்பமாக ஏதும் இல்லை. எங்கோ பார்த்த பார்வை போல உணர்வு. அவன் அப்படியெல்லாம் துளைத்துப் பார்க்கவில்லை. அவன் எல்லோரையும் அப்படித்தான் பார்க்கிறான். அவ்வப்போது பார்த்து மறந்து விடுகிற பார்வை.

இப்போதும் அவளை அடிக்கடி அப்படி பார்த்துக் கொண்டு தான் பேசுகிறான்.

இந்தப் பழையதும் – புதியதும் திலாவுகிற முனைப்பில் முத்துசாமியின் மனைவி ஏதோ சொன்னது காதில் சரியாக ஏறவில்லை. என்ன சொன்னாள் என்று நினைத்துப் பார்த்தான். "எந்தக் காரியமாயிருந்தாலும் குரு குருநாதன்" என்று அவர் சொன்னது போல வார்த்தைகள் நினைவுக்கு வந்தன.

"எங்க குருநாதன் சமையற்காரர் இல்லேம்மா. அவர் பேர் என்னன்னு தெரியாது யாருக்கும். வத்ஸன் வத்ஸன்னு அவர் சொல்லிப்பர். அம்பாளுக்கு வத்ஸன்லலிதா காமேச்வரனோட குழந்தைன்னு தன்னை நெனச்சிண்டிருப்பர். குழந்தை எது கேட்டாலும் தாயார் கொடுப்பா. "நான் ஏண்டா கேக்கணும்"னு அவர் பரிசாரக வேலையை எடுத்துண்டார். அவர் ஹோட்டல்லெ சமைக்கலெ. கல்யாணங்களுக்குச் சமைக்கப் போகலே. எங்க தாயார் தகப்பனாருக்குச் சமைச்சுப் போடறென்னு எங்க ஓம்காரேச்வரர் கோவில்லெ மடைப்பள்ளி பரிசாரகரா வந்து சேவுகம் பண்ணினார். கோவில் பெரிசு, பிள்ளையார், சுப்ரமண்யர், நாயன்மார், அம்பாள், நடராஜான்னு எல்லாருக்கும் நைவேத்யம் வடிச்சப்புறம் கண்ணை மூடிண்டு நிஷ்டையிலே உட்கார்ந்துடுவர். அவரோட அருள்தான் இந்த காமேச்வரன் கைவாசனைன்னேன்" என்று காமேச்வரன் நிறுத்தினார்.

எல்லா கண்களும் அவன் முகத்தில் நிலைத்திருந்தன. "இது என்ன வாசனை! வத்ஸன் கையிலே கோவில் முழுக்க மணக்கும். ஊரே மணக்கும். அது என்ன இந்த மாதிரி மனுஷாளுக்கு சமைக்கிற கையா! லலிதா காமேச்வரனுக்கு சமைச்சுது..." என்று காமேச்வரன் எழுந்துவிட்டான். அவன் கடைசியில் ஒரு லேசான சிரிப்போடு முடித்து எழுந்து நகர்ந்தான் – பிற்பகல் சிற்றுண்டி தயாரிக்க நேரம் வந்ததைக் காட்டுவது போல குருநாதன் நினைவில் வந்து நெகிழ்வை மறைக்கவே அவன் அப்பாற்

போனது போலிருந்தது ரங்க மணிக்கு. எழுந்து போகிறபோது ரங்கமணியை சாதாரணமாகப் பார்த்துக்கொண்டு போனான்.

ரங்கமணி ஜன்னலுக்கு வெளியே பார்த்தாள். நர்மதை எப்போதோ போய்விட்டது. ரயில் சத்தமும் ஆட்டமுமாகப் பேயோட்டம் ஓடிக்கொண்டிருந்தது.

எதிர்க்காற்று சூட்டுக் காற்றாக தலைவகிட்டைக் குலைத்தது. புடவையை முகத்தில் ஒட்டித் தேய்த்தது.

"முதலாளி கையாலெ ஒரு தரம் போட்டுக்கக் கொடுங்க" என்று நாயுடு முத்துசாமி சீவிக்கொடுத்த சீவலையும் வெற்றிலையையும் சுண்ணாம்பையும் புகையிலையையும் பெற்றுக்கொண்டு எழுந்து போனார்.

ரங்கமணி காற்று வீச்சில் கண்ணை மூடிக்கொண்டாள். நம் ஊர்க்காற்றின் குளிர்ச்சி இல்லை. வெதவெதவென்று உலைக் காற்று.

இந்தச் சித்திரையில் ஊரில் இந்த நேரம் வாசல் பந்தலில் வந்து நின்றால் காற்று ஜிலுஜிலுவென்று மேனியைத் தழுவும், கன்னம், பிடரி, கழுத்து, முன்னங்கையெல்லாம் ஆடுசதை யெல்லாம் குளிர்ந்து சிலிர்க்கும். சற்றுக்கழித்து, தெருவீட்டு வாசல்களிலெல்லாம் ஒரு மகளோ, மருமகளோ, வேலைக்காரியோ வந்து துடைப்பத்தால் பெருக்கி குப்பையை நடுத்தெருவில் சேர்த்து தண்ணீர் தெளிப்பார்கள். லேசாக மண்வாடை புலரும். கோலம் போடுவார்கள். மஞ்சள் வெயில் தெருத் தூசியை உருக்கிவிட்டு சிறிது நேரம் நீண்டு கிடக்கும். பெருமாள் கோவில் மணி கேட்கும். அது வேகமாக அடிக்கும்போது எதிர் வீடு பக்கத்து வீடுகள் எல்லாம் தாய்களையும் பாட்டிகளையும் நடுத்தெருவுக்குக் கொண்டுவரும். அங்கிருந்த படியே, கோவிலில் காட்டுகிற தீபாராதனை தெரிவது போல "கிருஷ்ணா, வாசுதேவா" என்று கன்னத்தில் போட்டுக்கொண்டு திரும்பி தாய்களும் பாட்டிகளும் வீட்டுக்குள் போவார்கள் அல்லது திண்ணை மீது உட்கார்ந்து முணுமுணுவென்று ஏதோ பேசுவார்கள்.

ரங்கமணிக்குப் பேசவேண்டும் போலிருக்கும். ஆனால் பணம் உள்ள வீட்டோடு யார் பேசுவார்கள்?

உள்ளே போனால் மருமகள். வாரப்பத்திரிகை உண்டு. அவள் உண்டு. ரேடியோ உண்டு.

வீடு ஹோவென்று கிடக்கிறது. பாதி வெளிச்சமும் நிழல் போன்ற இருளுமாகக் கட்டிய பணக்கார வீடு. எப்போதும் புதிதாகத் தோன்றுகிற வார்னீஷும் நீலவெள்ளையும் அடித்த

வீடு. வாசலில் பிச்சைக்காரன் வந்து கத்தினால் ஒரு பிடி அரிசி கொண்டு போட்டு வருவதற்குள் கால் இற்றுப் போகும் வீடு. கொல்லைக்கட்டில் கொட்டிலில் போகுமுன் கதவு திறக்கும் ஓசை கேட்டு ரங்கமணியைப் பார்த்து மௌனமாக நிற்கும் ஒற்றைப்பசு. தலையை ஒரு தடவை தூக்கிப்பார்த்து மீண்டும் கண்ணை மூடிக்கொள்ளும் கன்று.

இந்த ஆனிக்கு முப்பது வருஷம் ஆகும் – இந்த வீட்டில் நுழைந்து. வயசு இப்போது நாற்பத்தைந்தா? அதுவும் முடிந்து நாற்பத்தாறை எட்டியாகி விடது. முப்பது வருஷமாக இந்த வீட்டில் கொல்லைக்கும் வாசலுக்கும் நடந்து நடந்து எங்கே போய்ச் சேர்ந்தோம்! எங்கே வந்து சேர்ந்தோம்? இந்த மகனும் மாட்டுப் பெண்ணும் இந்த வீட்டுக்குள் சுற்றிச் சுற்றி வந்து எங்கே போயிருக்கிறார்கள்? எங்கே வந்திருக்கிறார்கள்?

ரயில் திடீரென்று வெறியாகப் படபடக்கிறது. ஆட்டம் பெருக்கி தண்டவாளம் மாறுகிறது. வேகமாக ஒரு சிறிய வண்டி பறந்து போகிறது. தூசியை வாரி வீசுகிறது.

உஷ்ணக் காற்று சீறுகிறது.

ஊரின் குளிர்ச்சியை விட இந்தச் சூட்டில் எத்தனை இதம்! எத்தனை ஊட்டம்!

ரங்கமணி கண்ணைத்திறந்தாள். இந்த முத்துசாமி, அவர் மனைவி, நாயுடு, பின் சீட்டில் இருந்த குடும்பம், காமேச்வரன், அவன் குருநாதன் – எல்லாம் அவளை அந்த வீட்டிலிருந்து வெளியே இழுத்து வருவதற்காக வந்திருப்பவர்கள் போலிருந்தது.

சுலோச்சனம்மாள் முத்துசாமியின் முழங்காலில் மடங்கிய காலின் கீழ் இரட்டை நாடி மார்பின் மீது முகத்தைச் சுருட்டி, காலைப் பலகை ஓரத்துக்குச் சரியாகப் படுத்து உறங்கிக் கொண்டிருந்தாள்.

முத்துசாமி ரங்கமணியைப் பார்த்துக்கொண்டிருந்தார் – சிறிது புன்முறுவலுடன். அவரும் சிறிது இரட்டை நாடிதான். அதோடு கொஞ்சம் உயரமும். அவர் கழிவிடத்திற்கு எழுந்து போகும் போது அவரைப் பார்த்து அவளும் மனசுக்குள் சிரித்துக் கொண்டதுண்டு. தன் கணவன் வீட்டு உறவினர் குடும்பம் ஒன்றின் நினைவு வந்தது அவளுக்கு. அந்தக் குடும்பத்தில் ஆண் பெண் குஞ்சு குளுவான் உள்பட யாருக்கும் முதுகிலிருந்தே தொடை தொடங்கினாப் போல. காளிப் பெரியப்பா குடும்பத்துக்கு சூத்தாமட்டையே கிடையாது. முதுகாலெயும் காலாலியும் நடந்திண்டிருப்பா, உட்காந்துண்டிருப்பா" என்று மாமியார்

பரிகாசம் பண்ணுகிற வழக்கம். அதே போன்ற உடம்புதான் முத்துசாமியின் உடம்பும். அதனால்தான் அவருடைய புன்சிரிப்பும் அந்த காளி பெரியப்பாவின் புன்சிரிப்போ என்று சந்தேகம் வந்தது அவளுக்கு. காளி பெரியப்பா ஊருக்கெல்லாம் கடன் கொடுத்துக் கொடுத்து, வட்டியையோ முதலையோ திருப்பி வாங்காமல் புன்சிரிப்பையே கொடுத்து, கடைசியில் அந்த வட்டிக்கும் முதலுக்குமாக நிலங்களைக் கட்டிக்கொண்டவர்.

"என்ன தூங்கலியா?" என்று கேட்டார் முத்துசாமி.

"முப்பது வருஷமா தூங்கிண்டுதானே இருக்கேன்" என்றாள் ரங்கமணி.

முத்துசாமி அந்த பதிலைக்கேட்டு ஆவலோடோ குழம்பியோ திரும்பிப் பார்க்கவில்லை. மார்புமீது செல்லப் பெட்டியைத் திறந்து கொட்டைப் பாக்கைச் சீவிக்கொண்டே, சீவலுக்கு மெருகு கொடுப்பது போல தொடர்ந்து புன்னகை செய்து கொண்டிருந்தார். சிறிது மௌனத்திற்குப் பிறகு "நீங்க தூங்கியே நான் பார்க்கலியே" என்றார்.

ரங்கமணி முதலில் சொன்ன பதிலே போதும் என்பது போல பேசாமல் இருந்தாள்.

தி. ஜானகிராமன்

2

ரங்கமணிக்கு இந்த காலம், தேசம், மனிதர்கள் எல்லாமே அசாதாரணமாகத் தோன்றின. பழக்க மான இந்தப் பூமி, பழக்கமான மனித இனம், பழக்கமான வெயில், பழக்கமான காற்று, பழக்க மான உணவு – எல்லாவற்றையும் கீழே விட்டுவிட்டு, எங்கோ உயர மிதப்பது போல ஒரு இதம். இந்த சூட்டுக் காற்று புதிது; தினமும் சாப்பிடுகிற அதே சாப்பாட்டுக்கு இந்தச் சூழ்நிலையில் ஒரு தனிப் புதுமை. தினமும் கேட்கிற சாதாரணப் பேச்சுகளில் கூட ஒரு புது அர்த்தம். சில ஸ்டேஷன்களில் கிடைக்கிற கருப்புத் தண்ணீருக்குக் கூட ஒரு இதமான ருசி. யாத்திரை ஸ்பெஷலில் கூடப் பயணம் செய்கிற பங்கரைகள் பாந்தமாக இருந்தன. பெண்மை இல்லாத பெண் குரல்கள் இயற்கையாக இருந்தன. கிழங்கட்டைகளோடும், நடுவயதுகளோடும் வந்திருந்த மூன்று, ஏழு, பத்து வயதுக் குழந்தைகள், சரத்குமாரர்களாக கோகுலக் குழந்தைகளாக கண்ணையும் மனதையும் இழுத்துத் தம்மீது நாட்டிக் கொண்டன… ஊருக்குத் திரும்பாமல் இப்படியே யாத்திரை ஸ்பெஷலில் போய்க்கொண்டே இருக்க வேண்டும். வேளா வேளைக்கு யாரோ சமைப்பதை உண்டு கொண்டே இருக்க வேண்டும். எந்தக் காற்றுப் பட்டாலும், எந்த மழை பெய்தாலும், எந்தக் குளிரானாலும், பயணக் காற்றாக, பயண மழையாக, பயணக் குளிராக இருக்க வேண்டும். காமேச்வரன் பேசுவதைக் கேட்டுக்கொண்டே யிருக்க வேண்டும். நாயுடுவின் நைச்சியங்களைக் கேட்டுக்கொண்டேயிருக்க வேண்டும். குழந்தைகள்

தடுமாறி நடப்பதைப் பார்க்க வேண்டும் – இந்த இரண்டு கைக் குழந்தைகள், ஊட்டுகிற சாதத்தைத் தலையை அசைத்து மறுக்கும் மோகனத்தைப் பார்க்க வேண்டும். உடம்பைப் பின்னால் வளைத்து முறித்து பாலைத் துப்புவதைப் பார்க்க வேண்டும். நேற்று இரவு விஜயவாடா ஸ்டேஷனில் எங்கோ ஒரு மூலையில் ஸ்பெஷலை நிறுத்தி, ஒதுப்புறமான, விசாலமான இடத்தில் அத்தனை யாத்ரீகர்களையும் உட்கார்த்தி வைத்து சாப்பாடு போட்டது போல, இன்னொரு ஸ்டேஷனில் அப்படிச் செய்தால், சாப்பாடு முடிந்ததும், இருக்கிற பெண்டுகளைச் சேர்த்து, நடுவில் விளக்கை வைத்து, இல்லாவிட்டால் ஒரு குழந்தையை வைத்து, குதித்துப்பாடி வட்டம் வர வேண்டும்... கலியாணங்களில் பெண்கள் குதித்துப் பாடுகிற வழக்கமே போய்விட்டது. என் கலியாணத்தின் போது நாலு நாளும் குதித்துப் பாடிற்று ஊர்ப்பெண் கூட்டம். எல்லாம் இந்த சுலோச்சனம்மாள் போல ஒரு அம்மாள் புதிது புதிது புதிது புதிதாகப் பாடிக்கொண்டேயிருந்தாள் – அந்த அம்மாளின் இரட்டை நாடி மார்புகள் பாட்டு பாட்டாக தொடுத்துச் சுற்றி யிருந்த பூப்பந்து அவிழ்ந்து அவிழ்ந்து வருவது போலிருந்தது. எங்குதான் படித்தாளோ! எப்படித்தான் மனசில் கட்டி நிறுத்திக் கொண்டாளோ!

ரங்கமணிக்கு என்னவோ பொங்கிப் பொங்கி வந்தது. இரைந்து பாட வேண்டும் போலிருந்தது. அழவேண்டும் போலிருந்தது. எழுந்து ஆட வேண்டும் போலிருந்தது. சால மரங்களும் தேக்கு மரங்களும் இலையற்று ரத்தச் செம்பூக்களாக முள்ளிலவ மரங்களும். எதிர்த்து ஓடும் காட்டுக்குள் இறங்கி ஓடவேண்டும் போலிருந்தது. விந்தியக்காடுகளாம்.

முழங்காலை மடித்துச் சாய்ந்திருந்த முத்துசாமி மூடிய வெற்றிலைப் பெட்டி மார்புமீது மூச்சிட, கைகளைத் தலைமீது கோத்தபடி எதிர் ஜன்னலில் ஓடும் காட்டைப் பார்த்துக் கொண்டிருக்கிறார். வாய் மூடியபடியே புகையிலையை மெதுவாக அசைத்தது. கண்ணில் தூரப்பார்வை. சலனமில்லாத பார்வை. காளிப் பெரியப்பாவோடு இவரை ஒப்பிட்டதை நினைத்து சற்று வெட்கப்பட்டாள் ரங்கமணி. உடம்பு அப்படியிருந்தால் குணமும் அப்படியே இருக்க வேண்டியதில்லை. முத்துசாமியின் நெற்றியில் குங்குமம், முகத்தில் ஒரு குழந்தைக் களை. கொஞ்சம் சதுர முகம். புன்சிரிப்பு, களையைச் சற்றுத் தூண்டிவிடுகிறது. சாயபுகள் கூட இவருடைய ஜோதிஷத்திற்கு அடிமையாகியிருக்கிறார்கள். மதராஸில் செய்தது போலவே விஜயவாடாவிலும் ஒரு ஆந்திர வைதீகருக்கு எங்கேயோ ஆவரண பூஜை பண்ணும்படி, சொல்லிக்கொண்டிருந்தார். இப்படிப் பல பேருக்கு கை

காட்டி பிழைப்புக் கொடுத்துக்கொண்டிருந்த பேர்வழியை காளிப் பெரியப்பாவோடு ஏன் எடை போட வேண்டும்? . . . இரண்டு மூன்று நாளாக அவரைச் சற்று அதிகப்படியாகவே கவனித்துக்கொண்டுதான் வருகிறாள். காலையில் கண்ணை விழிக்கும்போது இரண்டு நாளாக அவரை இருக்கையில் காணவில்லை. எட்டு மணி சுமாருக்குத்தான் வந்து சேர்ந்தார். வரும்போது அவர் உடலிலிருந்து சந்தன மணம் ஒரு பூஜை மணம் – அது கஸ்தூரியோ, ஜவ்வாதோ, பன்னீரோ – எல்லாம் கலந்து ஒரு மணம். அவர் வந்ததும் வராததுமாக, காமேச்வரன் ஒரு தட்டில் இட்லியும் சுடச்சுட வெண்பொங்கலும் ஆவி எழுந்து படர, கொண்டு வைப்பான். ஈச்வரீ என்று அவர் தொடங்குவார். சுலோச்சனம்மாள் அப்போதுதான் ஒரு பட்டுத் துணியில் மூடிய பெட்டியும் கையுமாக இருக்கைக்கு வருவாள். கீழே குனிந்து ட்ரங்க் பெட்டியைத் திறந்து பட்டுத் துணி பெட்டியை வைத்து மூடுவாள். இன்று காலைதான் அவர்கள் இருவரும் என்ன செய்கிறார்கள் என்று பார்க்க முடிந்தது. சுலோசனம்மாளோ ரங்கமணியை அழைத்துப் போனாள். இரண்டு மூன்று பெட்டிகளைத் தாண்டி நாலாவது யாத்திரை ஸ்பெஷலின் அடுக்களைப் பெட்டி. அங்கு ஒரு சிறிய அறை போல ஒழித்துக் கொடுத்திருந்த இடத்தில் முத்துசாமி யந்திரம் வைத்துப் பூஜை செய்துகொண்டிருந்தார். பன்னீரும் அத்தருமாக அந்த இடம் கமழ்ந்து கொண்டிருந்தது. பூஜை முடியும்போது சுலோசனம்மாள் பாடத் தொடங்கினாள். காமேச்வரன் இட்லி, வெண் பொங்கல் என்று நிவேதனங்களை வைத்து கைகட்டி நின்றான்.

ஆரத்தி முடிந்த பிறகு குங்குமப் பிரசாதத்தை சுலோசனம்மாளிடமிருந்து பெற்றுக்கொண்டார் முத்துசாமி. மற்றவர்களுக்கு அவளே கொடுத்தபிறகு யந்திரத்தையும் பூஜை சாமான்களையும் நடுப் பெட்டியில் இருந்த தனித்தனி அடுக்குகளில் வைத்துப் பூட்டி பட்டுத்துணியைச் சுற்றி எடுத்துக் கொண்டு திரும்பி வந்தார்கள் இருவரும். இருக்கைக்குத் திரும்புகிற வரையில் முத்துசாமி பேசவில்லை. பூஜையின் போது மௌனம். அவர் நினைப்பதையெல்லாம் பார்ப்பதைப் போல, சுலோசனம்மாள் வேண்டும் என்பதை எடுத்துக் கொடுத்துக் கொண்டிருந்தாள். அதற்கும் மேல் ஏதாவது வேண்டுமானால் அவர் கையைச் சொடுக்கியோ விரலால் சைகை செய்தோ கேட்டுக்கொண்டிருந்தார். திரும்பி வந்து ஈச்வரி என்று ஒரு கவளம் வாயில் விழுந்த பிறகுதான் பேச்சும் தொடரும்.

ரங்கமணி ஓடும் காடுகளையும் முத்துசாமியையும் மாறி மாறிப் பார்த்துக்கொண்டிருந்தாள். சுலோசனம்மாளுக்குத்

தூக்கம். மாம்பழ முகத்தில், கண்ணுக்குக் கீழும், மேலுதடுக்கும் மேலேயும் வேர்வையின் ஈரிப்பு மின்னிற்று. கழுத்தில் கசகசப்பு. தூக்கம் மட்டும் தெளியவில்லை. அவள் காலையில் அடுக்களை வண்டியில் பூஜையில் பாடிய பாட்டு ரங்கமணிக்கு நினைவில் கேட்டது.

சியாமள வடிவான சுந்தர நாயகிமேல்
காமதகனர் மெத்த மோகித்தார் – அதிப்
ப்ரேமையுடனே உருகி பாவித்தார் – அந்த லலிதா
காமேசனுக்கு ஜயமங்களம் – அருள்
சிவகாமிக்கும் ஜயமங்களம்.

திருப்பித் திருப்பி அதையே கேட்டுக்கொண்டிருந்தாள் ரங்கமணி.

தலைக்குப்பின் கோத்த கையை எடுக்காமலே முத்துசாமி திரும்பிப் பார்த்தார். ரங்கமணியிடம் சற்று நகர்ந்துகொள்ள ஜாடை காட்டிவிட்டு, புகையிலைச் சாற்றை ஜன்னலில் திரும்பித் துப்பினார். தூங்கும் மனைவியை ஒருமுறை உற்றுப் பார்த்தார். ரங்கமணியின் பக்கம் திரும்பினார்.

"நீங்க முப்பது வருஷமா தூங்கிண்டே யிருக்கேன்னேளே. உங்களுக்குக் கொஞ்சம் ரெஸ்ட் கொடுக்கணும்னு இவ வாங்கிண்டிருக்கா அந்த நித்திரைய இப்ப" என்றார்.

"பேசாம தூங்கட்டும். சமையல், வீட்டு வேலைன்னு இப்ப இல்லையே தவிர, மாமி எத்தனை மணிக்கு முழிச்சிண்டாரோ! காலமே அஞ்சுமணி சுமாருக்கு என்னை பூஜை பார்க்க அழச்சிண்டு போனார். அதுக்கு முன்னாலே எத்தனை நாழி முழிச்சிண்டிருந்தாரோ ..."

மூன்று விரலை நீட்டி உயர்த்தினார் முத்துசாமி – காலை மூன்று மணிக்கு மனைவி விழித்துக்கொண்டுவிட்டாள் என்று சொல்ல.

"மூணுமணிக்கா! அப்படின்னா நாள் முழுக்க தூங்கணும். ஊர்லேன்னா, பிள்ளை பொண்ணு மாட்டுப் பொண்ணு எல்லாம் கூடமாட இருந்து செய்வா. இங்க ஒண்டிமாத்தானே உங்களுக்கு எல்லாம் செய்ய வேண்டியிருக்கு அவர்!" என்றாள்.

முத்துசாமி சட்டென்று ரங்கமணியின் பக்கம் ஒரு பொய் வியப்போடு புருவத்தை உயர்த்தி கண்ணை மலர்த்திப் பார்த்தார். புன்சிரிப்பு இன்னும் விரிந்துவிட்டது.

"பிள்ளை, பொண்ணு, மாட்டுப் பொண்ணு – எல்லாம் இவதான்னேன்" என்றார் முத்துசாமி. "அதெல்லாம் இருந்துதுன்னா இப்படி கேதாரநாதம் பத்ரிநாதம்னு கிளம்பிடுவளான்ன?"

ரங்கமணியின் புருவமும் கண்ணும் லேசாக சுருங்கின. அவரையே பார்த்தாள்.

"நானும் நீயுமடி, எதிரும் புதிருமடி?" என்று தூங்கும் மனைவிக்கும் தனக்குமாக அபினயம் காட்டினார் முத்துசாமி.

சற்று அதிர்ந்தாற் போல் ரங்கமணி அரை நிமிஷம் பேச வில்லை.

"ஒத்த துணையாத்தான் சேர்ந்திருக்கோம் யாத்திரைக்கு" என்று முகத்தைக் கட்டையாக்கிக் கொண்டு அவரைப் பார்த்தாள்.

"என்னது?"

"ஆமாம்!"

"உங்க பிள்ளை வந்திருந்தானே திருஷ்ணாப் பள்ளி ஸ்டேஷனுக்கு உங்களை ஏத்திவிட."

"இரவல்."

"ஸ்வீகாரமா?"

"நல்ல ஸம்ஸ்கிருதப் பேரு அது. ஸம்ஸ்கிருதத்திலே சொல்லிட்டா, ஈயம் தங்கமாயிடும். பாறாங்கல்லு பத்மராக மாயிடும்."

"பேஷ்," என்று அவளை ஒரு நின்ற பார்வையால் எடை போடுவது போல புன்னகையும் கூட்டினார் முத்துசாமி.

"நீங்க ஒண்ணும் இப்படி ரசவாதம் பண்ணலியா?" என்று கேட்டாள் ரங்கமணி.

"இதுக்கு ரொம்ப ஆசை" என்று கண்ணாலும் உதட்டாலும் தூங்கும் மனைவியைக் காட்டினார் முத்துசாமி. "நான் தான் சரின்னு சொல்லலெ. நாலா பக்கமும் கிட்டிகட்டி யாறது இந்த சைட் லேர்ந்தும், அந்த சைட் லேர்ந்தும், தாயாதிக்காரனுக்குத் தூக்கம் வருமா? நம்மை ஸ்வர்க்கத்துக்கு ஏத்தற பொறுப்பு அவாளுக்கு ரொம்ப ஆச்சே."

"உங்க வாய்க்கு சர்க்கரை போடணும்."

"பிள்ளையை இரவல் வாங்கியாவது வாக்கரிசி போட்டுக் கோங்கறான் தாயாதிகள்ளாம். இவா மனுஷாளும் விடற வழியாயில்லே" என்று கையை மறுபடியும் உறங்கும் மனைவியின் பக்கம் காட்டினார் முத்துசாமி.

ரங்கமணிக்கு நினைவு ஊர்ப்பக்கம் பாய்ந்தது. தாயாதிகள் ... தாயாதிகள் ... தாயாதிகளும் அவருடைய

மாமியாரும் சேர்ந்துதான் ஒரு பிள்ளையைக் கொண்டு நிறுத்தி னார்கள். ஒரு எட்டு வயதுப் பிள்ளை, அவளுக்கு வயது அப்போது இருபத்தைந்தோ இருபத்தாறோ. ஒரு வருஷமாக அவளை அந்தப் பிள்ளையைத் தத்தெடுக்க அள்ளிக் கட்டிக் கொண்டிருந்தார்கள், அவள் வாயைத் திறக்கவில்லை. மாசத்துக்கு ஒரு முறை இந்தப் பேச்சு வரும். மாமியாரிடம் எல்லாவற்றையும் கேட்டுக்கொண்டே பேசாமல் நிற்பாள். பேச்சு முடிந்ததும் இடத்தை விட்டு வாசலுக்கோ கொல்லைப்பக்கமோ போவாள்.

“ஏண்டியம்மா, நான் இத்தோட அம்பது தடவை சொல்லிட்டேன்னு நெனக்கிறேன். நீ பதிலே பேசக்காணுமே. உண்டுன்னு சொல்லணும் – இல்லேன்னு சொல்லணும். இப்பவாவது சொல்லு.”

“என்ன சொல்லணும்?”

“என்ன சொல்லணுமா? நான் இங்கிலீஷ்லியா பேசினேன் – இத்தனை காலமா?”

“ஸ்வீகாரம் எதுக்கு எடுத்துக்கறது?”

“உனக்கு ஒண்ணுமே தெரியாதா? புதுசாக் கேக்கறியா?”

“எனக்குத் தெரியாது. கேட்டுத் தெரிஞ்சிக்கறேனே.”

“மொத மொதல்லெ, ஒரு ஜீவன் கரையேறணும். அதுக்கு வருஷா வருஷம் பிண்டம் போடணும். இல்லாட்டா அது பசியிலே அலையும். அதோட மனசு ஆயாசப்பட்டுதுன்னா வம்சத்துக்குத் தானே கஷ்டம்.”

“எங்கே இருக்கு வம்சம்?” என்று கேட்கிறாள் ரங்கமணி. மாமியார் அவளை நிமிர்ந்து பார்த்தாள்.

“வம்சம் உண்டாக்காமதான் போயிட்டுதே அந்த ஜீவன்!” என்று ரங்கமணி குரலைத் தாழ்த்திக்கொள்கிறாள்.

“அது யாரோட குத்தம்?”

சூட்டுக்கோல் இழுக்கிற கேள்வி.

ரங்கமணிக்கு ஒரு வெறி வந்து ஆட்டிற்று. அரைப் புடவையை அவிழ்த்து, ரவிக்கையைக் கழற்றிவிட்டு நிற்க வேண்டும் போலிருந்தது. சராசரிக்குச் சற்று மிஞ்சின உயரத்தை, தன் உடம்பை, எலும்போடும் நரம்போடும் இழுத்துக்கட்டியிருந்த தசைக் கட்டை, அழுத்தத்தை, இரவின் அரை வயிற்று உணவையும் மீறி மதர்த்திருந்த வளத்தை, மணிக்கட்டு உள்ளங்கைகளின்

உரத்தை – அப்படியே தன் ஆகிருதி அனைத்தையும் நிமிர்ந்து நின்று விசிற வேண்டும் போலிருந்தது.

"யாரோட குத்தமா? கலியாணத்துக்கு முன்னாடியே சுவாசப்பையிலே ஒரு மூலை ஒட்டடை மாதிரி காசம் தின்னு தொங்கிண்டிருந்ததாம். அதை மறைச்சது யார் குத்தம்? அதை எத்தனை நாளைக்கு மறைச்சு வைக்க முடிஞ்சது?... கையைப் பிடிச்ச ரண்டு வருஷத்துக்குள்ள படுத்த படுக்கை... அஞ்சாம் வருஷம் ஆளே இல்லே... வம்சம், வம்சம்! வம்சம் வளர்க்க திராணி இல்லாத ஆத்மாவுக்குப் பிண்டம்? உடம்பு இருக்கற போதே மூச்சும் இரைப்புமாக் கரைஞ்ச ஆத்மாவுக்கு உடம்பு போனப்புறம் பிண்டமில்லாம ஆயாச மாயிடுமாம்!..." – இத்தனையும் ரங்கமணி மனசுக்குள் கத்தினாள். வார்த்தை யால் கத்தவில்லை. சிரிப்பு வரும் போலிருந்தது. மாமியாரை விட்டு கொல்லைத் தாழ்வாரத்துக்குப் போனாள். மூலையில் கொட்டிக்கிடந்த நெற்றுத் தேங்காய் நான்கை எடுத்து குத்துப் பாறையில் குத்தி மட்டையை உரித்துப் போடத் தொடங்கினாள். வந்த சிரிப்பு அடங்கவில்லை. அந்தரங்கமான சேதி. கட்டிலில். கட்டிப்படுத்திருந்த விச்வேச்வரன் – அவள் கணவன் – எழுந்து போக ஒரு தடவை முயன்றபோது அவன் காலை இழுத்துக் கொள்ள முடியாமல் தன் காலால் அழுத்திக்கொண்டிருந்தாள் அவள். பலம் கொண்ட மட்டும் இழுத்துப் பார்த்தான் அவன். கால் நசுங்கிற்று. உதட்டை வாய்க்குள் மடக்கி முக்கிப் பார்த்துப் பார்த்து முடியாமல் கடைசியில் வாய் திறந்து பெரு மூச்சுத்தான் வந்தது. அவள் சிரித்தாள். கடைசியில் இரங்கி, காலைத் தளர்த்தினாள் அவள். எழுந்து போனவன், என்ன நினைத்துக் கொண்டானோ, "காத்தே இல்லையே" என்று அறைக்கு வராமல் கூடத்திலேயே படுத்துக்கொண்டான், தூங்கியும் விட்டான். காலை விடுவித்துக்கொள்ள அவன் பட்ட இரண்டு நிமிஷ சிரமம் இரண்டு சம்போக அயர்வாக இருந்ததோ என்னவோ, அவள் சற்று நேரம் பார்த்துவிட்டு எழுந்து கூடத்துக்குப்போய், மெதுவாக அவனை எழுப்பி கையாலேயே கூப்பிட்டு அறைக்குள் கொண்டு சேர்த்தாள். அவன் திரும்பிப் படுத்துக்கொண்டான் . . .

யாருக்கும் எதற்கும் பயனில்லாமல் அவன் போனது யார் குற்றம்?

யார் குற்றமோ? ஆனால் அவளை யார் விட்டார்கள்? கரையாகக் கரைத்தார்கள். அந்த எட்டு வயதுப் பிள்ளை எட்டரை வயதானதும் தத்தெடுத்து வைத்துவிட்டார்கள். இனிமேல் ஆயாசமில்லாமல் விச்வேச்வரன் நுண்ணுடம்புடன் பிரபஞ்

சத்தையே வளைய வந்துகொண்டிருக்கிறானோ என்னவோ, மனைவியின் தத்துப்பிள்ளை போடும் வருடாந்தர சோற்று உருண்டையையும் சூக்ஷ்ம வடிவில் உண்டு கொண்டு!

வெளியே பார்த்துக்கொண்டிருந்த ரங்கமணி உள்ளே கண்ணைத் திருப்பியபோது, சுலோசனம்மாள் கண்விழித்து எழுந்து உட்கார முயல்வது தெரிந்தது.

"என்ன நீளத் தூக்கமாப் போட்டுட்டே. எனக்குப் பயமாய் போயிடுத்து" என்று முத்துசாமி முழங்கால் மடக்கை சற்று உள்ளுக்கிழுத்துக் கொண்டார். தலையணைக்கும் முதுகுக்கும் இடையிலிருந்த துண்டை உருவி அவளிடம் கொடுத்தார். அவள் மூக்கு, நெற்றி, கன்னம், கழுத்து எல்லாம் துடைத்துக் கொண்டாள். "அப்பாடா" என்றாள்.

"நீங்க தூங்கலியா?" கணவன் பக்கம் திரும்பினாள்.

"நானும் நீயும்தான் ஈருடலும் ஓருயிருமாச்சே. நீ தூங்கினால் போறாதா? இந்த மாமி முப்பது வருஷமாத் தூங்கிண்டே யிருக்கேன்னு சொல்லிண்டு முழிச்சுண்டே இருக்கா? நீ தூக்கமே வல்லேவல்லேன்னு கண்ணை மூடிண்டே இருக்கே. தூக்கத்திலே எத்தனை தினுசு!..."

சட்டென்று நீல பனியனும் சேலம் வேட்டியும் கண்ணில் பட்டன. காமேச்வரன் வந்துவிட்டான்.

"டிபன் தயார் அண்ணா, இந்தாங்கோ" என்று ஆளுக்கு ஒரு கடுதாசுத் தட்டை நீட்டினான்.

"இதுக்குத்தான் இத்தனை நேரம் தூங்கினியா, நைவேத்யம் வரவரையில் எழுந்திருக்கப்படாதுன்னு?" என்று மனைவியைப் பார்த்துக் கொஞ்சினார் முத்துசாமி.

பதினைந்து வயதுப் பெண்ணாக வெட்கப்பட்டுக் கொண்டாள் சுலோசனம்மாள். பரவசமாக அந்த முகத்தைப் பார்த்தாள் ரங்கமணி. உள்ளே புகைந்த பழைய கோபம் அடங்கிற்று. 'அப்பா என்ன களை மூஞ்சியிலே! என்ன முகம் அச்சாரம் கொடுத்துப் பண்ணச் சொன்னாப்பல' என்று மனதுக்குள் வியந்துகொண்டே அவளைப் பார்த்தாள். 'உடம்பு கொஞ்சம் ஒற்றை நாடியாக இருக்கக் கூடாதோ' என்றும் சொல்லிக்கொண்டாள்.

"என்னய்யா டிபன் இன்னிக்கி?"

"மாப்ளை அழைப்புத்தான்."

"என்னது!"

“ரவா சொஜ்ஜி வாழக்காபஜ்ஜி இந்த ரூமுக்கு மட்டும், மத்தவாள்ளாம் வெங்காய பஜ்ஜி சாப்பிடறவா!”

“போ, போ மூஞ்சியெல்லாம் அலம்பி, வாயைக் கொப்பளிச்சுட்டுவா… நல்லூரம்மாவையும் அழச்சிண்டு போ. அவரும் உன் மாதிரிதான். தன்கையே தனக்குத் துணை. நல்ல ஜோடி.”

“என்ன சொல்லியாறது?”

“போய்ட்டு வா. பேசிக்கலாம்.”

ரங்கமணியும் எழுந்து கூடப்போனாள்.

“என்னமோ சொன்னாரே என்ன?” என்று இரண்டு பக்கமும் மாறி மாறி உடல் அசையும் நடை நடந்துகொண்டே கேட்டாள் சுலோசனம்மாள்.

“ஒண்ணுமில்லே மாமி, எதோ பேச்சு வந்தது. பொண்ணு, புள்ளே, மாட்டுப் பொண்ணெல்லாம் ஊர்லெ கவனிச்சுப்பா, இங்க மாமிதானே காலமே மூணு மணிக்கு ஏந்துண்டு எல்லாம் செய்ய வேண்டியிருக்குன்னேன், மாமாகிட்ட. அதெல்லாம் இல்லே. நீயும் நானுமடி எதிரும் புதிருமடி, நான்தான் இவளுக்குப் பொண்ணு பிள்ளை எல்லாம்னார். நானும் அப்படித் தான். நானும் நீயுமடின்னு பாடறத்துக்குத்தான் ஆள் இல்லே. இரவலா ஒரு புள்ளையை வாங்கிண்டிருக்கேன். அன்னிக்கி திருஷ்ணாப்பள்ளி ஸ்டேஷன்லே வந்திருந்தானே – அவன்தான்.”

“என்னமோ போங்கோ – வீட்டுக்கு வீடு வாசப்படியெல்லாம் ஒரே மாதிரியாவா இருக்கு–?”

ரங்கமணியும் அவளும் திரும்பி வரும்போது, சின்ன பரிசாரகர்கள் வண்டியிலுள்ள மற்ற யாத்ரீகர்களுக்குச் சிற்றுண்டி பரிமாறிக் கொண்டிருந்தார்கள்.

காமேச்வரன் இவர்களுக்காகக் காத்துக்கொண்டிருந்தான். நாயுடு தொங்கு மீசையும் கண்ணாடியுமாக மேற்பார்வை பார்க்கிற இடையில் அங்கு நின்றுகொண்டிருந்தார். காமேச்வரன் தழைந்த குரலில் சொல்லிக் கொண்டிருந்தான். “வாஸ்தவம்தாண்ணா, யாத்ரீகா பல நோக்கத்தோட யாத்திரை பண்ணுவா . . . வாங்கோ வாங்கோ” என்று சுலோசனம்மாளையும் ரங்கமணியையும் பார்த்துக் கூப்பிட்டான்.

“தட்டை எடுத்து வச்சுக்கோ, அப்ரமாப் பண்ணியிருக்கார் காமேச்வரன், சொஜ்ஜியை, நீயும் பண்றயே கட்டியும் கரளையுமா! வாயிலே போட்டுண்டு பார்” என்றார் முத்துசாமி.

"இதாண்ணா வாண்டாங்கறது."

"என்ன, பொம்மனாட்டிகளை மட்டம் தட்டப்படாதா? சும்மா ஔதாக்கட்டிக்குத்தான்யா! ஒரு செகிண்டு உம்மைத் தூக்கி வக்யலாம்னா, உமக்கு அதுவும் பிடிக்கலெ."

"ஆமாண்ணா, பொம்மனாட்டிகளைக் குறைச்சுப் பேசறாப்பல... இப்ப டிஸ்கஸ் பண்ணிண்டிருந்தோமே, அந்த சப்ஜெக்டிலேயும் எனக்கு அதே அபிப்ராயம்தான்."

"எந்த சப்ஜெக்ட்டு?"

"பார்த்தேளா! நான் உங்ககிட்ட சொல்றேம்மா நீங்க இரண்டுபேரும் போறபோது அண்ணா என்னமோ புதிர் போட்டாரேோல்லியோ, தன்கையே தனக்குத்துணைன்னு. எனக்குத்தான் மண்டை வெடிச்சுப் போயிடுமோ, தெரிஞ்சுக் காட்டா, கேட்டேன். தெரிஞ்சுண்டேன். கொஞ்சம் கிலேசமாத் தான் இருக்கு என்ன பண்றது? குழந்தை ஒண்ணுதான் சம்பத்தா என்ன? எத்தனையோ சம்பத்து இருக்கு? அம்மா நீங்க சொல்லுங்கோ – அண்ணா என்னத்திலே குறைஞ்சு போயிட்டார்! நான் தான் பார்த்துண்டே வரேனே எத்தனை ஸ்டேஷன்லே ப்ளாட்பாரத்திலே வண்டி நுழையறத்துக் குள்ள எத்தனை பேர் வந்து மொச்சுக்கறா? அண்ணா வாயைத் திறந்து என்ன சொல்லப்போறார்னு காத்துண் டிருக்காளால்லியா?... வயத்திலே உண்டாறது அம்பாள் சித்தம். அவர் ஜனனி. பெத்தெடுக்கறவ – லோகமாதா. யாருக்காவது அது இல்லேன்னா, அவ என்ன நினைச்சு நிறுத்திப்போட் டிருக்காளோ..."

"என்னய்யா குழம்பிக்கிட்டே இருக்கீம்... சுத்திச் சுத்தி வறீம்? என்ன சொல்றீம் இப்ப? எங்க அண்ணாரு கூடச்ரீகாரம் எடுத்திருக்காரு – உம்ம பேச்சைக் கேட்டுக் குந்திக்கிட்டிருந்தா–" என்று ஆரம்பித்தார் நாயுடு.

"ஓ ஹோ ஹொ" என்று இடைமறித்தார் முத்துசாமி. "அங்கியும் ஒரு கேசா இப்படி?"

"ஆமா, காசி ராமேசரம்லாம் போயிப் பார்த்தாரு. நடக்கலெ. தங்கச்சி அஞ்சு பெத்திருக்கா. மணி மணியா இருப்பானுவ பயலுவ. நகுலனை அண்ணாருக்குக் கொடுத்திட்டா வயித்திலெ பொறந்ததுகூட அப்படி இருக்காது, அப்படி உசிரா இருக்கான் பய."

முத்துசாமி ரங்கமணியைப் பார்த்தார். சுலோசனம்மாள் ரங்கமணியைப் பார்த்தாள்.

“அப்ப சொன்னதை இப்ப சொல்லுங்களேன் – வாசப்படியெல்லாம் ஒரே மாதிரியா இருக்காதுன்னு” என்று ரங்கமணிக்கு சுலோசனம்மாளிடம் சொல்ல வேண்டும் போலிருந்தது. பார்வையால் மட்டும் சொல்லி அடுத்த படிக்குப் போனாள்.

“நீங்க நடந்தது நடக்கப் போறதெல்லாம் சொல்றேள். நல்ல காரியங்களுக்கெல்லாம் கையைக் காமிச்சு விடறேள். இந்த மாதிரி ஒரு குறையிருந்தா பரிஹாரம் கிடையாதா?” என்று முத்துசாமியிடம் கேட்டாள்.

“இருக்கு. இல்லை.”

“போடு” என்றார் நாயுடு. “முதலாளீ! நீங்க எங்கேயோ இருக்கிறீங்க. நாங்கள்ளாம் எங்கேயோ இருக்கறோம். நல்லூரம்மா – நான் சொல்றது வெளங்கலியா?”

“வெளங்கலெ. இருக்கு இல்லே ரண்டும் சொன்னா என்னவாம்?”

“அப்படிச் சொல்லாதவன் ஜோஸ்யனே இல்லெ” என்று முத்துசாமி கடைசி பஜ்ஜியைத் தின்றார்.

ரங்கமணியின் மனது திருப்தியில்லாமல் எங்கோ தேடிற்று.

“அண்ணா சும்மா ஏதோ சொல்றார். அவரைப் பத்தி மெட்ராஸ்லெ நான் நன்னாக் கேட்டுட்டேன். நீங்க வச்ச குறி தப்பறதில்லே, சொன்ன சேதி தப்பறதில்லேன்னு சொல்லிண்டா எல்லாரும். இல்லாட்டா கிறிஸ்தவன் சாயபூல்லாம் வந்து நிப்பனா கையைக் கட்டிண்டு” என்று காமேச்வரன் அவருக்காக மன்றாடினான்.

ரங்கமணிக்கும் அவன் சொன்ன மாதிரிதான் பட்டது. முத்துசாமி அடிக்கடி தன்னை ஒடுக்கிக்கொள்கிறார் என்று ஒரு சந்தேகம்.

காமேச்வரனைப் பார்த்தாள்.

ஒரு தடவை சொடக்கிட்டாற் போல அவள் முதுகு சிலிர்த்தது.

முத்துசாமியை அப்படியே விட்டுவிட மனமில்லை. எல்லோரும் போகட்டும் என்று காத்திருந்தாள்.

3

போப்பால் ஸ்டேஷனில் ஒரு காலிப் பிளாட்பாரத்தில் ஸ்பெஷலை நிறுத்தியிருந்தார்கள். ஒரு மணி நேரத்திற்குப் பிறகுதான் விடுவார்கள் என்று தெரிந்தது. வண்டியிலிருந்த அத்தனை யாத்திரீகர்களும் வெளியே போய் உலாத்தவும் உட்கார்ந்து பேசவும் தொடங்கினார்கள். முத்துசாமியும் சுலோச்சனம்மாளும் ப்ளாட்பாரத்தை இந்தக் கோடிக்கும் அந்தக் கோடிக்கும் இரண்டு மூன்று தடவை கோரிவிட்டு மீண்டும் பெட்டிக்குள் நுழைந்தார்கள்.

ரங்கமணி அவர்களோடு போகவில்லை. ப்ளாட்பாரத்தில் சிறிது நேரம் காற்றாட நின்றுவிட்டு இருக்கைக்கு வந்து கீழேயிருந்த ட்ரங்க் பெட்டியைத் திறந்தாள். ஐந்தாறு புடவைகள், ரவிக்கைகள், துண்டுகள் தவிர ஒரு நாலைந்து பாட்டு நோட்டுகள், பத்து பன்னிரண்டு புத்தகங்கள் – பாகவதம், தேவீ மகாத்மியம், மங்களாம்பாள் சோபனம், ராமாயணமூலம், கொட்டையெழுத்து பாரத வசனம், குட்டை குட்டையாகப் பல தெய்வங்களின் அர்ச்சனைப் புத்தகங்கள், யாத்ரீகர்களுக்கான ஹிந்தி – தமிழ் ஸ்வபோதினி; தஞ்சாவூர் அரண்மனையில் போட்ட அனுபோக வைத்திய நவனீதம், ஒரு ஜயதேவர் அஷ்டபதி, ஒரு மணிவாசகம் . . . இப்படி புறப்பட்ட நாளாக எதையும் பிரித்துப் பார்க்கவில்லை. வேடிக்கை பார்க்கவே பொழுது சரியாக இருந்தது. இந்தப் புத்தகங்களில் பாதி மனப்பாடம். எப்பொழுதாவது தட்டுக்கெட்டால், கவலை பாய்ந்தால் எடுத்துப் பார்க்கத்தான்

அந்தப் புத்தகங்கள் பெட்டியில் இடம்பெற்றிருந்தன. பொழுது போகாமல், ஹிந்தி – தமிழ் ஸ்வபோதினியைப் புரட்டத் தொடங்கினாள் ரங்கமணி. காய்கறிகள், தான்ய வகைகள், பருப்பு வகைகள், ஸ்நான கட்டங்களில் பேசவேண்டிய ஹிந்தி, தபாலாபீஸ், ரயில்வே ஸ்டேஷனில் பேசுகிற பேச்சுகள் – இப்படி மேலெழுந்த வாரியாக நோட்டம் விட்டாள். ஜாக்கிரதையாகப் புரட்ட வேண்டியிருந்தது. மடித்தால் விள்ளுகிற பழசு. நல்ல வேளையாக நந்தனார் சரித்திரக் கீர்த்தனைப் புத்தகத்துக்கும், பஞ்ச தந்திரக்கதைப் புத்தகத்துக்கும் நடுவில் வைத்து, மூன்று புத்தகங்களையும் நன்றாகத் தைத்திருந்தது. நீல அட்டையில் 'யாத்ரீக பாஷாப்ரகாசினீ' என்ற தலைப்புக்குக் கீழ் திருவேரகம் தண்டபாணி தேசிகரால் இயற்றப்பட்டு 1887ஆம் ஆண்டு பாலாம்பிகா அச்சுக்கூடத்தில் அச்சிடப்பட்டது. மூல்யம் ஒன்றரை அணா என்று கண்டிருந்தது. ரங்கமணி கணக்குப் போட்டாள். ஐம்பது அறுபது வருஷம் முன்னால் போட்ட புஸ்தகம். அவள் தாத்தா காசிக்குப் போவதற்காக வாங்கிய புத்தகம். அவள் தகப்பனாரும் தாயாரும் ஸ்ரீதனமாகக் கொடுத்த சொத்துக்களில் ஒன்று. வேறு ஒன்றும் நகையும் பாத்திரமாகச் சாய்த்துவிடவில்லை. அவர்கள் அகப்பையில் வர, பானையில் ஏதுமில்லாத குடும்பம். அவள் அப்பா சப்ரிஜிஸ்தரார் ஆபீஸ் குமாஸ்தா. அவளுடைய உயரத்தையும் எடுப்பையும் பார்த்துவிட்டு அவள் மாமியார் தான் வழக்கமில்லாத வழக்கமாக பிள்ளை வீட்டாரே பெண் கேட்கிற புதிய சம்பிரதாயத்தைக் கொண்டு வந்து, யாரோ சாஸ்திரி மூலமாக, கல்யாணத்தையே முடித்துவிட்டாள். ஒரு நாடா அட்டிகையும் நாலு பவுன் வளைவும் சிவப்புத்தோடும் இந்த புத்தகங்களும் சீதனமாக விச்வேச்ரனின் கையைப் பிடித்தாள் அவள். தாத்தா எதற்காக இந்தப் புத்தகத்தைக் கொடுத்தார்? மனப்பாடம் பண்ணி, ஜகத்திலுள்ள தீர்த்தங்களையெல்லாம் ஆடிவிட்டு அவள் தன் வயிற்றில் பூச்சியை வைத்துக்கொள்வாள் என்று நினைத்தாரா? இல்லை. வைக்கிற பூச்சியை நாகப் பாம்பு போலத் தின்றுவிடுகிற எதையோ தீர்த்தங்களில் கரைத்துவிடுவாள் என்று நினைத்தாரா?... ஆனால் வயிற்றில் உண்டாகுமா உண்டாகாதா என்ற சந்தேகம் தோன்றுவதற்குள் விச்வேச்வரன் மூச்சு வாங்க வாங்கப் படுத்துவிட்டான்... சில சமயம் சில சமயம் சில சமயம் அவனை அணைத்து, மார்புக் கூட்டை இறுகத் தழுவி நொறுக்க வேண்டும் போல அவள் கையில் வெறி படர்ந்ததுண்டு . . . ஒரு தடவை இல்லை. அவன் படுத்துக்கிடந்த மூன்று வருஷத்திற்குள் ஒரு நூறு தடவை யாவது இந்தப்பித்து வந்திருக்கும். திடீர் என்று திருதராஷ்டிரன் ஞாபகம் வரும். பிள்ளை கொல்லி பீமன் பெரியப்பா பெரியப்பா வென்று கழிவிரக்கத்துடன் வந்து நின்றபோது திருதராஷ்டிரன்

"வாடா குழந்தே" என்று அவனைத் தழுவ நினைத்தானாம். கிருஷ்ணன், பீமனைத் தடுத்து. ஒரு எலும்புக்கூட்டை பெரியப்பாவிடம் நகர்த்தினானாம். திருதராஷ்டிரனின் தழுவலில் அது நொறுங்கி ஆயிரம் துண்டாயிற்றாம். நூறு பிள்ளைக்கு ஆயிரம் துண்டாகத் தகர்த்த குடோரம்... கொட்டை எழுத்தில் படித்த கதை. ரங்கமணி தனக்குக் கண் இருக்கிறதே என்று நொந்துகொண்டாள்... ஸ்வபோதினியின் வரிகள் இரட்டை இரட்டையாகவும் ஒன்றுமேல் ஒன்று ஏறியும் தடம் பாய்ந்துகொண்டிருந்தன... இந்த எண்ணங்களை எண்ணிய கறைகளைக் கரைக்கவா தீர்த்த யாத்திரை – அதற்குத் தான் ஸ்வபோதினியா? துந்த்ரு – கோவைக்காய், கரேலா – பாகற்காய், பின்டீ – வெண்டைக்காய், பரிமல் – பாவல், டிண்டா – டிண்டா...

"ஹப்பாடா", என்று குரல். முத்துசாமியும் சுலோச்சனம்மாளும் ப்ளாட்பாரத்தில் உலாவிவிட்டு பெட்டிக்குள் அப்போது தான் வந்தார்கள். "ஈச்வரீ", என்று அறைக்குள் புகுந்த முத்துசாமி, "என்ன நல்லூரம்மா போபால் ஸ்டேஷன் பிடிக்கலியா? போஜ ராஜா ஆண்ட இடமாச்சே. ஸ்பெஷல் முழுக்க இறங்கியிருக்கு. நான் கூட நாலு நடை நடந்து வந்துட்டேன். நீங்க என்ன பண்ணிண்டிருக்கேள்? புஸ்தகமா?" என்று வழக்கம் போல முதுகுக்கு ஜன்னலோரமாக தலையணையை அண்டங்கொடுத்து சாய்ந்துகொண்டார்.

"என்ன புஸ்தகம் பார்த்துண்டிருக்கேள்?"

"பாராயண புஸ்தகம்... இப்ப சும்மா எடுத்துப் பார்த்துண்டிருந்தேன் – நீங்க வரம்னும்னு காத்திருந்தேன்."

"என்ன?"

"இதோ வந்துட்டேன்" என்று ஒரு பைண்ட்நோட்டை எடுத்துப் புரட்டினாள் ரங்கமணி. பக்கம் பக்கமாய்ப் புரட்டி விட்டு ஒரு பக்கத்தைக் கையால் தேய்த்து நோட்டை அவர் பக்கம் நீட்டினாள். "இதைக் கொஞ்சம் பார்க்கணும் நீங்க."

"ஓகோகோ ... இங்கியும் வந்துடுத்தா" என்று நோட்டை வாங்கிக்கொண்டார் முத்துசாமி. வாங்கிக்கொண்டவர் மற்ற பக்கங்களையும் புரட்டினார். "என்ன இது? ஒரு வம்சத்தோட ஜாதகங்களே இருக்கும் போலிருக்கே."

"வம்சம் எங்கே இருக்கு? ரண்டு குடும்பத்தோட ஜாதகங்கள் தான். என் அண்ணாதம்பிகள், ஒரு தமக்கை, அப்புறம் என்னோட பிள்ளை, மாட்டுப் பொண்ணு, என்னுது, என் மாமனார் மாமியார். என் மாமனாரோட தம்பிகள் நாலுபேர் –

இவ்வளவுதான். எல்லாம் நான்தான் காபி எடுத்து வச்சிண்டேன். என்னோட பாட்டு நோட்டு இது."

மூக்குக் கண்ணாடியை மாட்டிக்கொண்டார் முத்துசாமி.

"தெரியறது… இயற்பகை நாயனார் சரித்திரம், திருநீலகண்டர் சரித்திரம் . . . எல்லாம் அபூர்வமான பாட்டுகள், இதெல்லாம் யார் பாடறா இப்ப? ஜாதகங்கள் ஒண்ணு ரண்டு மூணு நாலு அஞ்சு ஆறு . . . பதினாலு இருக்கு. இன்னும் நாலு பக்கம் காலியாயிருக்கு."

"அங்கே எதாவது பூர்த்தி பண்ண வழியிருக்கான்னு தான் பார்க்கணும்."

"நாலு பக்கம்னா காலியாயிருக்குங்கறன். நீங்க பூர்த்தி பண்ண முடியுமான்னு கேக்கறேள். டிராமாவிலே பேசிக்கிறாப்பல இருக்கு."

"நீங்க சொன்னேள். நான் கேட்டேன் நப்பாசை… எதாவது தெரியறதான்னு பார்த்துச் சொன்னேள்ணா–"

"சொல்றேன் – சொல்றேன் பக்கத்தை விட்டுட்டேன்" என்றார் முத்துசாமி.

ரங்கமணி நோட்டை வாங்கி, பிள்ளை – மருமகளின் ஜாதகங்கள் இருக்கிற பக்கத்தை எடுத்து நீட்டினாள்.

முத்துசாமி வாங்கிப் பார்த்தார். "ஷோக்கான பேரா வச்சிருக்கேளே – கல்யாண கிருஷ்ணன், கல்யாண கிருஷ்ணன், மாட்டுப் பொண் பேரு… பங்கஜாட்சி பேஷ் பேஷ்…" அதற்குப் பிறகு முத்துசாமி பேசவில்லை. சற்று கழித்து மனைவியைப் பார்த்து "பெட்டியைத் திறந்து அந்த சேப்பட்டை போட்டிருக்கும் பாரு. அந்த எபிமரிஸை எடு" என்று கொண்டே விரலால் எதிர் ஜன்னலைப் பார்த்து எண்ணிக்கொண்டிருந்தார்.

"கலியாணம் எப்ப ஆச்சு பையனுக்கு?"

"ஏழு வருஷம் முடிஞ்சு போயிட்டுது இந்த வைகாசிக்கு."

சிவப்பட்டை புஸ்தகம் வந்ததும், "நான் பார்க்கறதுக்கு நாழியாகும். நீங்க ரண்டு பேரும் எதாவது வாசிச்சிண்டிருங்கோ – இல்லாட்டா இப்படி கீழே போயிட்டுவாங்கோ. கொஞ்சம் தள்ளி போனா, அந்த ப்ளாட்பாரத்திலே வெல்வெட் பை, சுருக்குப்பையெல்லாம் விக்கறான் . . . போய் பார்த்துட்டு வாங்களேன். வண்டி இன்னும் முக்கால் மணி, ஒரு மணிக்குக் கிளம்பப் போறதாத் தெரியலெ."

ரங்கமணியும் சுலோச்சனம்மாளும் கீழே இறங்கிப் போனார்கள். நாயுடு அவர்கள் இருவரையும் அடுத்த ப்ளாட்பாரத்திற்கு அழைத்துப்போனார். கடைக்கு அழைத்துக் கொண்டு போனார். கடையைக்காட்டி விட்டு, அரைமணி நேரத்தில் வந்துவிடுங்கள் என்று சொல்லி ஸ்டேஷன் மாஸ்டரைப் பார்க்கப் போய்விட்டார்.

இரண்டுபேரும் கடையைப் பார்த்துக்கொண்டு நின்றார்கள். பைகள், மாலைகள் – என்று ஒவ்வொன்றாக எடுத்துப் பார்த்தார்கள். கால் மணி நேரம் அதிலேயே கழிந்துவிட்டது. ரங்கமணிக்கு சுலோச்சனம்மாளின் கழுத்திலிருந்து வீசும் மஞ்சள் பொடி சீயக்காய் மணத்தையே நுகர்ந்துகொண்டிருந் தால் போதும் போலிருந்தது.

“ஒண்ணும் வாங்கலியா நீங்க?” என்று கேட்டாள் சுலோச்சனம்மாள்.

“த்ஸ” என்று அலுத்துக்கொண்டாள் ரங்கமணி.

“என் மச்சினர் குழந்தைகளுக்குத்தான் எதாவது வாங்கிண்டு போகலாம்னு” என்று சிறிதும் பெரியதுமாக ஏழெட்டுப் பைகளை வாங்கிக்கொண்டாள். சுலோச்சனம்மாள் “நீங்களும் ஏதாவது எடுத்துங்கோ – மாட்டுப் பொண்ணுக்கு நோட்டிலே நாலு பக்கமும் காலியாகவே இருக்கும்னு என்ன நிச்சயம்,” என்று ரங்கமணியைப் பார்த்துச் சிரித்தாள். ரங்கமணிக்கு அந்தப் பேச்சைவிட அந்தப் பல் வரிசையையே பார்க்கத் தோன்றிற்று.

எவ்வளவு பேதைச் சிரிப்பு! பல் தான் என்ன வரிசை! சிறிய பற்கள். லேசாக வெற்றிலைக் காவி.

ரங்கமணி இரண்டு பைகளை வாங்கிக்கொண்டதும் இருவரும் திரும்பி நடந்தார்கள்.

ரங்கமணி அவளோடு தனியாக இருப்பதே இன்றுதான். முத்துசாமியை விட்டு அவளைத் தனியாக இத்தனை நேரம் பார்த்ததில்லை.

யாத்திரை ஸ்பெஷல் நிற்கிற ப்ளாட்பாரத்தில் பெஞ்சுகள் ஒன்றும் காலி இல்லை. ரயில்வே ஊழியர் பெட்டி ஒன்று பெரிதாக வழவழவென்று காத்திருந்தது. அதன்மீது உட்கார்ந்து கொண்டாள் சுலோசனம்மாள், ரங்கமணிக்கும் இடம் விட்டு.

சற்றுக் கழித்து, கையிலிருக்கும் பைகளைப் பார்த்துக் கொண்டே சொன்னாள். “இதெல்லாம் வாங்கி வாங்கி அலுத்துப் போச்சு எனக்கு!”

“ஆமா – அதெல்லாம் பொட்டியிலே தூங்கும் முக்காலே மூணு வீசும் நாளைக்கு,”

“ரொம்ப சரி, பொட்டியிலே சாமானை எல்லாம் பூட்டி வைக்கிறதுக்காகவே சிலமனுஷாளைப் படைச்சிருக்கான் பகவான்... எங்க ஓர்ப்படி எங்க போனாலும் சாமான் சாமானா வாங்கிண்டேயிருப்ப. எல்லாத்தியும் பூட்டி வச்சுடுவ. புடவை நகை மாத்திரம் இல்லே. மாம்பழம் ஆரஞ்சு எதை வாங்கினாலும் பூட்டித்தான் வைப்ப. வீட்டிலே, வயல்லெ வேலை செய்யறதுகளே – அதுகளுக்குக்கூடத் தர மாட்டா. அழுகிப் போய் கொட்டில் புறம் கழனீர் தொட்டியிலேயும் கொண்டு கொட்டினாலும் கொட்டுவள். இந்தான்னு கொடுக்கக் கை வராது. அறுப்பு ஆகி கண்டு முதல் ஆனவுடனே நேரே வயலுக்கே வந்து ரொக்கமா 40, 50 ஆயிரம்னு கொடுத்து நெல்லை லாரிலே அள்ளிண்டு போறான் வியாபாரி. விரை, தசுகூலி, சாப்பாடு, கொஞ்சம் மேஞ்செலவு – இது போக, மீதி அத்தனையும் ரொக்கம். அதிலே கால் பாகம், ஓர்ப்படி கைக்குப் போயிடும். உடனே தாம் தூம் – பட்டுப்புடவை, எவர் சில்வர், நாலு நகை.”

ரங்கமணிக்கு “உங்க உடம்பும் நகைக் கடையாத்தான் இருக்கு” என்று குறுக்கிட வேண்டும் போலிருந்தது. ஆனால் பேசாமல் அவள் கழுத்தையும் கை, காதையும் சற்று நின்ற பார்வையாகப் பார்த்தாள்.

“இதெல்லாம் எங்கப்பா பண்ணிப்போட்டது. நாப்பத்திரண்டு வருஷம் ஆச்சு” என்று அவள் பார்வையைப் பார்த்துச் சிரித்தாள் சுலோசனம்மாள். “எனக்கு வெக்கமாத்தான் இருக்கு சில போது. இல்லாதவாளுக்கு எரிச்சல் வரும் நம்மைப் பார்த்தா. காரியஸ்தர் பொண்கள் மூணுக்கும் கலியாணம் வந்தது, கால்வாசியைக் கழட்டிக் கொடுத்தேன் – இவரைக் கேட்டுண்டு. இவருக்கு சந்தோஷம்தான். ஆனா சொன்னார் “கொஞ்சம் கொஞ்சமாப் பண்ணு எதையும்.” அசூயைப் படறவா நல்லது பண்ணினாலும் படுவா பொல்லாதது பண்ணினாலும் படுவா – நமக்கா மனசு வந்து கொடுக்கணும் யாரோ சொல்றாளேன்னோ, யாருக்கோ பயந்துண்டோ பண்றதுலெ என்ன இருக்குன்னார்.”

ரங்கமணி பதில் பேசாமல் கேட்டுக்கொண்டேயிருந்தாள். “அன்னி அன்னி சாப்பாட்டுக்குத் தாளம் போடறவன் தான் ப்ராமணன். அவனுக்கு எப்படி நாப்பது வேலி, நானூறு வேலின்னு சொத்து வரும்? ஆள்றேன், காப்பாத்தறேன்னு சில ஜாதிகள் சொல்லிண்டிருக்கே. அதுகளோட சேர்ந்து இவனும் கொள்ளையடிச்சிருக்கணும். இல்லே, ஆள்றவாளுக்கு மூளை கட்டையா இருந்திருக்கணும் – அதுவும் இல்லே, வட்டிக்குப்

பணம் கொடுத்து அப்புறம் ஆளையே முழுங்கியிருக்கணும், இத்தனையும் பண்ணிவிட்டு யாராவது ஒரு சங்கராச்சார்யார் கிட்ட போய் நிக்கணும்... என்ன சிரிக்கிறேள்! இதெல்லாம் இவர் கிட்ட கேட்டது. எனக்கும் நியாயமாத்தான் படறது. அதான் நானும் சொல்றேன். எங்க ஓர்ப்படி சங்கராச்சார்யாரை நினைச்ச போதெல்லாம் தர்சனம் பண்ணக் கிளம்புடுவ. பட்டுப் புடவை கட்டிக்க வாண்டாம், வைரத்தோடு போட்டுக்க வாண்டாம்னு அவர் சொல்றதை மட்டும் கேக்க மாட்டா – நாமெல்லாம் வாங்காட்டா, அந்தத் தொழில் பண்றவன்கள்ளாம் கஷ்டப் படமாட்டானான்னு கேட்பள். எத்தனை கொழுப்பு, எத்தனை திமிர் இருந்தா இப்படிப் பேசச் சொல்லும்; அந்த சங்கராச்சாரியாருக்குத்தான் தைரியம் வராதோ, பட்டுப்புடவை கட்டிண்டு வந்திருக்கே, என்முன்னாலெ நிக்காதேன்னு சொல்றதுக்கு –"

"சந்நியாசிகளா போய்ட்டவா எதுக்காக ஊருக்குள்ள, மனுஷாளுக்கு நடுவிலே வரணும்? அதான் சந்யாசம் வாங்கிண்டு எல்லாத்தியும் விட்டாச்சே. எதுக்கு வரணும்? இதெல்லாம் சொல்லணும்? அதனால்தான் அவா நாலு சொன்னா, ரண்டைக் கேட்டுண்டாப் போரும்னு தோணறது நமக்கு;" என்றாள் ரங்கமணி.

"அதான் அதான். லோகம் பொய், குடும்பம் பொய், பொண்டாட்டி பேய், பணம் பேய்னு சொல்லிண்டு அறுத்துண்டு போனவா எதுக்காக குடும்பஸ்தாளுக்கு மத்தியிலே வந்து நிக்கணும் பேசணும்! நீங்க நன்னாச் சொன்னேள். இவரும் அப்படித்தான் சொல்லுவர். எதாவது சந்நாசியைப் பாத்தா இவருக்குக் கோபம் கோபமா வரும்."

ரங்கமணிக்கு சுலோச்சனம்மாளைப் பார்க்கக் கேட்க புதிராக இருந்தது. மேலே நகை. பட்டுப் புடவை – வாயில் அதெல்லாம் வேண்டாத பேச்சு . . . என்ன இது? இவள் வயிற்றில் பூச்சி வைத்திருந்தால் இப்படியெல்லாம் பேசத் தோன்றுமா? . . . ரங்கமணி லேசான புன்சிரிப்புடன் வெளியைப் பார்த்துக்கொண்டேயிருந்தாள்.

சற்றுக் கழித்து "போவோமா?" என்றாள்.

"உங்களுக்கு எப்படி இருப்புக் கொள்ளும்? ஜாதகத்தைக் கொடுத்திருக்களே" என்று நமுட்டுச் சிரிப்புடன் சுலோச்சனம்மாள் எழுந்தாள். "ஒண்ணும் நெனச்சுக்காதீங்கோ, உங்களைக் கண்டா எனக்கு ரொம்பப் பிடிச்சுப்போச்சு. வேடிக்கையாப் பேசினா நீங்க கோச்சுக்க மாட்டேள்னு தெரியறது. எங்க ஓர்ப்படிக்கு

வேடிக்கையே புரியாது. தும்தும்னு தொட்டதுக்கெல்லாம் கோபம் வந்திடும், கொஞ்சம் சிரிக்கப் பேசினால் போரும். மொல்லு மொல்லுனு சண்டைக்கு ஆரமிச்சுடுவள். மூக்கு பளபளன்னு ஆயிடும் கண்ணில கோபம் ஜொலிக்கும்."

"இவரும் உங்க மச்சினரும் பாகம் பண்ணிண்டாச்சா?" என்றாள் ரங்கமணி.

"அப்பாடி" என்று முகவாயில் கையை வைத்து வியந்தாள் சுலோச்சனம்மாள். "எப்படி கேக்கத் தெரிஞ்சுது?" என்று ரங்கமணியின் விரலைப் பிடித்துக்கொண்டாள். "ஓர்ப்படியைப் பத்தி இதெல்லாம் பேசினதுக்குத் தானே இந்தக் கேள்வி?" என்றாள் ரங்கமணியைப் பார்த்து.

ரங்கமணிக்கு இந்த எளிமையையும் வெகுளித்தனத்தையும் பார்த்து ஒரு நிறைவு வந்தது.

"மாமி கபடமில்லாம இருக்கறது எல்லாருக்கும் கிடைக்காது. ஸ்வாமி லட்சத்திலெ ஒரு பேருக்குத்தான் அந்த மாதிரி ஒரு மனசைக் கொடுப்பார். நீங்க இப்படியே பேசுங்கோ, போரும், உங்க ஓர்ப்படி – இன்னும் எல்லாரும் மகாசமர்த்தா இருக்கட்டும். உங்களுக்கு எல்லாம் நெறஞ்சுவழிஞ்சுண்டே இருக்கும்" என்று சற்று நெகிழ்ந்தாற்போல் சொன்னாள் ரங்கமணி.

"வாங்கோ வாங்கோ" என்றார் முத்துசாமி இருவரையும் பார்த்து. வெல்வெட் பைகளைப் பார்த்துவிட்டு, அவை பெட்டிக்குள் போனதும் தொடங்கினார் அவர்.

"ரண்டு ஜாதகத்தையும் பார்த்தாச்சு."

"ஏதாவது ..."

"இருக்கு. இல்லாமல் இல்லை."

"நம்பிக்கையிருக்குன்னு சொல்றேளா?"

"ஆமா."

"எப்ப, புருஷக் குழந்தையா, பொண் குழந்தையா" – "நல்லூரம்மா உக்காந்துங்கோ. உங்க ட்ரங்க் பெட்டியை சித்தெ வெளியிலே இழுத்துண்டு. அதுமேலேதான் உக்காந்துங்கோளேன். எனக்கி இரைஞ்சு பேசமுடியலெ."

ரங்கமணி அப்படியே செய்தாள்.

"நல்லூரம்மா – நன்னாக் கேட்டுக்கணும். நான் திருஷ்ணாப் பள்ளியிலே பி.ஏ. பாஸ் பண்ணிவிட்டு வந்தேன். வேலைக்குப் போகலெ–போக வேண்டிய அவசியமும் இல்லெ. இப்ப

நாப்பத்து மூணு வருஷம் ஆறது, சாகுபடியைக் கவனிச்சுண்டு ஊரோட உட்கார்ந்து. மிச்சப் பொழுது போகணுமே அதுக்காக ஜோதிஷத்தை எடுத்துண்டேன். நான் சாமியார் இல்லெ. சந்யாசி இல்லெ. ஜோதிஷ சாஸ்திரத்திலெ என்ன சொல்லியிருக்கோ – அதைத்தான் சொல்றேன். ஆசீர்வாதம் பண்றேன். அனுக்ரகம் பண்றேன், தலை எழுத்தையே மாத்திடுவேன்னெல்லாம் சொல்ற ஸத்புருஷன் இல்லெ. நான் ஜோஸ்யம் படிச்சவரையில் தெரிஞ்சதைச் சொல்றேன். நானா ஞான திருஷ்டியினாலெ ஒண்ணும் சொல்றதில்லை, தெரியறதா?”

“சொல்லுங்கோ.”

“அதான் சொல்றேனே. எனக்கு குழப்பமா இருக்கு.”

“இருக்குமோ இருக்கதோன்னா?”

“இருக்கும்னும் இருக்கு. இருக்காதும்னும் இருக்கு. அதுதான் குழப்பம். பிள்ளைக்குக் குழந்தை கிடையாது, மாட்டுப் பொண்ணுக்கு உண்டுன்னா, எனக்குப் பிரமையா இருக்கு. அதுதான் சல்லடைபோட்டு சலிச்சிண்டிருக்கேன்.”

ரங்கமணி அவரையே பார்த்துக்கொண்டிருந்தவள், ஜாடையாக சுலோச்சனம்மாளைப் பார்த்தாள். அந்த முகத்தில் லேசாக ஒரு வேதனைக்களை.

முத்துசாமி தானே எழுந்து கீழே குனிந்து பெட்டியைத் திறந்து ஒரு துணி பைண்ட் புஸ்தகத்தை எடுத்து மீண்டும் பழைய நிலையில் சாய்ந்து அதைப் புரட்டினார். மூன்று நிமிஷம் நாலு நிமிஷம் பார்த்துவிட்டு “ம்ஹ்ம்” என்று உதட்டைப் பிதுக்கினார்.

“நீங்க கிரகணம் பார்த்திருக்கேளோ! சந்திரகிரகணம்?”

ரங்கமணி தலையாட்டினாள்.

“பூமியோட நிழல் அதுமேலே விழும். அந்தமாதிரி ஒரு நிழல் உங்க பிள்ளை ஜாதகத்திலெ விழுந்திருக்கு. விடற நிழலாத் தெரியலெ. மாட்டுப்பெண் ஜாதகம் ஸ்வச்சமா, பளிச்சுன்னு இருக்கு. அந்த நிழல்தான் பெரிய நிழலா இருக்கு.”

முத்துசாமி குரலைத் தாழ்த்தி சுலோச்சனம்மாளின் காதுக்கப்பால் கேட்க வொட்டாமல் பேசிக்கொண்டிருந்தார்.

“மாட்டுப் பொண்ணுக்குப் பிறக்குமா?”

“பிறக்கும்னு ஜாதகம் சொல்றது?”

“பிள்ளைக்குப் பிறக்காது.”

“அப்படித்தான் சொல்றது. எனக்குத் தெரிஞ்ச ஜோஸ்யம் சொல்றது.”

ரங்கமணிக்கு மூக்கின் இரு பக்கங்களும் மலர்ந்தன. ப்ளாட்பாரத்தைப் பார்த்தாள். சுலோசனம்மாளின் விரல் முத்துசாமியின் கால் விரலில் அழுந்தப்பதிந்தது. அவர் ரங்கமணியின் மூக்கை ஒரு இரண்டு கணம் பார்த்துவிட்டுச் சொன்னார்.

“ஜாதகம் கணிக்கறதிலேயும் எத்தனையோ கோணல் குறையெல்லாம் இருக்கும். சூரியன் உதிச்சு எட்டு நிமிஷம் கழிச்சுத் தான் நமக்குத் தெரியறது. இதெல்லாம் பழைய ஜோஸ்யருக்குத் தெரியாது. இந்த மாதிரி இசைகேடா ஜாதகத்தை எழுதிப்பிட்டு, அப்பறம் நல்ல ஜோஷ்யனைக் குறை சொல்றவாளும் உண்டு,” என்று பேச்சைத் திருப்பப் பார்த்தார் முத்துசாமி.

ரங்கமணி திரும்பினாள்.

“நிழல்னு சொன்னேளே. அது ரொம்ப நீளமான நிழலோ?” என்றாள்.

“எனக்குப் புரியலெ. எதாவது சொன்னேள்னா எதாவது ஊகிக்கலாம்.”

“எங்க மாமனார் ஸ்வீகாரப்பிள்ளை. அவரோட தாத்தா ஸ்வீகாரப்பிள்ளை.”

“இந்த மாதிரி சில வம்சங்களில் இருக்கிறதுண்டு.”

“அதுதான் ரொம்ப நீள நிழலோன்னு கேட்டேன்.”

“அப்படித்தான் தெரியறது.”

“அதுக்குப் பரிஹாரமே கிடையாதா?”

“உண்டு. ஜோஸ்யன் ஜோதிஷம் இதையெல்லாம் நம்பவே படாது. அது ஒரு பரிஹாரம். ஸ்வாமிகிட்டே நீதான் சரணம்னு காலிலே முழுசா விழுந்துடணும். அது ஒரு பரிஹாரம். இந்த உலகத்திலெ இந்த ஜன்மத்திலெ எப்போதும் நல்லதே நடந்திண்டிருக்காது. பொல்லாததும் பிடிக்காததும் நடக்கும். அதுதான் இந்த ஜன்மத்தோட ஸ்வபாவம்னு எதுக்கும் தயார் பண்ணிக்கலாம். அது ஒரு பரிஹாரம்.”

“எனக்கு வீட்டிலெ ஒரு குழந்தை பிறந்து பார்க்கணும் போலிருக்கு. எங்க பார்த்தாலும் குழந்தை பிறக்கிறது. ஊர்க் குழந்தைகள்ளாம் என் குழந்தைன்னு பாக்கற பக்குவம் வரமாட்டேங்கறது எனக்கு. ஸ்வீகாரம்னு ஒரு எட்டு வயசுப் பிள்ளையை எடுத்து வச்சிண்டப்புறம் எனக்கு இது தெரிஞ்சது”

என்று மூக்குப் புடைக்க, மேலே பேச முடியாமல் நிறுத்தினாள் ரங்கமணி. அவள் உதடு பிதுங்கி கன்னத்தில் நீராக வழிந்து கன்ன எலும்பிலிருந்து முத்தாக விழ நின்றது.

"என்ன இது!" என்று சுலோச்சனம்மாள் எழுந்து நின்று அவள் கண்களை புடவைத் தலைப்பால் துடைத்து முதுகைத் தட்டிக் கொடுத்தாள்.

"நான் போய் குளிச்சுட்டு வரேன். வெப்பம் தாங்கலெ" என்று எழுந்து ஸ்நான அறையை நோக்கி விரைந்தாள் ரங்கமணி. தாழிட்டுக் கொண்டாள், தாமரை வளையத்தைத் திருகினாள். தலை, சேலை எல்லாம் நனைந்ததும், பிறந்த மேனிக்கு நின்றாள்.

ஸ்வீகாரப்பிள்ளை கல்யாணக் கிருஷ்ணனை நினைத்துப் பார்த்தாள், மருமகள் பங்கஜாட்சியை நினைத்துப் பார்த்தாள்.

கல்யாணக் கிருஷ்ணன்.

அவன் கடைக்கார கிருஷ்ணன். அவனுக்குப் பெரிய மளிகைக்கடை. பதினெட்டு ஆட்கள் வேலை செய்கிற கடை. காலை ஏழு மணிக்கு ஒரு நூறு ரூபாய் சில்லறையை ஒரு பைக்குள் போட்டு, அதை மேல் துண்டால் மூடிக்கொண்டு புறப்படுவான், பகல் ஒரு மணிக்குச் சாப்பிட வருவான். ஒரு மணி நேரம் தூங்குவான். மறுபடியும் கடை. இரவு பத்து மணிக்கு வருவான்.

பங்கஜாட்சி . . . ரங்கமணி உயரம்தான் அவளும். உனக்கு நான் சளைத்தவளா என்று ஒரு எடுப்பு. செதுக்கின முகம். காலையும் கையையும் விரல்களையும் நாள் முழுதும் பார்த்துக் கொண்டிருக்க வேண்டும். நறுக்கின மூக்கு நுனி. இந்த சமையல் அறைக்குப் பிறக்காதது போன்ற ஒரு பெருமிதப் பார்வை, நடை. ஆனால் அவள் சமைக்கும்போது பார்த்துக்கொண்டேயிருக்க வேண்டும். அந்த சமையலின் மணத்தையும் ருசியையும் நுகர்கிற போது, எனக்கு இதுவும் வரும்; உங்களையெல்லாம் விட நன்றாக வரும் என்று சொல்வது போலிருக்கும். இவளைப் பார்த்தால் இருபது வயசு போல – முப்பது வயசு போல – நாற்பது வயது போல, ஐம்பது வயது போல, பத்து வயது போல – எல்லா வயதும் தெரிகிற தோற்றம். "நான் இதோட புருஷனாக இருந்திருக்க கூடாதோ" என்று ரங்கமணிக்கு அவள் இடுப்பை வளைத்துக் குனிந்து வாசலில் கோலம் போடுவதைப் பார்க்கையில் தோன்றும். இப்போதும் ரயில் வண்டியின் தூற்றலில் நனையும் போது அதே தோன்றுகிறது.

தி. ஜானகிராமன்

ஏ பெண்ணே! உனக்குக் குழந்தைகள் கணித்திருக்கிறதாம்! உன் புருஷனுக்கு இல்லையாம்!

இது என்ன உலகம்! என்ன ஜோஸ்யம்! என்ன கலியாணம், என்ன குடும்பம்! என்ன சம்பிரதாயம்!

நேரம் போவது தெரியாமல் நின்றாள் அவள். பங்கஜாட்சி! பங்கஜாட்சி! தாமரை வளையத்தைத் திருகி மூடினாள். பூந்தூற்றல் முழுதும் நிற்காமல் கொட்டிக்கொண்டிருந்தது. வண்டி நகர்ந்து கொண்டிருப்பது இப்போதுதான் அவளுக்கு உணர முடிந்தது. தலையைத் துவட்டி, புடவையைப் பிழிந்து சுற்றிக்கொண்டாள்.

கதவைத் திறந்தபோது சுலோச்சனம்மாள் ஒரு புடவையுடன் நின்றுகொண்டிருந்தாள். "வந்த உளைச்சல்லெ மாத்துப்புடவை எடுத்துண்டு போக மறந்து போச்சு உங்களுக்கு" என்றாள்.

ரங்கமணிக்கு வெட்கம் படர்ந்தது.

"இப்ப ஒண்ணும் பேச வேண்டாம், பேசாம புடவையைக் கட்டிண்டு வாங்கோ. காமேச்வரனுக்குச் சொல்லி அனுப்பினேன். காப்பி வந்திருக்கு" என்று சுலோச்சனம்மாள் சொல்லும்போது ரங்கமணிக்கு உதட்டைக் கடித்துக்கொள்ள வேண்டியிருந்தது. என்ன பந்தம்! என்ன இங்கிதம்!

நளபாகம்

4

சுலோச்சனம்மாளின் இங்கிதமும் ஒட்டுறவும் ரங்கமணியை அந்தக் குடும்பத்துக்கு ஒரு புது உறவைச் சேர்த்துவிட்டாற்போலிருந்தது. இருவரும் 'நீ' போட்டுக்கொள்ளத் தொடங்கிவிட்டார்கள் ஆக்ராவைச் சுற்றிப் பார்ப்பதற்குள். மதராஸ் சாயபுவின் மைத்துனர் ஆக்ராவைச் சுற்றிப் பார்க்கக் கொண்டுவந்த காரில் அந்தக் குடும்பத்தின் மூன்றாம் நபராக ஸ்வாதீனமாக ஏறிக்கொண்டாள் ரங்கமணி. ஆக்ராவில் வண்டி நின்றதும் முத்துசாமி அவசரப்பட்டுவிடவில்லை. காலை பூஜையெல்லாம் முடித்து, பொங்கல் வடை சாப்பிட்டுவிட்டு, வழக்கம் போல தலையணையை அண்டங் கொடுத்து சாய்ந்துகொண்டிருந்தார். அவர்கள் சாப்பிட்டு முடிப்பதற்கும் வண்டி நிற்பதற்கும் சரியாக இருந்தது. நின்ற பிறகும் அவர் அசைந்துகொடுக்கவில்லை. மார்பின் மீது வெற்றிலைப் பெட்டியை வைத்துத் திறந்து பாக்கு சீவத் தொடங்கினார். யாத்ரீகர்கள் கும்பல் கும்பலாக ப்ளாட்பாரத்தில் இறங்கிக் கொண்டிருந்தார்கள். ரங்கமணி மூன்றாவது நபராகி விட்டதால் எழுந்திராமல் முத்துசாமியையும் சுலோச்சனம்மாளையும் மாறி மாறிப் பார்த்துக் கொண்டிருந்தாள்.

காற்று குளிர்ந்து தவழ்ந்தது. தாமிர வெய்யில் படர்ந்துகொண்டிருந்தது.

"திருப்தியாண்ணா?" என்று குரல் கேட்டது. காமேச்வரன். "ஆக்ராவைச் சுற்றிப் பார்க்கறதுன்னா

இளவெயிலோட புறப்படணும்னுதான் காப்பிக் கடையை முடிச்சேன்–”

அவன் முடிப்பதற்குள் நாயுடு வந்துவிட்டார். “ஸ்வாமியே ஸ்வாமி, வரதுக்கு முன்னாலே லாவிட்டுப் போக ஆள் வந்தாச்சு” என்றார் முத்துசாமியைப் பார்த்து.

“நமஸ்காரம் ஸ்வாமி” என்று ஒரு சாயபு கை கூப்பும் சலாமும் கலந்தாற்போல வணங்கினார்.

“நான்தான் ரஹீம்பாய் மச்சினன்.”

“வாங்க வாங்க . . . எப்படிக் கூப்பிடறதாம்?” என்று முழங்காலை மடக்கி, பின்னால் நகர்ந்து எழுந்து உட்கார்ந்தார் முத்துசாமி.

“மஜீது – அப்துல் மஜீத். இதுவும் காவேரித் தண்ணிதான். குத்தாலம். தந்தி வந்தது. போன்லியும் பேசினாங்க மச்சான். வண்டி கொண்டாந்திருக்கேன்.”

“ம்–உட்கார்ந்து பேசுங்க ம்–அப்துல் மஜீது. ஆக்ராவிலெ அழச்சிண்டு போக அப்துல் மஜீது. இந்தி கிந்தியில்லாம் நன்னாப் பேசுவேள்னு சொல்லுங்க.”

“வாங்க நீங்க. தில்லக்கேணி உருதுதான் பேசுவேன். வாங்க நானும் வந்து அஞ்சு வருஷமாச்சே. ஊர்க் கதையெல்லாம் தலைகீழ்ப்பாடம். தமிழ் கைடாவே ஆய்ட்டேன்.”

“போடு சாம்ப்ராணி. அப்ப கவலையில்லை. கிளம்பு. நல்லூரம்மா – கிளம்புங்கோ. நாயுடு பஸ் ஏற்பாடு பண்ணியிருக்கா. அதெல்லாம் டில்லி, ஹரித்துவார்னு பாத்துப்பம். இப்ப குத்தாலம் கார்லெ போகலாம். மஜித் ஸார், இவங்க நமக்கு ரொம்ப காலமா குடும்ப சிநேகிதம். நல்லூரு.”

“நல்லூரா . . . அதுவும் நம்ம தங்கச்சி ஊருகிட்டதான். நம்ம தங்கச்சியை பக்கத்திலெதான் கொடுத்திருக்கு. மதுக்குடியிலெ.”

“எல்லாம் பக்கம்தான். இந்த ஊர்லேர்ந்து நம்ம ஊர்களைப் பாரும். எல்லாம் கிட்டக் கிட்டத்தான் தெரியும். தஞ்சாவூர் திருஷ்ணாப்பள்ளி ரண்டும் பக்கத்திலெ பக்கத்திலெ தெரியும். அக்ரகாரம் பள்ளத்தெரு ரண்டும் ஒட்டிண்டிருக்காப்பல இருக்கும். தூரக்கப் போயிடணும் அவ்வளவுதான்” என்று முத்துசாமி திறந்த கார் கதவைப் பிடித்து ஏறிக்கொண்டார்.

“ஐயா பளிச்சினு சொல்லிட்டீங்க. எத்தனை பெரிய சமாச்சாரம்!”

“சின்ன சமாச்சாரம்தான். இருக்கிற இடத்திலேயே இருந்தா தெரியாதுன்னுதான், இப்படித் தூரக்கப் போய்ப் பாருன்னு சொல்றாங்க. யாத்திரை கீத்திரைன்னு போய்ட்டு வான்னு. சூரியன் சந்திரன்லாம் ஒரே இடத்திலெ தெரியும். குல்லா குடுமியெல்லாம் ஒரே இடத்திலெ தெரியும்னு.”

“ஐயா பொடிசாச் சொல்லிட்றீங்க. பெரிய சமாச்சாரம்லாம். ஆனா அப்படி யெல்லாருக்கும் நன்னாத் தெரிஞ்சுடும்னா சொல்றீங்க!”

“தெரிஞ்சுக்கறவங்க தெரிஞ்சுக்கறாங்க.”

“எங்க சனங்கள்ளாம் பர்மா, சிங்கப்பூருன்னு போனாங்க. அந்தக் காலத்திலெ அங்கியே அந்த ஊர்க்காரங்களையே கட்டிக் கிட்டாங்க. குடும்பமா இருந்து அங்கியே ஒட்டிக் கிட்டாங்க.”

“எங்க சனங்கள்ளாம்னா, உங்க சனங்க எல்லாருமா?”

“நல்லாக் கேட்டீங்க. அதான் சொல்லிட்டீங்களே தெரிஞ் சுக்கறவங்க தெரிஞ்சுகிடறாங்கன்னு.”

“அது சரி, மஜீத்பாய் என்ன செஞ்சிருக்கார்”

“நீங்க கேப்பீங்கன்னு தெரியும்.” – சிரித்துக்கொண்டார் மஜீத். “நம்பளை கண்ணலாம் கட்டிவச்சே அனுப்பிச்சிட்டாங்க.”

“மஜீத்பாய் கோச்சுக்க மாட்டாங்களே.”

“எதுக்கு?”

“இல்லெ, கேக்கறேன்.”

“சொல்லுங்க.”

“நீங்க நாலு கல்யாணம் பண்ணிக்கலாம்னு சொல்றாங்களே.”

“இந்த மோட்டார் மணிக்கு நூறு மைல் வேகம் போகலாம்னு இங்க காமிச்சிருக்கு. அந்த மாதிரிதான்.”

“ஓய் மஜீத்பாய். இந்த ஸ்பெஷல்ல வராட்டா உம்மோடயே பத்து நாள் உட்கார்ந்து பேசிண்டிருப்பேன்.”

“இருந்திடுங்க. அம்மாங்க போய்ட்டு வரட்டும்.”

“சரியாப் போச்சு” என்று வெட்கச் சிரிப்பு சிரித்தாள் சுலோச்சனம்மாள். “இன்னும் ரண்டு தடவை சொன்னேள்னா, ஆகட்டும்னு உங்களோடவே தங்கிப்படுவர் அவர்.”

“ஆமா நான் எனக்காகவா யாத்திரை போறேன். உனக்கு நப்பாசை.”

“அப்படிச் சொல்லப்படாது ஐயா. ஐயாதானே இப்ப சொன்னாங்க, தூரக்கேர்ந்து நம்ம ஊரப் பாக்கணும்னு.

“அப்படின்னா மக்காவுக்கு போப்படாதா, நாகூருக்குப் போப்படாதா, ஆஜ்மீருக்குப் போப்படாதா!”

“ரண்டு பேரும் எந்தக் கட்சி பேசறாள்னே புரியலியே” என்று சிரித்தாள் ரங்கமணி.

“படிச்சவா பேசினா அப்படிதான் இருக்கும்,” என்று சுலோச்சனம்மாள் முன் சீட்டில் இருந்த முத்துசாமியைப் பார்த்தாள்.

“அம்மாம்மாம்மா – நான் படிச்சவன் இல்லேம்மா. மழைக்கு ஒதுங்கறாப்பல ரண்டு மூணு வருசம் குருமூர்த்தி சாரோட எலிமண்ட்ரியிலே ஒதுங்கியிருந்தேன். அப்பறம் எங்க வாப்பா படிச்சது போரும்டான்னு பொடிக்கடையிலே போட்டுட்டாரு. அப்பறம் எட்டு வருசம் மூக்குப்பொடி நாத்தம்தான்.”

“வாசனைன்னு சொல்லும். இதோ பார்த்தீமா” என்று வெற்றிலைப் பெட்டியைத் திறந்து புகையிலை அடைப்பானை எடுத்துக் காட்டினார் முத்துசாமி.

“நான் இதைச் சொல்லலெ. எங்க வாப்ப பொடியிடிக்கிறதுக்கு முன்னாலெ புகையிலையை வாட்ட ஆரமிப்பாங்க. அப்பாப்பா! அந்த நெடி என்னாங்கிறீங்க, குத்தாலம் கோயில் சாம்பிராணி யெல்லாம் அமுக்கிட்டு கொடி கட்டிப் பறக்கும்.”

“கொடியில்லா விட்டாலும் கட்டியாவது பறக்கவிடணும், அப்பேர்ப்பட்ட அமிர்தம்யா இது.”

“ஆமா பிரும்மாமிர்தம். பல்லு இருந்த இடமெல்லாம் இடிஞ்ச சுவரா ஆயிடுத்து,” என்றாள் சுலோச்சனம்மாள்.

சிறிது மௌனம்.

“என்ன பெரிய சமாச்சாரமா ஆரமிச்சு பொடியும் புகையுமா நொறுங்கிடுத்து பேச்சு?,” – சுலோச்சனம்மாள்.

“வாங்க வாங்க–பெரிய சமாசாரமாத்தான் பாக்கப் போறீங்க – இப்ப பாக்கப்போற இடம்தான்” என்று தாஜ்மகால் கதையைத் தொடங்கினார் மஜீத். அவர் சொல்வதற்குள் தாஜ்மகாலே வந்துவிட்டது.

முக்காலும் சுற்றிப் பார்ப்பதற்குள் வெயில் ஏறிவிட்டது. வறட்டு வெயில். வேர்வையை உடம்புக்குள்ளேயே குடித்து விடுகிறாற் போல உடலை வதக்குகிற வெயில். ஒருமர நிழலில் புல்லாந்தரையில் மனைவியையும் ரங்கமணியையும் உட்கார்த்தி வைத்தார் முத்துசாமி. சுலோச்சனம்மாளுக்கு மூச்சு முட்டிற்று. ரங்கமணிக்கு அவளோடுகூட நடப்பதற்காக மெள்ள மெள்ள நடந்தே கால் இற்றுப் போனது போலிருந்தது.

"இங்கியே கொஞ்சம் உக்கார்ந்து களைப்பாறுங்கோ. மிச்சம் ஒண்ணு ரண்டும் இருக்கு. பாத்துட்டு வந்துடறோம்." என்று மஜீதுடன் நகர்ந்தார் முத்துசாமி.

தாஜ்மகாலைப் பார்த்தவாறு உட்கார்ந்திருந்தார்கள் ரங்கமணியும் சுலோச்சனம்மாளும்.

"அவளுக்குப் பதிமூணு குழந்தைன்னாரே சாயபு" என்று அந்தக் கூம்பைப் பார்த்தாள் ரங்கமணி.

"பதிமூணா, ஒம்பதா?"

"பதிமூணுதான்னு சொன்ன ஞாபகம்."

"அப்பன்னா இதே வேலையாயிருந்திருக்கணும்" என்று சுலோச்சனம்மாள் சொன்னதும் முழங்காலைக் கட்டி உட்கார்ந்திருந்த ரங்கமணி முகத்தைப் புதைத்துக்கொண்டு சிரித்தாள்.

"என்ன! சிரிக்கிறியா?"

ரங்கமணி தலையைத் தூக்கவில்லை. உடலின் சிரிப்புக் குலுங்கல் மட்டும் அடங்கியிருந்தது.

"எனக்கும் அவளுக்கும் வித்யாசம் தெரியலெ. பதிமூணுக்காக அவ இதே வேலையா இருந்திருக்கா. நான் ஒண்ணுக்காக இதே வேலையா இருந்து இருந்து பார்த்தேன். பலிக்கிற வழியாயில்லெ. விட்டுட்டேன்."

"பொய் சொல்றேள்" என்று மீண்டும் முகத்தைப் புதைத்துக் கொண்டாள் ரங்கமணி.

"என்னது?"

"... ..."

"என்னைப் பார்த்தா பொய் சொல்றாப்பலியா இருக்கு" என்று விஷமச் சிரிப்புச் சிரித்தாள் சுலோச்சனம்மாள்.

சிறிது மௌனம்.

"உன்னை ரொம்பப் புடிச்சிருக்கு ... உன் உடம்பு அசைஞ்சதைப் பார்த்தவுடனே அழறியோன்னு நினைச்சுட்டேன்."

ரங்கமணி கொஞ்சம் காதில் விழும்படியாகவே சிரித்தாள் இப்போது. "ஒத்திக்குப் பதிமூணுக்காக இதே வேலை. ஒத்திக்கு ஒண்ணுக்காக இதே வேலை. ஒத்திக்கு வேலையே கிடைக்காம போயிடுத்து."

சுலோச்சனம்மாள் அதைக் கேட்டு, நாலைந்து கணம் அவளைக் கண் கொட்டாமல் பார்த்தாள்.

"நெசம்மாவா?"

"நெசமாவான்னா என்ன அர்த்தம்?"

"அவனுக்கு டீபின்னு தானே சொன்னே. டீபிக்காராளுக்கு அது ரொம்ப ஜாஸ்தியாயிருக்குமாமே?"

"எது?"

"ம்க்கும். எது எது எது?"

"சொல்றது புரியறது. சரி அப்படித்தான் அவருக்குத்தான் மனசிலே நிறைய இருந்துதுன்னு வச்சிண்டாலும், என்ன பிரயோசனம்? விரலாலெ கையை அழுத்தினாலே தாங்காது அவருக்கு."

சுலோச்சனம்மாள் அவளைப் பார்த்த பார்வை–

"ஏன் இப்படி பார்க்கறேள்! நடுரோடுலெ கார்லெ அடிபட்டுக் கிடக்கிறாப்பல இருக்கா என்னைப் பார்த்தா."

"–"

"அப்படித் தானே இருக்கு?"

"உங்கப்பா சப்ரிஜிஸ்தாரா வேலை பார்த்தார்னு சொன்னேல்லெ ... அவருக்கு இந்த நிலம், பந்தகம், ஒத்தி, பரிவர்த்தனை வேற ஒண்ணும் பதிஞ்சுக்கத் தெரியலெ. உங்கம்மா என்ன பண்ணிண்டிருந்தா? –"

"அழுதா – ஒரு வருஷம் கழிச்சு."

"தாரை வார்த்துக் கொடுத்தப்புறம்"

"ஆமா."

"என்னைக் கட்டிண்டு ஒரு தடவை அழுதார், பிறந்தகத்துக்கு ஒரு தடவை போயிருந்தபோது."

நளபாகம்

“சீ. என்ன மனுஷாள்ள சேர்த்தி இதுகள்ளாம்!”

“எங்க மாமியார் வந்து கரை கரைன்னு கரைச்சா அப்பாவையும் அம்மாவையும். எங்களுக்கு வரதட்சிணை வாண்டாம், பொண்ணு சமத்தா இருக்கணும். லட்சணமா இருக்கணும். பொறுப்பா இருக்கணும் – நீங்க ஒரு அம்மன்காசு தர வாண்டாம்னு சொல்லிக் கரைச்சா. அப்பா அம்மா ரண்டு பேருக்கும் சபலம். சந்தேகம் வரலெ. தாட்சண்யப் படற மனசு. ரண்டு பேருக்கும். யாருக்கும், மாட்டேன், இல்லேன்னெல்லாம் சொல்லத் தெரியாம வார்த்தையைக் கொடுத்துட்டு மாட்டிண்டு முழிக்கிறதோல்லியோ சில ஜன்மங்கள்ளாம். நல்லவாளா இருக்கிறதனாலேயே கெட்டவாளா ஆயிடறவா –”

“நல்லவா! நல்லவா! – இதுக்கு என்ன அர்த்தம்? ஒத்தரை எப்படி நல்லவாள்னு சொல்றது? பதிமூணு குழந்தை களைப் பெக்க வச்சானே அவன் எப்படி நல்லவன்? அவன் எதுக்காக இதைக் கட்டினான்? ஆசையினாலியா, பச்சாத்தாபத்தினாலியா?... அது சரி, நீ சொல்லு, எங்கேயோ ஆரமிச்சோமே... நான் ஒண்ணுக்காக இதே வேலையாயிருந்து பார்த்தேன். நடக்கலெ. நான் நல்லவளா? பொல்லாதவளா? எங்க இவர் நல்லவரா பொல்லாதவரா? என்ன என்னமோ யோசிக்கிறாப்பல பார்த்துண்டிருக்கே – ஒரே விருதாப் பேச்சா இருக்கேன்னா?”

“வ்ருதாப் பேச்சா? பேச்சிலே வ்ருதாப் பேச்சு உபயோகமான பேச்சுன்னு உண்டா என்ன? எல்லாம் விருதா தான். எல்லாம் உபயோகம்தான். இப்ப நாம பேசாம இருந்து என்ன பண்ணப் போறோம்? வம்படிக்கத் தானே வந்திருக்கோம். யாத்திரையே வம்புதான். எனக்கு வம்பு பேசறதுன்னா கொள்ளை ஆசை. ஆனா, என்னோட யாரும் வரதில்லெ. பணம் இருக்கிறவான்னு நெனச்சிண்டு யாரும் நெருங்கறதில்லெ. குழந்தைகள்னா கொள்ளை ஆசை – அதுக்கு தலைமுறை தலைமுறையா நிழல் – மாமா சொன்னாப்பல இத்தனா நீள நிழல் – இந்த யாத்திரை நல்லவேளையா நன்னாருக்கு – உங்களோடு பேசிண்டே இருக்கணும் போல இருக்கு.”

“அப்படின்னா நீ நீன்னே பேசேன். நீங்க என்னத்துக்கு? நீங்க போட்டா வம்பு பேச முடியாதே.”

“நீங்க எவ்வளவு பெரியவா வயசிலெ – உங்களை எப்படி நீன்னு கூப்பிடறது? அதுவும் உங்க மாமா எவ்வளவு பெரியவர்! எவ்வளவு படிப்பு!”

"ஆமா, எவ்வளவு பெரியவர்! எவ்வளவு படிப்பு! எவ்வளவு பேருக்கு ஜோஸ்யம் சொல்றார்: ஜாதகம் பார்த்து பிள்ளை பெண்ணெல்லாம் சேர்த்து வைக்கறார்! குழந்தை பிறக்கறதுக்கு சாந்தி சொல்றார்! எத்தனை குழந்தை பிறக்கும்னு கூட சொல்லிடறார்! ஆனா அந்த ஞானக்கடல்லாம் வெளியிலெ செலவழிச்சே வற்றிப் போயிடறாப்பல இருக்கு – இங்கே ஒண்ணும் நடக்கக் காணும். பெரிய மாமாதான்" என்று சிரித்தாள்.

இந்த தம்பதியைப் பார்த்து வினோதமாக இருந்தது ரங்கமணிக்கு. இது உள்ளாழத்திலிருந்து வருகிற பேச்சா, வெகுளிப் பேச்சா என்று கண்டுபிடிக்க முயன்றுகொண்டிருந்தாள்.

முத்துசாமியும் மஜீதும் அப்போது திரும்பி வந்து கொண்டிருந்தார்கள்.

"என்ன கிளம்பலாமா?"

சுலோச்சனம்மாள் ரங்கமணியைப் பார்த்தாள். "மனுஷா நடக்கறாப் போல, நகர்றாப் போல, இந்த தாஜ்மகால், கோவில்கள், ஹரித்துவாரம் எல்லாம் மனுஷாளை யாத்திரை பார்க்க வரப்படாதோ . . . அப்பாடி அம்மாடி – போய்ட்டேன், போய்ட்டேன், இடுப்பு போயிடுத்து" என்று எழுந்துகொண்டாள்.

ரங்கமணி அவளுக்குக் கை கொடுத்தாள்.

"பொய் சொல்றேன்னு சொன்னியே – இப்ப தெரியறதா?" என்றாள் சுலோச்சனம்மாள், விஷமச் சிரிப்புடன்.

"எதுக்கு?" என்றார் முத்துசாமி.

"ம்க்கும். எதுக்கு, நீங்க பாட்டுக்கு சாயுபுவோட பேசிண்டிருங்கோ. நாங்க ஏதோ பொம்மனாட்டிப் பேச்சு பேசிண்டிருக்கோம்."

5

முத்துசாமி விடவில்லை.

"பொம்மனாட்டி பேச்சுன்னு தனியா ஒண்ணு இருக்கா என்ன? நீ எதுக்குப் பொய் சொல்றதாகச் சொன்னா நல்லூரம்மா?"

"ராமாராம."

"சொல்லேன்."

"இந்தப் புருஷாள்ளாம் புடிச்சிண்டா விடமாட்டா" என்று ரங்கமணியைப் பார்த்து அலுத்துக்கொண்டாள் சுலோச்சனம்மாள்.

"எதை?" – முத்துசாமி.

"ஆமா. எதை!"

"ஒண்ணுமில்லே. நீங்க ஒண்ணும் பரிகாரம் பண்ணிக்கலயான்னு கேட்டேன். இல்லேன்னா மாமி. அதுக்குத்தான் பொய் சொல்றேள்னு நான் சொன்னேன். மாமா இவ்வளவு படிச்சு இவ்வளவு ஞாதாவா இருக்கச்சே எப்படி பரிகாரம் பண்ணாம இருப்பார்னு எனக்குப்பட்டுது."

"ஓகோகோ! இன்னும் அதே சப்ஜெக்ட்டிலெ தான் இருக்கேளா ரண்டுபேரும்! இந்த தாஜிமகால்லாம் பார்த்துப்புட்டு அதைப்பத்தி பேசத் தோணலியா உங்களுக்கு?"

"பேசறத்துக்கு என்ன இருக்கு! பாத்தாச்சு. அழகாயிருக்கு! ஆச்சரியமா இருக்கு! சரி. அப்புறம் என்ன பேச்சு!" – சுலோச்சனம்மாள்.

“மாமி பேசாம இல்லெ, அஸ்திவாரத்தைப் பத்திப் பேச ஆரமிச்சா–”

“அஸ்திவாரமா!”

“ஆமா இந்த ராணிக்குப் பதிமூணு குழந்தையாமே. அப்படின்னா இந்த ராஜா கட்டினது அவமேல அத்தனை ஆசையாலியா, பச்சாதாபத்தினாலியான்னு பேசிண்டிருந்த தோம் . . . அப்படி வளர்ந்தது–”

“பரிஹாரத்துலெ வந்து முடிஞ்சுதாக்கும்?”

மஜீது முன்னால் சற்று தூரத்தில் நடந்துகொண்டிருந்தார். புரிந்ததும் புரியாததுமாக இருந்ததால், அவர் இந்தப் பேச்சில் கலந்துகொள்ள அவசியம் இல்லாதது போல, கூட்டங்களைப் பார்த்து நடந்துகொண்டிருந்தார்.

“இந்தப் புருஷா பிடிச்சிண்டா விடமாட்டான்னியே! நீங்கன்னா இதைப் பத்தியே பேசிண்டிருக்கேள்” என்று வம்புக்கிழுத்தார் முத்துசாமி.

“ஆமா, பரிகாரம் உண்டான்னு இவ கேட்டதுக்கு நீங்க என்னமோ சந்நாசி மாதிரி பதில் சொன்னேள்.”

“பரிஹாரம் உண்டுன்னு சொல்லச் சொல்றே!”

“இல்லாம எப்படியிருக்கும்னு நல்லூரம்மா நினைக்கிறாப்பல இருக்கு.”

“அப்படியா! நல்லூரம்மா! எனக்குக் கொஞ்சம் டயம் கொடுங்கோ. நான் இந்த யாத்திரை முடிஞ்சு திரும்பி நாம எல்லாரும் அவாஅவா ஊருக்குக் கலைஞ்சு போறதுக்கு முன்னாலெ சொல்லிவிடறேன். போருமா?”

“சொல்லுங்கோ – உங்க வாயாலெ. நீங்க வேடிக்கையாப் பேசிப் பேசிப் பழக்கம் போலிருக்கு. ஆனா நீங்க சொன்னா நிச்சயம் நடக்கும். நீங்க பண்ற உபாசனை தபசு எல்லாம் உங்க வாக்கிலெ நிச்சயமாத் தெறிக்கும்” என்றாள் ரங்கமணி.

முத்துசாமி அவளைப் பார்த்துப் புன்னகை செய்தார்.

ரங்கமணியின் முகத்திலும் மாற்றுப் புன்னகை தவழ்ந்தது.

அவருக்குத் தன்னுடைய நிலையும் உறுத்திற்றோ என்னவோ, புன்னகை செய்கிற உதட்டையும் கன்னத்தையும் நடுங்காமல் கட்டுப்படுத்திக் கொண்டார். குழந்தைன்னா குழந்தைதான், பகவானை “குழந்தையாப் பார்க்கத்தானே தவிக்கிறா எல்லோரும்.

கிருஷ்ணன் குழந்தை, முருகன் குழந்தை கிறிஸ்து குழந்தை . . .” என்று மீண்டும் உதட்டை லேசாகக் கடித்துக்கொண்டார். “பகவானை ஞாபகப்படுத்தத் தானே குழந்தை குழந்தையாப் பிறந்துண்டேயிருக்கு” – என்று சிறிது கழித்துச் சொன்னார். பிறகு பேசவில்லை – காருக்குள் ஏறுகிற வரையில்.

பத்தேப்பூர் ஸிக்ரிக்குப் போய்விட்டு திரும்பி வரும்போது மஜீத் அதிகமாகப் பேசவில்லை.

“நம்ப பேச்சைக் கேட்டுக் கேட்டு அலுத்துப் போய்ட்டாப்பல இருக்கு மஜீத் பாய்க்கு” என்று கிண்டினார் முத்துசாமி. “ஏம்ப்ளா?”

“அலுத்துப் போகலெ. அம்மா சொன்னாகள்ள, அப்பப்ப அதை நினைச்சுக்கிடறேன். தாஜ்மகாலெப் பாத்தாச்சு அழகா யிருக்கு ஆச்சரியமாயிருக்கு, சரி – அப்புறம் சும்மா என்ன பேசறதுக்கு இருக்குன்னாங்கள்ள – அதை நினைச்சுக்கிடறேன். அம்மா சொன்னதிலே எத்தினியோ அடங்கியிருக்கு! தாஜ்மகால் கட்டுறான். பெரிய கோவில் கட்டுறான், பெரிய பெரிய அரண்மணையெல்லாம் கட்டுறான், சரி. அண்ணாந்தா களுத்து நோவும். அப்படியெல்லாம் கட்டுறாங்க. கட்டட்டும். அதிலெ என்ன ஆச்சரியப்படும்படியா என்னா ஆயிரிச்சு! வெறும் மண்ணு எப்படி சலவைக் கல்லாச்சு? வெறும் மண்ணும் கல்லும் எப்படி வைரமும் பச்சையும் கெம்புமா ஆச்சு? இக்கினியூண்டு விரை எப்படி மண்ணை இடிச்சுத் தள்ளிக்கிட்டு முளையா வருது? அது எப்படி இலையா ஆவுது? நிமிர்ந்து வளருதே. அதைவிடவா ஆச்சரியம் இருக்க முடியும்! முளை வர்றதுக்கு முன்னாலெ தளம் அடிச்சாப்பல இருக்கிற தரையிலே விரிசல் காணுது பாருங்க. இக்கினியூண்டு முளையைக் கண்டு தரையே பயந்து விரிஞ்சு குடுக்குதே அதைவிடவா ஆச்சரியம்! அது பயந்துகிட்டு விரிஞ்சு குடுக்குதா! இல்லெ ஆண்டவன் செடியா வர்றாருன்னு பக்தியோட ஆச்சரியமா, ‘ஏலே, ஒதுங்கிக்கிடுவோம்டா’ன்னு விரிஞ்சு குடுக்குதா? அதைத்தான் நினைச்சுக்கிட்டு வர்றேன். ஒரு புல்லு எப்படி நிலத்தைக் கீறிக்கிட்டுக் கிளம்புதுன்னே நமக்குத் தெரிஞ்சுகறதுக்கில்லெ. பத்தாயிரம் பேர் சேந்து இருபது வருசம் முப்பது வருசத்திலெ இந்த மாதிரி ஒரு கட்டடத்த கட்டிப்பிடலாங்க. ஒரு புல்லை உண்டாக்கிடறேன்னு சொல்லுங்க பார்ப்பம் . . . அதான் ஆச்சரியப்பட்டாச்சு. அப்புறம் என்னன்னு சொன்னாங்கள்ள – அதோட அர்த்தமே இதுதான். கண்ணாடியிலெ நம்மைப் பார்த்துக்கறப்பவே ஆச்சரியமா இருக்கு. ஒரு தரம் பார்த்தா மினுமினுன்னு இருக்கு உடம்பு. இன்னொரு நாளைக்கு கண்ணுக்குக் கீள ரப்பை கட்டி சோந்து கிடக்கு. நாம பேசறோம். எங்கேயோ இருக்கிறவங்களை

நெனக்கிறோம். திடீர்னு குத்தாலத்துலெ வீட்லெ உக்கார்ந்து எங்கம்மாவோட நான் பேசிக்கிட்டிருக்காப்பல இருக்கு. நானே மனசுக்குள்ளார அங்க உக்கார்ந்து அவங்களோட ரொம்ப விவரமாப் பேசிக்கிட்டிருக்காப்பல. அவங்க பேசறாப்பலியும் நான் பதில் சொல்றாப்பலியும் இருக்கு. ஒவ்வொரு வார்த்தையும் காதிலெ கேக்குது. இத்தைவிடவா ஆச்சரியம் இருக்க முடியும்!...” என்று பேசிக்கொண்டே வந்த மஜீத், தேய்ந்தாற்போலப் பேச்சை நிறுத்திக்கொண்டார். “இப்ப ஐயாவுக்கு நான் பேசிக்கிட்டு வர்றதே அலுப்பாயிருக்கும், போதுமா?” என்று சிரிக்க வேறு சிரித்தார்.

“பேசும் பேசும்...”

“சும்மா என்னத்தைப் பேசறதுங்க... அம்மா சொன்னதை நினைச்சுக்கிட்டேன். நீளப் பேசிட்டேன். ஐயாவுக்குத் தெரியாததா?”

“அவர் என்னமோ ஆச்சரியம் ஆச்சரியம்கறாரே! எனக்கு எல்லாம் ஆச்சரியமாத்தான் இருக்கு. நாமள்ளாம் எங்கே எங்கேயோ இருக்கோம். எப்படி இப்படி ஒண்ணா சேர்ந்தோம். இப்படியெல்லாம் பேசிண்டிருக்கோம்... நாமள்ளாம் யாரு? ஏன் இப்படி சேர்ந்துண்டோம். இதெல்லாமும் ஆச்சரியமாத்தான் இருக்கு... உங்களுக்கெல்லாம் பல ஊரு பல மனுஷாள்ளாம் பார்த்துப் பழகிப் போச்சு. எனக்கு இதுவே ஆச்சரியமாத்தான் இருக்கு. நாமள்ளாம் யாரு, ஏன் இப்படி ஒன்றாச் சேர்ந்திருக்கோம் இன்னிக்கி—”

“அதுக்கு ஐயாவைத்தான் கேக்கணும். இல்லாட்டி எங்களுக்குத் தூரத்து உறவு ஒருத்தர் இருக்குறாரு, வேலூர் கிட்ட, முத்தலிப்பூண்டு பேரு. அவரு நாடி ஜோஸ்யரு. நீங்க அவர்கிட்ட போனா, நீங்க யாரு உங்க பேரு, வந்த வேலை எல்லாத்தியும் ஒரு ஓலையைப் பார்த்துச் சொல்லிகிட்டே போவாரு. அவரைக் கேட்டா, நாம இப்படி அங்க போனது இங்க போனது எல்லாம் முன்னாலியே எளுதிவச்சிருக்குன்னு தான் சொல்லுவாரு... உண்மை தானுங்களா?” என்று மஜீத் முத்துசாமியைப் பார்த்தார்.

“என்னய்யா! அடிமடியிலே கையைப் போடறீம்!”

“என்னாங்க... அப்படி ஓலையிலெ அத்தினியுமா எளுதி வச்சிருக்கும்.”

“ம்?”

"தினம் தினம் ரயில் போவுது. ஓரோரு ரயில்லியும் ஆயிரம் ஐந்நூறுன்னு ஜனங்க போவுது. முகம் தெரியாதவங்களாம் கூடறாங்க. பேசறாங்க. பிரிஞ்சு போறாங்க. ப்ளேன்லெ நூறு பேர் போறாங்க. இறங்கினப்புறம் கலைஞ்சு போறாங்க. சில சமயம் அப்படியே அந்த ப்ளேனே விழுந்து நொறுங்கி அத்தினி பேரும் க்ளோஸ் ஆயிடறாங்க. இந்த மாதிரி ஒவ்வொண்ணையுமா எழுதி வைச்சிருப்பாங்க? . . . இல்லே . . . போய் கேக்கறவங்களைப் பத்தி மட்டும் எளுதியிருக்குமா . . . என்ன ஐயா ஒண்ணும் சொல்ல மாட்டேங்கிறீங்களே . . ."

"என்னத்தைச் சொல்றது? நல்லூரம்மா சொல்றாப்பல இதுவும் ஒரு ஆச்சரியம்னு நெனச்சுக்கிட்டு சும்மா இருங்களேன். நான் எல்லாத்துக்கும் ஒரு பதில் வச்சிருக்கேன். உண்டுன்னு சொல்லலாம், இல்லென்னு சொல்லலாம். உண்டுன்னு நம்பறவங் களுக்கு உண்டு. இல்லென்னு நினைக்கிறவங்களுக்கு இல்லெ."

"அது எப்படிங்க?"

"ஆமா. இப்ப நான் மஜீத்தைப் பார்த்தப்புறம், மஜீத்னு ஒருத்தர் இருக்கார். ரஹீம்பாய் மச்சினன். அவர் ஆக்ராவிலெ வியாபாரம் பண்றார். தமிழ் கைடாவே ஆயிட்டார். தில்லக்கேணி உருது பேசுவார் – இப்படியெல்லாம் தெரியறது எனக்கு. ஆனா உங்களைப் பார்க்காம எங்கியோ நாகூர்லெ இருக்கிற ஒரு ஆளுக்கு, மஜீத் யாரு, என்ன பண்றார்ன்னு எதுக்குத் தெரியணும்? அவர் இங்க வந்து, உங்களைத் தெரிஞ்சுக்க நேர்ந்துதுன்னா, மஜீத் உண்டு. இல்லென்னா அவருக்கு மஜீத் இல்லெ. அவ்வளவுதான்.

"அது என்னது! ஒரே குளப்பமா இருக்கே."

"குழப்பமே இல்லெ. சரி. குழப்பம்னே வச்சிக்குமேன். குழப்பம் உண்டு குழப்பம் இல்லெ. இப்படியே எல்லாத்தியும் யோசிச்சுப்பாரும். ஒரு நாளைக்கு மனசு சள்ளையே படாது. பேசாம எல்லாத்தையும் பார்த்துண்டே போயிண்டிருக்கும். அதைத்தான் எல்லாரும் செஞ்சிண்டிருக்கோம். அதை விட்டுவிட்டு கவலைப்பட ஆரமிக்கிறப்பதான், சண்டை, அடிதடி சந்தேகம் எல்லாம் வருது."

"அப்படியே கேள்வி கேட்டுப்பட்டு உட்டுபிடணும்கிறீங்க. பதிலுக்கு நிக்கவாணாம்"

"வாணாம்."

"போச்சுரா."

"போகாது. நின்னாத்தான் போச்சுரான்னு ஆகும்."

"எங்காவது காபி கிடைக்குமோ?" என்றாள் சுலோச்சனம்மாள்.

"பார்த்தீமா – எச்சரிக்கெ."

"பாவம் நான்தான் கிளப்பினேன்" என்று ரங்கமணி சிரித்தாள்.

காபி ஸ்டேஷனுக்குப் போய் "ஸ்பெஷலை" அடைந்த பிறகுதான் கிடைத்தது. காமேச்வரனைப் பார்ப்பதற்காக முத்துசாமி ஸ்பெஷலை வண்டி வண்டியாக ஊடாடிப் போன போது, காமேச்வரனின் சிறு அறை சாத்தியிருந்தது. தூங்குகிறாரோ என்று திறந்து பார்த்தார். காமேச்வரன் பெஞ்சுமீது ஒரு கம்பளியைப் போட்டு விறைத்து உட்கார்ந்திருந்தான். கண்கள்மூடி புருவ மத்தியைப் பார்க்கிற கோலத்தில் இமை ஏறியிருந்தது. அப்பால் அடுக்களைப் பெட்டியில் இரவுச் சாப்பாட்டுக்கு வேண்டிய கறிகாய்களை நறுக்கிக் கொண்டிருந்தார்கள். மெதுவாகக் கதவை மூடி, அங்கே போனார்.

"வாங்க சார்," என்று காமேச்வரனின் கையாள் ரவி வரவேற்றான். "உங்களைத்தான் பார்த்துண்டிருக்கேன். வரக்காணுமேன்னு. தாஜ்மகால் பார்த்துட்டு வந்தவா திரும்பிவந்து சாப்பிட்டுட்டு மறுபடியும் ஊர் சுத்தப்போயிருக்கா. நீங்க இன்னும் சாப்பிடலியா?"

"சாப்பாடு வாண்டாம்."

"நினைச்சேன். உங்களுக்காகத்தான் ரெடிபண்ணி வச்சிருக்கேன். அண்ணா சொன்னார். ஏதாவது டிபன் பண்ணிவைடான்னு. வெல்ல அவலும் மிளகு அவலும் பண்ணி வச்சிருக்கேன்."

"கொண்டா நாலு பேருக்கு."

"இதோ."

"காமேச்வரன்?"

"டிபன் பண்ணிவைடா அவாளுக்குன்னு ஜபத்துக்கு உட்கார்ந்தார். மூணுமணி நேரமாச்சு. இப்ப எழுந்திருக்கலாம்."

"தினமும் இப்படித் தானா?"

"ராத்திரி எல்லாரும் படுத்துக்கப் போனப்பறம் உக்காருவர். ரண்டு மணிக்கு எழுந்திருப்பர். கொஞ்சம் கண் அயருவர். ஒரு மணி ரண்டு மணி நேரம். இன்னிக்கி கொஞ்சம் ப்ரீயா இருக்கே

அப்படின்னு பகல்லியே உட்கார்ந்துட்டார். பாஸஞ்சர்லாம் வெளியில போய்ட்டாளா, அவருக்கு டயம் கிடைச்சுது."

முத்துசாமி மெதுவாக காமேச்வரனின் அறையை ஒரு தடவை எட்டிப் பார்த்துவிட்டு, வண்டிக்குப் போனார்.

சிற்றுண்டி முடிந்ததும், மஜீது விடைபெற்றுக் கொண்டார்.

"எங்கே காமேச்வரனைக் காணும்? தூங்கறாரோ?" என்று சுலோச்சனம்மாள் கேட்டாள். "ஆள் இருக்கற சுவடே தெரியலியே."

"இன்னிக்கு ஆச்சரியத்தைப் பத்தின்னா பேச்சாயிருந்தது. காலமெலேர்ந்து இப்ப இன்னொரு ஆச்சரியம். காமேச்வரன் ரூம்லே எட்டிப் பார்த்தேன், தகதகன்னு அக்கினி மாதிரி உட்கார்ந்திருந்தான் மனுஷன். நிஷ்டையிலே. மூணுமணி நேரமா உக்காந்திருக்கானாம். இன்னும் ஏந்திருக்கலெ, நாம என்னமோ பூஜை பண்றோம் பூஜை பண்றோங்கறோமே. அந்தர்முக ஸமாராத்யா பஹிர்முகசதுர்லாபன்னு பரதேவதையைச் சொல்றோம். வெளிப்படை பூஜையினாலெ பரதேவதை கிடைக்கமாட்டா. உள்ளுக்குள்ளே அவளைப் பார்த்தாத்தான் கிடைப்பான்னு சொல்றமே, காமேச்வரன் அதைத்தான் பண்ணிண்டிருக்கான். அனலைப் பிடிச்சு உட்கார்த்தி வச்சாப்பல இருக்கு. பாக்கறியா?"

"பார்ப்பமே" என்றாள் ரங்கமணி. நடந்தார்கள். அடுக்களை வண்டியில் அந்த அறைக்கதவை ஜாக்கிரதையாகத் திறந்தார் முத்துசாமி.

காமேச்வரன் வெறும் உடம்போடு உட்கார்ந்திருந்தான். கழுத்தில் துளசிமணி மாலை. நெற்றியில் ஒன்றுமில்லை. உடலில் அசைவில்லை, மூச்சு போவது தெரியவில்லை. பாளம் பாளமாக இரு மார்புகள் கோடரி இரும்பை நீட்டிவிட்டாற் போல இடைவரை குறுகிவந்தன. ஒட்டின வயிற்றுச் சதைகளுக்கு நடுவில் கரிய மயிர்க்கோடு. கையிரண்டும் கோத்திருந்தது.

இரண்டு நிமிஷம் போல் நின்று பார்த்தார்கள் மூவரும்.

ரங்கமணி பார்த்துக்கொண்டே நின்றாள். "என் பிள்ளை மாதிரி இருக்கிறான்" என்று மனதிற்குள் எதோ சொல்வது போலிருக்கிறது. "எனக்கேது பிள்ளை?" என்று சுதாரித்துக் கொண்டாள். முதுகுத்தண்டு ஒரு தடவை குலுக்கிற்று — குளிர்நீர் பட்டாற்போல.

சுலோச்சனம்மாள் அதைப் பார்த்தாள்.

ஒன்றும் கேட்கவில்லை.

ரங்கமணிக்கு “இது என் பிள்ளையாயிருந்தால்” என்று மீண்டும் சொல்வது போலிருந்தது. அவளுக்கு மருமகள் நினைவு வந்தது. பங்கஜாட்சி சில சமயம் பூஜை அலமாரிக்கு முன்பு, இப்படி விறைத்து உட்காருவதுண்டு.

முத்துசாமி சைகை காட்டியதும் மூவரும் தம் பெட்டியை நோக்கி நடந்தார்கள்.

முத்துசாமி வழக்கமான தன் பள்ளிகொண்ட கோலத்தை மேற்கொண்டு வெற்றிலைப் பெட்டியை வயிற்றின் மீது பாக்கு சிவி வெற்றிலைக்கு சுண்ணாம்பிட்டுப் போட்டு, புகையிலையை அதக்கி, அது ‘மேளம் கட்டுகிற’ சமயத்தை எதிர்பார்த்து, ஜன்னலைப் பார்த்தார். அடியோசை கேட்டது.

“அண்ணா” என்று குரல்.

காமேச்வரனே வந்துவிட்டான்.

“வாரும் வாரும் இப்பதான் வந்து தரிசனம் பண்ணிட்டு வந்தோம், எழுந்துண்டு வந்துட்டீரே.”

“என்ன தர்சனம்?”

“நீர் சமாதியிலே இருந்தீர்.”

“அடாடா. நீங்க வந்தேளா?”

“வந்தோம் மூணு பேரும். பார்த்தோம். நின்னோம், பார்த்தோம். நின்னோம். பார்த்தோம். நின்னோம்.”

“மன்னிக்கணும் அண்ணா. தெரியாம போய்ட்டுது. டிபன்லாம் சரியாக் கொண்டு வச்சானா ரவி!”

“எல்லாம் அமிர்தமா இருந்தது. ஓய் – உம்ம கையிலெ இத்தனை மணம் எப்படிய்யா வந்துதுன்னு யோசிச்சிண் டிருந்தேன். இப்பப் புரியறது.”

“சொல்லாதீங்கோண்ணா. அது என் கையில்லெ, எங்க பரமகுரு, என்னோட பரமேஷ்டி குரு, வத்ஸனோட கருணை அண்ணா அது. அதுதான் இப்படி மணக்கும், இந்த முண்டத்துக்கு என்ன தெரியும்?”

“ஓய் பரதத்துவத்தை உம்ம மாதிரி பார்க்கக் கத்துக்கணும். என்னோட பூஜைக்கு பரிசாரக வேலை பண்ற ஆள்னு சில சமயம் நினைச்சதுண்டு நான். நல்ல செமத்தியா. அடிச்சுட்டா அம்பாள்” என்றார் முத்துசாமி.

"அண்ணா, அப்படியெல்லாம் சொல்லப்படாதுண்ணா. நீங்க எவ்வளவு பெரியவா" என்று முத்துசாமியின் காலை லேசாகப் பிடித்துக்கொண்டான் காமேச்வரன்.

"நீ என்னோட பிள்ளை, நீ என்னோட பிள்ளை" என்று ரங்கமணியின் இதயத்துக்குள் முணுமுணுத்துக் கொண்டிருந்தது.

யாத்ரீகர்கள் திரும்பி வந்தபோது, காமேச்வரன் அப்பால் போனதும் "அவன் என் பிள்ளை" என்று முணுமுணுத்தது. வண்டி புறப்படும்போது முணுமுணுத்தது. டில்லிக்குப் போனபோது, டில்லியைச் சுற்றிப் பார்க்க அவன் வராத போது, ஹரித்துவாரம் போனபோது, ரிஷிகேசம் போனபோது, அங்கிருந்த இரண்டே இரண்டு பஸ்களை அமர்த்திக் கொண்டு அவர்கள் கேதார் நாதத்திற்குப் போய் வந்து, மீண்டும் பத்ரிநாதத்திற்குப் போகும் வழியில் ஜோதிர் மடத்தில் தங்கிய போது, பிறகு காலையில் பத்ரிநாதத்திற்குப் போனபோது – அதே முணுமுணுப்பு.

பத்ரிநாத்தில் ஒரு சத்திரத்தில் இலவசக் கம்பளியை ஒவ்வொருவராக வாங்கிக்கொண்டார்கள். பிறகு கொதி நீராக விழும் குளத்தில் குளித்தார்கள். கோயிலுக்குள் புகுந்தார்கள். பூஜை முடிந்து நிவேதனம் செய்த சாதத்தை வாங்கிக் கொண்டு பரபரவென்று அப்பாலிருந்த பிரம்ம ஆலயத்திற்கு ஓடினார்கள் – முன்னோருக்குப் பிண்டம் கொடுக்க நடந்தார்கள்.

பாறை உயர்ந்து சரிமட்டமாக இருந்தது. அத்தனை யாத்ரீகர் களும் உட்கார்ந்து கொண்டார்கள். முத்துசாமி உட்கார்ந்து கொண்டார். சுலோச்சனம்மாள் உட்கார்ந்துகொண்டாள். ரங்கமணி சற்று எட்டினாற்போல நின்றிருந்தாள்.

புரோகிதன் சொன்னான். "இந்தப் பிரம்ம கபாலம் மோட்சஸ்தலம். முன்னோர்களைக் கடைசியாகக் கரையேற்றுகிற புண்யஸ்தலம். முன்னோர்களுக்கு இங்கே பிண்டம் போட்டால், பிறகு அவர்களை நீங்கள் நினைக்கக்கூட வேண்டாம். நீங்கள் அவர்களைக் கடைசியாகக் கரையேற்றி விட்டீர்கள் என்று பொருள். முன்னோர்கள் மட்டும் இல்லை உயிர் நீத்த உங்கள் உறவினர்கள், நண்பர்கள், விரோதிகள், உங்களிடம் அன்பு பூண்டவர்கள், உங்கள் நெஞ்சை எரித்தவர்கள் – எல்லாரையும் நினைத்துக் கொண்டு போங்கள், மரணம் வரை தான் பகை. மரணத்திற்கப்பால் வெறும் அன்புதான். எல்லோரும் கரையேறட்டும். வைரம், வெறுப்பு, வஞ்சம் எல்லாம் எரிந்து மாய்ந்து போகிற இடம் இது" என்று முழங்கினான் புரோகிதன்.

"அண்ணா, மயிர்க்கூச்செடுக்கறதுண்ணா. எப்படிப் பேசறான் பார்த்தேளா கிழவன்! குரல், சொல்ற சேதி, எல்லாம் உள்ளே போய் ஆட்றதுண்ணா, எங்கப்பா இளைய கல்யாணம் பண்ணிண்டு என்னைப் பரிசாரகனா அலைய வச்சார் அண்ணா. எங்க சித்தியும் படாத பாடு படுத்திவச்சா. இப்ப இவன் பேசறதைக் கேட்டா, ஏண்டா அவாளையெல்லாம் விரோதமா பாவிச்சோம்னு இருக்கு" என்றான் காமேச்வரன்.

"அப்படியே எங்க இவருக்கும், நான் பிறந்த குலத்துக்கும், நான் புகுந்த குலத்துக்கும் போடுங்களேன் – என் கூடப் பிறந்தவன் மாதிரி" என்றாள் ரங்கமணி, காமேச்வரனைப் பார்த்து.

"இதோ" என்றான் காமேச்வரன்.

நளபாகம்

6

“இந்தப்பண்டா சொல்றது உங்களுக்குப் புரியறதோ?” என்று காமேச்வரன் ரங்கமணியிடம் கேட்டான்.

“மரணாந்த்தானி வைரானின்னு சொன்னார். மரணம் வரையில்தான் பகைன்னு. நான் மூணு நாலு தடவை கேட்டிருக்கேன். அதனாலெ ஏதோ வித்யாசம் பார்க்காம எல்லாருக்கும் பிண்டம் போடச் சொல்றார்னு புரிஞ்சுது. அவ்வளவுதான்.”

“தேவலையே பாஷை தெரியலெ தெரியலேன்னு சொல்றேள்.”

“சந்தர்ப்பத்துக்கு ஏத்தாப்பல ஒண்ணுரண்டு புரியறது. அவ்வளவுதான்.”

“நீங்க புரிஞ்சிண்டது சரி. அவன் சொல்ற மாதிரி நமக்கெல்லாம் சொல்ல வராது. வார்த்தையிலே அவ்வளவு கணிப்பு. தான் சொல்றதிலே திடமான ஒரு நம்பிக்கை. இவங்கள்ளாம் கொடுத்து வச்சவன் அம்மா. நம்ம மாதிரி ஜனக் கூட்டத்திலியும் நெருக்கடியிலியும் சந்தேகத்திலியும் மாட்டிண்டு வாழாமல், இந்த மாதிரி சஞ்சீவிகாத்து, மலை, ஏகாந்தம் இப்படி ஆனந்தமாயிருக்கறவன். அதனாலெ அவன் ஒரு பேச்சு சொன்னாலும் உள்ள போய் உலுக்கறது . . . நீங்க சொல்லுங்கோ . . . யார் யார் பேருக்குக் கொடுக்கணுமோ சொல்லுங்கோ” என்று பிண்டங்களை சின்னச் சின்னதாகப் பிடித்து வைத்தான்.

“முதல்லெ எங்க இவர்.”

"பேரு?"

"விச்வேச்வரன்" என்று சொல்லிவிட்டு புடவைத் தலைப்புக்குள் கையை விட்டு கண்ணைத் துடைத்துக்கொண்டாள் ரங்கமணி. அவளுக்குப்பேச சிரமமாயிருந்தது. கையாலாகாமல் வாழ்ந்த கணவன் மீது பட்டுக் கொண்டிருந்த இத்தனை வருஷக் கோபத்தையும் தலைப்பால் முற்றிலும் துடைத்து வழிக்க முடியவில்லையே என்று அந்தக் கணத்தில் ஒரு கழிவிரக்கம். பகையை மறக்கிற அந்தச் சூழ்நிலையும் இந்தக் கழிவிரக்கமும் கலந்து அவளை வாட்டின.

காமேச்வரன் அவள் அடங்கட்டும் என்று அடுத்த வார்த்தைக்காகக் காத்திருந்தான்.

சற்றுக் கழித்து தலைப்பைக் கண்ணிலிருந்து எடுத்து "அம்மா" என்று பெருமூச்சு விட்டாள்.

"அப்பறம்"

ரங்கமணி தான் புகுந்த குலத்திலும் பிறந்த குலத்திலும் ஞாபகம் உள்ள பெயர்களையெல்லாம் சொன்னாள். ஒவ்வொரு பெயருக்கும் காமேச்வரன் குருவிக்கவளம் போல வைத்துக் கொண்டிருந்தான். பிறகு புரோகிதர் சொன்னவாறு அநாதை யாகவும் பிள்ளைப் பேறல்லாமலும் இறந்துபோன தெரிந்தவர்க்கும் தெரியாதவர்களுக்கும் வைத்தான்.

புரோகிதன் கடைசியில் சொன்னான். "தெரிந்தவர்களுக்குச் சரி, நாம் முன்பின் பார்க்காதவர்கள் தெரியாதவர்கள் எங்கெங்கோ நாம் பார்க்க சந்திக்க வாய்ப்பே இல்லாமல் வாழ்ந்து இறந்த ஜீவர்களுக்கெல்லாம் பிண்டம் போடுவது என்றால், இதைவிட ஒரு மகத்தான ஞாபகமும் ஜீவ தயையும் ப்ரேமையும் இருக்க முடியுமா? நாம் சிராத்தம் செய்வதைப் பார்த்து இந்தக் காலத்துப் படித்தவர்கள் ஏளனம் செய்கிறார்கள். ஜீவர்கள் எல்லாம் சாச்வதமானவர்கள். வாழ்வு சாச்வதமானது. அது தொடர்ந்துகொண்டேயிருக்கிறது. சிராத்தம் என்றால் அது பிடி பிண்டம் இல்லை, சோறு இல்லை. இந்தப் பண்டாக்கள் பிழைப்பதற்காக ஏற்படுத்தவில்லை, இந்த வாழ்வின் சாச்வதத் தன்மையை நாம் புரிந்துகொள்வதற்காக ஏற்பட்டது. நம்முடைய பழமைக்குச் செலுத்த ஏற்பட்டது. பரம்பொருள் ஒரே க்ஷணத்தில் இங்கேயும் இருக்கிறது. பல கோடி மைலுக்கப்பாலும் இருக்கிறது. அது நிற்கிறதா, ஓடுகிறதா ... இங்கே இப்போதா அங்கே அப்போதா என்றெல்லாம் சொல்ல முடியாமல் எல்லா இடம் காலங்களிலெல்லாம் வியாபித்துத் தொடர்ந்திருக்கிற பொருள். இந்த உலகம் கையால் ஆளக்கூடிய, கண்ணால் காணக்கூடிய,

புலன்களால் ஆளக்கூடிய, அனுமானிக்கக்கூடிய பொருள்கள் நிறைந்தது என்று பிடிவாதமாக நம்புகிறவர்களுக்கு இது புரியாது. அந்த நிலையைக் கடந்து நிற்க முயல்வதற்கு இது ஒரு சமயம். தெரிந்தவர்கள் தெரியாதவர்களுக்கெல்லாம் பிண்டம் போட்டு நல்லது நினைக்க வேண்டும் என்று சொல்லும்போது, உண்மையாக அதை மனதில் வாங்கிக் கற்பனை செய்துகொள்பவர்களுக்கு உடல் புல்லரிக்கும். இந்த மாதிரி எத்தனையோ பேர் இங்கு வந்து பிண்டம் போடுகிறார்கள். அவர்களில் ஏதோ ஓரிரண்டு பேர் இதைப் புரிந்துகொண்டு புல்லரிப்பதை நான் பார்த்திருக்கிறேன். இன்று உங்களில் யாருக்காவது அப்படி ஒரு ரோமாஞ்சம் ஏற்பட்டிருந்தால் அதுவே எனக்குப் பெரிய தட்சிணை" என்று நிறுத்தினான்.

உண்மையாகவே அதைத்தான் தட்சிணையாக அவன் நினைத்தான் போலிருக்கிறது. ஸ்பெஷல் யாத்ரீகர்களில் சில பணக்காரச் செட்டியார்கள் பட்டுப்புடவைகள் வேட்டிகள் கொடுத்தார்கள். ரூபாய் நோட்டாக வழங்கினார்கள். யாத்திரைக்கு மட்டும் பணம் சேர்த்து, மற்ற செலவுகளை இழுத்துப் பிடித்துச் செய்துகொண்டிருந்தவர்கள் வெறும் சில்லறையாகக் கொடுத்தார்கள். அந்தப் புரோகிதன் சமமான புன்னகையோடுதான் வாங்கிக்கொண்டான். வாரிக் கொடுத்தவர்களை விசேஷமாகப் பல்லைக் காட்டவில்லை, சில்லரைகளை அசட்டையாக வாங்கிக் கொள்ளவில்லை. காமேச்வரன் கண் கொட்டாமல் இதையெல்லாம் பார்த்துக்கொண்டிருந்தான். ரங்கமணி அவனைப் பார்த்துக்கொண்டிருந்தாள்.

அந்தக் கூட்டத்தில், அவன் சொன்னது புரிந்தோ அல்லது முன்னோர்களை நினைத்தோ, தட்சிணைகளைக் கொடுத்துவிட்டு, தலை போகிற கடமையை நிறைவேற்றிவிட்ட ஆனந்தத்துடன் நாலைந்து பேர் கண்ணீர் சொரியவும் செய்தார்கள்.

கடைசியில் எல்லாரும் விடைபெறும்போது அந்தப் புரோகிதன் சொன்னான்: "உங்களுக்கு முன்னோர்களின் வாழ்த்துகள் பூர்ணமாகக் கிட்டட்டும், ஓரிரண்டு மாதம் முன்னால் இங்கே ஒரு பெரியவர் வந்திருந்தார் – அவரும் தட்சிண தேசத்திலிருந்து வந்தவர்தான். அவர் சொன்னார். ஜப்பான் தேசம் என்று ஒன்று இருக்கிறதாமே. அது சுபீட்சமான நாடாம். எத்தனை துயரங்கள் வந்தாலும் அவர்கள் சமாளித்து விடுவார்களாம். புதிது புதிதாக என்னென்னமோ ஆச்சரியங்களெல்லாம் செய்து முன்னேறி விடுகிறார்களாம். மிகவும் முயற்சியாளார்களாம். ஆனால் முயற்சியோடு, அவர்களுக்கு முன்னோர்களின் ஆசிகள் பூர்ணமாக இருப்பதால்தான் அவர்கள்

இப்படி சம்பத்தும் நிறைவுமாக வாழ்கிறார்கள். ஏனென்றால் அவர்களுக்கு தெய்வம் முன்னோர்கள் தானாம். புத்தமதம், கிறிஸ்தவ மதம் எல்லாம் அங்கு இருந்தாலும் முன்னோர்களின் ஆசீர்வாதம் தான் அவர்களுக்கு முக்கியமாம். அவர்களுக்குத்தான் அங்கு கோயில் அதிகமாம். கிறிஸ்தவர் புத்தர்கள் கூட முன்னோர் களை வணங்காமல் இருக்க மாட்டார்களாம். நம்முடைய படித்தவர்கள் மட்டும் ஏன் அசட்டை செய்கிறார்கள்? என்னிடம் தட்சிணை கொடுக்க வேண்டாம், அவ்வப்போது, ஒரு தடவை யாவது அவர்களை நினைத்துக்கொள்வதால் என்ன மோசம் போய்விட்டது என்று அவர் சொன்னார். சாதாரண பண்டாக்கள் மாதிரி இயந்திரமாகச் செய்வித்துக்கொண்டிருந்த எனக்கே அப்போது அவர் சொன்னது அழுத்தமாக உறைத்தது. அதற்குப் பிறகு நான் அவசரப்படுவதில்லை. என் முன்னோர்கள், உங்கள் முன்னோர்கள் எல்லாம் ஒன்றுதான் என்று ஒரு உணர்வு எனக்கு யாத்ரீகர்களுக்கு இப்படி உதவும்போது ஏற்படுகிறது. தினமும் அந்த மெய்ச் சிலிர்ப்பு வருகிறது, எங்கெங்கிருந்தோ யார் யாரோயெல்லாம் நாள்தோறும் வருகிறார்கள். அவர்களோடு சேர்ந்து ஒன்றாகி விடுவது போல் ஒரு பரவசம் உண்டாகிறது. முற்றிலும் புதியவர்கள் – முன்பின் தெரியாதவர்கள். ஆனால் நெடுங்காலப் பழக்கம் போல எனக்குத் தோன்றுகிறது இந்த உணர்வு வரும்போது.”

அநேகமாக காமேச்வரனையும், முத்துசாமியையும் இன்னும் ஓரிரண்டு பேரையும்தான் பார்த்துப் பேசிக்கொண்டிருந்தார் அவர்.

காமேச்வரனுக்குத்தான் அவர் சொன்னது சொல் சொல்லாகப் புரிந்தது. மற்றவர்கள் அவனைத்தான் பார்த்தார்கள்.

எல்லோரும் பிரம்ம கபாலத்திலிருந்து திரும்பும்போது, அவன்தான் அவர் சொன்னதை விவரமாக விளக்கிச் சொல்ல வேண்டியிருந்தது.

நாலைந்து தர்ம சாலைகளில் யாத்ரீகர் கூட்டம் தங்கி யிருந்தது. கும்பல் கும்பலாகத் திரும்பிக்கொண்டிருந்தார்கள். சுலோச்சனம்மாளின் நடைக்கேற்ப ரங்கமணி, முத்துசாமியும் காமேச்வரனும் நின்று நின்று நடந்தார்கள்.

குளிர் நடுக்கி எடுத்தது. அதே சமயம் மேகங்களும் இல்லாத தால் வெயில் உணர்க்கையாக இருந்தது. நரன் நாராயணன் என்ற இரண்டு உயர்ந்த மலைகள் இருபக்கமும். இரண்டின் உச்சியிலும் செம்படவக் குல்லாய் போல வெண்பனி பூண் போட்டு விழுந்து வெயிலில் பூரித்தது.

மெதுவாக விடுதிக்குப் போனார்கள் நால்வரும். காமேச்வரன் அன்று சமையலை ரவியிடம் விட்டிருந்தான்.

பகல் சாப்பாடு முடிந்தது. குளிர் பொறுக்காமல் ரஜாய்க்குள்ளும் கம்பளத்திற்குள்ளும் முடங்கிப் படுத்து இளைப்பாறினார்கள் யாத்ரீகர்கள். வெயிலைப் போலவே குளிரும் உண்டாக்குகிற ஒரு அயர்வு கண்ணையும் அயர்த்திற்று. சுலோச்சனம்மாள் உறங்கினாள் . . . முத்துசாமி உறங்கினார். ரங்கமணி தர்மசாலை வாசலில் ஒரு துண்டை விரித்து வெயிலில் குளிர்காய்ந்துகொண்டிருந்தாள்.

“அண்ணா பொட்டியிலேந்து ஓசைப்படாம எடுத்துண்டு வரேன்” என்று இரண்டு வெற்றிலை உள்ளங்கையில் அடக்கி, சுண்ணாம்பு தீற்றிய கட்டை விரலும் வாயில் சீவலுமாக வாசலுக்கு வந்தான் காமேச்வரன்.

“நீங்க சாப்பிட்டாச்சா?”

“சாப்பிட்டாச்சு, நான் வெற்றிலை போடறதில்லெ. இந்தக் குளிருக்காக ரண்டு போட்டுக்கலாம்னு எடுத்துண்டேன். எல்லாம் தூங்கறது. நான் இப்படி உலாவிட்டு வரலாம்னு புறப்பட்டேன்.”

“நானும் வரேனே” என்று எழுந்தாள் ரங்கமணி.

“தூங்கலியா?”

“எனக்கு ஒண்ணும் சிரமமாயில்லெ.”

இருவரும் நடந்தார்கள்.

இருவரும் சிறிது நேரம் பேசவில்லை. இமயவெளியின் மோனத்தில் மலை மேகம், வெயில், சிகரப்பனி, கீழே புல்லைத் தேடித் தேடித் தளர்ந்து போன கச்சல் கறும் பசுக்கள் நாலைந்து – எல்லாம் ஆழ்ந்திருந்தன.

காமேச்வரனுக்கு இந்த நிசப்தத்தைத் தாங்க முடியாதது போல, அல்லது நிசப்தமே பேச்சாகத் ததும்புவது போல, அடங்கிய குரலில் பேசினான்.

“பதரிகாச்ரமம் பதரிகாச்ரமம் என்று மகாபாரத காலத்திலிருந்து பிரசித்தம் இந்த இடம். எத்தனை ஆயிரம் வருஷம் ஆச்சோ. அதே இடத்தில்தான் நாம் இப்போது நிற்கிறோம். மகாயோகிகள், முனிகள் எல்லாம் நடந்த இடம், அதையெல்லாம் நினைத்துப் பார்த்தால் இந்த இடத்தைக் காலால் மிதிப்பதற்கே கூச்சமாயிருக்கிறது. எத்தனை ஆயிரம் வருஷம்! எத்தனை லட்சம் ஜனங்கள் வந்து வந்து போயிருப்பார்கள் . . . இமயமலையிலே எத்தனையோ இடங்கள் இந்த மாதிரியிருக்கு . . . ஆனா இதுக்கு

மட்டும் என்ன இவ்வளவு பெருமைன்னு புரியலெ. ஏத்தமும் இறக்கமுமாவே இருக்கிற பிராந்தியத்திலெ ஒரே சமமா சீரா இவ்வளவு பெரிய இடம், அளகநந்தா நதி, பக்கத்துலெ கொதிக்க நீர் கொட்டற ஊற்று, ஜோடியா ரண்டு பெரிய மலை – இதெல்லாம் சேர்ந்து ஒரே இடத்திலெ இருக்கிறதனாலா, இல்லெ அடுத்த தேசத்துக்குப் போற எல்லைக்கிட்ட இருக்கிறதனாலா . . . உங்களுக்கு ஏதாவது தெரியுமா?" என்று கேட்டான் காமேச்வரன். "நீங்க ஏதாவது கதை கேட்டிருக்கேளா?"

"இல்லெ. என்னைக்கேட்டா, எல்லா இடத்தையும் இந்த மாதிரி பண்ணமுடியும் – அதாவது மனுஷா தேடித் தேடிண்டு வராப்பல. ஆனா இந்த மாதிரி மலை குளிரு. கூட்டம் நெரிச்சாலும் ஏகாந்தம் – இதெல்லாம் கிடைக்காது. அதனாலெதான் மாசக் கணக்கிலெ நடந்து நடந்து வந்திண்டிருக்கா இங்க எல்லாரும். நாம இப்ப பஸ்ஸிலே நாலரை நாள்ள வந்துட்டோம். ஒண்ணரை மாசம் நடந்து வந்திருக்கா – எங்க தாத்தா பாட்டியெல்லாம்."

"நம்ம சின்னத்தனம், பகை பூசல்லாம் மறக்கறதுக்காகத்தானே வறோம் இங்கே! நம்ம ஊர்லெ, இமயமலைக்கோ காட்டுக்கோ ஓடிப் போறது சரியில்லெ. ஜனங்கள் மத்தியிலே இருந்துண்டே நல்லது செய்யணும். நல்லது நினைக்கணும். பொறுப்பு இல்லாதவா, மனுஷஜாதி கிட்ட தயவு இல்லாதவா சுய நலமா இங்க ஓடி வந்துடறான்னு எல்லாருமே சொல்லிண்டிருக்கா. சரிதான். ஆனா இங்கெல்லாம் ஒரு தடவை வந்து பார்க்காதவாதான் அப்படிப் பேசறான்னு தோண்றது. இப்ப எனக்கு நான் பட்ட கஷ்டம் எல்லாம் மறந்து போச்சு. ஸ்வச்சமா இருக்கு மனசு" என்றான் காமேச்வரன்.

ரங்கமணி ஒன்றும் கேட்கவில்லை. அவளுடைய மௌனமே கேள்வியாக இருந்தது.

"எங்கம்மா ரண்டும் கட்டான் வயசிலெ என்னை விட்டுட்டுச் செத்துப்போனா. எனக்கு அப்ப எட்டு வயசு. அம்மா யாருன்னு தெரியும். அவளோட பாசம் என்னன்னு தெரியும். இந்த ஸ்பெஷல்லே அடுத்த பொட்டியிலெ ஒரு புருஷன் பொண்டாட்டி வரா ஒரு ஏழு வயசுப் பையனோட– பார்த்தேளா, உசரமா, அந்தப் பொண்ணுக்குக் கூட தலை மயிரு சுருட்டை சுருட்டையா இருக்கு. கறுப்பா யிருப்ப. ஆனா ரவிவர்மா படத்து பொம்மனாட்டி. கொஞ்சம் தாட்டியா மூக்கும் முழியுமா புருஷனுக்கேத்த உசரமா இருக்காளே . . ."

"ஆமா ஆமா . . . அந்தக் குழந்தையோட இங்கிலீஷிலேயே பேசிண்டிருக்காளே."

“ம்ம் . . . அவா தான். அந்தக் குழந்தை அவ குழந்தையில்லெ. மூத்தா குழந்தே... அந்தக் குழந்தையை விட்டுட்டு அந்த மூத்தா நாலு மாசத்திலெ காலமாயிட்டா. அவர் தங்கை அதைப் பார்த்துண்டா. ஆறு மாசத்துக்குள்ள அவர் வேற கல்யாணம் பண்ணிண்டார், அந்தக் குழந்தையைப் பார்த்துக்கறதுக்காகவே – இப்ப கூட வந்திருக்காளே இந்தப் பெண்ணை. இன்னித்தேதி வரைக்கும் இந்த அம்மாளைத் தான் தன்னோட அம்மான்னு நினைச்சிண்டிருக்கு இந்தப் பையன். இதுக்காகவே அவ குழந்தை பெத்துக்காம ஜாக்ரதையா இருந்துண்டுவராளாம். தனக்கு ஒரு குழந்தை பொறந்தா ஏதாவது மனசிலெ வித்யாசம் புகுந்துடுமோன்னு கொஞ்சம் பயப்படறா. அவ்வளவு நுட்பமான மனசு. அந்தப் புருஷன் கிட்டவும் அத்தனை ஒரு ஈடுபாடு. அவா ரண்டு பேருக்கும் ஒரு பரஸ்பர அட்மிரேஷன் – மரியாதை. கொஞ்ச வருஷம் கழிச்சுப் பெத்துக்கலாமேன்னு இருக்காளாம். நான் இந்தப் பையனைப் பத்தின்னா சொல்ல வந்தேன். இந்தக் குழந்தை தவழ்ந்து உக்கார்ந்துக்கற சமயத்திலெ இந்தப் புது அம்மா வந்திருக்கா. அதுக்கு இவ வேறேன்னே தெரியாது . . . எனக்கு அந்த மாதிரியில்லெ. வயசு எட்டு. எங்கம்மான்னு ஒரு மனுஷி இருந்தா, அவ செத்துப் போயிட்டா, நான் அவளைக் கட்டிண்டு நிமிந்து அவ முகத்தைப் பார்க்க முடியாது. அம்மான்னு பள்ளிக் கூடத்திலேர்ந்து வந்து வீட்டுக்குள்ள நுழையற போதே கத்திண்டு வர முடியாதுன்னெல்லாம் விவரம் தெரிஞ்சு போயிட்ட வயசு. எனக்கு எங்கப்பா ஒரு வருஷம் தானே சமைச்சு எனக்குப் போட்டுட்டு தானும் சாப்பிடுவர். அப்பறம் ஒரு நாளைக்கு என்னை அழச்சிண்டு போனார் – நாலஞ்சு பேரோட ஒரு கலியாணத்தைப் பண்ணிண்டார். அந்த ஊருக்குப் போற வரைக்கும் அப்பா கலியாணம் பண்ணிக்க போறார்னு எனக்குத் தெரியாது. கலியாணம் முடிஞ்சு அந்தப் பொண்ணும் எங்களோட ஊருக்கு வந்தது, ரண்டு பேரும் தனியா காமரா உள்லே இருப்பா ராத்திரி. நான் தனியா கூடத்திலெ படுத்துண்டிருப்பேன். கௌளி கத்தும். எலி ஓடும் எரப்பிலெ. பெட்ரூம் விளக்கு வீசும் வெளிச்சமும் முக்காலே மூணு வீசம் இருட்டுமா பயமுறுத்தும். இந்த சித்தியும் சம்பிரதாயத்தை விடாத சித்தியா இருந்தா – அதாவது மாமியார்னா மருமகளைக் கொடுமைப் படுத்தணும், நாத்தனார்னா சகோதரன் பொண்டாட்டியை ஒண்ட வந்த பிடாரின்னு பார்க்கணும். இப்படியெல்லாம் உலகத்திலெ ஒரு சம்பிரதாயம் இருக்கே – நம்ப தேசத்திலெ மட்டுமில்லெ, உலகம் முழுக்க இருக்கற சம்பிரதாயம் – அந்த மாதிரி மூத்தா பிள்ளையை சம்பளம் இல்லாத அடிமைன்னு பார்க்கிற சம்பிரதாய சித்தியா ஆயிட்டா எங்க சித்தியும். எங்கப்பாவும் இளையா கலியாணம் பண்ணிண்ட சம்பிரதாய அப்பாவா

ஆயிட்டார். அவ ஒரு அடி போட்டா, அவர் நாலடி போடுவர். கன்னத்தைக் கிள்ளினா, அவர் கண்ணையே பிடுங்குவர். அவ எப்படியாவது சாந்தமாயிருக்கணும் அவருக்கு. எங்க சித்திக்குத் தன்னோட தாயார்னா உசிரு. அவ கீறின கோடு தாண்டமாட்டா. அவ கிணத்துலெ விழுன்னா விழுந்துருவ, தாயார்கிட்ட அவ்வளவு பக்தி. அந்த அம்மா திடீர்திடீர்னு லெட்டர் எழுதுவ. எங்க சித்தி புறப்பட்டுப் போயிடுவ. அப்பா என்னை சமைக்கச் சொல்லுவர். பத்து வயசிலெயே சாம்பார் எப்படி வக்யறது, எப்படி துவையல் அரைக்கிறது எல்லாம் தெரிஞ்சுனுட்டேன். பன்னிரண்டு வயசுக்குள்ள பொரிச்ச கூட்டு, பிட்ளை, பொரிச்ச ரசம், ரசவாங்கி எல்லாம் கத்துக்கிண்டேன். சித்தி வெறுமெ வெறுமெ ஊருக்குப் போயிடுவ. ஒரு தடவை கேட்டேன், “ஏன் சித்தி இப்படி ஊருக்குப் போய் சும்மா சும்மா உட்கார்ந்துக்கறியே. அப்பாக்கு எத்தனை கஷ்டமாயிருக்கும்”

“அப்படியா! நீ தான் அம்மாவை உருட்டிட்டி நிக்கறே. நானும் அது மாதிரி நிக்கணுமா? எங்கம்மா தள்ளாம நிக்கறா. ஏதோ என்னாலெ ஆனதை செஞ்சுட்டு அந்த ஆத்மாவை சந்தோஷப் படுத்தலாம்னு இருந்ததா அதுகூட சகிக்கலையாடாப்பா?”ன்னு தாவாங்கிட்ட கையைக் கொண்டுபோய் “பாவம் அந்த ஆத்மா”ன்னு பரிதாபமா, உஷ்ணமாப் பேசினா சித்தி. அந்த அம்மாளுக்குத் தள்ளாமையா, இவளுக்குத் தள்ளாமையான்னு புரியாது, அங்க போய் பார்த்தா. ஊருக்குப் போனா எங்க சித்தி சமையல் உள் நிலைப்படியிலே தலையை வச்சுண்டு படுத்துண்டேயிருப்ப. தாயார்க்காரி சித்தி காலைத் தடவி விட்டுண்டே இருப்ப. அவ ரண்டு பேரும் தாயார் – பொண்ணு பாசத்தைக் காமிச்சுக்கறதைப் பார்த்தா, ஏதோ மிருகங்கள்ளாம் ஒண்ணோட ஒண்ணு நக்கிக் கொடுத்துண்டு, காலாலெ பிராண்டிண்டு, முட்டிண்டு, இருக்குமே அந்த மாதிரி இருக்கும். “எனக்கும் ஒரு கடமையிருக்கோல்லியோ. தாயார் கிட்ட”ன்னு சித்தி ஒவ்வொரு தடவையும் லெட்டர் போடுவ, அப்பாவுக்கு, அவர் சுருக்க வரச்சொல்லி எழுதினா, நானும் ஓரோரு தடவையும் கேப்பேன், அப்பாவுக்குப் பரிஞ்சுண்டு. ஒரு தடவை சித்தி அவ அம்மாவோட திரும்பி வந்தா ஒரு மாசம் கழிச்சு. நடுவிலே அப்பாவுக்கு ஜுரம். நான்தான் கஞ்சியெல்லாம் வச்சுக் கொடுத்தேன். “இப்படி விட்டுட்டுப் போகலாமா”ன்னு அப்பாவுக்கு ஜுரமாயிருந்ததைச் சொன்னேன். அப்புறம் பள்ளிக்கூடம் போய்ட்டேன். திரும்பி வந்ததும் அப்பா என்னை வளைச்சுண்டார்.

“சித்திகிட்ட இன்னிக்கு என்ன சொன்னே?”ன்னு சாவதானமாக் கேட்டார். சரி இன்னிக்கும் ஒரு விசிறிக்காம்பு

முறியப் போறதுன்னு நினைச்சிண்டேன். அப்பா அடிக்கலெ. "இதபாருப்பா" என்று ஏதோ அசல் வீட்டுப் புள்ளையைக் கூப்பிடற மாதிரி ஒரு அப்பா போட்டுக் கூப்பிட்டார். "உனக்கு சித்தி இருக்கறது கஷ்டமாயிருந்தா உங்க ஒண்ணுவிட்ட அத்தையிருக்கா மன்னார்குடியிலே, அங்கவாணா போய் படி. நான் வருஷா வருஷம் அவளுக்கு எதாவது கொடுத்துடறேன்"ன்னு விட்டேத்தியாச் சொன்னார்.

"சித்தி இல்லாத்தினாலெ தான் கஷ்டமாயிருக்கு உங்களுக்கு. எனக்கு என்ன கஷ்டமாம்?"னு நான் சொன்னேன்.

"அப்படீன்னா ஏன் இப்படி அவளைக் கரிச்சுக் கொட்றே?"ன்னார் அப்பா.

எம் முதுகிலே விசிறிக்காம்பு ஒடிஞ்சிருந்துதுன்னா வீட்டோட கிடந்திருப்பேன். அவர் அப்ப பேசறதைப் பார்த்த உடனே இங்க இருக்கப்படாதுன்னு தோணித்து. ராத்திரியே வீட்டை விட்டுக் கிளம்பிட்டேன். ரயில்லெ ஏறி மதுரைக்குப் போனேன். ரண்டு நாள் ஒரு ஹோட்டல்லெ வேலை செஞ் சேன். ரண்டு க்ளாசை உடச்சுட்டேன். முதலாளி அடியடின்னு கன்னத்திலே அடிச்சார். மறுபடியும் ஓடி ரயில்லெ ஏறினேன். திருஷ்னாப்பள்ளி வரைக்கும் தப்பிச்சிண்டு வந்துட்டேன். ஒரு கல்யாண வீட்டுக்குப் போனேன். அங்க சாப்பிட்டுட்டு மறுபடியும் ரயில்லெ ஏறினேன் – ஊருக்கே திரும்பி வந்துடலாம்னு. ரயில்லெ டிக்கிட்டு இல்லெ. டிக்கட் கலெக்டர் பிடிச்சிண்டான். அழுதேன். எதிர்த்தாப்பல உட்கார்ந்திருந்தார் – கறுப்பா, கிழங்கு மாதிரி. அவர் யாருடா பையா, எந்த ஊருன்னு கேட்டார். கொஞ்சம் கொஞ்சமாச் சொன்னேன். அவரே டிக்கட் அபராதம் கட்டினார். ஊரிலே கொண்டு விடட்டுமா, என்னோட இருக்கியான்னார். எங்க வாணாம்னாலும், எங்க சித்தியிருக்கற இடத்துக்குப் போகமாட்டேன்னேன். அவரே என்னை அழச்சிண்டு போய்ட்டார். வத்ஸன் வத்ஸன்னு புலம்பறேனே, அவர்தான். அவருக்குக் குடும்பம் கிடையாது. பிரம்மசாரி. கிராமம் பாடல் பெற்ற ஸ்தலம். ஒரு செட்டியார் கோவிலைப் பெரிசாகக்கட்டி கும்பாபிஷேகம் பண்ணி சொத்தெல்லாம் எழுதி வச்சிருந்தார். அந்தக் கோவில்லெ இவருக்கு சமைக்கிற வேலை, அவர் குருக்கள் இல்லே. குருக்கள் வேற ஒருத்தர். இவர் சமையல் பண்ணி நைவேத்யம் கொண்டு வைப்பர் அஞ்சு காலமும். சமையல் பண்ற நேரம் போக, ஜபம் பண்ணிண்டே இருப்பர். அந்தக் காலத்திலெ இண்டர்மிடியட் வரைக்கும் படிச்சிருந்தாராம். அப்பறம், மேலே படிக்கலெ. தேவி தேவினு உபாசனை பண்ணத் தொடங்கினாராம் அப்புறம்,

அம்மாளுக்கு நான் சமைச்சிப் போடறேன்னு கோவில்லெ வந்து புகுந்துண்டார். என்னை அழச்சிண்டு போனார். பள்ளிக்கூடம் போகவாண்டாம்னு வீட்டிலேயே இங்கிலிஷு சம்ஸ்கிருதம், தமிழ் எல்லாம் சொல்லிக் கொடுத்தார். பூணூல் போட்டு பிரம்மோபதேசம் பண்ணினார் அதாவது அவரே தகப்பன் ஆயிட்டார். இன்னும் உபதேசங்களெல்லாம் பண்ணினார். அவர்தான் எனக்கு அப்பா, அம்மா உறவு எல்லாம் – ரொம்ப நாள் வரைக்கும் சித்தி மேலயும் அப்பா மேலயும் ரொம்பக் கோபமாயிருந்தேன். இவர்தான் அப்பா அம்மான்னு ஏத்துண்ட உடனே அதெல்லாம் கொஞ்சம் கொஞ்சமா குறஞ்சி போச்சு. இன்னிக்கி இந்தா பண்டாக்கிழவன் சொன்னதைக் கேட்டு அப்பா, சித்தி, அவ தாயார் – எல்லார் மேலே இருந்த கொஞ்ச நஞ்ச வருத்தமும் துப்புரவா தீந்து போச்சி . . . அப்பாடா, கோபம் இல்லாமே, குறையில்லாம, வருத்தமில்லாமே, இருந்தா எவ்வளவு ஆனந்தமாயிருக்கு பார்த்தேளா!' என்று ரங்கமணியைப் பார்த்து கடைசியில் கேட்டான் காமேச்வரன்.

ரங்கமணிக்கு ஏதும் பேசத் தோன்றவில்லை. அவன் கதையைக் கேட்டு நெஞ்சு கரைந்துகொண்டிருந்தது. அவன் பையனாக இருந்த சூழ்நிலையை அகக்கண்ணில் சற்று நினைத்துப் பார்த்தாள். அவன் பட்ட அடிகள், விட்டேற்றியாக அவன் தகப்பனார் அன்று அவனை ஒதுக்கி நிறுத்திய நிலை, அவன் ஓடிப் போனது – எல்லாம் தான் என்னமோ தவறு செய்துவிட்டது போல அவளுக்குள் ஒரு பிரமையைத் தோற்றுவித்தன. வயதானவர்கள் கொடுமைப்படுத்தினால், அந்த வயதானவர்களில் தானும் சேர்ந்தவள்தானே என்ற ஒரு கழிவிரக்கம் அவளை லேசாக உலுக்கிற்று.

“இத்தனை கஷ்டமா பட்டேள்?” கடைசியில் கேட்டாள்.

“ம்ஹ்ம். அதெல்லாம் நெனச்சுப் பார்த்தா இப்ப கஷ்டமாவே தெரியலே. ஏன் சகிச்சிண்டு, அப்பா மேலமேலே சித்திகிட்ட அவஸ்தைப் படறபோது கூட இல்லாம இருந்துட்டோமேன்னு இப்ப தோணறது.”

“அப்பறம் உங்க சித்தியையும் அப்பாவையும் பார்த்தேளா போய்?”

“ம்ஹ்ம். இன்னித் தேதி வரைக்கும் இல்லெ. அவா இருக்காளா இல்லியான்னு கூட விசாரிக்கலெ. தெரிஞ்சுக்கவும் உற்சாகம் இல்லெ.”

“என்னது?”

“ஆமாம். எனக்குத்தான் வத்ஸன் வந்துட்டாரே, எனக்கு அப்பா அம்மாவாக; பரம குருவா – எனக்கு எல்லாம் அவர்தான்.”

“இப்ப ஸ்பெஷல் யாத்திரை முடிஞ்சவுடனே அங்கதான் போவேளா ?”

“எங்கே? நான் சொல்லலியா? அவர அம்பாள் அழச்சிண்டு பதினோரு வருஷம் ஆச்சு. பதினாறு வருஷம் அவரோட இருந்தேன். கிழங்காட்டமா இருந்தவர் திடீர்னு ஒரு நாளைக்கு சாப்பாடெல்லாம் குறச்சிண்டார், படுத்த படுக்கையா ஆனார். ஒரு மாசம் படுத்துண்டிருந்தார். ஒரு பௌர்ணமி அன்னக்கி எங்கிட்ட, பால் கொண்டு வாடான்னார் – ராத்திரி. பளிச்சின்னு முற்றத்திலெ நிலா பூத்திருந்தது. என்னைக் கொண்டு முற்றத்திலெ போடுன்னார். மெதுவா அலுங்காம தூக்கிக்கொண்டு படுக்கவச்சேன். பூர்ண சந்திரனைப் பார்த்துண்டேயிருந்தார். ஸ்ரீபுரம் ஸ்ரீபுரம்னு ரண்டு தடவை சொன்னார் . . . அவ்வளவுதான் அடங்கிப் போச்சு. வேற யாரு அவருக்கு. இந்த உபாசகர்களுக்கு எப்படியெல்லாம் கர்மம் பண்றதுன்னு ஒரு வாரம் முன்னாலயே சொல்லி வச்சிருந்தார். எனக்கு, சொல்லாதீங்கோ சொல்லாதீங்கோன்னு அழுதேன். ஏண்டா பச்சைக் குழந்தையா நீன்னு சொல்லிட்டு சொன்னார். அவர் சொன்னபடியே எல்லாம் பண்ணினேன். இந்த புரோகிதனுக்கெல்லாம் தெரியாது, அதெல்லாம் சும்மா தர்விக்கு வச்சுண்டேன் அவங்களை. முடிஞ்சுது. நானும் எங்க வத்ஸன் கொடுத்ததுன்னு அவர்கிட்ட இருந்த ஜாரிணி காண்டி எல்லாத்தையும் எடுத்துண்டு கிளம்பினேன். சமையல் வேலைக்கு.”

‘என்னது! என்னது!’ என்று மனசுக்குள் ரங்கமணிக்குக் கேள்வி. ஊரிலிருந்து புறப்பட்ட நாளாக ஒவ்வொன்றும் புதுசு புதுசாக – மனிதர்கள், கதைகள் – எல்லாம். முத்துசாமி, சுலோச்சனம்மாள், நாயுடு, மஜீது – எல்லாம் புதுப்புது மனசுகள், மனிதர்கள் !

அவளுக்குப் பேச சிறிதுநேரம் பிடித்தது.

“ஆக்ராவிலே, உங்களை ஜபம் பண்றபோது பார்த்தோம் நானும் சுலோச்சனா மாமியும். நான் அப்ப என்ன நினைச்சுண்டேன் தெரியுமா ?”

காமேச்வரன் திரும்பி அவள் முகத்தைப் பார்த்தான்.

“இது என் பிள்ளைன்னு நெனச்சுண்டேன். அப்பவே பிடிச்சு உங்களைப் பார்க்கற போதெல்லாம் அதேதான் ஓடிண்டிருக்கு மனசிலே.”

“இருக்காதே” என்றான் காமேச்வரன் மென்னகையுடன்.

“என்ன இருக்காதே!”

“ஆமா பிள்ளைன்னா நீங்க போட்டுப் பேசுவேளா? பிள்ளையை, ‘நீ’ ‘நீ’ன்னா பேசுவா . . . நீன்னே சொல்லுங்களேன். எங்க வத்ஸன் ஒரு அம்மாவைக் கொண்டு கொடுத்திருக்கார்னு நெனச்சுக்கறேன்.”

“நிசம்மா?... அப்படி நினைச்சுப்பியா நீ? என்று பரபரத்தாள் ரங்கமணி.

அவனை ‘நீ’ என்று சொல்லும்போதே அவளுக்குப் புல்லரித்தது. உள்ளெல்லாம் உருகி எதோ வழிவது போல் மெய் மறந்தது.

“காமேச்வரா, நீ என்னோட வந்துடேன். எங்க வீட்டிலெ வந்து இரேன்” என்றாள்.

காமேச்வரன் அவள் முகத்தைப் பார்த்துத் திகைத்தாற் போல் நின்றான்.

“உன்னைப் பார்த்தாத்தான் எனக்குப் பிள்ளை மாதிரி இருக்கு.”

“கொஞ்சம் ஜலம் சாப்பிடறேளா?” என்று காமேச்வரன் அவளை மெதுவாகக் கையைப்பற்றி சற்று தூரத்திலிருந்த தர்மசாலைக்கு அழைத்துப் போனான். தண்ணீர் வாங்கிக் கொடுத்தான்.

“நீ இனிமே ரயில் சமையல்காரன் இல்லெ. என் பிள்ளை” என்றாள் ரங்கமணி மறுபடியும்.

7

சற்றுத் திகைத்தாற்போல காமேச்வரன் ரங்கமணியைப் பார்த்துக்கொண்டிருந்தான். ஏன் இப்படி ஆடிப் போயிருக்கிறாள்? என் கதையைக் கேட்டா? தன் அவலத்தை நினைத்தா? பணக்கார வீட்டில் வாழ்க்கைப்பட்டவர்களின் வறுமை அங்கும் தொற்றிக்கொண்டேயிருக்குமா? இது என்ன வறுமை? பணமில்லாத வறுமையா? பொருளில்லாத வறுமையா? பாசமில்லாத, ஒட்டுதலில்லாத, நீ இந்த வர்க்கத்தைச் சேர்ந்தவளில்லை என்று கண்களும் ஜாடைகளும் பழக்கமும் ஊமையாகக் குத்திக் காட்டிக் கொண்டிருக்கிற வறுமையா?

"நீதான் என் பிள்ளை", என்று பேந்தப் பேந்த விழித்துக்கொண்டே மறுபடியும் அவனைப் பார்த்தாள் ரங்கமணி.

"நான் உங்க பிள்ளைதான். என்னைத்தான் நீன்னு சொல்ல ஆரம்பிச்சுட்டேளே. அப்பறம் என்ன?" என்று குழந்தையைத் தேற்றுவதைப் போல் சொன்னான் காமேச்வரன்.

"நிஜமாத்தானே சொல்றே? இந்த ஊர் சாதாரண ஊர்னு நினைச்சுக்காதே. இந்தக் காத்துலெ பொய்யே கிடையாது; நீயே சொல்லியிருக்கே, சுத்த ஸத்துவமா, ரிஷிகள் முனிகள்ளாம் நடமாடின இடம்னு ..."

"நடமாடின இடம். இன்னும் நடமாடிண்டிருக்கிற இடம், இங்க கண்ணாலெ பார்க்கறது, இந்தக் கோவில், அளகநந்தா, சத்திரம், கம்பளி, பஸ்ஸு-கள்,

யாத்திரைக்கூட்டம், மலை, கச்சல் மாடு, – இதுகள்தான். ஆனா கண்ணுக்குத் தெரியாத இடங்கள்ள, கண்ணிலே படாத குகைகள்ள பல ஆத்மாக்கள் தவம் பண்ணிண்டிருக்கு. அவா விடற மூச்சிலெ பொய், வெறுப்பு, கோபம் ஒண்ணும் கிடையாது –"

"அதனாலெ நீ என் பிள்ளைன்னு சொல்றது நிஜம்தான்?"

அவளுக்கு சித்த பிரமையோ என்று குழம்பிப் போய்ப் பார்த்தான் காமேச்வரன். திருப்பித் திருப்பி ஒன்றையே சொல்லிக் கொண்டிருக்கிறாளே! அவன் பதில் சொல்ல யோசிப்பதற்குள் ரங்கமணியே பேசினாள்.

"நீ சொல்றது நிஜமானா, இந்த ரயில் சமையல், ஊர் சுத்தறது எல்லாத்தையும் விட்டுட்டு, என்னோட ஊருக்கு வந்து சேரு. எங்க வீட்டிலெ என் பிள்ளையாக இருக்கலாம்."

"... ..."

"என்ன, பதிலைக் காணும்?"

"... ..."

"சொல்லு."

"உங்களுக்கு ஒரு பிள்ளை இருக்காரே. நான் அவரைப் பார்த்தேனே; திருச்சினாப்பள்ளி ஜங்ஷன்லெ..."

"ஏன் ரண்டு பிள்ளை யிருக்கப்படாதா?"

"பேஷா இருக்கலாம்..."

"அப்பறம் என்ன"... இந்த யாத்திரை முடியற வரையில் உனக்கு காண்ட்ராக்ட் இருக்கும். நாயுடு என்ன கவர்மெண்டா, உன்னை சாச்வதமா வச்சுக்கப் போறதாக, பென்சன் கொடுக்கப் போறதாக எழுதிக் கொடுத்திருக்காரா, அதெல்லொம் ஒண்ணும் இல்லியே!"

"இல்லை."

"அப்ப இந்த யாத்திரை முடிஞ்சதும் எங்க ஊருக்கு வந்துவிடு."

"நெசமாத்தான் சொல்றேளா?"

"இத்தனை நாழி சொல்லிண்டிருந்தோமே, இந்தக் காத்துலே பொய்யே கிடையாதுன்னு!"

"அதில்லே, நீங்க நன்னா யோசிச்சுத்தான் சொல்றேளான்னு கேக்கறேன்?"

“நீ பேசறதைப் பார்த்தா எனக்கு ஒண்ணும் புரியலியே.”

“இல்லெ, யாரோ ரயில்லெ சமைச்சிண்டிருந்தவனைக் கூப்பிட்டு, பிள்ளைன்னு சொல்லி வீட்டிலெ வச்சுண்டா, . . . என்ன இது?”

“என்னை யார் கேக்கறது? அது என் இஷ்டம் . . .”

ரங்கமணிக்கு முகத்தில் அச்சம். வயிற்றில் ஒரு கிலி – எதையாவது சொல்லி இவன் நழுவிவிடப் போகிறான் என்று.

“இத்தனை நாழி பேசினதெல்லாம் ஒப்புக்குன்னு படறதா உனக்கு? எனக்குப் பேசியே பழக்கமில்லை அதிகமாக! கொஞ்சம் பேசினாலும், மனசிலெபடாம பேசிப் பழக்க மில்லை. அதனால்தான் நீ பேசறதைப் பார்த்தா எனக்கு வேடிக்கையாக இருக்கு . . .”

காமேச்வரன் பேசாமல் உட்கார்ந்திருந்தான். அவள் முகத்தில் படர்ந்த கோபத்தையும் எதோ பறிபோனது போன்ற அதிர்ச்சியையும் பார்த்தான். சொன்னான்:

“அம்மா. நீங்க என்னோட அம்மாதான். உங்க வீட்டிலேயே இருக்கேன். ஆனா, நான் சும்மா உட்கார்ந்திருக்க முடியாது. எங்க வத்ஸன் வந்து அம்பாளுக்குப் பரிசாரகனாக இருந்தார். நானும் அவருக்குச் சித்தாளாக இருந்து, அப்புறம் உங்க மாதிரி இருக்கிற யாத்ரிகர்களுக்கெல்லாம் சமைச்சுப் போட்டுண்டிருக்கேன். அப்படியே, உங்க வீட்டிலெயும் சமையக்காரனாவே வந்து இருக்கேன். அது சம்மதமாயிருந்தா வரேன். உங்க பிள்ளையோட உட்கார்ந்து எசமானனால்லாம் என்னாலெ இருக்க முடியாது. எனக்கும் என்னமோ இந்தத் தொடர்பு எங்கேயோ எப்பவோ ஆரம்பிச்ச தொடர்பு மாதிரி உள்ளுக்குள்ள ஒரு ஆதங்கமா இருக்கு. ரயில் சிநேகம் மாதிரி தொப்புன்னு போட்டுட்டு போற தொடர்பாத் தோணலெ இது . . .”

“அப்படித்தான் எனக்கும் துடிச்சிண்டே யிருக்கு . . . அப்ப நீ நிச்சயமா வந்துவிடுவே?”

“அதான் சொல்லிபிட்டேனே.”

“நீ சமையல்காரனாவே இரு. உன் திட்டத்தை நான் தடுக்கலெ. என் மனசுக்குள்ளே நீ பிள்ளையாத்தான் இருப்பே. இனிமே என் பிள்ளை சமைச்சிப் போட்டு சாப்பிடறேன்னு நினைச்சுக்கேறன்.”

"நீங்களே சொல்லிவிட்டேள் – இந்த யாத்திரை எல்லாம் முடிஞ்சப்புறம் வரணும்னு, இது முடியட்டும், திரும்பி ஊருக்குப் போனப்புறம் நானே வந்து சேர்றேன் முடிஞ்ச ஒரு மாசத்துக்கெல்லாம்."

"ஒரு மாசம் என்ன? நேரே என்னோட வரமாட்டியா?"

"அம்மா, எனக்கு இந்த மாதிரி ஊர் ஊராகத் திரிஞ்சு பழக்கமாயிடுத்து, இனிமே ஒரு வீட்டோட, ஒரு அம்மாவோட, ஒரு சகோதரனோட இருக்க – ஒரு குடும்ப பந்தத்திலெ மாட்டிக்க நான் என்ன மனசைப் பழக்கிக்கணும். எனக்கு கும்பகோணத்திலெ பர்மனென்ட்டா ஒரு ரூம் இருக்கு. நடுநடுவே போல அதைப் பெருக்கி சுத்தம் பண்ணிட்டு, ஒரு ஏழெட்டு நாள் இருந்து ரெஸ்ட் எடுத்துட்டு, மறுபடியும் வேலைக்குக் கிளம்புவேன். அது மாதிரி, போகப் போறேன். கொஞ்சம் கூடுதல் நாள் இருக்கப் போறேன் இந்தத் தடவை. காரணம் இப்ப சொன்னதுதான். அதுவும் இந்த நாயுடுவோட நான் சமையல்காரன் மாதிரி பழகலெ. அவரை விட்டுட்டு பிச்சுக்கறதும் எனக்கும் சரி, அவருக்கும் சரி கொஞ்சம் சிரமமான விஷயம். இதெல்லாம் நீங்க பொறுக்கத்தான் வேணும்."

"நீ எப்படியாவது வா. எப்படியாவது இரு. எனக்கு நீ வந்து வீட்டிலெ இருந்தாப் போரும். ஒரு மாசத்துக்கு மேல தாமசமாகாதே."

"ஆகாது ... நீங்க எழுந்திருங்கோ. போய் காப்பி சாப்பிடலாம். நேரமாச்சு."

ரங்கமணி முகம் தெளிந்தது.

இத்தனை நேரமாகத் தெரியாத பத்ரிநாதக் குளிர் மீண்டும் மனதில் உறைத்து, உடலைத் தாக்கிற்று. இருவரும் மெதுவாக நடந்தார்கள்.

இருவரும் ஏதோ பேசிக்கொண்டாற்போல முத்துசாமிக்கும் சுலோச்சனம்மாளுக்கும் எதையும் சொல்லவில்லை. யாத்திரை முடிகிற வரையில், ரங்கமணி ஜாதகம் பிள்ளையில்லாத குறைக்குப் பரிஹாரம் – எந்தப் பேச்சையும் எடுக்கவில்லை.

நாயுடுவிடமும் எதுவும் பேசவில்லை காமேச்வரன் – அவரும் குழந்தை மாதிரி தேம்பப் போகிறாரோ என்று பயம்.

மறுநாள் காலை பஸ்ஸில் ஏறிற்று யாத்திரைக் கூட்டம். அளகநந்தாவோடு வந்தது. நடுவழியில் பிரிந்து கேதாரநாதம் போயிற்று. ரிஷிகேசத்தில் தங்கிற்று. பிரயாகை, காசி, கயை, பூரி,

சிம்மாசலம் என்று நின்று நின்று நகர்ந்தது. ஒரு இடத்தில்கூட ரங்கமணி தன் குடும்பப் பேச்சை எடுக்கவில்லை. தன் அதிர்ஷ்டத்தை நொந்துகொள்ளவில்லை.

மாயவரத்தில் இறங்கிய முத்துசாமி, ரங்கமணியிடம் விடைபெற்றுக்கொள்ளும்போது, "உங்களுக்கு ஹிந்தி நன்றாகப் புரிஞ்சு போயிடுத்துன்னு நெனக்கிறேன்" என்று சிரித்தார்.

ரங்கமணி ஒன்றும் புரியாமல் நின்றாள்.

"உங்க கவலையெல்லாம் அந்த பிரம்ம கபாலத்துப் பண்டா கையிலே கொடுத்து தாரை வார்த்துவிட்டேள் இல்லையா?" என்றார் முத்துசாமி.

தஞ்சாவூரில் ரங்கமணி இறங்கிக்கொண்டாள். அவளுடைய தத்துப்பிள்ளை வந்து அவளை வரவேற்று மறு ரயிலில் ஏறி நல்லூருக்கு அழைத்துப் போனான். காமேச்வரனிடம் விட்டேற்றி யாக விடைபெற்றுக் கொள்வதுபோல், பெற்றுக்கொண்டு நகர்ந்தாள் ரங்கமணி.

அத்தியாயம் இரண்டு

1

“என்னடீ, கொம்பேறி மூக்கான், என்ன வந்துடுத்து உனக்கு ரண்டு நாளா? நேத்திக்கு ரண்டு சேர் பாலைக் கொடுத்துட்டு காலைக் காலைத் தூக்கினே. இன்னிக்கு ஒன்றரைச் சேர் கொடுத்துட்டு மடியை மடியை எக்கிக்கிறே! ஒரு வீசை புண்ணாக்கும், கால் குறுணி பருத்திக் கொட்டையும் முழுங்கிட்டு..! என்ன அடம்னேன்!... என்ன!... என்ன! சமத்தாயிருடீ ..! இல்லாட்டா அதொபாரு தென்ன மட்டை, அதை எடுத்துண்டு முதுகிலெரண்டு வாங்கினேனோ, ஏன்னு கேக்கப்படாது . . . இன்னிக்கு மடத்துத் தெருவுக்குப் போயி ரண்டு கட்டுப் புல்லு வாங்கிப் போட்டுடறேன் . . . கோச்சுக்காதேம்மா . . . படவாச்சிறுக்கி!”

வீட்டுக்காரக் கண்ணாடிப் பாட்டி எருமையோடு சாமதான பேதம் எல்லாம் பேசிக்கொண்டிருந்தாள்.

காமேச்வரன் பவர் விளக்கில் மண்ணெண்ணெய் ஊற்றிக் கொண்டிருந்தவன், எழுந்து நின்று, ஜன்னல் வழியாகக் கீழே கொல்லையில் பார்த்தான்.

பாட்டியின் முகம் தெரியவில்லை. எருமையும் தெரியவில்லை. சத்தம்தான் கேட்டது.

“புல்லுக்கட்டுன்னா அத்தனை ஆசையாடியம்மா? புல்லுன்ன உடனே மடியை இளக்கிப் பிட்டியே... நிச்சயமா ரண்டு கட்டு இன்னிக்கி ராத்திரி வாங்கிப் போடத்தான் போறேன், இல்லாட்டா ஏண்டி வேம்பூன்னு கேட்கமாட்டியோ நீ–!”

காமேச்வரன் சிரித்துக்கொண்டான். எண்ணெய் ஊற்றின பவர் விளக்கு வாயைத் திருகைப் போட்டு மூடினான். விளக்குக் கண்ணாடியை ஈரத்துணியால் துடைத்தான். வீட்டுக்காரக் கண்ணாடிப் பாட்டியிடமிருந்து வாங்கி வந்த சாம்பலை கண்ணாடிக்கு உள்ளும் மேலும் தூவி உலர்ந்த துணியால் மீண்டும் துணியைத் தேய்த்தான். பாட்டியின் நறுவிசை வியந்து கொண்டான். அரிக்கேன் விளக்கு – பெட்ரூம் விளக்குக் கண்ணாடிகளைத் துடைப்பதற்காக பாட்டி வரட்டிச் சாம்பலை மல் துணியில் வஸ்திர காயம் செய்து ஒரு மர டப்பாவில் ரேழிப் பிறையில் வைத்திருப்பாள். கண்ணாடியில் கீறல் விழக்கூடாது. அதற்காக மாசம் ஒரு தடவை முற்றத்தில் உட்கார்ந்து வரட்டிச் சாம்பலை நசுக்கி அவள் வஸ்திர காயம் செய்து வைக்கிற வழக்கம். விளக்குக் கண்ணாடிக்கு என்பதில்லை. பாட்டி எந்தக் காரியம் செய்தாலும் வஸ்திர காயம் செய்த நயம், பொறுப்பு, நறுவிசு, கச்சிதம், கைதிட்டம் – எந்த வார்த்தை பொருத்தமா யிருக்கும் என்று காமேச்வரனின் கை சிறிது நின்றது – பாட்டி சமைக்கிற சமையல், எருமையைக் கறப்பது, கோலம் போடுவது, குடியிருக்கிற வக்கீல் குமாஸ்தாவின் மனைவிக்குப் பிரசவம் பார்ப்பது, தென்னை ஓலையைச் சீவி விளக்குமாறு கட்டுவது – எது செய்தாலும் ஒரு லாகவம், தீர்மானம், சுருக்கு. ஒரு சமையலறையையும் எதிரே வாசல் பக்கத்து ஒரு அறையையும் மட்டும் தனக்கென்று வைத்துக்கொண்டு, சமையலறைக்குப் பக்கத்தில் இருந்த அறையையும் ரேழி அறையையும் ஒரு வக்கீல் குமாஸ்தாவுக்கு வாடகைக்கு விட்டிருந்தாள் பாட்டி. அதே போல மாடியில் இரண்டு அறை. ஒரு அறை காமேச்வரனுக்கு வாடகைக்கு, இன்னொரு அறை பாட்டியின் கிராமத்திலிருந்து வந்து காலேஜில் படிக்கிற பையனுக்கு வாடகை. வாடகையோடு சாப்பாடு, காலை காபி, மாலைக் காப்பி, இராச் சாப்பாடு, வாராந்தர எண்ணெய் முழுக்கு என்று பணம் கொடுத்து பாட்டியையே வாடகைக்கு வாங்கிவிட்டது போல் அந்தப் பையன் படித்துக்கொண்டிருந்தான். அவளும் தனிக்கட்டை. ஒரே ஒரு பெண் பிறந்து கலியாணமான மூன்று வருஷங்களுக்குள் கண்ணை மூடிவிட்டாளாம். மாப்பிள்ளை வேறு கலியாணம் செய்துகொண்டான். பாட்டிக்கு அந்த பந்தமும் போய்விட்டது. கணவன் விட்டுப் போன இந்த வீடு, எருமை மாடு, குமாஸ்தாக்குடி. நாலைந்து ஆண்டுகளாக காமேச்வரன், இரண்டு ஆண்டுகளாக இந்தப் பையன். அந்தப் பெண் செத்துப் போயே முப்பது வருஷமாகி, பழங் கனவாகிவிட்டது போலிருந்தது. பாட்டியின் கணவருக்கு கிராமத்தில் சொல்ப நில சொத்து. குத்தகைக்காரன் பாட்டியிடம் பரிவு கொண்டு தவறாமல், சாக்குச் சொல்லாமல்

நெல் அளந்து கூடத்துச் சின்ன குதிரில் நிரப்பிவிட்டுப் போவான். சாப்பாடு, வருஷம் இரண்டு புடவை என்று பாட்டி அதைக் கொண்டே காலம் தள்ளலாம். வாடகையும் கொஞ்சம் வருகிறது. மேஞ் செலவுக்கு அது போதும். ஆனால் பாட்டிக்கு எருமையை விட்டால் வாழ்வேயில்லை. எருமையோடு பேச வேண்டும், கொஞ்ச வேண்டும், அதட்ட வேண்டும் சபிக்க, வேண்டும் . . .

அந்தி மயங்குகிற வேளை, பவர் விளக்கை ஏற்றி கண்ணாடியைப் பொருத்தினான் காமேச்வரன். ஒதுப்புறமான தெரு. காதில் நொய் கேட்கிற நிசப்தம். கம்பளிச் சதுரத்தைப் போட்டு உட்கார்ந்து கண்ணை மூடிக்கொண்டு அதைக் கேட்க வேண்டும் போலிருந்தது அவனுக்கு. அப்படியே உட்கார்ந்து கொண்டான். கண்ணை மூடினான். காதில் நொய்யோடு நொய்யாக வேறு என்னென்னவோ கேட்கத் தொடங்கிற்று. நாயுடு சாயங்காலம் முழுவதும் மன்றாடிவிட்டு ஒரு நாழிகை முன்புதான் இறங்கிப் போனார். அடுத்த மாசம் இருபதாம் தேதி அடுத்த யாத்திரை ஸ்பெஷல் விடப்போகிறாராம். குளிரும் பனியும் விழுந்து கோயிலை மூடுவதற்குப் பதினைந்து நாள் முன்னமேயே கேதாரிநாதம், பத்ரிநாதம் இரண்டையும் முடித்துவிட வேண்டுமாம்.

'நாயுடு என்னை விட்டுடுங்கோ. வருஷக்கணக்கா ரயில்லெ அலைஞ்சு அலைஞ்சு உடம்பு ஓயாட்டாலும், மனசு ஓஞ்சு போயிடுத்து. தினுசு தினுசா மனுஷாளைப்பார்க்கறோம்னு வந்துண்டிருந்தேன். புதுசு புதுசா மனுஷாளைப் பார்க்கறதும் வேடிக்கையாத் தான் இருக்கு. ஒண்ணைப் பார்த்தாப்பல ஒண்ணு இல்லாம ஸ்வாமி எப்படி எல்லாம் படைக்கிறான் பாரும்! ஆனா இப்ப அதுகூட அலுத்துப்போச்சு. நானும் ஒண்ணு மாத்தி ஒண்ணு இல்லாம தினுசு தினுசா சமைச்சுப் பார்த்தேன். போரும். ஆளை விடும். ரவிதான் நன்னாத் தயாராயிட்டான். நீர் மாசம் பத்து ஸ்பெஷல் ஓட்டினாலும் சமாளிப்பன்–" – காமேச்வரன் நாயுடுவைத் தட்டிக் கழித்துக் கொண்டிருந்தான். அவர் மன்றாட மன்றாட அவன் பிடிவாதம் தான் இறுகிற்று, கடைசியில் நாயுடு "நான் புறப்பட்ட வேளை சரியில்லெ. இன்னும் பதினைந்துநாள் டயம் கொடுக்கிறேன். அப்புறம் சொல்லும். பங்கு தரேன்னு சொல்றதுக்குக் கூச்சமாயிருக்கு. நீ போடா உன் காசுமாச்சு பங்குமாச்சுன்னு உதர்றவரு நீரு. இருந்தாலும் இந்த ஒரு தடவை இந்த ஸ்பெஷலுக்கு மட்டும் வந்துட்டுப் போயிடும் . . . நான் போய் லெட்டர் போடப்போறேன். பேசாம வந்து சேரும்" என்று குடையை ஊன்றி எழுந்துகொண்டார்.

அவர் மாடிப்படி இறங்கியதுமே, அவரிடமிருந்து வரப் போகிற கடிதத்துக்குப் பதில் எழுதிவிட்டான் காமேச்வரன். "மகாராஜராஜஸ்ரீ நாயுடு அவர்களுக்கு எழுதிக்கொண்டது. உங்கள் கடிதம் கிடைத்தது. உங்களிடம் நேரில் சொன்னது போலவே நான் எழுதவும் எழுதுவதை நீங்கள் மன்னித்துக் கொள்ள வேண்டும். நான் ஓரிரண்டு வருஷமாவது இந்த யாத்திரை – ரயில் எல்லாம் வேண்டாம் என்று முடிவு செய்து விட்டேன். ரவியை வைத்துக்கொண்டே இந்த தடவையும் மற்ற ஸ்பெஷல்களுக்கும் பார்த்துக்கொள்ளவும். உங்களுக்கு நல்ல மனசு. அம்பாள் அமோகமாக காரியங்களை நடத்திக் கொடுப்பாள். இப்படிக்கு காமேச்வரன்" என்று ஒரு கடிதத்தை எழுதிப் புத்தகத்தில் வைத்தான். பிறகு சிறது நேரம் சாய்வு நாற்காலியில் உட்கார்ந்துவிட்டு, வெயில் மறைந்ததும் விளக்குக்கு எண்ணெய் போடத் தொடங்கினான்.

இந்த அறையை விட்டுப் போக மனம் வராது போலிருந்தது.

கண்ணை மூடிக்கொண்டிருந்தவனுக்கு என்னென்னமோ மனச் செவியில் பாய்ந்துகொண்டிருந்தது. "நீதான் என் பிள்ளை, நீதான் என் பிள்ளை..." ரங்கமணியின் குரல்!

உலகத்தில் எத்தனை தாபங்கள்! கண்ணாடிப் பாட்டிக்கு ஒரு எருமைக் கூட்டமே ஒன்றன்பின் ஒன்றாக, இறந்து போன பெண்ணின் இடத்தைப் பிடித்துத் தாபத்தைத் தீர்த்து வருகிறது. முத்துசாமிக்கும் சுலோசனம்மாளுக்கும் சொல்ல முடியாத ஏக்கம். ரங்கமணிக்குத் தத்துப்பிள்ளை ஒன்று போதவில்லை. நாயுடு அலையாக அலைகிறார். எனக்கும் அப்பா மேல் கோபம் இல்லை... கோபம் போய் யாரோ என்ற விட்டேற்றி. அப்படி விட்டேற்றியாகி விட்டதே என்ற தாபம்...

இப்போது நொய் கேட்கவில்லை. ரங்கமணி கடைசியில் விடைபெற்றுக் கொள்கிறபோது கண்ணால் கேட்ட யாசகம் பத்ரிநாத மலைகளுக்கு எதிரில் அவள் படபடத்த வேகம்...

கண்ணைத் திறந்து கொண்டான் அவன். காலண்டரைப் பார்த்தான். எழுந்து அருகே போய்ப் பார்த்தான். இருபத்தெட்டு நாளாகிவிட்டது. ஒரு மாசம் பொறுத்து வருவதாகச் சொன்னோம்...

கொஞ்சம் கொஞ்சமாக ஒரு வேகம். ரங்கமணியைப் போய்ப் பார்க்க வேண்டும். சின்னப் பொட்டாகத் தொடங்கிய இந்த எண்ணம் ஐந்து நிமிஷத்திற்குள் கனம் ஏறி ஏறி பெரிய உந்தலாக எழுப்பிற்று... இப்போதே கிளம்பலாமா... இப்போது போனால்

தி. ஜானகிராமன்

பஸ் கிடைத்து, போய்ச் சேருவதற்குள் இரவு ஒன்பதோ பத்தோ ஆகலாம் காலையில் எழுந்ததும் போகலாமா? ...

"யாருங்கணும் மாடியிலே உம்மைத் தாங்காணும் இருக்கீமா?" என்ற குரல் கேட்டது.

கண்ணாடிப் பாட்டியின் குரல்.

"என்ன பாட்டீ!"

"இருக்கீமா இதோ வந்துட்டேன் அப்ப, அப்ப" என்று மாடிப்படியில் முக்கி முக்கி பாட்டி ஏறுவது கேட்டது.

"இதோ வந்துட்டேன். நீங்க எதுக்கு மாடிப்படி ஏறணும்."

"சரி ... வாரும்."

கீழே இறங்கியதும், இன்னிக்கி வெள்ளிக்கிழமைங் காணும்... மங்கலாம்பா கோவிலுக்குப் போய்ட்டு வரலாம்னு பார்க்கறேன். குமாஸ்தா கடைத்தெருக்குப் போயிருக்கார். சம்சாரம் குழந்தை களோட. வீட்டிலெ ஒருத்தருமில்லே. நீர் இருக்கீமோ, இல்லாட்டா வாசக் கதவைப் பூட்டிண்டு போறதான்னு கேக்க வந்தேன்."

"நான் எங்கியும் போகலே காலம்பரத்துக்குள்ள வந்துருவேளோல்லியோ!"

"காலம்பரத்துக்குள்ளவா? கோயிலுக்குப் போயிட்டு வரேங்கறேன். காலமே வரைக்கும் என்ன செய்யறதாம்!"

காமேச்வரனுக்கு நிதானம் வந்தது. "என்னமோ நெனச்சிண் டிருந்தேன். நீங்க கேட்டது சரியாகக் காதிலே வாங்கிக்கலெ."

"நீர் எங்கியாவது போப்பறீமா?"

"ஆமா இப்ப இல்லெ. காலமே."

"வந்துடுத்தா மறுபடியும். நாயுடு கூப்பிடத்தான் வந்தாரா?"

"ஆமா."

"சரியாப் போச்சு. ரிச்யசிருங்கரைக் கூட்டிண்டு போனா, ஓடத்திலெ வந்து ... கூட்டிண்டு போய் ஒரு கலியாணத்தைப் பண்ணிவச்சா. உம்மை அழச்சிண்டு போய் நாயுடு கரண்டியும் ஜாரிணியும் தான் கொடுக்கிறார் உம்ம கையிலெ. எப்ப கிளம்பப் போறீம் – காலமேயா?"

"காலமேதான். நாயுடுகிட்ட போகலெ. இப்ப பர்மனண்டா ஒரு வீட்டிலெயே பரிசாரக உத்யோகம் கிடைக்கும் போலிருக்கு. வரச்சொல்லியிருக்கா. போய்ப் பார்க்கலாம்னு இருக்கேன்."

"எந்தத் தெரு?"

"இந்த ஊர்லெ இல்லே."

"பின்ன எங்கியாம்?"

"நல்லூர்லெ."

நல்லூரரா? காசி ராமேச்ரம் கல்கத்தா பம்பாய்னு காலை வீசிண்டேயிருந்திருக்கிறீர் இத்தனை வருஷமா! இப்படி நல்லூரு புல்லூருண்னு குக்கிராமத்திலெ எப்படிங்காணும் உமக்குக் கால் தரிக்கும்?"

"குக்கிராமம் இல்லெ – அதுவும் டவுனாத் தான் ஆயிண்டிருக்கு..."

ஆமா – டவுன்! இந்த கும்மாணம் கூட டவுன் தான். இங்கேயே உமக்கு இருப்புக் கொள்ளலெ. அந்த அரைக்கால் கும்மாணத்திலெதான் கொள்ளப் போறதாக்கும்."

நாயுடுவிடம் சொன்னதையே திருப்பிப் படித்தான் காமேச்வரன்.

"அப்பாடா" என்று என்னவோ பாரத்தை இறக்கினாற் போல புன்சிரிப்பு சிரித்தாள் பாட்டி. கண் சதை ஆபரேஷன் ஆன வலது கண் கண்ணாடிக்குப் பின்னால் விம்மிய கோலமாக உதட்டோடு சேர்ந்து புன்னகை விரித்தது.

'தனியா எத்தனை நாள்தான் இப்படி அலையப் போறீம்னு நெனச்சுண்டேயிருந்தேன். பகவானாப் பார்த்து ஓயவைச்சிருக்கார். போறதுதான் போறீம். ஒரு கலியாணத்தைப் பண்ணிண்டு குடியும் குடித்தனமுமா இரும். ஒண்டியா எத்தனைகாலம் தான் கடத்த முடியுங் காணும்? நான் இருக்கேன் ஒத்தத்தரா முழுங்கிப்ட்டு... இப்ப எருமை மாட்டைக் கட்டிண்டு அழறேன்... ஆச்சு சாறதுக்கு ஆச்சு. உமக்கென்ன இப்ப? இன்னும் சதாயுசு கிடக்கு. ஒரு தலைவலி ஜுரம்னா ஒரு வெந்நீர் வச்சுக் கொடுக்க ஒரு ஜீவன் வாண்டாமாங்காணும். உடம்புதான் வலிச்சுது. காலைக் கையைக் குடையறது. ஒரு பொம்மனாட்டி கைப்பட்டாத்தான்காணும். ஏன்னு கேக்கும். திடுதண்டி சன்னாசியாயிருந்தா என்னத்துக்கு ஆச்சு? மடத்து சந்நாசியாயிருந்தா நாலு ஓடும் பிள்ளையாவது இருப்பான். கையைக் காலை அமுக்கிவிடுவான். காஷாயம் கட்டிண்டு ஒண்டி சன்னாசி யாயிருந்தாலும், போனாப் போறதுன்னு கூப்பிட்டு ஒரு பிச்சை யாவது போடுவன். இப்படி வெள்ளைத்துணியாயிருந்தா யாருங்காணும் கவனிப்பா? என்ன பேசாம நிக்கிறீம்?"

“கேட்டுண்டுதான் இருக்கேன்,” என்றான் புன்சிரிப்புடன்.

“ஒண்ணும் சொல்ல மாட்டேங்கிறீமே!”

“ஒரு வார்த்தையிலெ சொல்லிவிட முடியுமா? நீங்க கோவிலுக்குப் போறேன், வீட்டைப் பார்த்துக்கோன்னு சொன்னேளேன்னு நிக்கறேன்.”

“ஆமாங்காணும். உம்ம கால் தரிச்சி நிக்கப் போறதுன்னு கேட்டவுடனே சந்தோஷமாயிருந்தது ... நான் போய்ட்டு வந்துடறேன் ... காபி கீப்பி சாப்பிட்டீரோ? ... பால் காச்சி வச்சிருக்கேன். டிக்காஷன் போட்டது மிச்சம் இருக்கு. வேணும்னா கலந்து சாப்பிடும். பால் சூடாயிருக்கு” என்று பாட்டி கிளம்பி விட்டாள்.

காமேச்வரன் அவளைப் பார்த்துக்கொண்டே நின்றான். மொட்டைத் தலையும் முக்காடும், நனைத்து நனைத்து பழுப்புக் கூடின பழுப்புப் புடவையுமாக பாட்டியின் ஒற்றை நாடி உருவம் நடந்துபோய்க் கொண்டிருந்தது. வீடு, குடி, எருமை, நெல் குதிர் – இத்தனையும் அவளை ஒன்றிக் கட்டையாகத்தான் நிறுத்தியிருக்கின்றன. ஒரேயடியாகத் தனியாக நின்றாலும் இப்படி தனிமைக்கும் உறவுக்கும் மாறிமாறிப் பாயும் பிரமையில் பாட்டி ஊசலாடுவதைப் பார்த்து காமேச்வரனுக்கு ஒருவித நெகிழ்வோடு, இனம் தெரியாத ஒரு அச்சம் வயிற்றில் முணு முணுத்தது. தன்னை நினைத்தா, அல்லது தனிமைக்கும் சொந்தம் இல்லாமல் உறவுக்கும் சொந்தம் இல்லாமல் தொங்கின பாட்டியை நினைத்தா என்று குழம்பினான்.

பாட்டி பூஜை அலமாரிக்குமுன் ஏற்றி வைத்த குத்து விளக்கு ஒற்றைச் சுடராக கூடத்தின் இருளை பாதிகூட விழுங்காமல் தவித்தது. வக்கீல் குமாஸ்தாக் குடி, அவர் மனைவி, பழுப்புச் சேலை பாட்டி எல்லாம் தன்னுடைய அங்கம் போல மிச்ச இருள் சுடரின் அசைவுக்கு இசைவாகக் குதித்துக்கொண்டிருந்தது.

மறுநாள் கிழக்கு வெளுக்க வெளுக்க ஒரு பையை எடுத்துக்கொண்டு மாடிப்படி இறங்கி வந்தான் காமேச்வரன். குமாஸ்தா, அவர் மனைவி, இருவரும் முற்றத்தை ஒட்டிய தாழ்வாரத்தில் தூங்குவது தெரிந்தது. அவர்களுடைய குழந்தை எழுந்து உட்கார்ந்து, தூங்குகிற தகப்பனாரிடம் உட்கார்ந்து அவருடைய பூணூலை வாயில் வைத்து சுவைத்தவாறு அப்பா அப்பா என்று மெல்லிய குரலில் அவர் முகத்தைப் பார்த்துக் கொண்டிருந்தது. பாட்டி அதற்குள் வாசல் கதவைத் திறந்து பெருக்கி சாணம் தெளித்து கோலம் போட்டுவிட்டு, எருமையைக் கறக்க புறக்கடைக்குப் போயிருந்தாள்.

காமேச்வரன் "பாட்டி, நான் போய்ட்டு வரேன்" என்று சொல்லிக்கொண்டான். மடிசுரப்பதற்காக, கன்றை விட்டு கழுத்துக் கயிற்றைப் பிடித்தவாறு காத்திருந்தாள் பாட்டி.

"புறப்பட்டுட்டீமா?...

"ஆமா, சாயங்காலமோ நாளைக்காலமேயோ வந்து பேசிக்கறேன்!" என்று பாட்டி பேசப் பிடித்துக்கொண்டு விடப் போகிறாளே என்று பயந்து வெளியே வந்தான் அவன்.

சளப்சளப்பென்று போகிற வழி எல்லாம் சாணி தெளிக்கிற ஓசை. பெருக்குகிற ஓசை. வழியெல்லாம் சாண நெடி. வாருகோல் கிளப்பின தெருத்தூசி. இத்தனையையும் மீறி காலையின் குளிர்ச்சியும் தெளிவும் அவனக்கு வத்ஸனின் நினைவைக் கொண்டு வந்தன. அது ஒரு தனிக்கட்டை கண்ணாடிப் பாட்டியைப் போல்... அதுவும் அம்பாளுக்கு வருடக்கணக்கில் சமைத்துப் போட்டது. அவனைப் பிள்ளையாக்கிக் கொண்டது. பத்து வருஷத்துக்கு மேல் அவனுக்குச் சொல்லி வைத்த ரகசியங்கள் கொஞ்ச நஞ்சம் இல்லை. அவர் யோகியா, பக்தனா, விஞ்ஞானியா வேதாந்தியா – எதுவென்று சொல்ல முடியாமல் பல மனநிலைகளில் பிரம்மாண்டமாக அவனைப் பரவசப்படுத்தின ஆத்மா அது. திடீர் என்று ஒரு நாள் சொல்லும் 'அம்பாளாவது அய்யாவாவது! அப்படி ஒண்ணு தனியா எங்கேயோ சிம்மாசனத்தில் உட்கார்ந்திருக்கலெ. நாமதான் அம்பாள் – நீ – நான் எல்லாரும்தான். நீ எனக்கு குரு, நான் உனக்கு குரு. என்ன சொல்றே?' என்று பதிலுக்குக் காத்திருப்பதுபோல் பேச்சு நிற்கும். அவன் ஒன்றும் புரியாமல் விழிப்பான். இந்த மாதிரி கேள்விகள் வரும்போது, முதலில் ஏதாவது பதில் சொல்லுவான் அவன். "நீ புத்திசாலின்னா நினச்சேன். இப்படி மந்தமா என்னமோ சொல்றியே" என்று முகத்தில் அடித்தாற்போல ஒரு ஏளனம் கிளம்பும். இப்படி பல மோடனங்களுக்குப் பிறகு அந்தக் கேள்விகள் பதிலை எதிர்பார்க்கிற கேள்விகள் இல்லை என்று தீர்மானித்துக் கொண்டான்.

கண்ணை ஒரேடியாக மூடுவதற்கு நான்கு நாள் முன்னால் வத்ஸன் என்னமோ கேட்டார். "காமேச்வரா, நான் ரொம்ப பெரிய யோக்யன் – பெரிய உபாசகன், பெரிய பக்தன் – இப்படி யெல்லாம் நினைச்சிண்டிருக்கோல்லியோ என்னைப் பத்தி?"

அவன் பதில் பேசவில்லை.

"கண்ணை மூடிண்டு அப்படியே அம்பாளைப் பாத்துண்டிருக்கான், அம்பாளை பரம ஆகாசமாப் பாத்துண்டிருக்கான்.

சஹஸ்ராரத்திலெ அம்ருததாரையாப் பெருகறது – அதிலெ நனைஞ்சு திவ்யசுகத்திலெ முழுகிக்கிடக்கான் – இப்படித்தானே நினைக்கிறே என்னைப்பத்தி?"

பதில் இல்லை.

"என்னடா கேக்கறேன். தூண் மாதிரி நிக்கறே?"

காமேச்வரன் தூணாகவே நின்றான்.

"முட்டாள். இந்த ஒரு நாழியா நான் அப்படியெல்லாம் இல்லெ. என்னோட ஸிஃபிலிஸை நினச்சிண்டிருந்தேன்."

காமேச்வரன் பேசாமல் கேட்டுக்கொண்டிருந்தான்.

"கேட்டிண்டியா?"

"–"

"கேட்டிண்டியான்னேன்."

"சொல்லுங்கோண்ணா."

"ஸிஃபிலிஸ்னா தெரியுமா?"

"தெரியும்."

"என்ன."

"சீக்கு."

"என்ன சீக்கு?"

"ஏதோ தப்பான சீக்குன்னு சொல்லுவா."

"தப்பான சீக்கு! பேஷ். நாசூக்காத்தான் பேசறே. இந்த வத்ஸ படவா இருக்கான் பாரு. அவன் ஒரு வருஷம் புழுவாத் துடிச்சான். இந்த வத்ஸனை படவாயா பண்ணினவளைத் தாண்டா இந்த ஒரு நாழியா நினைச்சிண்டிருந்தேன்–"

காமேச்வரன் முகத்தில் வழக்கம்போல அவநம்பிக்கைப் புன்னகை தவழ்கிறது. வத்ஸனுக்கு நாளுக்கு ஒரு வேடிக்கை சொல்லுகிற பழக்கம். இன்று அம்பாள்தான் பிரபஞ்சத்தையே படைச்சவள் என்பார். நாளைக்கு இந்த மண்ணு, மலை, உலகம் எல்லாம் யாரும் படைக்கலெ, மனுஷன், மிருகம், பூச்சி, புழு, புல்லு மரம் எதையும் யாரும் படைக்கலெ – எல்லாம் அனாதி என்பார். ஒரு நாள் கடவுள் வேறு – பிரபஞ்சம் வேறு என்பார். மறுநாள் நானும் நீயும் தூசி தும்பட்டை எல்லாம் கடவுள் தான் என்பார்.

“என்ன மூஞ்சியிலே அலட்சியம் கூத்தாடறது?” என்று அவன் புன்னகையைப் பார்த்து முகத்தில் அறைகிற கேள்வி கிளம்பிற்று.

“முட்டாளே? நீ அவளைப் பார்த்ததில்லெ. அவ கூடை முடையறவ. கொறத்தி. வெட வெடன்னு பாக்குக்கன்று மாதிரி இருப்ப. கடசல் கொடுத்துப் பண்ணினாப்பல இருக்கும் உடம்பு. அரசமரம் கொழுந்துவிட்டு, அந்தக் கொழுந்து மேலே வெயில் பட்டாப்பல உடம்பெல்லாம் மினுமினுங்கும். தலைமயிரை சொருக்குப் போட்டிண்டிருப்ப. கூடை முடைஞ்சி தலையிலே தூக்கிண்டு வருவ விக்கறதுக்கு. சில நாளைக்கு அவளே ஒரு அலமனியக் குவளையை எடுத்துண்டு பிச்சைக்கு வருவ. தருமம் தலையைக் காக்கும் ராமாரி, கருமம் தொலஞ்சு போவும் ராமாரி, கை நொம்ப . . . அரிசி போட்டா ராமாரி, கொடிகட்டித்தான் பறக்கும் ராமாரி, வாசல்லெ பிச்சைப் போட்டா, கிஷ்ணாரி, வைகுந்தசாமி நிப்பான் கிருஷ்ணாரி . . .ன்னு பாடிண்டு நிப்ப. கம்மக்குரல். கழுத்தெல்லாம் போய் பாயும். முதுகு சொடக்கெடுக்கும். இப்ப போறியா இல்லியான்னு எழுந்து போய் அதட்டினா, ரேழிக்குள்ள வந்துடறாப்பல நிலைப்படியிலெ காலை வச்சிண்டு நிப்ப. அதட்டினா, தருமம் சாமின்னு கொஞ்சுவ. கொஞ்சறபோது பல்லு பளபளன்னு வரிசையா . . . நிலையோட நிலையா உசரம்மா தளதளன்னு நிப்ப . . . என்ன உள்ளேயே வந்துடுவே போலிருக்குன்னுச் சிரிச்சேன். உம்பிரியம் சாமின்னா. பேசாம நின்னா . . . வாசலை ரண்டு தடவை பார்த்தா . . . உள்ளேயே வந்துட்டா, மொட்டைச் சிறுக்கிக்கு என்ன உடம்பு . . . என்ன உடம்பு . . . ரேழிக் கதவுச் சங்கிலியே அவளே போட்டுட்டா . . . மறுநாள் . . . மறுநாள் . . . மறுநாள் . . . ஒரு வாரம் . . . அப்பறம் ஆளைக் காணும் . . . ஒரு மாசம் கழிச்சு உள்ளூர் டாக்டர் கிட்ட காமிக்க வெக்கப் பட்டுண்டு சிதம்பரத்துக்கு ஓடினேன். டாக்டர் பார்த்தார். உதட்டைப் பிதுக்கினார். சிஃபிலிஸ்ன்னார். இன்ஜக்ஷன் எழுதிக் கொடுத்தார். வெளியிலெ வந்து அதைக் கிழிச்சு எறிஞ்சுப்ட்டு ரயில் ஏறினேன். குருநாதர் கிட்ட ஓடினேன். நீங்க தான்கதின்னு எல்லாத்தையும் சொன்னேன். ஜீவதயை அவதாரம் அது. ஒருநாள்ள சரியாக்கி விடறேன். ஆனா கர்மாவை அனுபவிச்சுத் தொலைச்சுடு. ஒரு வருஷம் கிடந்து துடிச்சா, அப்பறம் நெருப்பிலெ குளிச்சாப்பல புடமாயிடும்னார். ஒரு வருஷம் கிடந்து அவர் கொடுத்த குங்குமத்தைச் சாப்பிட்டுண்டே துடிச்சேன். சரியா ஒரு வருஷம் ஆச்சு. வந்த சுவடு தெரியல. பழைய வத்ஸனா ஆயிட்டேன். ஒரு நாழியா அதைத்தான் நினைச்சிண்டிருந்தேன்.

இப்ப பொழியற அம்ருததாரை மாதிரி தான், அன்னிக்கி . . . அன்னிக்கி . . . மறுநாள், மறுநாள் அம்ருததாரையா இருந்தது – அம்ருதத்திலெ எத்தனை தினுசு பாரு. விஷ அம்ருதம் . . . அம்ருதம் . . . நீ இன்னும் நம்பலியா?”

“ம்ஹம் . . . அண்ணா தினமும் இப்படி ஏதாவது சொல்ற வழக்கம் தானே” என்று சிரித்தான் காமேச்வரன்.

“அட மண்டு . . . சரி . . . இங்க ஆடு சதையெல்லாம் ரணமா வலிக்கிறது. கொஞ்சம் பிடிச்சுவிடு” என்றார் வத்ஸன்.

காமேச்வரன் கை நடந்துபோகும்போது காற்றைப் பிடித்துப் பிடித்து விட்டுக் கொண்டிருந்தது.

“நன்னா விளையாடினார்” என்று நினைத்துக்கொண்டே பஸ் ஸ்டாண்டு சந்தில் திரும்பினான்.

2

பஸ் ஸ்டாண்டுக்குப் போகிற சந்திலும் விடியற்காலை கோலமும் வெள்ளிக் கொலுசுக் கறுப்புக் காலின் பளபளப்பும், சாணத் தெளிப்பும், வாருகோல் வீச்சுமாக புலர்ந்துகொண்டிருந்தது.

'உங்களைத் தானே!' என்று குரல் கேட்டது.

காமேச்வரன் திருப்பிப் பார்த்தான்.

'உங்களைத்தான் ஜாமி' என்றது அந்த முகம். சொல்லுகிற வாயிலிருந்து – ஒரு வாய்க்கடையிலிருந்து வெற்றிலைக் காவி மாதிரி ஒரு வழிசல். முகத்தில் வெள்ளையும் கறுப்புமாக பத்து நாள் மயிர். மொட்டைத் தலை – இல்லை முன் வழுக்கையும் பின் மயிருமான மொட்டைத் தலை. ஒரு கிழிந்த அழுக்குச் சட்டை. அரையில் ஒரு அழுக்குத் கந்தல். வயசு ஐம்பது இருக்கலாம். கட்டை குட்டையான வடிவம்.

"என்ன?" என்று நின்றான் காமேச்வரன், நாலு வீடு தள்ளி ஒரு ஹோட்டலிலிருந்து வெங்காயம் வதங்குகிற வ்யஞ்சன மணம் கமழ்கிறது. இவன் பசியைக் கிளறிவிட்டிருக்க வேண்டும் என்று கணித்து சட்டைப் பையில் விரலைவிட்டான் காமேச்வரன்.

"ம்ஹ்ம்" என்று அந்த முகம் அசைந்தது.

ஒன்றும் புரியவில்லை. புருவத்தைச் சுளித்தான், காமேச்வரன்.

"பசியில்லெ."

"பின்னே ?"

"சாமி. கோச்சுக்கமாட்டீங்களே"

"கோச்சுக்கறதா !"

"ஒண்ணுமில்லெ, நொம்ப வேண்டியபட்டவங்க. மூக்கும் முழியுமா நல்ல எடுப்புங்க. உங்க மாதிரி அய்யமாருங்க தான்; நல்ல தாட்டியாவும் இருப்பாங்க. சேப்பு. உங்களுக்கே புரியும் பார்த்தீங்கன்னா, வயசும் அய்யா வயசுக்கு ரண்டு மூணு குறைச்சலாத்தான் இருக்கும். மரியாதை மட்டு எல்லாம் ரொம்ப. பாத்தீங்கன்னா தெரியும். நீங்க வந்து பார்க்கணும். சந்தேகப்பட வாணாம். பயப்பட வாணாம்... அந்தாண்ட இந்தாண்ட பார்க்க வாணாம்..." — மெல்ல மெல்ல, செய்தி பிரிந்தது.

காமேச்வரனுக்கு செய்தி புலர்ந்தது. ஒரு கணம் சிணுக்கென்று ஒரு கோபம். உடனே அதை மிதித்துக்கொண்டான். பஸ்ஸுக்குப் போகிற அவசரத்திலும், என்னமோ அவனையும் விட மனமில்லை.

"இப்பவா!" என்று மட்டும் கேட்டான், குறும்பாக.

குளிர்ந்த தூய காலைக் காற்று — தூங்கி எழுந்த ஊரின் தெளிவு, கவலைகள் இன்னும் மனதைத் தொட ஆரம்பிக்காத காலை இடைவேளை — அந்தப் பரவசத்தின் நடுவே அவனுக்கு அதுதான் கேட்கத் தோன்றிற்று.

"இப்பெக்கு என்ன? எல்லாம் பளிச்சினு இருக்கும்: நீங்க இல்லீங்களா இப்ப!"

காமேச்வரனுக்கு அவனறியாமல் புன்னகை தவழ்ந்தது.

"கிட்டதான் இருக்கு. பாத்துட்டாவது போங்க."

காமேச்வரனுக்கு புன்னகை இன்னும் விரிந்தது. சட்டைப் பையில் மறுபடியும் கையை விட்டான். எட்டணா காசு வந்தது. அவனிடம் நீட்டினான். "இந்தா, இப்ப நேரமில்லெ. இன்னொரு சமயம் பார்த்துக்கலாம்."

"போது விடிஞ்சிருக்கு. வாண்டாம்னு சொல்ல வாய் வரலெ. எப்பவானாலும் வரலாம். நான் இங்கதான் நின்னுட்டிருப்பேன். இல்லாட்டி பஸ் ஸ்டாண்டிலெ பளக்கடை கிட்ட நின்னுக்கிட்டிருப்பேன்" என்று விலாசம் கொடுத்தவாறு காசை வாங்கிக்கொண்டான்.

இத்தனையும் ஒரு கண நிமிஷத்திற்குள் முடிந்துவிட்டது. காமேச்வரனுக்குப் புன்னகை இன்னும் மறையவில்லை. அதே உதட்டோடு மேலே நடந்தான்.

இரண்டு வீதி தள்ளி எதிர்த் திண்ணையில் "காலைப் போதுக் காச்சுடா" என்று ஒருவர் சொல்லிக்கொண்டிருந்தார். அவரைப் பார்த்தான் காமேச்வரன். அவர் அந்த மொட்டைத் தலையனைப் பார்த்து அவன் சாமர்த்தியத்துக்கு சபாஷ் போடுகிறாற் போல வெற்றிலைக் குதப்பலோடு அகலமாக புன்னகை செய்துகொண்டிருந்தார்.

காமேச்வரன் தன் கால்களைப் பார்த்துக்கொண்டான். இத்தனை தூசிக் கிளப்பலுக்கும் இடையே கால் விரல்கள் நகங்கள் எல்லாம் தூசி படியாமல் அல்லது தெரியாமல் 'பளிச்' சென்றுதான் இருந்தன. விடிய விடிய எழுந்து பல்லைத் தேய்த்து உப்புப் போட்டுக் கொப்பளித்து முகசவரம் செய்து மொர மொரவென்று தேய்த்துத் தலை முழுகி பட்டை உடுத்தி ஜபம் செய்து, பிறகு வண்ணான் மடியைப் பிரித்து பனியன் சட்டை வேட்டியெல்லாம் அணிந்துகொண்டு புறப்பட்டிருக்கிறான். உடம்பின் மொர மொரப்பு போய்விடவில்லை. உடையின் மொட மொடப்பு கலையவில்லை. வானம் முழுவதும் மேகங்கள் பொன்னேறியிருந்தன. எப்படி என்னைப் பார்த்து இந்த மாதிரிக் கேட்கத் தோன்றிற்று இவனுக்கு? கேட்டவுடனே தன் பின்னால் வந்துவிடுவான் என்று நினைத்தானா? அடெ.

காமேச்வரன் தலை தன்னறியாமல் இல்லை என்று அசைந்தது. வத்ஸன் இப்படித்தான் அவள் பின்னால் போய் விட்டாரா? . . . இந்த எண்ணம் தலையைக் காட்டியதும் தான் அவன் தலையும் ஏதோ அவசரம் நினைத்தாற் போல இல்லை என அசைந்தது.

ஆனால் ஒரு தலை அசைப்புக்கு அது போய்விடவில்லை. மீண்டும் வந்தது. வத்ஸனுக்கு எத்தனையோ கற்பனைகள். இதுவும் ஒன்றாக இருந்திருக்க வேண்டும்... ஆனால் அவர் சொன்ன பரவசத்தைப் பார்த்தால், நிஜம் போலவே இருந்தது. வாசல் நிலைப்படி அந்த உள்ளத்திற்கு வெடவெடவென்று தலைச் சொருக்கும் பல் வரிசையுமாக ஒருத்தி, செப்பு நிறத்தோல் பள பளப்பு – உள்ளேயே வந்திடுவே போலிருக்கே, நிலையைக் கடந்து உள்ளே வந்த நீளக் கால்கள் – அந்தக் கையே கதவைச் சாத்தின. நாதாங்கி ஓசை... வத்ஸன்... அவள்... அம்ருததாரை ...சை இருக்கவே இருக்காது. வத்ஸனுக்கு இது வழக்கம்... கல்லுளிமங்கனைப் போல ரத்தம் கசியக் கசியத் தன்னையே சாட்டையடித்துக் கொள்கிற வெறி...

இன்னும் காமேச்வரனுக்கு ஒன்றும் புரியவில்லை.

"அப்படி நிஜமானால், அம்ருததாரை ஏன் அறுந்து போயிற்று? அது யார் எந்த ஊர் மறுபடியும் என்றெல்லாம் அவர் கேட்கவில்லையா? ...

சரி, ஏன் அது நிஜம் போல நான் அடுத்தவைகளைக் கற்பனை செய்கிறேன் ...

பஸ் ஸ்டாண்ட் வந்துவிட்டது. அதோடு ஹோட்டல் கண்ணை உறுத்திற்று. காமேச்வரன் படி ஏறினான்.

"வாங்கோ" என்று சீனியர் சர்வர் குரல் கொடுத்தான். காமேச்வரன் பெஞ்சின் மீது உட்காரவே ஒரு இலையைப் போட்டு, தண்ணீர் தெளித்து அவனே துடைத்துவிட்டான்.

"வெறும் காபி மட்டும்."

"பசும் பால்லெ டிக்ரி காபியாப் போட்டுத் தரேன். இலையைப் போட்டுட்டேனே ... கொஞ்சம் வெண்பொங்கலாவது சாப்பிடுங்கோளேன். அது ஸ்பெஷலாச்சே இங்கே!"

நிமிர்ந்து அவனைப் பார்த்தான். அவன் இன்னும் குளித்தாற் போல் தெரியவில்லை. சட்டை வேட்டி மட்டும் சலவையிலிருந்து எடுத்த தோற்றம். முகத்தில் லேசாக எண்ணெய் வழிவு. காமேச்வரனுக்கு மீண்டும் வத்ஸன் நினைவு. முதல் நாலைந்து வருஷம் அவர் பிறர் தொட்டு, பிறர் சமைத்த எதையும் சாப்பிட்டதில்லை. அவனும் அப்படிப் பழகிக் கொண்டான்: திடீர் என்று ஒரு பௌர்ணமியன்று அவர் செய்தது அவனுக்குக் கிலியும் அதிர்ச்சியுமாக இருந்தது. எட்டு மைல் தள்ளி ஒரு கிராமம். அங்கேயிருப்பது ஒரு மிராசுதார், அய்யங்கார். வத்ஸனோடு இண்டர்மீடியட்டில் படித்தவராம். உரிமையோடு ஏகவசனத்தில் பேசினார். "நீ வந்து எங்காத்திலெ ஒரு பூசை பண்ணிவிட்டுப் போக உன் கையாலெ அம்பாள் பிரசாதத்தைக் கொடு. எல்லாம் சரி ஆயிடும்" என்று மன்றாடினார்.

"நான் வந்து பூஜை பண்ணினா எப்படிச் சரியாகும்? அவனவன் பாவத்துக்கு அவனவன்னா மருந்து தேடிக்கணும்."

"தெரியறது, மருந்தையும் வைத்யன் தானே கலந்து கொடுக்க வேண்டியிருக்கு."

வத்ஸன் சண்டி பண்ணிக்கொண்டேயிருந்தார்.

"இதுபாரு வத்ஸா – நான் உன் கால்லெ வந்து விழுந்துட்டேன். இவ்வளவு சொன்னப்பறம் மாட்டேன்னு சொல்றது சரியில்லெ. நீ உன் கோயில் வேலையெல்லாம் முடிச்சிண்டு வா. ராத்ரி

பத்துமணியோ, பன்னிரண்டு மணிக்கு வந்தாலும் சரி, உன் கையாலெ ரண்டு புஷ்பத்தைப் போட்டுட்டு எங்க கையிலெ கொடுத்துட்டுப் போ; நீ அங்கே உத்தரணி ஜலம் கூடச் சாப்பிட வேண்டாம்” என்று வத்ஸன் கால்களைத் தொட்டார் அவர்.

வத்ஸன் ஒப்புக்கொண்டார்.

அவருடைய சகபாடியின் கஷ்டம் என்னவென்று அங்கு போய்த்தான் புரிந்தது.

இவர் வந்து கூப்பிட்ட மூன்றாவது நாள் ஒரு இரட்டை மாட்டு வில் வண்டி வந்தது. அர்த்த ஜாம பூஜை முடிந்து கோவில் மூடியதும் வத்ஸனும் காமேச்வரனும் ஏறிக்கொண்டார்கள். மேற்குத்தி மாடு இரண்டும் பாய்ந்தது. ஒரே மணி தேசாலம், அய்யங்கார் வீடு வந்துவிட்டது.

மீண்டும் குளித்தார்கள். பூஜைக்கு உட்கார்ந்தார் வத்ஸன். அய்யங்காரும் அவர் சம்சாரமும் உட்கார்ந்து கொண்டார்கள்.

பெரிய வீடு. ஆட்கள் நடமாட்டம். குளிக்க கொல்லைப் பக்கம் போகும்போது நாலு ஜோடி காளைகள் – பசு – எருமை – மூன்று கட்டு வீடு – பெரிய வசதிக் குடும்பம்.

அய்யங்கார் சம்சாரம் அவரைப் போலவே மேனியும் வாளிப்புமாக இருந்தாள். உடம்பில் பட்டுப்புடவை.

அடக்கமாக கைகால் எல்லாம் போர்த்திக் கொண்டிருந்தாள்.

பரிசாரகன் நிவேதனங்களைக் கொண்டுவைத்தான். பூஜை முடிந்ததும் அந்த அம்மாள் குனிந்து வணங்கியபோது தான், காமேச்வரன் கவனித்தான். கைகால் விரல்கள் ஒன்றிரண்டு பாதிப்பாதி – மற்றவை மடங்கியிருந்தன.

காமேச்வரனுக்குச் சுரீர் என்றது. கால்கை அரிப்பது போல் இருந்தது. அவன் இத்தனை நேரமும் உட்கார்ந்திருந்த பலகை – வெள்ளிக்கமலம் தைத்த கருங்காலிப்பலகை – முன் படலாக உள்ளங் காலையும் துடை ஆடுசதைகளையும் குத்திற்று. வில் வண்டியில் மெத்து மெத்தென்று வைக்கோல் அடர்த்திக்கு மேல் பரத்தின பாயில் உட்கார்ந்து வந்ததெல்லாம் காலையும் முதுகையும் தேய்த்தன.

அதே கணம் ஊருக்குக் கால்நடையாகவே திரும்பிவிட வேண்டும் என்று உடம்பு துடிக்கிறது.

வத்ஸனுக்கு எதுவும் துடிப்பதாகத் தெரியவில்லை. அவருக்கு முன்னமேயே இது தெரிந்த விஷயம் என்று தோன்றிற்று.

குனிந்து வணங்கிய பிறகு நின்று கொண்டிருந்தவளை உட்காரச் சொன்னார். சிறிதுநேரம் பார்த்தார். பிறகு திரும்பி சற்று கண்ணை மூடிக்கொண்டு உட்கார்ந்தார். பூஜைக் குப்பலி லிருந்து ஒரு கை புஷ்பங்களை எடுத்து அவளிடம் கொடுத்தார். குங்குமத்தைக் கொடுத்தார்.

"மணி என்ன ஆச்சு?" என்றார்.

"நாலரை."

"ஊருக்குப் போறதுக்குள்ளேயும் விடிஞ்சு போயிடும்னு சொல்லு."

"இருட்டுப் பிரியறத்துக்கு முன்னாலெய கொண்டு விட்டுடறேன்."

"சரி ஒரு சின்ன இலையாப்போடு. பிரசாதத்தைக் கொஞ்சம் வாயிலே போட்டுண்டு போறேன். உட்கார்றா காமேச்வரா."

இரண்டு பேரும் உட்கார்ந்து கொண்டார்கள்.

அய்யங்கார் இலைகளைப் போட்டார்.

"நீயே பரிமாற ஆரம்பிச்சுடாதே, அவளே பரிமாரட்டும்" என்று சிரித்தார் வத்ஸன். "கொண்டாம்மா."

மடங்கின காலும் கையுமாக அவள் விந்திக்கொண்டு சர்க்கரைப் பொங்கலும் எள்ளோரையும் பரிமாறினாள்.

காமேச்வரன் வயிற்றில் திகில். "என்குப் பசியே இல்லெ" என்று எழுந்துகொள்ள வேண்டும் போலிருந்தது. "சுருக்க சாப்பிடு. நாழியாச்சு. கோயில்லெ விச்வ ரூபம் பூஜை ஆரம்பிக்கிறதுக்கு முன்னாலெ போய்ச் சேரணும்" என்று வத்ஸனின் குரல். மெல்லிய குரல். இதே மாதிரி அவனுக்குக் கேட்டது. சடசடவென்று போட்டுக் கொண்டான்.

அவளே தண்ணீர் கொண்டுவந்தாள். வத்ஸன் சாப்பிட்டார். எழுந்தார். வாசலுக்கு வந்தார். தண்ணீர் குடிக்காமலேயே கூட நடந்தான் காமேச்வரன்.

"வத்ஸா, நீ வந்தது நரநாராயணாள் வந்தது மாதிரி இருக்கு ... எனக்கு வாயைத் திறக்க முடியலெ ... நீ கருணாமூர்த்தி ..."

"அட சும்மா இருய்யா" என்றார்; "வரேம்மா" என்றார் வத்ஸன்.

இருள் பிரியப் பிரிய ஊர் வந்துவிட்டது.

அன்று தொடங்கி வத்ஸன் எங்கும் யார் கொடுத்தும் சாப்பிடத் தொடங்கிவிட்டார். சாலையில் ஆறுமுகம் டீக்கடையில் சாப்பிடுவார். யார் எது கொடுத்தாலும் மறுப்ப தில்லை. குளிக்காமலே சாப்பிடுவார். உற்சவத்தின்போது மண்ணெண்ணெய்ச் சுடர் புகையப் புகைய மிட்டாய் தட்டுக்காரன் விற்பதை வாங்கித் தின்பார்.

ஏன். எப்படி திடீர் என்று இப்படி மாறினார்?

காமேச்வரன் பொங்கல் தின்பதைப் பார்த்துக்கொண்டே நின்றான் சீனியர் சர்வர். அவன் எங்கேயோ பார்த்துக்கொண்டு, மெதுவாக ஒரு வாய் தின்பதும், மீண்டும் சூன்யத்தைப் பார்ப்பதும், பிறகு ஒரு வாய் போட்டுக்கொள்வதுமாக எத்தனை நிமிஷம் ஆயிற்றோ!

"இன்னொரு ப்ளேட் கொண்டு வரட்டுமான்னா?" என்றான்.

"கொண்டாயேன்" என்று அவனைப் பார்த்து முகம் மலர்ந்தான் காமேச்வரன்.

"நீங்களே கேட்பேளோன்னு நெனச்சேன்" என்று சிரித்துக் கொண்டே போனான்.

அவன் காபி சாப்பிட்டு எழும்போது "அண்ணாக்கு எந்த ஊரு?"

"இதே ஊர்தான்."

"அதான் அடிக்கடி பார்த்தாப்பல இருக்கேன்னு பார்த்தேன். மிராசா, இல்லெ ஆபீஸ்லெ எங்கியாவது..."

"நீ பண்ற வேலைதான்."

"அப்படியா?" என்று அகன்ற சீனியர் சர்வரின் கண்களைப் பார்த்து மலர்ந்துவிட்டு, கல்லாப் பெட்டியில் காசைக் கொடுத்துக் கீழே இறங்கினான் காமேச்வரன்.

3

பஸ்ஸில் ஏறி உட்கார்ந்துகொண்டான் காமேச்வரன். எதிரே வடக்குப் பக்கம் பார்த்தபோது, ஏன் ரயிலில் போயிருக்கக்கூடாது என்று மூக்கு சிணுங்கிற்று. டிக்கட் வாங்கியாகி விட்டது. பொறுமையோடு கண்ணை மூடிக்கொண்டான். மேல் துண்டால் மூக்கைப் பொத்திக்கொண்டான். இந்த தேசம் என்றைக்கு உருப்படப் போகிறது என்று மூச்சைப் பிடித்துப்பிடித்து விட்டான். ஏன் இந்த தேசம் என்று சொன்னோம்? இந்த ஊர் என்று சொன்னால் போதாதா? இந்த கும்பகோணத்தில் அந்தக் காலத்தில் யாரோ சாம்பசிவம் என்று ஒரு முனிசிபாலிட்டி சேர்மன் இருந்து கொசுக்களை ஒழித்தாராம். அவர் செத்துப் போன பிறகு ஊரின் புகழை மீட்க, கொசுக்கள் திரும்பி பன்மடங்கு படையாகத் திரும்பி வந்துவிட்டனவாம். எதிரே வீடுகளின் புறக்கடைகள், குட்டை குட்டையாக வீட்டுக்கும்பி எல்லாம் தேங்கிக் கிடந்தது. போதும் போதாததற்கு வரும் பயணிகளும் போகும் பயணிகளும் கும்பிகளுக்கருகிலும் எட்டியும் உட்கார்ந்து உட்கார்ந்து சௌகர்யம் செய்து கொண்டு எழுந்து போனார்கள். தூரத்தில் எங்கோ கழிவிடம் கட்டியிருந்தார்கள். அங்கு போக சோம்பல், போனாலும் இதைவிட நரகம். பார்க்காத ஊர் இல்லை. எங்குபோனாலும் இந்த நெடி. பஸ்களுக்கு முன்னால் பூக்கடைகள், பழக்கடைகள், ஜாதிப்பூ மணம், கதம்ப மணம் ஆரஞ்சு ஆப்பிள்களின் மணம். வடக்கே கும்பி. போகிற ஊர் எல்லாம் இப்படியா? வட மதுரைக்குப்

போனால், கிருஷ்ண பகவான் பிறந்த இடத்துக்குப் போகிற ஒரு மைல் சந்துகளின் இருபக்கமும் பண்டாக்கள் உட்கார்ந்து வெறும் வாயும் வெற்றிலை வாயுமாகத் துப்புகிற துப்பல். செருப்புக்கு வாயிருந்தால் அழும். பிருந்தாவனத்திற்குப் போனால் தொழு நோய்க்காரர்கள் தொட்டுத் தொட்டுப் பிச்சை கேட்டு சண்டி பண்ணுகிற கோரம். ரிஷி கேசத்திற்குப் போனால் பெருநோய்க் கொலு, பாதையின் இரு பக்கமும். மாமண்டூரில் இரவு பஸ் சிறிது நேரம் நின்றால் பூட்டின ஹோட்டலுக்குமுன் வாசல் எல்லாம் சின்ன அருவிகள். காலையில் ஹோட்டலைத் திறக்கிறவன் இத்தனை ஊறலையும் மிதித்து வந்து திறக்க வேண்டும். பேருந்துப் பயணிகளுக்குப் பலகாரம் சமைக்க வேண்டும்.

ராமாயணம், மகாபாரதம், பகவத் கீதை, திருக்குறள் எல்லாம் பிறந்த தேசமா இது? இல்லை, இத்தனை நாற்ற எருக்கள் இருந்தால்தான் இந்த மலர்கள் பூத்து மலருமா? வத்ஸனோடு அவன் எப்போதாவது மல்லுக்கு நிற்பதுண்டு.

"அண்ணா, யாக்ஞவல்க்ய ஸ்ம்ருதி, சுக்ரநீதி, அர்த்த சாஸ்திரம், பராசர ஸ்ம்ருதி என்று நூற்றுக்கணக்கில் ஸ்ம்ருதிகளை இந்த தேசத்திலே அவ்வப்போது எழுதி எழுதிப் போட்டுண்டு வந்திருக்கான்களே – ஏன்? இந்த தேசத்து ஜனங்களோட அழுக்கை ஒரு தலைமுறையிலே, ஒரு புத்தகத்தாலே கரைக்க முடியாததினால்தானே! குப்பை மண்டிக் கிடக்கிற இடத்துக்கு ஒரு விளக்குமாறு போராது. ஒவ்வொண்ணா ஒடிஞ்சு ஒடிஞ்சு விழும். நூறு விளக்குமாறு வேணும். இல்லாட்டா விளக்குமாறு விளக்குமாறா இத்தனை நீதிக்கிரந்தங்கள் எதுக்குப் பிறக்கணும்?" என்று ஒரு நாளைக்குக் கட்சி கட்டத் தொடங்கினான்.

"அப்படி அர்த்தமில்லேடா காமேச்வரா! ஸ்மிருதிக்காரன் எல்லாம் அப்படி கண்ணிலே விளக்கெண்ணெய் போட்டுண்டு முழிச்சுண்டு இருந்திருக்கான்னு அர்த்தம். குப்பைகள்ள எத்தனையோ மாதிரி. புதுசா ஒரு குப்பை வந்துதுன்னா உடனே ஸ்மிருதியை மாத்தி எழுதுவன். இல்லாட்டா புதுசா ஒண்ணு எழுதுவன். ஒரு நாளைக்குக் குளிச்சாப் போரும். அப்புறம் ஆயுசு முழுக்க குளிக்க வேண்டாம்னு சொல்றாப்பல இருக்கு நீ பேசறது" என்று வத்ஸன் கச்சை கட்டிக் கொண்டார்.

"நீங்க சொல்றது சரிண்ணா நான் ஒருத்தன் குளிக்கறதைப் பத்திச் சொல்லலெ. தன் வீட்டுக் குப்பையே அடுத்த வீட்டு வாசல்லெயும் கொல்லையிலேயும் வாரிக் கொட்றதே நம்ம ஜனங்களுக்கு ஆதிகாலப் பழக்கமா வந்துண்டிருக்கு. நான் நன்னா இருந்தால் போரும். என் பிள்ளை குட்டி நன்னாயிருந்தால் போரும், என் வீட்டுச் சாக்கடை அடுத்த வீட்டுக்கு ஓடிப் போயிடணும்.

நடுத் தெருவிலே ஓடணும். தெருவிலே நடக்கிறவன் மிதிச்சிண்டு போறானோ தாண்டிண்டு போறானோ, நமக்கென்னன்னுதானே இருக்கு இந்த தேசத்து ஜனங்கள்ளாம். ஏன் இப்படியெல்லாம் தனிக் கூட்டிலே தனியா இருக்காப்பல இருக்கு இந்த ஜனங்க?"

வத்ஸன் சிறிது நேரம் பேசவில்லை.

"இந்த தேசத்தை ஏன் எல்லோரும் புண்ய பூமி புண்ய பூமின்னு புலம்பிண்டேயிருக்கான் இருக்கிற சாமியார் எல்லாம்! சாக்கடைதான் இருக்கவே இருக்கு. பார்க்காத போயிடு, மூக்கை மூடிண்டு போயிடுங்கறான். சர்க்கடையை மூடு – இவ்வளவு சாக்கடையை உண்டுபண்ணாதேன்னு ஏன் யாரும் சொல்ல மாட்டேன்கறான்?"

"ஸ்மிருதிகள்ளாம் அதைத்தான் சொல்லிண்டு வரது."

"பிரயோஜனம்? நாஸ்திகம் வர வர ஜாஸ்தியாயிண்டே வரது. முனிசிபாலிடிக்கிட்ட சவுக்கு இல்லெ. சவுக்கில்லாம குப்பை கொட்றதுக்கு தைரியமும் இல்லெ. அடுத்த வீட்டுக் காரங்கிட்ட அலட்சியம். அதே சமயம் பயம் வேறே –"

"ஈச்வரீ" என்று அலுத்துக்கொண்டார் வத்ஸன்.

காமேச்வரனுக்கும் அப்போது அலுப்பாகத்தான் இருந்தது. பீஜ மந்த்ரம், ஜபம், தியானம் – என்ன இழவு இதெல்லாம் என்று வாயைத் திறந்து சொல்லாமல் நொந்துகொண்டான். அன்று அந்த வாக்குவாத்திற்குக் காரணம், எதிர் வீட்டு வாசலில் கிளம்பின கூச்சல். எதிர் வீட்டு எஜமான் சங்கரையர். அடுத்த வீட்டில் எல்.எம்.பி. டாக்டர் குப்பு ராவ் வாசம். குப்பு ராவ் வீட்டுக் கொல்லையில் ஒரு நெல்லிமரம். அது சங்கரையர் வீட்டுக் கொல்லைப்பக்கம் மோகம் கொண்டு சாய்ந்து வளர்ந்திருக்கிறது. சங்கரையர் சம்சாரம் சங்கரையருக்கு ஏற்ற இணை. அவர் புழுத்த நாய் குறுக்கே போகாத அளவுக்கு, பிரத்யேக தஞ்சை மாவட்ட அகராதியிலிருந்து சொற்களைச் சேகரித்து குடியானவ ஆட்களைத் திட்டிக்கொண்டிருப்பார். அவர் சம்சாரத்திற்கு அதற்கு நிகராக விலை மோரில் வெண்ணெய் எடுக்கிற சாமர்த்யம். நிலத்தில் வருகிற நெல் போதாதென்னு நீரில் பாலைக் கலந்தும், மோரைக் கலந்தும் காசு பண்ணுகிற கரிசனம். குப்பு ராவ் வீட்டு நெல்லிக் காயெல்லாம் படுதுணிச்சலாக ஆளைவிட்டு அலகு போட்டு அறுக்கச் சொல்லி ஊறுகாய் போடுவாள் – முள்ளி காய வைப்பாள். வருஷா வருஷம் நடக்கிற இந்தக் கொள்ளையைப் பார்த்துப் பொறுமையிழந்து குப்புராவ் சம்சாரம் அவளுக்குத் தெரிந்த தமிழில் வாசலில் வந்து இரைந்திருக்கிறாள். சங்கரையர் சம்சாரம் இரைய உள்ளேயிருந்து

ஓடி வந்த சங்கரையர் சம்சாரத்திற்கு வாய்லாக்குக் கொடுக்க, குப்புராவ் சம்சாரம் மானம் போய்விட்டாற் போல், வாசல் கதவை சாத்திக் கொண்டு உள்ளே ஓடியிருக்கிறாள். மாலையில் லோகல் பண்டு ஆஸ்பத்திரியிலிருந்து டிபனுக்கு வந்த குப்பு ராவ் வாசலில் திண்ணையில்உட்கார்ந்திருந்த சங்கரையரோடு சமாதானமாகக் கண்டிக்கத் தொடங்கியிருக்கிறார். "மரத்தை உங்கபக்கமாகத் திருப்பி வச்சுக்கும். இந்தக் காயறே கொட்டாய்ரே பேச்செல்லாம் என்னத்துக்கு?" என்று சங்கரையர் தன்னுடைய ஆட்களையும் வைத்துக் கொண்டு, குப்பு ராவின் மகாராஷ்டிர பாஷையையும் சேர்த்து ஒரு மார்பு குலுங்குகிற அசட்டைச் சிரிப்போடு 'கோட்டா' பண்ணியிருக்கிறார். சண்டை வலுத்து, குப்பு ராவ் ஏதும் பேச முடியாமல் "அப்படியாவது திருட்டு ஊறுகா திங்கணுமா? எவ்வளவு பெரிய ப்ரபு! உங்களை அம்பாள் தான் காப்பாத்தணும்!" என்று கையாலாகாத வயிற்றெரிச்சலோடு ஒரு வாழ்த்துக் கூறிவிட்டு. சம்சாரத்தைப் போலவே வாசற்கதவை சாத்திக்கொண்டு உள்ளே போனார். காமேச்வரன் வாசலில் நின்று வேடிக்கை பார்த்துக்கொண்டு இருந்தான். அவனைப் பார்த்துவிட்டுத்தான் அம்பாள் பெயரை இழுத்துவிட்டுப் போயிருக்க வேண்டும் குப்பு ராவ். அவனுக்குக் கைகால் எல்லாம் பரந்தது. பந்தக்கால் மூங்கிலைப் பிடுங்கி சங்கரையரின் மண்டையில் ஒரு போடு போட வேண்டும் போல் பரந்தது. சப்பணம் கொட்டி உட்கார்ந்து இன்னும் சிரித்துக்கொண்டிருந்தார் சங்கரையர் – ஆட்களைப் பார்த்து. ஆட்களுக்கு டாக்டருடைய உதவி வேண்டும். அவரோடு சேர்ந்து சிரிக்கிற பாவனையிலும் சிரிக்காத பாவனையிலும் முகத்தை வைத்துக்கொண்டு பேச்சை மாற்றிக்கொண்டிருந்தார்கள். கொஞ்ச நேரம் அவரைப் பொசுக்கி விடுவது போல் பார்த்துவிட்டு காமேச்வரன் தடாலென்று டாக்டரைப் போலவே தன் வீட்டுக் கதவையும் சாத்திக்கொண்டு தாழிட்டு வந்தான். என்னடா சத்தம் காமேச்வரா என்று வத்ஸன் கல்லுப் பிள்ளையார் மாதிரி கேட்டார். அப்போதுதான் ஸ்மிருதிப் பேச்சு வந்தது.

வத்ஸன் அன்று காமேச்வரனின் வாதத்திற்கு எகிறி ஒன்றும் சொல்லவில்லை. ஈச்வரீ என்று சொல்லி மௌனம் சாதித்தார். கடைசியில் "இந்த லோகத்திலே பண்டாசுரன் சும்பநிசும்பன்லாம் இருந்துண்டேதான் இருப்பான் – இந்த சங்கரையன், அவன் சம்சாரம் வேஷங்கள்ள" என்று எதையோ சொல்லி மீண்டும் மௌனியாகிவிட்டார்.

வத்ஸன் ஏன் இதையெல்லாம் பற்றி நினைக்கவில்லை என்று பஸ்ஸில் உட்கார்ந்திருந்த காமேச்வரன் கேட்டுக்கொண்டான். இந்த அற்பப் பூசல்களைக் கடந்து வாழ்ந்துகொண்டிருந்தாரா

அவர்? அய்யங்கார் சம்சாரத்தின் குறைபட்ட கையால் பிரசாதம் வாங்கிச் சாப்பிட்ட வத்ஸனுக்கு இதெல்லாம் எப்படி கண்ணில் படாமல் போகும்? இல்லை, அவர் அவள் கையால் சாப்பிட்டதே இந்த வாதத்திற்குப் பிறகா? முந்தியா?

காமேச்வரன் பழைய நினைவுகளைக் கிளறிக்கொண்டிருந்தான். நடுவில் திடீர் என்று பஸ் ஸ்டாண்ட் சந்தில் அவனை அழைத்த பந்தல்காரனின் நினைவு வந்தது. வாசலைப் பெருக்கி நீர் தெளித்து கோலம் போட்ட கைகால் கொலுசு வரிசைகளின் ஞாபகம் வேறு வந்தது. பத்ரிநாதத்தின் பனிச் சிகரமும், தூய காற்றும் நினைவில் வீசுகின்றன.

"சார் டிக்கட் வாங்கியாச்சுங்களா?" என்று ஒரு அடித் தொண்டைக் குரல் கேட்டுத் திடுக்கிட்டாற் போல திரும்பினான் காமேச்வரன்.

"டிக்கட் வாங்கிட்டீங்களான்னேன்?" என்றது கண்டக்டரின் அடித் தொண்டை மீண்டும்.

"இதோ" என்று கையில் சுருண்டிருந்த கடுதாசைப் பிரித்தான்.

"– வாங்கியாச்சில்ல? சரி – இன்னும் யாரு டிக்கட் வாங்கல்லே?" என்று நகர்ந்தது காக்கிச் சட்டை போட்ட அடித் தொண்டை, பஸ் இப்போது முக்கால் வாசி நிறைந்திருந்தது.

"ரைட்."

பஸ் பின்னும் முன்னுமாக நகர்ந்து சந்துக்குள் வரும்போது, அந்த எட்டணா வாங்கிக்கொண்ட கட்டையன் அதே ஹோட்டலில் வாசலேறுவதைப் பார்த்தான் காமேச்வரன். மீண்டும் புன்னகை – வீடுகள் – கடைகள் – சினிமா – போட்டோ–ஸ்டுடியோ – பொற்றாமரைக் குளம் – வேல்நாயர் வீடு – தாராசுரம் – அரசிலாறு – வயல்கள் – சாலை ஆல மரங்கள்.

குளிர்ந்த காற்று வீசிக்கொண்டிருந்தது. வானத்தில் தெளிவு. மேகம் இல்லை. பஸ் வேகமாகப் போயிற்று. தூக்கம் வருகிற மாதிரி ஒரு அயர்வு. நடுநடுவே கண் திறக்கும் போது பச்சை வயல்கள் – பார வண்டிகள் – வாழைத் தோட்டங்கள் – ஆற்றுப் பாலம் மஞ்சள் மஞ்சளாக மொந்தன் வாழைப் பழங்கள். தோரணம் தொங்கும் சாலையோரக் கடைகள் – லோகல் பண்டு ஆஸ்பத்திரி – மசூதி – முசாபரி விடுதி – நந்தி வெளியே படுத்திருக்கிற சிவன் கோயில் – வாசல் திண்ணையில் தூசியும் கதவு திறக்காத வீடுகள் – கொடிக் கால்கள் –

பஸ் மணி அடித்தது.

காமேச்வரன் இறங்கினான்.

போலீஸ் ஸ்டேஷன் வாசலில் பஸ் அவனை இறக்கி விட்டிருந்தது.

கடைத் தெரு வழியாக நடந்தான். கடைத் தெரு வழியாக பஸ்ஸில் நாலைந்து தடவை ஊரைப் பார்த்துக்கொண்டே போனதுண்டு. ஓரிரண்டு தடவை இறங்கி நடந்த ஞாபகம்கூட இப்போது தன்னுடைய நிரந்தர வாசஸ்தலமாகிவிடப் போகிறதோ என்று ஒரு சந்தேகம் – ஹேஷ்யம், அப்படிச் சின்ன ஊரா இல்லை.

கடைத் தெரு பாதி நடப்பதற்குள் பெரிய திண்ணையும் குறடும் ஆளோடியுமாக ஏழெட்டு வீடுகள், மொத்த மண்டிகள் போல கணக்குப் பிள்ளைகளும் வாசலில் லாரிகளுமாக நான்கு பெரிய மளிகைக் கடைகள், இரண்டு டாக்டர்களின் பெயர் சட்டம் தொங்கும் வாசல்கள், இரண்டு இங்கிலீஷ் மருந்து கடைகள் – மூன்று நகைக் கடைகள் – இத்தனையும் கண்ணில் பட்டுவிட்டன. கண்ணாடிப் பாட்டி சொன்ன மாதிரி குக்கிராமம் இல்லை. அவனே நினைத்தது போல, அப்படி அன்றாடம் காய்ச்சியான ஊர் இல்லை. நடமாடுகிற ஜனங்கள், வீட்டுச் சுவர்கள், ஜன்னல்கள், கடைகளில் நிற்கிற கிராமத்து மக்கள் சட்டை, வேட்டிகள், புடவைகள் – இத்தனையையும் பார்த்துக் கொண்டே போனான். களையான ஊராகப் பட்டது. சுற்றியுள்ள கிராமங்களும் சோற்றுக்குத் தாளம் போடாத களையான கிராமங்களாக இருக்கலாம்.

கடைத் தெரு நாற்சந்தியில் வலப்பக்கம் திரும்பி விசாரித்துக் கொண்டே போனான். கடைத் தெரு அங்கும் சிறிது தூரம் வரை நாலைந்து ஜவுளிக் கடைகளும் சின்ன மளிகையும் ஷாப்புக் கடைகளுமாகத் திரும்பியிருந்தது. மறுபடியும் ஒரு டாக்டர் வீடு – ஒரு கோயில் – ஒரு முக்கிலிருந்து செக்கு முனகுகிற ஓசை – தேர் முட்டி – கடந்து போனான். விசாரித்தான்.

'அதோ நந்தி மண்டபம் இருக்கே – அதுக்கு இந்தாண்ட வீடு – நீளமா வெள்ளையடிச்சிருக்கு பாருங்க. வாசல்லெ குட்டை – நெட்டையாக தென்ன மரம் தெரியுதுங்களே–'

மனசுக்குள் ஒரு பரப்புடன் நடந்தான் காமேச்வரன். தெரு நல்ல அகலம். இரண்டு சாரி வீடுகளுக்கும் முன்னால் தென்னை மரங்கள் – பன்னிர்ப்பூ பவழமல்லி மரங்கள். பெரும்பாலும் மேலும் கீழுமாக இரட்டைத் திண்ணைகள் கொண்டு பெரிய வீடுகள். நடுநடுவே ஆங்காங்கு சிறிய வீடுகள் – பெரியவர்களுக்கு நடுவில் குழந்தைகள் திணிந்திருப்பதுபோல.

ஒரு பெரிய வீட்டு மேல் திண்ணை மீது ஏழெட்டு பேர் வளைய அமர்ந்து சீட்டாடிக் கொண்டிருந்தார்கள். தூணோரமாக இருந்த ஒரு மொட்டைத் தலையர் சற்று முகத்தை வெளியே நீட்டி மூக்கில் விரல் வைக்காமலேயே மூச்சின் பலத்தாலேயே மூக்கு சிந்துவதைப் பார்த்தான் காமேச்வரன் – பொடி போடுகிறவர் போலிருந்தது. திண்ணைப் பக்கத்தில் வாசல் நிலை மீது சங்கு சக்கரம் என்று வைஷ்ணவச் சின்னங்கள் வரைந்திருந்தன. புதிய இடத்தில் காமேச்வரனின் புலன்கள் கூர்ந்து ஒன்று விடாமல் பார்த்தும் நகர்ந்தும் கேட்டுக்கொண்டிருந்தன. எதிரே மூன்று நான்கு பெண்கள் குடத்துடன் வந்துகொண்டிருந்தனர் – ஆற்றங்கரைக்குப் போலும்.

ஒரு சின்ன வீட்டு வாசலில் கம்பியடித்திருந்தது. வாசலிலுள்ள தென்னை மரத்தடியில் சிறிய அரை வண்டி அவிழ்த்துப் போடப் பட்டிருந்தது. பக்கத்தில் ஒரு சிறிய காளை. கம்பிக்குள் இருந்த தாழ்வாரத்தில் ஒரு சாயபுப் பையனுக்கு ஒரு பெரியவர் ட்யூஷன் சொல்லிக் கொடுப்பது போலிருந்தது.

ஏதோ ஒரு இனம் தெரியாத களை, கலகலப்பு தெருவில் விரவியிருப்பதுபோல் தோன்றிற்று. வெயில் வெள்ளையாக முற்றிக்கொண்டிருந்த நேரம் காமேச்வரன் கடிகாரத்தைப் பார்த்தான். மணி எட்டே முக்கால். பல வீட்டுத் திண்ணைகளில் பையன்கள் மும்முரமாகப் படித்துக்கொண்டிருந்தார்கள் . . . சனிக்கிழமை பள்ளிக்கூடத்துக்கு விடுப்பு.

நீல வெள்ளையடித்த வீடு வந்துவிட்டது. வராந்தா முழுவதும் அடைத்து கம்பிக்கிராதி. கம்பிக் கதவுக்கு முன்னால் வாசலில் இருபக்கமும் சற்றுத்தள்ளி இரண்டு சிறிய தென்னை மரங்கள், மரங்களா கன்றுகளா – சொல்ல முடியவில்லை. ஒன்றரை ஆள் உயரம்தான். ஆனால் நல்ல மஞ்சளாகத் தேங்காய் குலை குலையாகக் காய்த்திருந்தது. யாழ்ப்பாணத்து மரமா, அதிராமப் பட்டணத்து மரமா என்று கேட்டுக்கொண்டே, தாழ்வாரத்துக்குள் ஏறினான் காமேச்வரன். தாழ்வாரத்தில் ஒரு சிமிண்டு திண்ணை. குளுகுளுவென்றிருந்தது வாசல் கதவு மூடியிருந்தது. கதவில் ஏகப்பட்ட செதுக்கு வேலை – பளபளவென்று குமிழ்கள் – தங்கம் போல மஞ்சள் தாழ்ப்பாள்.

தட்டினான்.

இரண்டு மூன்று தடவை.

“வந்துட்டேன்” என்ற உள்ளே தூரத்துக்குரல் நாலைந்து கணம். கதவு திறந்தது.

ஒரு பெண். உயரம். பரந்த நெற்றி. குங்குமம். தலை மயிர் பின்னாமல், முடியாமல், நுனி முடிச்சுப் போட்டு முகத்திற்குப் பெரிதாக விளிம்பு கட்டினாற் போலிருந்தது. பெரிய கண்கள்.

"யாரு?"

"ரங்கமணியம்மா இங்கதானே . . ."

"ஆமா – குளிக்கப் போயிருக்கார். ஆத்தங்கரைக்கு. நீங்க . . ."

"நான் கும்மாணத்திலேர்ந்து வரேன். அம்மா யாத்திரை ஸ்பெஷல்லெ வந்திருந்தார் . . ."

"காமேச்வரன்னு . . ."

"நான்தான்."

"வாங்கோ, வாங்கோ" என்று அந்தப் பெண்ணின் புன்னகை, கன்னம், கண், மோவாய், என்று முகம் முழுவதும் பரந்து மலர்ந்தது, அதுவே உடம்பு முழுதும் ஒரு பரபரப்பாக மாறிற்று. மேலாக்கால் தோளை மூடிக் கொண்டாள்.

"அம்மா உங்களைப் பத்தித்தான் காலமே கூட பேசிண்டிருந்தார் –" என்று அவன் செருப்பை இடை கழியில் கழற்றிப் பின்தொடரும்போது சொல்லிக்கொண்டே நகர்ந்தாள் அவள். இடைகழியில் நிலையைக் கடந்ததும், முற்றத்து ஓரமாகப் பெஞ்சைக் காட்டி உட்காரச் சொன்னாள்.

"பரவால்லெ" என்று நின்றான் அவன்.

"உட்காருங்கோ . . . அம்மா இப்ப வந்துடுவர் . . ."

"நீங்க?"

"எங்க மாமியார் அவர். காபி சாப்பிட்டார். அவருக்கும் பலகாரம் பண்ணிப் போட்டுட்டு, ஆத்தங்கரைக்குக் குளிக்கப் போனார் . . . கடை எட்டு மணிக்கே திறந்துடுவா . . . நீங்க பஸ்ஸிலே வந்தேளா ரயில்லியா?"

"பஸ்ஸிலே."

"சரி சரி, அப்படின்னா பார்த்திருக்க முடியாது கடையை. பஸ்ஸிலே இறங்கி வர வழியிலே இல்லெ. கடைத் தெருவிலே வலது பக்கம் திரும்பியிருப்பேள் இங்க வரதுக்கு. இடது பக்கம் திரும்பி கொஞ்சம் போனா அங்கதான் இருக்கு கடை. அதுதான் ஸ்டேஷன் ரோடு. ரயில்லெ இறங்கி வந்தா பார்த்திருக்கலாம் . . ." என்று நீண்ட கூடத்தைக் கடந்து சமையலறைக்குள் போனாள். ஒரு வெண்கலச் செம்பும் டம்ளருமாகத் தண்ணீருடன் வந்தாள்.

“அம்மா உங்களைப் பத்தித் தினமும் ரண்டு மூணு தடவை யாவது சொல்லாம இருக்கமாட்டார் ...” என்று செம்பையும் டம்ளரையும் பெஞ்சின்மீது வைத்துவிட்டு, இதோ வந்துட்டேன்” என்று மீண்டும் அடுக்களைப்பக்கம் நகர்ந்தாள்.

‘இப்ப ஒண்ணும் வாண்டாம்மா. காபி பலகாரம் எல்லாம் ஆயிட்டுது. அப்பறம்தான் பஸ் ஏறினேன்.”

“பரவால்லெ பஸ் ஸ்டாண்டிலேர்ந்து நடந்து வந்திருக்கேளே. காபி மருந்து தானே” என்று உள்ளே போய்விட்டாள்.

அவள் கேட்கமாட்டாள் போலிருந்தது. காமேச்வரன் வற்புறுத்தவில்லை. தனியாக அவளோடு பேசிக்கொண்டிருக்கவும் கூச்சம். போகட்டும் என்று விட்டுவிட்டான். கூடத்தை, வீட்டை, சுவர்களை, முற்றத்தை – எங்கும் பார்வையைச் செலுத்தினான். வீட்டில் ஒரு குளிர்ச்சி, வெளியே வெள்ளையாகக் காய்கிற வெயிலின் வெப்பமே படாத ஒரு குளிர்ச்சி. வழவழவென்று கூடம் தாவாரம் எல்லாம் சிவப்பு சிமெண்டு. கூடத்தையும் தாழ்வாரத்தையும் பிரிக்கிற கூடத்தில் நான்கு தேக்குத் தூண்கள். கூடத்துக்கு மேல் ஒட்டுப் போட்டிருந்தது. மாடி. அங்கு அறைகள் இருப்பது போலிருந்தது. இடைகழி நிலைக்கு இந்தப் பக்கம் மாடிப்படி மாடியும் பிறகு சார்ப்பும் இருந்ததால். முற்றம் அகலமின்றி குறுகியிருந்தது. முற்றத்துக்கு மேலே கம்பிக்கிராதி. முற்றத்தின் ஓரத்தில் ஒரு ஜாதிக் கொடி கிளம்பி மேலே கம்பி மீது படர்ந்திருந்தது.

கூடச்சுவர் முழுதும் படம். வழக்கமாகப் பார்க்கிற ரவி வர்மாவின் லக்ஷ்மி, ஸரஸ்வதி, ஊஞ்சலாடுகிற மேனகை – இரண்டு பெரிது பண்ணப்பட்ட கிழவர் கிழவியின் படங்கள் ... பாட்டனோ, பாட்டியோ – இவற்றைத் தவிர மதுரை, குருவாயூர், ராமேச்வரம் என்று ஸ்தலப்படங்கள். ரங்கமணி அம்மாளின் யாத்திரைச் சேர்க்கைகளாக இருக்கலாம், முற்றத்து ஒரு ஓரமாகச் சுவரை ஒட்டி ஒரு உயரத்தில் புதைத்த சந்தனக்கல்.

வசதி உள்ள வீட்டுக் களையின் அம்சங்கள் அத்தனையும் இருந்தன.

காமேச்வரன் எழுந்து கூடத்து ஸ்தலப் படங்களை ஒரு தடவை அருகில் போய்ப் பார்த்துவிட்டு மீண்டும் வந்து உட்கார்ந்து கொண்டான். உட்காரும்போது ஒரு சந்தேகம் – பரிசாரகனாக வேலை செய்யப் போகிற இடம் – இப்படி உட்கார முடியுமா இனிமேல்? இந்தப் பெண்ணின் முன்பு கூட இப்படி பெஞ்சு மீது உட்கார்ந்து பேச முடியுமா? ...

அந்தப் பெண்ணே வந்துவிட்டாள். ஒரு கையில் டவரா டம்ளர் - இன்னொரு கையில் தட்டு.

காமேச்வரனுக்கு மீண்டும் கூச்சம் படர்ந்தது. "எல்லாம் ஆயிடுத்துன்னேனே," என்று தரையைப் பார்த்தான்.

"பரவால்லெ."

அவளோடு வாதம் பண்ண சங்கோசப்பட்டுக் கொண்டு தட்டிலிருந்த ரவா லட்டுவையும் தேன் குழலையும் வாயில் போட்டு நாகரீகமாக வேகமாக மென்று, காப்பியைக் குடிக்கத் தொடங்கினான். அவ்வப்போது அவளைத் திரும்பிப் பார்த்தான். சின்ன உருவம் இல்லை, சராசரிக்கு மேல்பட்ட உயரம். அதற்குத் தகுந்த வளர்த்தி, மடிசார்க்கட்டு, நுனி முடிச்சு, பின்புறம் இடைக்குக் கீழே இருந்தது. சங்கோசமில்லாமல் பேசினாள். புதிதாக யாரோடோ பேசுகிற தயக்கம், மென்று விழுங்கல், வேணும் என்றே தருவித்துக்கொள்கிற நாணம் ஏதுமில்லை. எதோ நன்றாகப் பழகிவிட்டது போன்ற தயக்கமின்மையைப் பார்க்கும்போது, ரங்கமணி அம்மாள் அவனைப் பற்றித் தினந்தோறும் பேசியிருக்கவேண்டும் என்றுதான் தோன்றிற்று.

"அம்மா, உங்க குருவாமே, அவரைப் பத்தியும் நீங்க சொன்ன தெல்லாம் சொல்லுவர். வரேன் வரேன்னு சொன்னான். ஆனா எங்க வரப்போறான்? இப்படியெல்லாம் ஒரு இடத்திலே கட்டிப் போட்டுக்கற ஆசாமி இல்லென்னு சொல்லிண்டிருந்தார்.-"

"என்னது!" என்றான் காமேச்வரன்.

"ஆமா, நீங்க வருவேள்னு அவருக்கு நம்பிக்கையில்லெ. நான் கூட நீங்க வருவேள்னு நெனைக்கல்லெ. அம்மா சொன்னார், அவன் எங்கடி வரப்போறான். நாயுடு இன்னொரு ஸ்பெஷல் ஆரமிச்சிருப்பன்னு முந்தாநா ராத்திரி சொல்லியிருந்தார்-"

"நேத்திக்கு ராத்திரிதான் நாய்டு வந்தார் - முந்தாநாள் இல்லெ-"

"அழச்சிண்டு போறதுக்கா?"

"கூப்பிடறதுக்கு. யோசிச்சு சொல்றேன்னு சொல்லி அனுப்பிச்சிருக்கேன் ... அந்தண்டை போனதுமே இங்க வரதுன்னு தீர்மானம் பண்ணிண்டு காலமே எழுந்து பஸ்ஸிலே கிளம்பி வந்தேன்."

"நல்ல வேளை" என்றாள் அவள்.

கூச்சத்தில் குறுகினான் காமேச்வரன். பாத்திரங்களை உள்ளே எடுத்துக்கொண்டு போனாள் அந்தப் பெண்.

இடைகழியில் காலடி கேட்டது. இடுப்பில் தண்ணீர் குடமும் ஈரப்புடவையுமாக ரங்கமணி இடைகழி நிலையைக் கடந்தாள்.

"நமஸ்காரம்" என்று எழுந்து நின்றான் காமேச்வரன்.

"அட!" என்று அவனைப் பார்த்துவிட்டு நின்றாள் ரங்கமணி. கண் அகல 'எப்ப வந்தே?' என்று நின்றாள். உடல் கொள்ளாத வியப்பு–

காமேச்வரனுக்கு அன்று பத்ரிநாத்தில் ஒரு கணம் ஆட்டி வைத்த படபடப்பை மீண்டும் பார்ப்பது போலிருந்தது.

4

"நீ வரமாட்டேன்னே நினைச்சுண்டிருந்தேன்" என்று ரங்கமணி அவனை ஏற இறங்க கண்ணால் விழுங்கினாள்.

"வந்தாச்சு. சின்னம்மா கையாலெ தீர்த்தம், பக்ஷணம் காபி—எல்லாம் சாப்பிட்டாச்சு. போருமா?"

"சின்னம்மாவா? என்ன. வாசப்படி நுழையறதுக் குள்ள பரிசாரகப் பேச்சு வந்துடுத்து! நீ இந்தாத்துப் புள்ளே, நான் பெரியம்மா இல்லெ. அவ சின்னம்மா இல்லெ."

"சரிம்மா – நீங்க ஈரப் புடவையோட பேசிண்டு நிக்கறேளே – நான் இங்கதான் இருக்கப் போறேன். நீங்க வேற கட்டிண்டு வாங்கோ, நான் எங்கியும் போயிடலெ –"

"அப்படிச் சொல்லு. பங்கஜம், நீ போயி இன்னொரு டம்ளர் காப்பி கலந்துண்டு வந்து கொடு – இப்படிச் சொன்ன வாய்க்கு. நிறைய சர்க்கரை போட்டுண்டு வா."

"வாண்டாம் வாண்டாம் வாண்டாம்."

மருமகள் அவன் கத்தலைச் சட்டை செய்யா மல் உள்ளே விரைந்தாள். ரங்கமணி கூடத்து மூலையில் சாத்தியிருந்த கம்பால் மேலே கொடியில் உலர்த்தியிருந்த புடவையைத் தள்ளி எடுத்துக் கொண்டு, அடுக்களைக்குள் புகுந்தாள்.

காமேச்வரனுக்கு உடலுக்குள் ஒரு பூரிப்பு ஊர்ந்து கிளம்புவது போலிருந்தது.

"இவர்களுக்கு மனிதர்களே கிடையாதா? வேறு உறவு ஒட்டு. ஒன்றும் கிடையாதா? நமக்காகத்

தவம் கிடந்தாற்போலல்லவா பரந்து போகிறார்கள்! . . . இவள் பெரியம்மா இல்லை. அவள் சின்னம்மா இல்லை . . . நானும் இந்த வீட்டுப் பிள்ளை—இப்படி யாரும் அவனுக்காகப் பரந்ததில்லை. காணாதது கண்டுவிட்ட கூத்து ஆடினதில்லை. வத்ஸன் பார்வை ஒன்றுதான் உலகத்தில் அவனுக்கு எல்லாமாக இருந்தது. அவனைப் பார்க்கும்போது வத்ஸன் கண்ணில் என்னென்னவோ பொங்கும். அதில் தாயின் கண், தகப்பனின் கண், சகோதரனின் கண், சகோதரியின் கண் எல்லாம் தெரியும். அவருக்கு வேறு 'யாருமே, எதுவுமே இல்லாதது போல, பாசத்தைக் கொட்டும் கண். இப்போது அந்தக் கண் இந்த வீட்டுக்குள் வந்துவிட்டாற்போல், அவனுக்கு முதுகு சொடக்கிட்டது. வத்ஸன் அவனை எப்போதாவது கடிந்து கொள்ளும் சமயங்களில் கூட, அது பெற்றெடுத்தவள் கண் போல உரிமையோடு ஜொலிக்கும். கிணற்றடியில் ஒரு நாள் வழுக்கி விழுந்து அவன் கால் மெருகிக்கொண்டபோது, மூன்று நாள் அவனை எழுந்திருக்க வொட்டாமல் படுக்க வைத்து, மூப்பன் எண்ணெயை வத்ஸன் தடவிவிட்டபோது, அம்மாவை நினைத்துக்கொண்டு அவன் விம்மி வழியவிட்ட கண்ணீர் — இப்போது அந்தக் கை அவனை மீண்டும் தடவுவது போல் உள்ளே துயரம் நிரம்பிற்று. கண்ணை மூடிக்கொண்டான். விரல்கள் இரு கண்களையும் மூக்குப் பாலத்தையும் பொத்திக் கொண்டன. சிரமப்பட்டு தன்னை அடக்கிக்கொண்டான் . . . நல்லவேளை . . . ரங்கமணி இன்னும் வெளியே வரவில்லை. கண்ணை லேசாக விரலால் வழித்துத் திறந்தபோது ரங்கமணி துணி வேடுகட்டின கூந்தலும் மாற்றுப் புடவையுமாக பூஜை அலமாரிக்குமுன் நின்று விபூதி இட்டுக்கொண்டு நின்றாள்.

"பங்கஜம்—பேச்சுக்குச் சொன்னேன். சர்க்கரையை ரொம்பப் போட்டுடாதே."

"சாதாரணமாத்தாம்மா போட்டிருக்கேன்" என்று சொல்லிக் கொண்டே காப்பியை எடுத்து வந்தாள் மருமகள்.

காமேச்வரன் மீண்டும் கூசிக் குறுகினான்.

ரங்கமணி படிக மாலையை அணிந்துகொண்டே அவனுக்கு முன் உட்கார்ந்தாள். "காப்பியைச் சாப்பிடு."

"இது மூணாவது தடவை—"

"பரவால்லெ. இங்கேதான் இருக்கப் போறேன்னு சொன்னதுக்குத்தான் இது. உன்னைப் பரிசாரகன்னு நெனச்சனூடாதே. நீ சமைக்கக்கூட வாண்டாம். சமைக்கிற மாதிரி பாவனை பண்ணினாப் போரும். நாலு பேருக்கு நான் சொல்லிக்கணுமோல்லியோ! பங்கஜம் நான் ரண்டு பேரும் கூட நின்னு எல்லாத்தியும் செய்யறோம். உன் கையாலெ நாங்க

சாப்பிடணும். நீ இந்தாத்திலெ உட்கார்ந்துண்டு ஜபம் பண்ணு. அம்பாளுக்குப் பூஜை பண்ணு. நிவேதனம் பண்ணு. உன் கையாலெ பரிமாறு. இந்த வம்சத்திலெ எத்தனை தலைமுறைக்கு முன்னாலெ எந்தக் கரிக்கை சமைச்சுப் போட்டுதோ. யார் அது கையாலெ சாப்பிட்டாளோ – வர நாட்டுப் பொண்கள் வயத்திலெ ஒரு பூச்சி விழமாட்டேங்கறது. இந்த மாதிரி ஒரு ஆத்மா வந்து இங்க நடமாடித்துன்னா, முத்துசாமி சொன்னப்பல, நீளமா விழுந்திருக்கற நிழல்லாம் ஓடிப் போயிடும். நீ பாட்டுக்கு இரு. உன் இஷ்டம் போல பூஜை பண்ணு. தாட்டு பூட்டுனு சமையல்லெ இறங்க வாண்டாம். உனக்கு ஐந்நூறு ஆயிரம் பேருக்குன்னு சமைச்சுப் பழக்கம். இந்த சின்ன சமையலுக்கெல்லாம் கைவராது –"

"எல்லாத்தையும் நீங்களே சொல்லிவிட்டா–?" என்று குறுக்கிட்டான் காமேச்வரன்.

ரங்கமணி நாணத்துடன் புடவைத் தலைப்பால் வாயை மறைத்துக்கொள்வது போல, சிரித்தாள்.

"நானாச் சொல்லலெ. இதே சாரியிலெ கீழண்டக் கோடி வீட்டுக்கு இந்தண்டை வீட்டுலெ, ஒண்டுக் குடியா நாலஞ்சு குடியிருக்கு. அங்க சாமா சாமான்னு ஒரு பெரிய பரிசாரகன் இருக்கான். கலியாணம் சமாராதனைக் கெல்லாம் சமைக்கிறவன். அவள் பெண்டாட்டிக்கு 'நாள்' வந்துடும். அப்ப அவன்தான் அவளுக்கும் ஒரு சின்னப் புள்ளைக்குமா சமைச்சுப் போடுவனாம். வத்தக் குழம்பிலெ கல உப்பு, ரசம் புளி வழியும், கறி அரைவேகல் – இப்படி பண்ணிப் போடுவனாம்; அவன் பெண்டாட்டி சிரிச்சிண்டே சொல்லுவ. 'சகஸ்ர போசனம் பண்ற கையி. ரண்டரை டிக்கட்டுக்குச் சமைன்னா என்ன பண்ணும்? துணி தைக்கிற ஊசியிலே தாம்புக் கயிற்றை நுழைக்கச் சொன்னப்பல தவிக்கிறது'ன்னு சிரிப்பு."

காமேச்வரன் சிரித்தான். "கவலைப்பட வாண்டாம். எனக்கு ரண்டு சமையலும் தெரியும். எட்டு ஒன்பது வயஸ்லேர்ந்து சமைக்கிறேன். எங்கப்பாவுக்குச் சமைச்சுப் போட்டேன். எங்க வத்ஸனா அண்ணாவுக்குச் சமைச்சிருக்கேன். யாத்ரா ஸ்பெஷலுக்கும் சமைச்சிருக்கேன்."

"சரி, சமைச்சுப் போடு, வாண்டான்னு சொல்லலெ. ஆனா, நீ அதைக்கூட செய்ய வாண்டாம், உன் கையாலெ நிவேதனம் பண்ணி, உன் கையாலெ பரிமாறினாப் போதும்னு சொல்றேன்."

ரங்கமணி அழுத்தம் திருத்தமாகச் சொன்னாள். இதை பிள்ளை என்ற தத்துப் பிள்ளையிடமும் இதைப் பற்றி விவரமாகச்

சொல்லித் தயார் செய்திருக்க வேண்டும் என்று அவன் பகல் சாப்பாட்டுக்கு வீட்டுக்கு வந்தபோது தெரிந்தது,

அப்போது உச்சி வேளை கடந்த சமயம். யாத்திரை ஸ்பெஷல், நாயுடு, ஸ்பெஷலில் வருகிற யாத்ரீகர்கள், அவர்களுடைய ஆசைகள், தான் பார்த்த ஊர்கள் – என்று ஒவ்வொன்றாக காமேச்வரன் சொல்லிக்கொண்டிருந்தபோது "துரை வந்துட்டான்" என்று ரங்கமணி பேச்சிடையே இடைகழியைப் பார்த்தாள்.

துரை இடைகழியைக் கடந்து செருப்பைக் கழற்றிவிட்டுக் கூடத்தைப் பார்த்தான்.

காமேச்வரன் எழுந்து நின்றான்.

"துரை யார் தெரியறதா?" என்றாள் ரங்கமணி.

"நமஸ்காரம்" என்றான் காமேச்வரன்.

துரை நன்றாகப் பார்த்தான் அவனை. "தெரியலே."

"காமேச்வரன்."

"அப்படியா? . . . எப்ப வந்தாப்பல?" என்று விசாரிக்கத் தொடங்கினான்.

துரை ரங்கமணியைப் போல பரக்கவில்லை. காமேச்வரனை விட ஒரு பிடி உயரம். காமேச்வரன் வழக்கம் போல அவன் ஆகிருதி முழுவதையும் ஒரு தடவை பார்த்தான், முதுகில் சிறிது வளைவு – உயரத்தினாலோ, கடையில் எப்போதும் உட்கார்ந் திருப்பதாலோ. புன்சிரிப்பு சிரித்தால் கூட பற்கள் எல்லாம் தெரிவது போல வாய் உதடுகள் அமைப்பு. தலையில் கட்டை மயிர். எண்ணெய் தாராளமாகப் போட்டு இழைய வாரின கிராப்பு, காதில் பலச்சைக் கடுக்கன். நெற்றியில் சாந்துப் பொட்டு. காலர் இல்லாத வெள்ளை அரைக்கைச் சட்டை. தோளில் துண்டு. ஒரு கையில் பெரிதும் சிறிதுமான சாவிகளின் கொத்து.

அவனுக்குப் பசி. அதிகமாகப் பேசவில்லை. கைகால் அலம்பி. காமேச்வரனையும் கூட உட்கார்த்திவைத்தே சாப்பிட்டான். அவசரமாகச் சாப்பிடுகிற ரகம். கையலம்பியதும் மனைவி கொண்டு வைத்த தட்டிலிருந்து வெற்றிலை போட்டுக் கொண்டான். ஒன்றும் பேசவில்லை. எதிர் அறையில் போய்ப் படுத்துக்கொண்டான். ரங்கமணியைக் கூப்பிட்டான். அவள் போனாள். கூட மருமகளும் போனாள். சின்னக் குரலில் ஏதோ பேசிக்கொண்டிருந்தார்கள்.

காமேச்வரன் வாசல்பக்கம் சென்று கிராதி போட்ட தாவாரம் போலவும் திண்ணை போலவும் இருந்த – முகப்பில் சிமண்டுத்

திண்ணை மீது உட்கார்ந்து கொண்டான். வழவழவென்று சிமிண்டின் தண்மை இதமாயிருந்தது. இந்தத் தாவாரந்தான் இனி அவனுக்கு, படுக்கை அறையாக, உட்கார்கிற அறையாக. ஓய்வு எடுக்கிற அறையாக இருக்கும் போலிருக்கிறது. தெரு மிக அகலம். எதிர் வீடுகள் அப்படியே முழுதும் தெரியவில்லை. கிராதிக்கப்பால் வாசலுக்கு இரண்டு பக்கமும் வளர்ந்து காய்த்திருந்த குட்டைத் தென்னை மரங்களின் ஓலை, மட்டைகளூடே அரையும் குறையுமாகத் தெரிந்தன. சற்று வலப்பக்கமாகப் பார்த்தால், ஒரு மண்டபம் அதற்குள் பெரிய நந்தி – சுதை நந்தி. அந்த நந்தி கோயிலுக்குள் இருக்கும் சிவலிங்கத்தைப் பார்த்துத் தவம் இருந்தது. காமேச்வரன் எழுந்து கிராதியண்டை நின்று பார்த்தான். மூன்று பரதேசிகள் மொட்டைத் தலையும் கொட்டை கட்டின கழுத்துமாக நந்தியின் கால்மீது சாய்ந்த வெயிலைப் பற்றிப் பேசிக்கொள்வது கேட்டது. அதே போல, இந்த வீட்டு வாசலுக்கு நடுவில் இரு தென்னைகளுக்குமிடையே ஒரு நாய் நாக்கை நீட்டி, முன்னங்காலை நீட்டி அயர்ந்து வீட்டுக்குள்ளே பார்த்துக்கொண்டிருந்தது. பசியோ, தாகமோ.

“இங்க இருக்கியா? சித்தெ வாயேன்” என்று ரங்கமணி நிலைக்கப்பால் நின்று அழைத்தாள். “துரை கூப்பிட்டான்.”

காமேச்வரன் உள்ளே போய் துரையின் அறைக்குள் நுழைந்தான். துரைக்கு உண்ட களைப்பு. அகலக் கட்டிலில் படுத்திருந்தான்.

“உட்காருங்கோ” என்று ஒரு ஸ்டூலைக் காட்டினான்.

“அம்மா நிறையச் சொன்னா உங்களைப் பத்தி. இங்க வந்து இருக்கிறதாக முடிவு பண்ணிட்டேளா?... உங்க சௌகர்யம் எப்படிங்கறதுக்காகக் கேட்டேன்.”

“இருக்கிறதாகத்தான் வந்திருக்கேன்.”

“அதான் கேட்டுண்டேன். உங்களுக்கு தேசம், தேசமாச் சுத்திப்பழக்கம். ஒரு வீட்டிலெ அடைபட்டுண்டு இருக்கறதுக்கு முடியுமாங்கறதுக்காக கேட்டுண்டேன்: அம்மா கசால் உள்ளைப் பத்திக் கூட கவலைப்படலெ. நீங்க ஜபம் பூஜைன்னு நிறைய பண்ணுவேளாம். ரேழி உள்ள உங்களுக்கு ஒழிச்சு தந்துடறேன். அங்கே இருக்கலாம் நீங்க. இருந்து பாருங்கோ. ரண்டு மூணு மாசம் ஆச்சுன்னாத்தான் தெரியும் உங்களுக்கும். தொடர்ந்து இருக்கறதா இல்லையான்னு. உங்களுக்கு சாமான் கீமான் இருக்கோ கொண்டு வரதுக்கு.”

“எனக்கென்ன சாமான். ஜாரிணி இருக்கு நாலஞ்சு. நாப்பது அம்பது புஸ்தகம் இருக்கு. ஒரு பொட்டி படுக்கை அவ்வளவுதான். பூஜை பெட்டி கையிலேயே இருக்கு எடுத்துண்டு வந்திருக்கேன்–”

“அப்படின்னா உங்க புஸ்தகம் பொட்டி யெல்லாம் ஒரு வாரம் கழிச்சுக் கொண்டாங்களேன். நாளன்னிக்கு பௌர்ணமி பூஜையைப் பண்ணிட்டு, அப்பறம் போய் எடுத்துண்டு வந்தாப் போச்சு.”

“சரி.”

“உங்களுக்கு செலவு ஒண்ணும் இருக்காது, துணி முதக் கொண்டு வாங்கிக்கலாம். ஆனா ...”

“சம்பளத்தைப் பத்திப் பேசறேளா? நான் அதுக்காக வல்லெ. உங்க தாயார் எல்லாம் சொல்லியிருப்பார்னு நினைக்கிறேன்–”

“சரி சரி, பேசலெ. அதுக்குத்தான் கூப்பிட்டேன். நீங்க போய் கொஞ்சம் ரெஸ்ட் எடுத்துக்குங்க. வெயில் அசத்தறது.”

காமேச்வரன் எழுந்து மீண்டும் வாசல் தாவாரத்திற்கு வந்தான். சிமண்டுத் திண்ணை மீது மேல் துண்டை விரித்துப் படுத்தான்.

துரை படுத்தபடியேதான் இந்தக் கொஞ்சத்தையும் பேசினான். எஜமானன் மாதிரியும் இருந்தது. அம்மா சொன்னதற் காக கொஞ்சம் சிநேகமும் தொனித்தது அந்தத் தோரணையில்,

கிராதிக்குள் தன்னைப் பார்த்துக்கொண்டபோது சிறிது கட்டிப் போட்டாற் போல்தான் இருந்தது அவனுக்கு. இத்தனை நாளாக யாரும் அவனைக் கட்டிப் போடவில்லை ஒரு வீட்டோடு. ரயிலில் பயணங்கள்; ப்ளாட்பாரங்களில் நூற்றுக்கணக்கான பேர்களை வைத்துச் சாப்பாடு போடுவது – ரயிலுக்குள்ளும் தங்கும் சத்திரங்களிலும் பத்துப் பதினைத்து சிறார்களை வைத்து மேய்ப்பது, சமையலுக்குத் திட்டம் கொடுத்து மேற்பார்வை பார்ப்பது – நாயுடுவே தான் எசமானனா, அவன் எசமானனா என்ற சந்தேகத்தில் குழைவதும் தோளில் கைபோடுவதுமாகப் பழகின பழக்கம் – “நாலு வருஷம் போனா நீரே ஸ்பெஷல் ஓட்ட ஆரம்பிக்கலாம்” என்று அவர் ரயில்வே அதிகாரிகளைப் பார்க்க கூட அழைத்துப் போவது – அணுக்கமாக இருந்து தம்புரான் ஆகப்பழக்குவது போல. இப்படி தனிக் காட்டு ராஜாவாக இருந்துவிட்டு, இப்போது இந்தக் கிராதிக்குள் ஏன் படுத்திருக்கிறோம்? யார் இவர்கள்? எது இங்கே இழுத்துக் கொண்டு வந்தது? ரங்கமணியின் சோகமா? ரங்கமணி கொடுத்த தாய்மைக் குரலா?

மீண்டும் வத்ஸன் நினைவு.

அவனுக்கு பகலில் தூங்கிப் பழக்கம் இல்லை. சிமிண்டு திண்டில் சாய்ந்தவாறு கைரண்டையும் தலைக்குப்பின் கோத்து, மனதிற்குள் மந்திர ஜபம் செய்யத் தொடங்கினான்.

வெயில் தணிந்ததும் ஊரைச் சுற்றிப் பார்க்க வேண்டும்.

நாய் வீட்டுக்குள் பார்க்காமல் இப்போது காலிடையே முகத்தை வைத்து தூங்கிக்கொண்டிருந்தது.

செருப்புச் சத்தம்.

துரை வெளியே வந்தான்.

"அம்மா சொன்னா. இன்னிக்கு சனிக்கிழமை. நீங்க ஒண்ணும் பண்ண வாண்டாம்னு. சாயங்காலமா பூஜை கீஜை பண்றதுன்னா பண்ணுங்கோ, நான் வரேன். கடைக்கு நாழியாச்சு... வெயில் தணிஞ்சப்புறம் கடைப்பக்கம் வாங்களேன்..."

"சரி."

கிராதிக் கதவு திறக்கிற ஓசை கேட்டு, நாய் திடுக்கிட்டு எழுந்து, துரையை நிமிர்ந்து பார்த்து ஒரு தடவை வாலாட்டி விட்டு தென்னையடியில் படுத்துக் கொண்டது.

காமேச்வரன் மீண்டும் வந்து சிமிண்டுச் சாய்வுமீது சாய்ந்தான்.

தென்றல் போல ஜில்லென்று ஒரு காற்று வீசிற்று. இரண்டு மூன்று வீச்சு வீசிவிட்டு நின்றுவிட்டது.

ரங்கமணியின் மருமகள் ஒரு டவரா டம்ளரைக் கொண்டு சிமிண்டுத் திண்ணை மீது வைத்தாள்.

"என்னது?"

"காபி."

"காபி சாப்பிடறதைத் தவிர வேறு வேலையை இருக்காது போலிருக்கே இங்கே."

அவள் முகத்தில் வெட்கம் படர்ந்தது.

"அவர் சாப்பிட்டாரா?"

"மத்தியான தூக்கம் கூட காப்பி ஆத்தற ஓசை கேட்டுத்தான் கலையும் அவருக்கு."

"அம்மா?"

"தூங்கறார்" என்று சொல்லிவிட்டு உள்ளே போனாள் பங்கஜாட்சி.

அவள் முகம், வத்ஸன் முகம். வத்ஸன் பூர்ண நிலவைப் பகுத்திருந்தது – ஒவ்வொன்றாக அவன் கண்முன் வந்தது.

"தருமம் தலையைக் காக்கும் ராமாரி" – காமேச்வரனின் முகம் சிணுங்கிற்று – சை!

5

காபியைக் குடித்து, டம்ளரை உள்ளே போய் பெஞ்சுமீது வைத்துவிட்டு மீண்டும் வாசல் தாவாரத்திற்கு வந்து படுத்தான் காமேச்வரன்.

கூடத்து ஊஞ்சலில் ரங்கமணி படுத்து உறங்கிக் கொண்டிருந்தாள். சற்றைக்கொரு தரம் ஊஞ்சல் ஆடுவது கேட்கும். எண்ணெய் வரண்ட மேல் கொக்கி ஒரே குரலில் சற்று ஊதும். மீண்டும் ஓயும். ஊசல் நிற்க நிற்க, கண் திறந்த ரங்கமணி உத்தரத்தில் கட்டித் தொங்குகிற கயிற்றைப் பிடித்து ஒரு முறை ஊஞ்சலை ஆட்டிக்கொள்கிறாள் போலிருக்கிறது.

இப்போது வாசல் தென்னையின் ஓலைகள் சலசலத்தன. காற்று சற்று குளிர்ச்சியாக நின்று வீசிற்று. காப்பி கூட தடுக்காத ஒரு சிறு தூக்கம் வரும் போலிருந்தது. கண்ணை மூடினான். மூச்சு போவதையும் வருவதையும் பார்த்துக்கொண்டே யிருந்தான். மூச்சோடு மூச்சாக நினைவும் லயித்து விட்டது. தூங்கியே விட்டான்.

கண் திறந்தபோது வெயிலின் வெள்ளை குறைந்திருந்தது. பரபரவென்று எழுந்தான். கொல்லை நோக்கி முற்றத்தில் இறங்கி நடந்தான் – இன்னும் ரங்கமணி தூங்கிக்கொண்டிருந்தாள். கிணற்றங் கரைக்குப் போய் வாளியை விட்டுத் தண்ணீர் இழுத்து முகத்தைக் கழுவிக் கொப்பளித்தான். தண்ணீர் கரித்தது. கடுப்பு சேர்ந்த கரிப்பு. பெரிய அதிசயம் நடந்தாற் போல அவனுக்கு வியப்பு. கிளி கொஞ்சுகிற வீடு – புதிதாகக் கட்டினாற் போல ஒரு நருவிசு. வர்ணம் அடித்த ஜன்னல்கள் – ஜன்னல்

கம்பிகளில் சிவப்பு சிமிண்டு – பச்சையடித்த சுவர்கள். கிணறு இருந்த கட்டும் விலாசம் – கருக்கு. கிணற்றுக்குப் பக்கத்தில் சுவரோரமாக மல்லிகைச் செடி – நாலு – துளசிச் செடி – திருநீற்றுப் பச்சை – எல்லாம் ஒரு குட்டைச் சிமண்டுச் சுவருக்குள்ளாக நிரப்பியிருந்த மண்ணில் வளர்ந்திருந்தன. இத்தனை இருந்தும் கிணற்றுத் தண்ணீர் கொப்பளிக்கக் கூட முடியாத கடுப்பு, கரிப்பு. முகத்தைத் துடைத்துக்கொண்டே கொல்லைப் பக்கம் பார்த்தான். ஒரே சோலை. கொல்லைக் கதவு திறந்திருந்தது. இந்த வெயிலில் அடித்துப் போட்ட தூக்கம். கதவைத் திறந்து வைத்துவிட்டுத் தூங்குகிறார்களே என்று அந்த நிலையையும் கடந்து அப்பால் நின்றான். இடது பக்கம் வாழைத் தோட்டம் – நிலைக்கு நேராக நடை பாதை – பாதையில் நடந்தான். நாலைந்து வாழைகள் தார் போட்டு அறுக்கக் காத்திருந்தன. பார்த்துக்கொண்டே நடந்தான். பாதை ஒரு வாய்க்காலில் போய் முடிந்தது. வாய்க்காலில் தண்ணீரின் மந்த ஓட்டம். அப்பால் பெரிய தோட்டம் வாழை, எலுமிச்சை, கொய்யா, துறிஞ்சிகள் – தோட்டம் முழுதும் கொத்திப் போட்டிருந்தது. மதமதவென்று மரங்களுக்கெல்லாம் ஒரு வளர்த்தி. ஒரே நிழல்.

வாய்க்கால் நீரில் ஒரு தெளிவு. இது கடுக்காது. வாய்க்காலில் இறங்கி மீண்டும் முகத்தைக் கழுவிக் கொப்பளித்தான். அசைப்பில் தோட்டத்தின் பக்கம் பார்த்தபோது ஒரு பெண்ணுருவம் வாய்க்காலை நோக்கி வந்துகொண்டிருந்தது. இடது இடையில் ஒரு குடம். அதே கையில் ஒரு தாம்புக் கயிற்றுச் சுருள் – வலது கையில் ஒரு சிறிய குடம். இரண்டிலிருந்தும் தண்ணீர் தளும்பிக் கீழே கீழே தெறித்துக்கொண்டிருந்தது.

ரங்கமணியின் மருமகள்தான்.

அவனைப் பார்த்ததும் அவள் முகத்தில் சிறு நாணம்.

“குடிக்கிற ஜலமா?”

“ஆமா.”

“எங்கேர்ந்து?”

“அதோ தோட்டத்திலே கிணறு இருக்கு. அதுதான் நல்ல ஜலம்,” சொல்லிக்கொண்டே இரண்டு குடங்களையும் ஒவ்வொன் றாகக் கீழே வைத்தாள் அவள். கால் புடவை நனையாமல் சற்று உயர்த்திக்கொண்டாள். நீரில் இறங்கினாள். ஒரு குடத்தை எடுத்து நடந்து இந்தக் கரை மீது வைத்தாள். மீண்டும் நடந்து மறு குடத்தைக் கொண்டு வைத்தாள். கரை ஏறினாள்.

“நான் எடுத்துண்டு வரேனே” என்றான் காமேச்வரன்.

"ரொம்ப நன்னாருக்கே" என்று அவளே குடங்களை முன் போலவே எடுத்துக்கொண்டு நடந்தாள். ஈரக்கால்களின் பளபளப்பையும் வாளிப்பையும் பார்த்துக் கண்ணை வேறு பக்கம் திருப்பிக்கொண்டான் காமேச்வரன்.

"வரபோது கொல்லைக் கதவைத் தாப்பாப் போட்டுண்டு வரணும்" என்று சற்று நின்று திரும்பிச் சொல்லிவிட்டு நடந்தாள் அவள்.

கிராமத்து வீடு போல வீடு நீள் வீச்சு. அதே நீளம் வாழைத் தோட்டமும் நடை பாதையும். அப்புறம் வாய்க்கால் அதைத் தாண்டித் தோட்டம். அதிலும் ஒரு சமநடை. அப்புறம் குடிக்கிற கிணறு. இரண்டு குடம் கனத்தைத் தூக்கிக்கொண்டு இத்தனை தூரமா நடக்க வேண்டும். இப்படி எத்தனை நடை நடக்கிறாள் இந்தப் பெண்! இப்படித் தண்ணீர் தூக்கவே ஒரு மருமகளைப் பிடித்துப் போட்டுக் கொண்டாளா?

மீண்டும் திரும்பிப் பார்த்தான் அவன். கொல்லை நிலையைத் தாண்டி விண்விண்ணென்று நடந்துகொண்டிருந்தது அந்த உருவம். இடையில் அமர்ந்த குடம், அதற்குச் சற்றே சிறியது வலது கையில் தொங்கின குடம்.

காலையிலிருந்து மறுநாள் காலைவரை குடிக்க, சமைக்க எத்தனை குடம் வேண்டும்! எத்தனை நடை நடக்க வேண்டும்! பாத்திரங்களை உப்புத் தண்ணியில் தேய்த்துக் கழுவினாலும் சுத்த ஜலம் போட்டுத்தான் மீண்டும் கழுவ வேண்டும் – உப்புச் சொறி படராமல் இருக்க. இத்தனைக்கும் எத்தனை குடம்! எத்தனை நடை! ஒரு பெண்ணுக்கு இத்தனை பலமா!

லலிதா சகஸ்ரநாமத்தின் பெயர்களைச் சொல்லிப் பார்த்துக் கொண்டான் காமேச்வரன். இடையே இல்லாதது போல ஒடிந்து விழுகிறாற் போல, நிற்கிறாள் லலிதை. பூ உடல். அந்தப் பூ உடல்தான் பண்டாசுரன், மகிஷாசுரன் எல்லோரையும் ஹதம் செய்திருக்கிறது. என்ன இது!

என்ன இது!

என்ன இது!

நேரில் பார்க்கத்தான் கூச்சம்.

இப்போது அவளை நினைவில் நன்றாகப் பார்க்க முடிந்தது.

முகத்தில் வேர்வையின் பளபளப்பு. காத்திரமான உடல் – உயரமும் இடவலமுமாக. இந்த உடம்புக்கும் காத்திரத்திற்கும் மாறாக குழந்தை போன்ற முகம் – முற்றாத முகம்.

யாத்திரை ஸ்பெஷல்களில் எத்தனை பெண்டுகளைப் பார்த்திருக்கிறோம்! சிறிசு, பெரிசு, குழந்தைகள் – குச்சி உடம்பு – பாத்திர மூட்டை உடம்பு – வெடவெட வென்று நெளிகிற உடம்பு – உயிர் போய் விடுகிறாற் போல துவள்கிற உடம்பு –

ஆனால் அத்தனை பேரும் கூட வந்த அத்தனை ஆண்பிள்ளைகளுக்கும் வேட்டி தோய்த்து, கசக்கி, உலர்த்தி, மடித்து வைத்து, தண்ணீர் பிடித்து வந்து, காலைக்கையைப் பிடித்துவிட்டு – ஒரு ஆண் பிள்ளையும் பிரதியாகக் காலைப் பிடித்துவிட மாட்டான்கள்! – பெண்டாட்டிக்கு பஹிரங்கமாகச் செய்யக் கூடாத வெட்கம் – இல்லை – ஆண்மை!...

வாய்க்காலைக் கடந்து கொல்லைக்கு முன் நடந்தான். வீட்டு எஜமானன் துரை அதிர்ஷ்டக்காரன் என்று தோன்றிற்று. மரங்கள் அத்தனை வளம்! மாமரம் காய்ப்பு நின்ற இந்த சமயத்தில் ஒரு மரம் நீள நீளக் காய்களாகக் காய்த்துக் குலுங்கிற்று. பாதிரி மாமரம். மேல் காற்றுப் பருவத்தில், மற்ற வகைகள் ஓய்ந்து போகிற பருவத்தில் காய்க்கிற மரம். துறிஞ்சி மரம் நாலைந்து – கொய்யா இரண்டு, அவற்றிலும் அப்படியே காய்ப்பு. இரண்டு மூன்று மாதுளை – எலுமிச்சை ... ஒவ்வொன்றாக, ஒவ்வொன்றின் மதர்த்த இலைகளையும் பார்த்துக்கொண்டே உலாவினான் அவன். கிணறு தெரிந்தது. கிணற்றுக்குக் கைப்பிடிச் சுவர் இல்லை. ஒரு ஒட்டை உயரத்திற்கு சிமண்டு பூசின கல்வளையம். தண்ணீர் இழுக்க சகடை, அதைத் தாங்கும் தூண்கள். நடுக்கட்டை ஏதும் இல்லை, சிமண்டு வளையத்தின் மீது நின்றவாறு குடத்தைக் கயிற்றில் கட்டி கீழே விட்டு, கை மாற்றி மாற்றி மேலே எழுப்பவேண்டும். குடம் சற்று கனமாக இருந்தால், சற்று அஜாக்ரதையாக இருந்தால் அப்படியே குப்புற விழவேண்டியதுதான். இப்படித்தான் அந்தப் பெரிய குடங்களை விட்டு விட்டு மேலே தூக்குகிறாள் போலிருக்கிறது ரங்கமணி யின் மருமகள்.

காமேச்வரன் எட்டிப் பார்த்தான். நல்ல வேளையாக தண்ணீர் ஆழத்தில் இல்லை. வேகமாக இரண்டு கை இழுத்தால் குடம் மேலே வந்துவிடும்.

சற்று அப்பால் நடந்தான். தோட்ட வேலி நெருக்கமாகக் கட்டியிருந்தது – ஒன்றரை ஆள் உயரத்திற்கு.

அதோடு நடந்தவன் சற்றுத் திகைத்தாற் போல் நின்றான். வேலியில் ஒரு பாம்புச் சட்டை. கிழவன் தோல் போல சுருக்கங் களும் சதுரங்களுமாகத் தொங்கிக்கொண்டிருந்தது. கன்னத்தில் மணல் படர்ந்தது. அவனுக்கு ஸ் என்று ஓசை கேட்பது போல்

ஒரு பிரமை, பிரமைதான். திரும்பி நடந்தான். அந்த பங்கஜம் குடத்தை எடுத்துக் கொண்டு வருவது போலவும். அவளை மறித்துக்கொண்டு, பாதி உடலைத் தரைக்குமேல் எழுப்பி, படம் எடுத்துத் தலையைத் திருப்பித் திருப்பி ஒரு நாகம் பார்ப்பது போலவும் ஒரு பிரமை. இத்தனை தூரம் வரையிலா அவள் தண்ணீர் எடுக்க வருகிறாள்!

காலின் கீழ் நொறுங்குகிற சருகுகளின் ஓசையைக் கேட்பது கூட என்னவோ போலிருந்தது. சுற்று முற்றும் பார்த்துக்கொண்டே சிறிது நடையை எட்டிப்போட்டு வந்தான்.

குடங்களைத் தூக்கிக்கொண்டு வரும்போது, அவள் நிதானமாகத்தான் நடந்து வந்த ஞாபகம். இதெல்லாம் சகஜம் போலிருக்கிறது. இது கிராமமும் இல்லை – நகரமும் இல்லை. கடைகண்ணிகள், தெருக்கள். பள்ளிக்கூடங்கள், டாக்டர்கள். பஸ்கள், பஞ்சாயத்து ஆபீஸ், கூட்டுறவு சாலைகள், போலீஸ் ஸ்டேஷன் என்று ஒரு பக்கம் நகரம் – வீடுகளின் கொல்லைகளில் புகுந்தால், நத்தை, தவளை, பாம்பு, பூச்சி, எலி, நிழல் இருட்டு என்று காட்டுத் தோற்றம்.

மீண்டும் வாய்க்காலைக் கடந்து நடைபாதையில் வந்தான் அவன். எதிரே ரங்கமணி.

“கொல்லையெல்லாம் பார்த்தியா?”

“பார்த்தேன். எல்லாம் ரொம்ப நன்னாருக்கு. மாமரம் கொய்யா எல்லாம் குலுங்கறது காச்சு.”

“குலுங்கறது.”

“காவேரிக்கரை மண்ணுக்குக் கேக்கணுமா?”

“கேக்கவாண்டாம்தான்.”

“மாதளை, துரிஞ்சு கூட வச்சிருக்கே.”

“எல்லாம்தான் வச்சிருக்கு.”

காமேச்வரன், ஏன் இப்படித் திருப்பித் திருப்பிச் சொல்கிறாள் என்று புரியாமல் அவளைப் பார்த்தான்.

“இந்த மாமரத்திலெ ஒரு கல்லை வீசினா ஒரு காய் விழும். இந்த கொய்யா மரத்திலே ஒரு கல்லை வீசினா ரண்டு காய் விழும்.”

“–”

“கல்லு இருக்கு. வீசறதுக்குத்தான் ஆளைக் காணும்.”

“என்ன சொல்றேள் நீங்க?”

“வீட்டிலெ ஒரு வாண்டு இருந்தா, இப்படியா தூங்கும் இந்தக் கொல்லை? இந்தக் காயெல்லாம் இப்படியா தொங்கிண்டிருக்கும். ஒரு வாண்டு இருந்தால் போருமே – தெருவிலே இருக்கற இன்னும் நாலு வாண்டுகளை அழச்சிண்டு வந்து, கொல்லையெல்லாம் துவம்சம் பண்ணிவிடுமே–”

என்ன இது! வேறு ஞாபகம் கிடையாதா இவளுக்கு?

காமேச்வரன் பதில் சொல்லத் தெரியாமல் சற்று விழித்தான்.

“அதற்குப் பதிலா கொல்லையைப் பெரிசா வளத்தாறது?”

‘அதுக்கும் இதுக்கும் என்ன?’ என்று சமாதானம் சொல்வது போல் ஒப்புக்கு ஏதோ சொல்லி வைத்தான் காமேச்வரன்.

“ஆமாம். அந்தக் கொல்லையிலே ஒரு புல்லு, ஒரு மரம், ஒரு செடி பாக்கி இல்லெ. எல்லாம் பங்கஜம் கையாலெ வளர்த்தது தான். சேயை வளர்க்கிற கையாலே செடியை வளத்தாறது. போது போகணுமோல்லியோ?”

“இந்தக் கொல்லை பூராவுமா?”

“ஒரு புல்லு பாக்கி இல்லேங்கறேனே.”

“வேலியிலே ஒரு பாம்புச் சட்டை பார்த்தேன். அதுகூட அவர் வளர்த்ததுதானா?” என்று சிரித்தான் காமேச்வரன்.

“எப்ப பார்த்தே?”

“இப்ப சித்தெ நாழிக்கு முன்னாலெதான். ஒரு க்ஷணம் கால்லாம் துவண்டு போச்சு.”

“உனக்குப் புதுசு. நான் நாலு மாசம் ரண்டு மாசத்துக்கு ஒண்ணு பாத்துண்டுதான் இருக்கேன். வேலியிலெ கிழக்கே இல்லாட்டா மேற்கே–இந்த மாதிரி எதாவது ‘நல்லது’ வந்து தான் அதைச் சாக அடிச்சாளோ என்னமோ, எந்தக் காலத்திலியோ – அது சபிச்சுட்டுப் போச்சோ என்னவோ.”

“இதெல்லாம் என்ன பேச்சும்மா? அவர் கை தங்கமான கை – கொல்லை லக்ஷ்மி கொஞ்சறது!”

“எவர் கை?”

“உங்க மாட்டுப்பொண் கைதான்.”

“அவர் அவர்ங்கிறியே என்னடாப்பான்னு பார்த்தேன். அவள்னு சொல்லு – போரும்” என்று சிரித்தாள்.

காமேச்வரன் மீண்டும் கூசினான்.

"நிமிஷத்துக்கொரு தடவை பரிசாரகன் மாதிரி பேசாதே."

"எனக்கு அந்த மாதிரி பேசவர்ற போது, பேசறேன். உங்க பிள்ளை நான் அவள் அவள்னு சொன்னா கேட்டுண்டிருப்பாரா?"

"நீயும் என் பிள்ளைதான்னு சொன்னேனே."

"சரிம்மா – நான் வந்து கொஞ்ச நேரம் வெளியே போய்ட்டு வறேன் – இப்படி ஊரெல்லாம் சுத்திப் பார்த்துட்டு வரேன். அப்படியே கடையையும் பார்த்துட்டு, இருட்றதுக்குள்ள வந்துடறேன். அப்பறம் வந்த அவர் சொன்னாப்பல கொஞ்சநேரம் பூஜையிலே உட்கார்ந்துக்கறேன். நாளைக்குத் தான் பரிசாரக உத்யோகம் ஏத்துக்கணும்னு அவரே சொல்லிட்டாரே" என்று நகர்ந்தான் காமேச்வரன்.

6

தெருத் தெருவாக நடந்தான் காமேச்வரன். ரங்கமணி வீடு இருந்த தெருவின் முனை வீட்டுச் சுவர்மீது மகாதான அக்ரகாரம் என்று நீலப்பட்டத்தில் வெள்ளையெழுத்தில் எழுதி வைத்திருந்தது. மகாதானம்? யாருக்கு யார் செய்தார்கள்? சோழ ராஜாவா, நாய்க்க ராஜாவா, மராட்டிய ராஜாவா? மகாதானம் யாருக்குச் செய்திருப்பார்கள்? வேதம் ஓதுவோருக்கா? தர்க்கம், வியாகரணம், மீமாம்சை, வேதாந்தம் என்று கொப்பளித்தவர்களுக்கா? அல்லது தஞ் சாவூர் அரண்மனையில் டாக்கர், டபீர், நாஸர் என்றெல்லாம் உத்யோகம் பார்த்தவர்களுக்கா? வேத ஒலி ஏதும் இதுவரை எந்தத் திண்ணையிலும் கேட்கவில்லை, எங்காவது கேட்கலாம்... முதல் நாள் தானே... இருந்து பார்த்தால்தான் தெரியும். இன்றைக்குப் பார்த்தது நாமம் சங்கு சக்கரம் வாசல் கதவில் வரைந்திருந்த வீட்டுத் திண்ணையில் சீட்டாட்டமும், மூக்கைத் தொடாமலே மூக்குச் சிந்திய ஆச்சரியமும்தான்...

காமேச்வரனுக்கு எதோ புதுசு புதுசாகக் கண்டுபிடிப்பது போல ஒரு உத்வேகம். சாலியத் தெரு நம்பர் ஒண்ணு, சாலியத் தெரு நம்பர் இரண்டு, தைக்கால் தெரு, கொடிக்கால் தெரு, பாலஜோஸ்யர் தெரு, மடவிளாகத் தெரு, மேட்டுத் தெரு, ஆற்றுப் போக்குத் தெரு இன்னும் பேர் எழுதாத தெருக்கள் – கடைத் தெரு, அடுத்த ஊருக்குப் போகிற வயல் நடுப்பாதை, ரயிலடிக்குப் போகிற சாலை – என்று நோட்டம் விட்டுக்கொண்டே நடந்தான். கடைத்

தெருவில் ஒரு திருப்பத்தில் ஒரு சந்து – அதன் கோடியில் ஒரு சினிமாக் கொட்டகை போகும்போது சந்துக்கு வலது கைப்பக்கம் ஒரு பெரிய குட்டை – படியில்லாத குளம். கோரையும் நீலப்பூப் பரப்புமாக மண்டிக்கிடந்த குட்டை சிவப்பும் கறுப்பும் கலந்தாற் போல தண்ணீர். எத்தனையோ காலமாகத் தேங்கின தண்ணீர். குட்டைக்கு வடிகாலோ வாய்க்காலோ இருப்பதாகத் தெரியவில்லை. இருக்கிற நீர் வற்றி, மழை பெய்து பெய்து காலம் தள்ளும் குட்டை போலிருந்தது. மறுபடியும் நடந்து கடைத் தெரு வழியாகப் போகாமல் ஊரை வளைத்துச் செல்லுகிற சாலை வழியாகப் போனால் ரயிலடிக்குப் போகிற சாலை குறுக்கிட்டது. காமேச்வரன் திரும்பினான். அகலமான சாலை இரண்டு பக்கமும் தென்னைகள். ரயிலடி ஒரு மைல் தூரத்தில் தெரிகிறது. கைகாட்டி தெரிகிறது. சாலையில் நின்று இரு பக்கமும் பார்த்தால் அடி வானம் வரையில் வயல்கள். பச பசவென்று அடிவானம் வரை பச்சை. நடவாகி ஒரு மாதத்திற்கு மேல் இருக்கும். எங்கு பார்த்தாலும் பச்சை பச்சையாக அலை வீசிக் கொண்டிருந்தது. குளுகுளுவென்று காற்று. மேல் துண்டை இழுத்து இழுத்து இடத்தில் சேர்க்க வேண்டியிருந்தது. இரண்டு பர்லாங்குக்கு ஒரு சுமைதாங்கி.

காமேச்வரனுக்கு உற்சாகம் தாங்கவில்லை. ஒரு எம்பாக எம்பி ஒரு சுமை தாங்கி மீது உட்கார்ந்தான். காற்று ஆளைத் தள்ளுகிறாற் போல் வாரி வாரி அடித்தது. சூரியன் அடி வானத்தைத் தொடப் போகிற சமயம், மின்னல் கால்களின்றி ஜொலிப்பின்றி, வெறும் வெள்ளைக் கோளமாக அதிர்ந்து கொண்டிருந்தது. கண் கொட்டாமல் பார்த்தான். மார்புக்குள் விம்மி விம்மி ஒரு சந்தோஷம். உடம்பு கொள்ளாத பூரிப்பு. எதனால்? ஏன் இந்த நிலைகொள்ளாத பரவசம்? காரணம் தெரியவில்லை. கவலையில்லாததா? இந்த ஊரின் புதுமையா? செழிப்பா? வந்த வீட்டில் எதிர் அழைத்த நிர்மலமான ப்ரியமா? எனக்கும் உறவென்று, பந்துக்கள் போல் இரண்டு பேர் கிடைத்து விட்ட பூரிப்பா?

உள்ளெல்லாம் தளும்பி வழிகிறாற் போல ஒரு பொங்கல்.

சுமைதாங்கியிலிருந்து குதித்தான். மீண்டும் சாலையில் நடந்து ஊருக்குள் புகுந்தான். மகாதான அக்ரகாரத்திற்குள் திரும்பாமல், நேராக ஆற்றுப் பாதையில் நடந்தான். இரண்டு பக்கமும் உயரமாக, அடர்ந்த முள் வேலி கட்டியிருந்தது. அப்பால் வயல்கள் சிள்வண்டு ஒத்தூதுகிற வயல்கள். வேலிக் காட்டாமணக்குகளையும் ஆடாதொடைகளையும் கையால் தட்டித் தட்டி நடந்தான். சற்று தூரத்தில் காவேரி வெள்ளப்

பரப்புத் தெரிந்தது. வழக்கம் போல அரச மரம், சுற்றி நாகர் மேடை. அதற்கு வெகு தூரம் முன்பே வலது பக்கத்தில் ஒரு கோவில். புதிதாகக் கட்டியது போன்ற கோயில். பெரிய வாசல். பாட்டுச்சத்தம் கேட்டுச் சற்று நின்றான். வாசலிலிருந்தே லிங்கத் திற்குப் பின்னிருந்த கண்ணாடி வட்டம், விளக்கு வட்டமாகத் தெரிந்தது. நடு மேடையில் ஒரு சுருதியின் ரீங்காரத்துக்கேற்ப ஒரு ஆள் தேவாரமோ என்னவோ பாடிக் கொண்டிருந்தார். ஒரு நொய் சாரீரம். சுருதிப் பெட்டியிலிருந்து வருகிற ரீங்காரத் திற்கும் அவர் குரலுக்கும் பேதத்தைக் காணோம். ஒரே ரீங்காரமே சுருதிப் பெட்டி துவாரத்தின் வழியாகவும், அவர் முகத்திலிருந்தும் இரண்டு உருவம் எடுத்துக்கொண்டு ஒலித்தாற் போன்று காமேச்வரனுக்கு ஒரு பிரமை. செருப்பை, ஆசார வாசலுக்குள் நெருங்க, கதவோரத்தில் கழற்றிவிட்டு உள்ளே போனான், பாடுகிறவர் முன்பு நின்றான். வெறும் உடம்பு வெறும் உடம்பேதான்; மார்பில், கையில் திருநீறு இல்லை. நெற்றியில் ஸ்ரீ சூர்ணம். அய்யங்கார். சிவன் கோவிலில் வைஷ்ணவன் பாட்டா என்று கேட்டுக்கொண்டே நின்றான். திவ்யமான குரல். ஒரு பதிகம் முடிந்தது. சுருதிப்பெட்டியின் ரீங்காரமும் நின்றது. ஒரு மௌனம். இப்போது கோவில் மரங்களிலிருந்த சிள்வண்டு மட்டும் கேட்கிறது.

"உட்காருங்க" என்றார் அவர்.

"பரவால்லெ... காவேரிக்குப் போறபோது பாட்டு கேட்டுது. பார்க்கணும்னு நுழஞ்சேன்."

"பார்த்தாப்பல இல்லெ. இந்த ஊர் இல்லெ போலிருக்கு" என்றார் பாடுகிறவர்.

"ஆமா அசலூர்தான்."

"எந்த ஊரோ?"

"கும்மாணம்னு பேரு."

"இங்கே..."

"இங்கே காரியமா வந்தேன்... நீங்க பாடுங்க."

"அக்ரகாரத்துக்கு வந்திருக்கேளா?"

"ஆமா."

"யார் ஆத்துக்கு?"

"மளிகைக் கடை வச்சிருக்காரே..."

"துரையாத்துக்கா?"

“ஆமா.”

“அப்படிச் சொல்லுங்கோ. துரை இந்தக் கோயில் திருப்பணிக்குக் கூடப் பணம் கொடுத்திருக்கார். முழுக்க முழுக்கக் கட்டினது செட்டியார்தான். இருந்தாலும் ஊராருக்கும் ஒரு பொறுப்பு இருக்கணும்னு—இன்னும் சில பேர் கிட்ட வசூல் பண்ணினார். தான்தான் கட்டினோம்னு ஒரு அகங்காரம் வரப்படாதுன்னு அவருக்கு. அதுக்காக சும்மா பேருக்கு ஒரு பத்து பதினஞ்சி பேர் கிட்ட நூறு இரு நூறுன்னு வாங்கிண்டார், துரை கூட ஆயிரமோ ரண்டாயிரமோ கொடுத்திருக்காப் போலிருக்கு.”

“தேவலையே. அகங்காரத்தை அடக்கி வச்சுக்க இது ஒரு வழியா?... இந்த ஊர்லேதான் இருக்காரா செட்டியார், இல்லெ நாட்டுக்கோட்டையிலேர்ந்து வந்து வந்து போயிட்டிருக்காரா?”

“நாட்டுக்கோட்டையா? இவர் தெலுங்குச் செட்டியார் ஸ்வாமி! இந்த ஊர்லியேதான் இருக்கார். துரை மாதிரியே அவரும் மளிகைக் கடைதான் வச்சிருக்கார். கடை ரொம்ப பெரிசு. துரை கடையை விட ஏழெட்டு மடங்கு பெரிய புள்ளி. கடைத் தெருவிலெ பதினைஞ்சு வீடு, ஒரு பெரிய நெல்லு மிஷின் எல்லாம் இருக்கு. ஒண்ணும் குறச்சல் இல்லெ – குணமும் நல்ல குணம். பாருங்களேன். என்னைப் பார்த்து, ஒரு வைஷ்ணவனைப் பார்த்து, ஓதுவாராப் போட்டிருக்கார் பாருங்களேன்–”

“அதான் நானும் யோசிச்சிண்டே இருக்கேன்.”

“என் பாட்டுன்னா அவருக்குப் பிடிக்கும். நான் பாடறவன். நாமக்காரசாமி, விபூதிசாமி – எனக்கு எல்லாம் ஒண்ணுதான். ஒரு தேசிகர் கிட்ட உக்கார்ந்து தேவாரம், திருமுறை எல்லாம் எப்படிப் பாடறதுன்னு கேட்டுக்கச் சொன்னார். கேட்டுண்டேன். ‘ஓய் இனிமே நீர் நம்ம கோயில்லெ காலமே ஒரு மணி, சாயந்திரம் ஒரு மணி பாடவேண்டியது. தம்புராவுக்கு ஜீவா பிடிச்சாப்பல உமக்கு சாரீரம் ஹரைங்னு இருக்கு. நம்ம ஆண்டவன் கேட்கட்டும்யா'ன்னு சொன்னார். பாடிண்டிருக்கேன்... நின்னுண்டே கேட்டுண்டிருக்கேளே.”

“போகணும்–நேரமாச்சு. நாளைக்கு வரேன்.”

“இன்னும் ரண்டு நாள் இருப்பேளா?”

“இருப்பேன்.”

“அப்ப சரி, நான் மெனக்கெடுத்தலெ. போய்ட்டு வாங்கோ...”

சுருதிப் பெட்டி ரீங்கரிக்கத் தொடங்கிற்று.

காமேச்வரன் வெளியே வந்தான். செருப்பை மாட்டிக் கொண்டு, "புது தினுசு ஊராகத்தான் இருக்கு" என்று சொல்லிக் கொண்டே காவிரியை நோக்கி நகர்ந்தான். காட்டுக்கு சிள் வண்டு போல, இந்தக் கோவிலுக்கும் ஒரு சிள் வண்டா என்று அய்யங்கார் ஓதுவாரை நினைத்துக்கொண்டே நடந்தான்.

காவிரியில் முழுப் பிரவாகம். படித்துறையில் க்ளக் க்ளக் என்று சற்றைக்கொரு தரம் ஒரு அலை தொட்டுவிட்டு ஓடும். குளிக்க இறங்கினான் காமேச்வரன்.

அன்றிரவுதான் அவன் சமைக்கவில்லை. வேலை ஒன்றும் செய்யவில்லை.

மறு நாள் வழக்கம் போல விடிய ஐந்து நாழிகைக்கு முன்பே எழுந்துவிட்டான். சமையலறையிலிருந்து இரண்டு பெரிய குடங்களை எடுத்துக்கொண்டான். காவேரிக்கு நடந்தான். முழுகினான். இரண்டு குடங்களிலும் தண்ணீரை மொண்டு தோளில் ஒன்றும் கையில் ஒன்றுமாக எடுத்து வந்தான் உள்ளே வைத்தான். ஜபத்திற்கு உட்கார்ந்தான். ஒரு மணி நேரம் கண்ணைமூடி கட்டையாக விரைத்து உட்கார்ந்தான். எழுந்தான். பட்டுத்துணி மூடின பெட்டியைத் திறந்து பூஜையை முடித்தான். பூஜைக்கு முன்பே அடுப்பை மூட்டி பொங்கல் வைத்திருந்தான். அதை நிவேதனம் செய்தான்.

அரவம் கேட்டு எழுந்த ரங்கமணி. "அடாடா, உன் பழக்கத்தை மறந்து போய்ட்டேனே" என்று கொல்லைப்பக்கம் குளிக்கப் பறந்தாள். 'பரவாயில்லெ, நீங்க உங்க வழக்கப்படி இருங்கோ' என்று அடுக்களைக்குப் போனான். டப்பாக்களையும் பாத்திரங்களையும் ஒவ்வொன்றாகத் திறந்து. சமையல் சாமான் எது எது எங்கே இருக்கிறது என்று பார்த்து வைத்துக்கொண்டான். தோசை வார்த்தான். காபி போட்டான். பாத்திரங்களைக் கொல்லை வாய்க்காலுக்குக் கொண்டு போய்ப் பளபளவென்று தேய்த்தான். வாய்க்காலைக் கடந்து இரண்டு மூன்று நடை தோட்டத்துக் கிணற்றிலிருந்து குடிக்கிற நீரை இழுத்து, சுத்த நீராகவே தண்ணீர் தொட்டிகளை நிரப்பினான். சமைத்தான். சற்று இளைப்பாறிவிட்டு, ஊர்முழுவதும் சுற்றிவிட்டு வந்தான். நேற்றுப் போகாத தெருவெல்லாம் நடந்துவிட்டு வந்தான். காவிரிக்குப் போகிற வழியில் கோவிலில் நுழைந்து அய்யங்காரை யும் பார்த்தான். அவர் தேவாரத்தைக் கேட்டான். நேற்றுப் போலவே காவிரிக்குப் போய் குளித்தான். திரும்பி வந்து பூஜை, சமையல், பரிமாறல், பாத்திரங்களைத் தேய்த்து வைத்தான்.

ரங்கமணியும் பங்கஜமும் குறுக்கே விழுந்து விழுந்து தடுத்தார்கள்.

"பாத்திரங்கள்ளாம் நீ தேய்க்க வாண்டாம். நாங்க இருக்கோம். வேலைக்காரி இருக்கா வீடு கூட்ட, பாத்திரம் தேய்க்க–"

"பரவால்லெ."

வேலைக்காரி போன பிறகு மீண்டும் வந்து அமர்ந்த தூசியைக் கூடத்திலும் தாழ்வாரத்திலும் வாருகோலால் பெருக்கினான்.

"காமேச்வரா, நான் உன்னை சமைக்கவா கூப்பிட்டேன்? நேத்திக்கு என்ன சொன்னேன்? இந்தப் பரிசாரகப் பேச்செல்லாம் வாண்டாம்னேன். அதுக்காக அந்தப் பேச்சுப் பேசாம காரியத்துலெ காமிச்சி இருக்கே இன்னிக்கு முழுக்க! காவேரியிலிருந்து ரெண்டு குடம்; கொல்லையிலிருந்து நாலு நடை குடிக்கிற ஜலம். காலம்பர டிபன், மத்யான சாப்பாடு, சாயங்கால டிபன், ராத்ரி சாப்பாடு, பத்துத் தேய்க்கறது. எதுக்காக இத்தனையும் பண்ணிண்டிருக்கே. இதுக்காவா உன்னைக் கூப்பிட்டேன்?..."

காமேச்வரன் ஒன்றும் பதில் சொல்லவில்லை. ரங்கமணி கொடுத்திருந்த பட்டுப் பாயையும் தலையணையையும் எடுத்துக் கொண்டு வாசல் தாவாரத்திற்குப் போனான். படுத்துக் கொண்டான்.

மறு நாளும் அதே போல விடியற்காலை காவிரியில் குளியல் தோளிலும் கையிலும் தண்ணீர்ச் சுமை, ஜபம், பூஜை, காலை டிபன், தோட்டத்துக்குத் தண்ணீர் நடை...

"வத்ஸண்ணா, நான் ஏன் இப்படி நிலைகொள்ளாமல் ஓடுகிறேன்? சுமக்கிறேன்? உழைக்கிறேன்? எதற்காக இதையெல்லாம் செய்கிறேன்? யாருக்காக?–"

அடிக்கடி இப்படி ஒரு கேள்வி உள்ளுக்குள்.

"நான் ஏன் இவ்வளவு சந்தோஷமாக இருக்கிறேன்? ஏன் இத்தனை அலைந்தும், இதனை தூக்கியும், இத்தனை தேய்த்தும், இத்தனை சுமந்தும், இத்தனை வேர்த்தும் உடம்பில் சிரமம் தெரியவில்லை? ஏன் களைக்கவில்லை?"

அவனுக்கே விடை தெரியவில்லை.

ரங்கமணி, மறுநாள் இரவு கூடத்தை அவன் பெருக்கும் போது பழையபடியே புலம்பினாள்.

“காமேச்வரா், இவ்வளவுதான் தெரியுமா உனக்கு?”

“என்னம்மா?”

“துரை இதையெல்லாம் பார்த்தான்னா எங்க மேலன்னா சீறிவிழுவான்?”

“அவரா? சீறி விழறதா? அவரைப் பார்த்தா அப்படித் தோணலியே? அவருக்கு எரஞ்சே பேசத் தெரியாது போலிருக்கு. நீங்க இப்படிச் சொல்றேளே!”

“பேச்சை மாத்தாதே. நான் உன்னை இந்த வீட்டிலெ இருந்துண்டு பூஜை பண்ணணும். உன் காத்துப் படணும்னு தான் கூப்பிட்டேன். இப்படி வேத்து வழியணும். கால் கையெல்லாம் இத்துப் போகணும்னு கூப்பிடலெ.”

“என்னைப் பார்த்தா கால்கை துவண்டு போற கிழமாவா இருக்கு? எனக்கு என்னமோ தோணறது. செய்யறேன். இத்தனை வருஷமா அதிகாரம் பண்ணியே பழக்கமாயிடுத்து. எலே ரவி. எலே சந்த்ரு, எலே காத்தவராயா, எலே ஜேம்ஸ், எலே வர்க்கீஸு என்று நாயுடுவோட ஆள்களையெல்லாம் வெரட்டி பம்பரமா ஆட்டிவச்சிண்டிருந்தேன். ஹெட்குக்கு. பெரிய செஃப்பு. நாயுடு முதற் கொண்டு குழஞ்சு குழஞ்சுதான் பேசணும், அப்படி முழங்கிண்டிருந்தேன். யாத்திரை ஸ்பெஷல் கண்ட்ராக்டர் நாயுடுவா நானான்னு ரொம்ப பேருக்கு சந்தேகம். இந்த ஓடும் பிள்ளை, அஸிஸ்டெண்ட்டுக் கெல்லாம் என்னைக் கண்டா சிம்ம சொப்பனம்” என்று காமேச்வரன் பேச்சை நிறுத்தி வாருகோலை ஓரமாக வைத்துவிட்டு ஓடினான். தன்னுடைய அறைக்குள் புகுந்து, பையைச் சோதித்தான். புத்தகத்தைப் புரட்டினான். நாயுடுவுக்குக் கும்பகோணத்தில் எழுதின கடிதம் இன்னும் புத்தகத்தில் இருப்பதைப் பார்த்தான். பக்கத்தைப் பார்த்து ஞாபகத்தில் வைத்துக்கொண்டான். திரும்பி கூடத்திற்கு வந்து வாருகோலை எடுத்துக்கொண்டான்.

“ஒண்ணுமில்லெ, நாயுடு வந்து கூப்பிட்டார். இங்கு வரதுக்கு முதல் நாள்னு சொன்னேனே, அடுத்த ஸ்பெஷலுக்குக் கூப்பிடறதுக்காக வந்தார், அவரை தட்டிக் கழிச்சேன். மனுஷன் ஒத்தக்காலாலெ நின்னார். சரி, பார்க்கலாம்னு சொல்லி அனுப்பினேன். அவர் தலை மறைஞ்சவுடனே இனிமே வரத்துக் கில்லேன்னு ஒரு கடுதாசி எழுதினேன். அதை தபால்லெ சேர்க்க மறந்து போச்சு, அதுதான் ஞபாகம் வந்தது போய்ப் பார்த்தேன். இருக்கு நாளைக்குப் போஸ்ட் பண்ணணும்...”

“நீ இந்த மாதிரி மாங்கு மாங்குன்னு இடுப்பொடியப் போறேன்னா, அந்த லெட்டரை என்னத்துக்காக போஸ்ட் பண்ணணும்!”

“என்ன! என்ன!” என்று பொய் வியப்போடு விழித்தான் காமச்வரன்.

“ஆமா.”

“உங்க மாட்டுப் பொண்ணு வாய்க்காலைத் தாண்டித் தாண்டிக் கொண்டு வர ஒரு நடைக்குக் காணுது நான் செய்யறது. வந்த அன்னிக்கிப் பார்த்துண்டு தானே இருந்தேன் ... ஒரு குடித்தனத்திலே நுழைஞ்சு பார்த்தால் தானே தெரியறது. ஒரு பொம்மனாட்டி தன்னை கரைச்சுக்கறது குடித்தனமோ துரைத்தனமோன்னு எதோ பேச்சுக்குச் சொல்றதாத்தான் எல்லாம் நினைச்சிண்டிருக்கு–”

காமேச்வரன் சற்று நிறுத்தினான் மீண்டும் சொன்னான்.

“அம்மா – அள்ளி அள்ளிப் பேசாதீங்கோம்மா. ஆவேசம் வந்தாப்ல அன்னிக்குக் கூப்பிட்டேள் பத்ரிநாத்திலெ அங்க வீசற அமிர்தமான காத்து மலை யெல்லாம்தான் அப்படி சொல்றாப்பல இருந்தது. நானும் கொஞ்சம் ஆடித்தான் போனேன். உங்களன்ட காமிச்சுக்கலெ. எனக்கு இந்த உலகத்திலே ரெண்டு பேர் இருக்கான்னு தீர்மானம் பண்ணிண்டு ஒரு மாசம் அப்படியும் இப்படியுமா யோசிச்சுப்பிட்டுத்தான் வந்து சேர்ந்திருக்கேன். நான் பாட்டுக்கு எதோ செஞ்சிண்டிருக்கேன். முடியறவரையிம் செய்யறேன். என் மனசு குரங்காய் போகாதுன்னு நினைக்கிறேன். போற அன்னிக்கி–”

“போரும் போரும்,” என்று சட்டென்று அவன் கையிலிருந்து வாருகோலைப் பிடுங்கிக்கொண்டாள் ரங்கமணி.

எல்லாவற்றையும் கேட்டுக்கொண்டு அடுக்களை நிலையில் நின்றிருந்த பங்கஜம் ஓடி வந்து ரங்கமணியின் கையிலிருந்து வாருகோலைப் பிடுங்கிக்கொண்டாள். கூடத்தைப் பெருக்கத் தொடங்கினாள். அந்த உருவத்தைப் பார்த்தான் காமேச்வரன். கண் கொட்டாமல் பார்த்தான்.

ரங்கமணி இருவரையும் மாறி மாறிப் பார்த்துக்கொண்டு நின்றாள். காமேச்வரன் திரும்பிய போது அவள் பார்ப்பதைப் பார்த்து அசட்டுத் தனமாக நடந்து கொண்டோமோ என்று ஒரு கணம் ஒரு சின்ன நெருடல்.

ரங்கமணி தலையை வேறு பக்கம் திருப்பிக்கொண்டாள்.

"எங்க வத்ஸண்ணா இப்படித்தான் என் கை வேலையை சில சமயம் பிடுங்கிப் பிடுங்கிண்டு செய்வர். அவரை ஒரு அடி அடிச்சாத் தேவலை போலிருக்கும். குருவாச்சே, என்னை வளத்த தாய் தகப்பன் எல்லாம் ஆச்சே, என்ன பண்றது!"

"அப்படி அடிக்க முடியாமதான் உறவு முடிச்செல்லாம் விழறது" என்றாள் ரங்கமணி.

கூடத்து ஓரத்தில் இருந்த தொட்டியிலிருந்து, நீரை எடுத்து வாருகோலைத் தொட்ட கையைக் கழுவி விட்டு, வாசல் தாவாரத்தை நோக்கி நடந்தான் காமேச்வரன்.

துரை பணப்பையை மேல் துண்டால் மறைத்த வண்ணம் சாவிக் கொத்தோடு வந்து நின்றான், காமேச்வரன் கதவைத் திறந்தான்.

"பூஜை ஆச்சா" என்று கேட்டுக்கொண்டே நுழைந்தான் துரை.

"ஆச்சு"

7

ஒரு மாதம் ஓடியது தெரியவில்லை. கும்பகோணத்திற்குப் போய் இன்னும் அறையைக் கூட காலி செய்யவில்லை. காலி செய்கிற நினைவு இரண்டு தடவை வந்தும் போது இல்லை. வீட்டில் வேலை. ரங்கமணி விழுந்து விழுந்து தடுத்தும் காமேச்வரன் விடுகிற பாடாக இல்லை. சன்னதம் வந்த மாதிரி இருந்தது. அவன் வேலை வேலை என்று வேர்த்து விறுவிறுக்க ஆடிய பம்பரம். பம்பரம் ஓய்ந்த வேளையில் ஊரின் சொக்குப் பொடி. முதல் சொக்குபடி, சிவன் கோவில் தேவார அய்யங்கார். வெயில் எப்போது சாயப்போகிறது. கோவிலுக்குப் போகலாம் என்று உடம்பு பரக்கும் காமேச்வரனுக்கு. மறுநாள் காலை மாலை இட்லிக்கோ தோசைக்கோ, அடைக்கோ கல்லுரலை ஆட்டிவிட்டு, உடம்பைக் கழுவிக் கொண்டு அவன் கிளம்புவதற்கும் பொழுது சாய்வதற்கும் சரியாயிருக்கும், அவன் கோவிலுக்குள் புகுகிறசமயம் அய்யங்காரின் சுருதிப் பெட்டி உறை அவிழ்ந்து கொண்டிருக்கும்.

“என்ன! போலீஸ் ரிப்போர்ட் வந்துடுத்தா?” என்று கேட்டார் அன்று போனதும் போகாததும்.

“போலீஸ் ரிப்போர்ட்டா!”

“ஆமாங்காணும், துரை கைக்கு வந்துடுத் தான்னேன் போலீஸ் ரிப்போர்ட்டு?”

“எதுக்குப் போலீஸ் ரிப்போர்ட்டு?”

"உம்மைப் பத்தித்தான்."

"என்னைப் பத்தியா?"

"ஆமா – நீர் திருடினதுண்டா? காங்கிரஸ்லெ இருந்த துண்டா? ஜெயிலுக்குப் போயிருக்கீமா?"

"என்ன கேட்கறேள் நீங்க?"

"கேட்டதுக்குப் பதில் சொல்லும்யா! கம்யூனிஸ்ட் அப்படி இப்படின்னு எதிலியாவது மெம்பரா இருந்திருக்கிறீமா? காசு வச்சு சீட்டாடி போலீஸ் பிடிச்சு, கம்பி எண்ணியிருக்கீமா?... அட! சொல்லும்யா!"

"எனக்கு ஒண்ணும் புரியலியே."

"என்ன புரியலெ! என் பிள்ளையாண்டான் ரண்டு பேர் வடக்கே சர்க்கார் வேலைக்கு மனுப் போட்டான்கள். பரீட்சை எழுதினான்கள். இண்டர்வ்யூக்குப் போனான்கள். ராங்க்கிலெ தான் வந்தான் ரண்டு பேரும். போலீஸ் வந்து விசாரிச்சுதாம். பெரியவன் ரொம்ப யோக்யன்னு ரிப்போர்ட் போச்சாம். வேலைக்கு உத்தரவு வந்துது போய்ச் சேர்ந்தான். சின்னவன் காலேஜிலே படிக்கிறப்போ கம்யூனிஸ்ட் கட்சிக்காரங்களோடு சுத்தினானாம். கூட்டத்திலே பேசினானாம். நீ அங்கியே பேசிண்டிருன்னு கவர்ன்மெண்ட் நெனச்சினுடுத்து போல்ருக்கு. அஞ்சு வருஷம் ஆச்சு. ஒண்ணையும் காணும். இன்னும் எதெதுக்கோ கவர்மெண்ட் வேலைக்கெல்லாம் மனு போட்டுப் போட்டுப் பார்த்தான். பரீட்சைக்குப் போவன். பளிச் பளிச்சென்று பேசுவன். வருவன். அத்தோட சரி. கைக்கு வந்துது வாய்கிட்ட போகும். அப்ப வந்து போலீஸ் ரிப்போர்ட் தட்டி விட்டுடும். அதுக்குத்தான் கேட்டேன் ... உமக்கு போலீஸ் ரிப்போர்ட் சாதகமாக வந்திருக்கான்னு. சாதகமாத்தான் வந்திருக்கணும் இல்லாட்டா துரை ஒரு மாசம் தொடர்ச்சியா வேலைக்கு வச்சிண்டிருப்பனா?"

"துரை என்ன கவர்மெண்டா?"

"கவர்மெண்டா இல்லாட்டா என்ன? கவர்மெண்டுக்கு இருக்கற பயம் இருக்குமோல்லியோ! – நாலா வருஷம் ஒரு சமையற்காரியை அழச்சிண்டு வந்தா ரங்கமணி. மூணு மாசத்துக்குள்ளே புடவை. வெள்ளிப் பாத்திரம் எல்லாம் திருட்டுப் போக ஆரம்பிச்சுது. ஒரு நாள் சாயங்காலமே ஆளை மடக்கிண்டு நெருக்கியிருக்கா ரங்கமணி. அன்னிக்கி ராத்திரியே ஆளைக்காணும். போலீஸிலே எழுதி வச்சான் துரை. ஒண்ணும் கிடைக்கலெ. அது ஒண்ணு. அப்பறம் துரைக்கு உறவுன்னு

ஒரு பிள்ளை வந்தது. பதினைஞ்சு வயசு இருக்கும். பரம ஏழை. ஒரு வேளை சாப்பாட்டுக்கே நாதியில்லாத குடும்பம். வீட்டிலியும் நட்டா முட்டியா வேலை செய்யட்டும் – படிக்கவும் படிக்கட்டும்னு கொண்டு வச்சிண்டிருந்தான் துரை. மூணாம் வருஷம், நாலு மாசம் இருந்துதாம் அது. ஆனா அது உருப்படற ஜாதகமில்லெ. புத்தி மார்ற வயசு. எங்க நின்னு எப்படிப் பார்த்துதோ, என்னத்தைப் பார்த்ததோ, என்ன பண்ணித்தோ – ரங்கமணி ஒரு நாளைக்கு விறகு கட்டையை எடுத்துண்டு நாலு போட்டிருக்கா, ஓடிப் போயிடுத்து ராவோடு ராவா. அந்தப் புள்ளையோட அம்மாவை எங்க ஆத்துக்காரிக்குத் தெரியும். பிள்ளையைப் பார்த்தேளோ, பார்த்தேளோன்னு கேட்டாளாம். அன்னிக்கி ஓடின பிள்ளை இன்னும் வரலெ, ராவோட ராவா ஓடிப்போயி, அவா என்னைக் கொடுமையா நடத்தறா, நான் எங்கியாவது போய் பொழச்சுக்கறேன்னு எட்டணா காசை அம்மாக்காரிக்கிட்டவே வாங்கிண்டு போச்சாம் அவ்வளவு தான் … அதுக்குத்தான் கேட்டேன் …” என்று சுருதிப் பெட்டித் துருத்தியைத் திறந்துவிட்டார் அய்யங்கார்.

அய்யங்காரின் மூலம்தான் ஊர்ச்செய்திகள் ஒவ்வொன்றாக புலர்ந்துகொண்டிருந்தன. காமேச்வரனுக்கு. தினந்தோறும் ஒரு கதை – ஒரு வர்ணனை – எல்லாமே வம்புதான். இரண்டு மூன்று நாள் அவர் பாடி முடிக்கிறவரையில் காத்திருந்து அவரோடயே கிளம்புவான் காமேச்வரன். கடைத் தெரு பெருமாள் கோவிலில் ஒரு சதுக்கம், அதுதான் பொதுக்கூட்டங்கள் கூடுகிற இடமாம். கோயிலுக்கு யார் போகிறார்களோ வருகிறார்களோ, தெரியாது: வாரம் இரண்டு கூட்டமாவது நடந்துகொண்டிருக்கும். காங்கிரஸ் கட்சி, தி.க கட்சி, தி.மு கட்சி, பொதுவுடமைக் கட்சி, வள்ளலார் கூட்டம், காந்தி ஜயந்தி, பாரதி விழா, பண முடிப்பு விழா, இரங்கற் கூட்டங்கள், நெசவுக் கூலிக்காரர்கள் கூட்டம் – எல்லாம் பெருமாள் காதில்தான் தங்கள் கோபதாப சுகதுக்கங்களைப் போடும். “உத்சவருக்குப் பஞ்சலோகக் காது, மூலவருக்குக் கருங்கல் காது. யாரு எப்படி வாணாலும் கத்தட்டும்னு நின்னுண்டிருக்கார் பெருமாள்” என்பார் அய்யங்கார். வண்டி காடி போக முடியாமல், பாதசாரிகளுக்கும் வழிவிடாமல் தெருவை அடைத்துக் கூட்டம் உட்கார்ந்து அடுக்கு மொழிகளையும் அயர்ந்த மொழிகளையும் தலைவர் வருமுன் நேரத்தைக் கடத்த எழும் பாடல்களையும் கேட்கும்.

தண்ணீர் விட்டோ வளர்த்தோம்–
சர்வேசா இப்பயிரை
கண்ணீரால் காத்தோம்–
கருகத்திருவுளமோ

என்றுதான் எந்தப் பேச்சையும் ஆரம்பிப்பான் ஜகது. சுதந்திரம் கிடைப்பதற்கு முன்னால் அப்படியே தொடங்கித் தொடங்கிப் பேசிய பழக்கம். சுதந்திரம் வந்து பல வருடம் கழித்தும் அவனை விடவில்லை. அவனுக்கு இன்னும் வேலை கிடைக்கவில்லை, கிடைக்கிற வேலை பிடிக்கவில்லையாம் தகப்பனார் அப்பணையங்கார் ஜவுளிக் கடையில் கணக்கு எழுதுகிறார். அவன் தம்பி அமெரிக்காவில் பெரிய உத்யோகமாம். பணம் ஊருக்கும் அனுப்புகிறான். அதனால்தான் ஜகது இன்னும் சுதந்திரத்தைக் கண்ணீரால் காத்துக்கொண்டிருக்கிறான். கூட்டுறவு, பொங்கல் விழா, ஹிந்தி எதிர்ப்புக்கு எதிர்ப்பு என்று எதற்குக் கூட்டமானாலும், ஜகது கண்ணீரால் சுதந்திரத்தைப் பேச்சின் தொடக்கத்திலும், பல சமயம் இடையிலும் காக்காமல் விடமாட்டான், கண்ணீராற் காத்தோம் என்னும்போது அவன் கண்டம் நடுங்குவதும் உண்டு.

இந்த மாதிரிப் பல பேச்சாளர்கள் நிரம்பிய ஊர் இது. அரசியல், பொருளாதாரம், சமுதாய நிலை – எதிலும் விழிப்புடன் துடிக்கிற ஊர்.

ஜகதுவுக்குப் போட்டியாக இளங்கண்ணன். "தோழர்களே, தொட்டில் நீங்கி தளர் நடை போடும் மதலைகளைப்பள்ளிக்கு அனுப்புகிறீர்களே, அது புரட்டும் திரு ஏட்டை பார்க்கிறீர்களா? என்ன, பார்க்கிறீர்களா? ஆனாவுக்கு அணில், ஆவன்னாவுக்கு ஆடு, இனாவுக்கு இலை, ஈயன்னாவுக்கு ஈ, உனாவுக்கு உரல், எனாவுக்கு எலி, ஏயன்னாவுக்கு ஏணி, ஐயன்னாவுக்கு ஐயர் ர்ர்ர்ர்ர்ர்ர்ர் ... ஐயன் இல்லே, ஐய்யர் ர்ர்ர்ர் – எங்கய்யா வந்தாரு இந்த ஐயர் ர்ர்ர்ர்..? முகத்தில் மூணு பட்டை போட்ட ஐயர்ர்ர்ர்ர்! மார்பில் முப்புரி போட்ட ஐயர் ர்ர்ர்! உங்கள் மதலையின் கையில் பூத்த ஐந்து பூவிரல்கள் எங்கே போச்சாம்? அட வாண்டாமையா, இந்த ஐயர் நின்று நின்று குட்டிக் குட்டித் தோப்புக்கரணம் போடுகிறாரோ அந்த ஐங்கரன்தான் எங்க போய்ட்டான்? அவனுக்கு ஒண்ட ஒட்டுத் திண்ணை, இவருக்குப் பலகை போட்ட பாட நூலா–"

இந்த ஐயர்ர்ர்ர்ர்ர்ரை ஒரு மாதத்திற்குள் மூன்று கூட்டங்களில் கேட்கும்போது காமேச்வரனுக்குச் சிரிப்பு வரும் – இளங்கண்ணன் கீழிருந்து ஒரு கையை ஐயர் ர்ர்ர்ர் என்று மேலே தூக்கிச் சொல்லுவதைப் பார்த்தபோது, கேட்டபோது அவன் பெரிய ஹாஸ்ய நடிகராக இருக்கலாமே என்று தோன்றும். கூட்டம் விழுந்து விழுந்து சிரிக்கும். ஒலிபெருக்கி இதை ஊரெல்லாம் முழக்கும். கடைத்தெரு முக்கில், அக்ரகாரத்தில், பஸ் ஸ்டாண்டில் கும்பல் கும்பலாக நின்று பேசிக்கொண்டிருப்பவர்களெல்லாம்

கேட்பார்கள் – சிரிப்பார்கள். இளங்கண்ணன் இடுப்பை ஒரு மாதிரியாக வளைத்துக்கொண்டு அதைச் சொல்லும்போது பார்க்க வேண்டும். மூன்று கூட்டங்களில் அதையே வரிசை மாறாமல் திருப்பித் திருப்பிக் கேட்கும் காமேச்வரனுக்கு சுவை குன்றி விடவில்லை. கேட்டது கேட்ட அலுப்பு வரவில்லை.

இப்படிப் பல கட்சிப் பேச்சுகள். ஊரையே அதிர அடிக்கும் ஒலிபெருக்கி அவற்றுக்கு. கேட்கும்போது, ஊர் எப்போதும் கலகத்திற்குத் தயாராக இருப்பதுபோல், இன்றிரவோ, நாளையோ ஊரில் ரத்தப் பெருக்கெடுத்து ஓடி விடுமோ என்று ஒரு அச்சம். உணர்ச்சிகள் முறுக்கேறி வெடிக்கப் போகிறாற் போல ஒரு மூச்சு முட்டு. "இந்த யூதர்களின் இரத்தங்களை தன்மானக் கொடுவாளும் கோடாரியும் என்று சுவைக்கப் போகின்றன?" என்று இளங்கண்ணன் குரலை உயர்த்தும்போது என்ன ஆகுமோ ஏதோ என்று காமேச்வரனுக்கு முதல் நாள் பயமாகவே இருந்தது. இது என்ன இழவு ஊரடா என்று ஒரு கவலை. மூன்றாவது கூட்டத்திலும் இதையே கேட்டபோதுதான் அவனுக்கு இதெல்லாம் ஒரு சடங்கு மாதிரி தோன்றிற்று. மனசுக்கும் சடங்குக்கும் எவ்வித சம்பந்தமும் கிடையாது என்று துரை சந்த்யாவந்தனம் செய்யும்போது தெரியும், தெருவோடு போகிறவர்கள் பெருமாள் கோவில் வாசலில் இரண்டு கன்னங் களையும் ஒரு கை கட்டை விரலாலும் மற்ற விரல்களாலும் தட்டிக் கொண்டு போகும் போதும் தெரியும். இத்தனை கத்தி கபடா முழக்கங்களுக்குப் பிறகு ஜகது, இளங்கண்ணன், பொதுவுடைமைச் சீனுவாசன் – எல்லாரும் ஜகது வீட்டு வாசல் திண்ணையில் ரம்மி, 504 எல்லாம் இருக்கிற ஆள் எண்ணிக்கைக்கு ஏற்ப ஆடிக்கொண்டிருப்பார்கள். ஜகது வீட்டில் ததீயாராதானம், அமாவாசை என்று விசேஷ நாட்கள் வந்தால், பொதுவுடைமை சீனுவாசனின் பட்டறைக்கு சீட்டாட்டம் நகரும். சினிமாக் கொட்டகைக்குப் போகிற சந்தில் சீனுவாசன் ஒரு மோட்டார் ரிப்பேர் பட்டறை வைத்திருக்கிறான். சாலை லாரிகளுக்கு, ஊரில் உள்ள ஏழெட்டு கார்களுக்கு, நான்கு வாடகைக் கார்களுக்குக் காயம், சீக்கு என்று ஏற்பட்டால் சீனுவாசன் பட்டறை ஒன்றுதான் கதி. இதைத் தவிர சீனுவாசனுக்குக் கார் தரகும் உண்டு. சுற்று கிராமங்களில் உள்ள மிராசுதார்களுக்கு அவன்தான் பழைய கார்களை விற்று, பழைய கார்களையே வாங்கிக் கொடுக்க வேண்டும். பழுது பார்க்க வேண்டும்.

நாலைந்து நாள் அய்யங்காரோடு சுற்றியதில் இந்த ஊர் ஒரு தனி ரகம் என்று தெரிந்தது. காமேச்வரன் பார்க்காத பம்பாயா, ஸ்ரீநகரா, டில்லியா, கல்கத்தாவா, மதுரையா,

அகமதாபாதா, திருவனந்தபுரமா, கோழிக்கூடா, பங்களூரா – ஆனால் அத்தனை ஊர்களிலும் இல்லாத ஒரு கவர்ச்சி இந்த நல்லூருக்கு. ஊருக்கு மிகப் பழைய பெயர் விச்வநாத நாயக்கன் பேட்டையாம். அது எப்படி நல்லூர் ஆக ஆயிற்று என்று புரியவில்லை. அய்யங்காருக்குச் சரித்திரம் தெரியாது.

"கவனிச்சீமா?" என்பார் தெருவோடு போகும்போது.

"எதை?"

"கிழக்காலே பாரும்..." என்று கண்ணால் காண்பிப்பார். அவர் விழிகள் கண்ணுக்குள் கிழக்கோரமாகப் போகும். அது தெற்கு வடக்குத் தெரு – பெருமாள் கோயிலுக்குப் பத்தடி தள்ளி. "வாசல்லெ யார் இருக்கா?"

"ஒரு தையற்காரன் துணி வெட்டிண்டிருக்கான்."

"இன்னும் யாரு?"

"எதிர்த் திண்ணையிலே ஒருத்தர் உட்கார்ந்து அவனோட பேசிண்டிருக்கார்."

"என்ன வயசிருக்கும்?"

"யாருக்கு?"

"அவருக்குத்தான்!"

"ஐம்பது இருக்கலாம்."

"இல்லெ. அறுபதாகப் போறது. ஆள்குட்டை. தலையிலெ வழுக்கை கிடையாது. கொஞ்சம் நரைதான். அமெரிக்கன் கிராப்பு. காதிலெ கடுக்கன், நெத்திலெ சாந்துப் பொட்டு. நல்ல எடுப்பான மூஞ்சி, அதனாலெ வயசு அவ்வளவு தெரியலெ."

"தையற்காரனுக்கு என்ன வயசிருக்கும்?"

"முப்பது முப்பத்தஞ்சு இருக்கலாம்."

"பரவால்லெ."

"முன்னாலெ இந்த வீட்டைப் பார்த்ததுண்டா?"

"நித்தியம் தான் பார்த்துண்டு போறேன் – எல்லா வீட்டையும் பார்த்துண்டு போறாப்பல."

"வேறே ஒருத்தரையும் பார்க்கலியா?"

"ஒரு பெண்ணைப் பார்த்திருக்கேன். ஒரு நாளைக்கு வாசல்லெ நின்னுண்டிருந்தா; ஒரு நாள் வாசல் பெருக்கிண்டிருந்தா."

“நல்ல சேப்பா, மூக்கும் முழியுமா வளர்த்தியா?”

“அது மாதிரிதான் இருந்தது.”

“மாதிரி இருந்ததுங்கீறிமே என்னமோ – இந்த ஊர்லெ இந்த மாதிரி எடுப்பா இருந்தா பார்க்கணும்னு தோணாதோ ... என்னமோ தேவி உபாசனை யெல்லாம் பண்றீராம். பூஜை பண்றீராம் – முத்திரை யெல்லாம் பண்றீராம். நீர் சொல்லாட்டாலும் ரங்கமணி மாமி வந்து உமக்கு என்னமோ தேவியே ப்ரத்யக்ஷம் மாதிரி சொல்லிண்டிருந்தா அன்னிக்கு கோவிலுக்கு வந்தவ. இந்தப் பொண்ணை சரியாப் பார்க்கணும்னு தோணலியா – அதுவும் அம்பாள் அம்சம் தானே. இந்தத் தையற்காரன் தேவலெ போல்ருக்கே.”

“அவன் பொண்டாட்டி இல்லையா இந்தப் பொண்ணு?” என்றான் காமேச்வரன்.

“பலே” என்று திரும்பினார் அய்யங்கார். பிறகு,

“அம்பது வயசிலெ இந்த சோதனை வாண்டாம் குப்பு ராவுக்கு. பள்ளிக்கூட வாத்யார்னா எல்லாருக்கும் கன இளப்பம்– இந்த காலத்திலெ ரண்டாம் தாரம் வேறே. பண்ணிண்டு இப்படி சின்னது பண்ணிக்க வாண்டாம்–”

அய்யங்கார் இந்த மாதிரி ஒரு இருபதுபேரைப் பற்றிச் சொல்லிவிட்டிருக்கிறார். இதே தொனியில் மற்ற செய்திகளையும் அவர் தொபீர் தொபீர் என்றும் அதே சமயம் ஊசி மழையாகவும் போடுகிற வழக்கம். நல்லதும் நிறையச் சொல்லுவார். ஆனால் ஊரின் சிறப்பு – எல்லாவற்றையும் ஒரே கண்ணோடு பார்ப்பது தான். எல்லாம் நடக்கிறதுதான் என்கிறார் போல. இது ஊரின் சிறப்பா, காலத்தின் சிறப்பா என்று காமேச்வரன் சில சமயம் தடுமாறுவதுண்டு.

அய்யங்காரிடம் இவ்வளவு வம்பும் கேட்க வேண்டுமா என்று அவனுக்குத் தோன்றியதுண்டு. ஆனால் கால் என்னமோ சாயங்காலம் அவர் பக்கம்தான் இழுத்துப் போயிற்று. அவனுக்கு நுட்பமாக சங்கீதம் கேட்கத் தெரியாதுதான். இருந்தாலும் அவருடைய சாரீரம் குண்டு குண்டென்று சொற்களைச் சொல்லி சொல்லும் குரலுமாக அவர் அனுபவிக்கிற அர்த்த பாவம், கோயிலின் தனிமை, சுற்றியுள்ள மரங்கள், வயல்கள், ஓசைகள், எட்டுகிற தூரத்தில் ஆறு, அரசமரம், அக்கரைக்குப் போகிற ஓடம் கட்டிப் போட்ட நிலையில் முளைக்கல்லைத் தட்டித் தட்டி ஓதுங்கியும் ஒட்டியும் அலைகிற மந்தம் – அந்த இடத்துக்கே ஒரு நின்ற பரவசம் – தூங்க வைக்கிற பரவசம்.

அதுவும் சில வேளைகளில் கோவில் பன்னீர் மரத்திலும் பக்கத்து இரண்டு மரங்களிலும் மின்மினிகள் கிளைகளூடே சிமிட்டி மின்னும் நிசப்தம். இந்த அனைத்தின் இயல்பான அங்கமாக அய்யங்காரும் ஆகிவிட்டார் காமேச்வரனுக்கு.

இன்று குருக்கள் சீக்கிரம் வந்துவிட்டார். தீபாராதனை முடிந்து அய்யங்கார் பாட்டும் முடிந்துவிட்டது.

"அவன் சுகப்படவே இல்லீயா அப்புறம்?" என்றான் காமேச்வரன்.

"எவன்?"

"அந்தப் பையன்?"

"எந்தப் பையன்?"

"யாரோ ஏழை – விறகுக் கட்டையாலெ அடிவாங்கிண்டு ஓடிப் போனானே."

"இன்னுமா அதை நினைச்சுண்டிருக்கீர்?" என்றார் அய்யங்கார்.

"நான் நினைக்காம எப்படி இருக்க முடியும்? என் கதைதான் தெரியுமே உங்களுக்கு? நானும் அப்படி ஓடி வந்தவன் தானே?"

"நீர் ரண்டாம் தாரத்துக்குப் பயந்துண்டு ஓடிப் போனீர் அது பிஞ்சிலெ பழுத்ததனாலே தடியடிப்பட்டுண்டு ஓடித்து."

"என்ன சேஷ்டை பண்ணினானாம்?"

"என்னதுக்கு இந்தக் கேள்வி இப்ப?"

"நீங்கதான் என்னமோ சொன்னேள். பாதியிலெ நிறுத்திப்ட்டேள்."

"இல்லியே, முழுக்க சொல்லியாச்சே."

"இல்லியே அவன் என்ன பண்ணினான் அப்படி விறகு கட்டையை எடுத்துக்கும்படியா? யாரு அடிச்சா அவனை? ரங்கமணியா துரை அகமுடையாளா?"

"அதெல்லாம் நான் விஸ்தாரமாக் கேக்கலெ. ரொம்பத் துருவித் துருவி விசாரிக்கிறீமே – என்ன?"

"நான் அதே வீட்டிலெ வேலை செய்யறேனே."

"அதனாலென்ன? அதுக்கு 14, 15 வயசு புத்தி மார்ற வயசு. எதாவது அசட்டுப்பிசட்டுன்னு யோசித்ததோ என்னவோ,

உமக்கென்ன? பெரிசாக் கவலைப்படறீமே? உம்ம நம்பித் தானையா உம்மைக் கூப்பிட்டிருக்கா வேலைக்கு. ஒரு மாசம் ஆச்சு நீர் விபூதி கொடுக்கிறீர், குங்குமம் கொடுக்கிறீர். அப்பறம் என்ன? வேணும்னா நான் எங்க வீட்டிலெ விசாரிச்சிண்டு வந்து நாளைக்குச் சொல்றேன். பெரிய சீரியஸ்ஸா கேக்கறதுக்கோ, தெரிஞ்சுக்கறதுக்கோ என்ன இருக்கு? எதோ அசட்டு சமாசாரம்... நான் எதுக்காக ஆரமிச்சேன். நீர் என்னமோ கும்பகோணத்துக்குப் போய் ரூமைக் காலி பண்ணிண்டு வரப் போறீன்னிமே? எப்ப போப்பறீம்?" என்று அய்யங்கார் நூலைப் பிடித்துக் கொண்டார்.

"நாளை நாளன்னிக்குப் போகணும்."

இருவரும் சேர்ந்தே ஊருக்குள் நடந்தார்கள். அய்யங்காரிடம் விடைபெற்று அக்ரகாரத்து முனையில் திரும்பியதும், காமேச்வரனை அந்தப் பையன் ஞாபகம்தான் மீண்டும் சூழ்ந்து கொண்டது.

8

அன்றிரவு தூங்க வெகுநேரம் பிடித்தது காமேச்வரனுக்கு.

அய்யங்காரை விட்டுவிட்டு, வீட்டுக்குள் நுழைந்தது முதல் அவனுக்கு அந்தப் பையனைப் பற்றிக் கேட்க வேண்டும் என்று ஒரு நச்சரிப்பு. ஆனால் யாரைக் கேட்பது? ரங்கமணியையா? பங்கஜத்தையா? விறகு கட்டையை எடுக்கும்படியாக என்ன செய்துவிட்டான் அவன்? புத்திதடுமாறுகிற வயசாம். "என்ன பேசித்தோ? எங்கே நின்னுதோ? எப்படி பார்த்துதோ" – இது அய்யங்காருக்குத் தோன்றிய சந்தேகங்கள்... பதினாலு, பதினைந்து வயதில் எனக்கு புத்தி மாறியது உண்டா?... கிட்டத் தட்ட இருபது இருபத்தைந்து வருட இருளில் தட்டித் தடவிப் பார்த்தான் அவன்... வீட்டை விட்டு ஓடிப் போனதிலிருந்து இந்தக் கணம் வரை. ஹோட்டலில் வேலை செய்த சில நாட்கள் – ரயிலில் வத்ஸனைப் பார்த்தது – அவரிடம் படித்தது – பலவித சமையல் களுக்குத் தற்பேத்தி பண்ணிக்கொண்டது – அவர் கண்ணை மூடிய பிறகு சில காலம் சும்மா அலைந்தது – யாத்திரை ஸ்பெஷல்களில் பார்த்த நூற்றுக்கணக்கான முகங்கள் – ரயில் தங்கின ஊர்களில் பார்த்த பல தேசத்து, பல உடை, பல மொழி மனிதர்கள் – பெண்கள் – எல்லாவற்றையும் ஒரு நோட்டம் விட்டுப் பார்த்தான். பல சிரிப்புகள், பல அழகுகள் – பல உடல் வாகுகள்... எல்லாம் சுருக்காகவும் அதேசமயம் சொப்பனத் தேய்வாகவும் நினைவில் வந்தன. எத்தனையோ நடைகள், கண்கள், உருவங்கள், வெகுளிப் பேச்சுகள் – இரு சொல்

அலங்காரப் பேச்சுகள் – தொனிப் பேச்சுகள் – அததற்கேற்ப மாறும் கண்கள், கன்னச் சதைகள், முக – கை–தோள் அசைவுகள், நிதானங்கள், அவசரங்கள் – எத்தனை எத்தனையோ – இதுகள் எல்லாம் எந்த ஊரோ. என்ன விலாசமோ – இப்போது என்ன செய்கிறதுகளோ ... ஆனால் அப்படி அப்படியே அவற்றைப் பார்த்துக்கொண்டிருந்ததுதான் ஞாபகம். மனசில் எதுவும் தோன்றிய ஞாபகம் இல்லை. அப்படியா? ... நிஜமாகவா? மீண்டும் இழுத்து இழுத்து நிறுத்தி நிறுத்திப் பார்த்தான் அவன். மனசில் எதுவும் நின்ற ஞாபகம் இல்லை. இப்படீ ... எப்போதாவது வாரம், மாசம் என்ற வரும் பத்திரிகைகளில் கதைகள் படித்ததுண்டு. காதல் – காமம் – சிலது நன்றாக – அசட்டுப் பிசட்டென்று – என்னென்னவோ இருக்கும். அவனுக்கு சஞ்சலம் ஏதும் அலைந்ததாக ஞாபகம் இல்லை. என்ன இது! இது என்ன மனித உடம்பா? மனித மனசா! எனக்கு இதற்கெல்லாம் நேரம் இல்லையா? ... உபதேசம் பண்ணும் போது வத்ஸன் எதோ சொன்னார் – "இந்தப் பிரபஞ்சத்திலே சௌந்தர்யத்தின் பராகாஷ்டை. பரம உச்சம் லலிதைதான். அவள் சாயல் தான் மலையிலே, சமுத்திரத்திலே, மேகத்திலே, மழையிலே, மூணாம் பிறையிலே, அஷ்டமி சந்திரனிலெ, அருணோதயத்திலெ, உச்சிவெயில்லெ, சூறைக்காத்திலெ, நீரோட்டத்திலெ, அங்க அவயங்களிலெ, புலி – சிங்கத்தோட அழகிலெ, நாயோட அழகிலெ – எங்க பார்த்தாலும் வீசறது. ஒரு சாயல்தான். அப்படின்னா லலிதை எப்படியிருப்ப பார்த்துக்கோ. அதைப் பார்த்து, அதையே பார்த்துக் கரைஞ்சு போகணும். மத்ததெல்லாம் பார்த்தா உடம்பு கரையும் – ஊன் கரையும் – உள்ளே மூளியாகும், மூக்கு கண்களெல்லாம் பள்ளமாப் போய், கை கால்லாம் குறையறது பாரு – அந்த மாதிரி ..." – வத்சன் இதைச் சொன்னது ஒரு தடவைதான். முதல் உபதேசத்தின் போது, பிறகு அவர் செய்த தற்பேத்திகள் ஒரு கூடை. ஆனால் முதல் தடவை சொன்ன இதை மட்டும் அவர் மீண்டும் சொல்ல வில்லை. அவனுக்கு எல்லா தடவைகளிலும் அது தொக்கி நிற்கிறாற்போல் ஒரு பிரமை.

மீண்டும் மீண்டும் எல்லா முகங்களையும் நினைத்துப் பார்த்தான். மனதைத் திறந்துவிட்டதும், என்னென்னவோ அவன் பிரயாசையை வேண்டாமல் வந்து கொண்டிருந்தன. கடலலை கரையில் கொட்டுகிறாற் போல எத்தனையோ காட்சிகள் – முக அமைப்புகள், உடல் கட்டுகள் – உயரம், குட்டை, உருண்டை முகங்கள் – முக்கோண முகங்கள் – சதுர முகங்கள் – உலக்கை, நீர்கோரை, சுரைக்காய், மடித்த குடை என்கிறாற் போல கால் கைகள், புடவைக் கட்டுகள்.

காமேச்வரனுக்குச் சிரிப்பு வந்தது – தன்னறியாமல், எதற்காக இதையெல்லாம் நினைக்கத் தொடங்கினோம் என்று ஞாபகப்படுத்திக்கொள்ள வேண்டியிருந்தது.

வாசலில் நந்தி மண்டபத்தில் படுத்திருந்த பரதேசியோ யாரோ, ஊதலும் கொள கொளப்புமாகக் குறட்டை விடும் ஒலி கேட்டது.

நடுநிசி கடந்த நேரம்.

சினிமாக் கொட்டகையிலிருந்து வழக்கம்போல அந்தப் பாட்டு கேட்டது. "வாராய் நீஇஇ வாராய் போகுமிடம் வெகு தூரமில்லை வராய் நீஇஇ வாராய்... ஆகா மாருதம் வீசுவதாலே."

அதற்குப் பிறகு காமேச்வரனுக்கு வார்த்தை தெளிவாகப் புரிவதில்லை. அவன் வந்த நாளாக இந்தப் பாட்டுதான் கேட்கிறது. மாசக் கணக்கில் இந்தப் படம் ஓடுகிறதாம் என்ன படம் என்று அவன் விசாரிக்கவும் இல்லை... தினமும் ஊரடங்கின பிறகு இந்தப் பாட்டு தான் ஓங்கிக் கேட்கும். வார்த்தை புரியவில்லை. ஆனால் மெட்டு நன்றாக காமேச்வரன் மனதில் பதிந்துவிட்டது. அது ஆரம்பித்ததும், இவன் மனசும் சேர்ந்து கடைசி வரையில் சேர்ந்து பாடி விடும்.

தூக்கம் கண்ணை அயர்த்தும் போது ஒரு தடவை அவன் வத்சனை நினைத்துக் கும்பிடுகிற வழக்கம். அண்ணா அண்ணா என்று மனது அவரை அழைத்தது இப்போது. "தருமம் தலையைக் காக்கும் ராமாரி, கைநொம்பா ... ரிசி போடுராமாரி" சை ... வத்சன் சும்மாவாவது சொல்லியிருப்பார். சௌந்தர்யத்தின் பரம உச்சமாக லலிதையைப் பார்த்தவர். சௌந்தர்யத்தின் பரம உச்சமாக லலிதையைப் பார்த்தவர் அந்தக் கூடை முறைகிற பிச்சைக்காரியை, தாகக் குவளை ஏந்தியவளை எப்படிப் பார்த்தார்? சும்மா, என்னை பயமுறுத்தியிருப்பார். ஆனால் சிபிலிஸ் வந்த தாமே ... ஒரு வருஷம் துடியாய்த் துடித்தாராமே ... என்ன இது? அப்படியானால் எனக்கும் சேர்த்து பட்டாரா? அவர் அப்படித் துடித்ததனால் எனக்கு ஒன்றும் மிச்சமில்லாமல் போய்விட்டதா? நானும் எதாவது மாட்டிக் கொண்டு போய் விடப்போகிறேன் என்று அவரே பட்டுவிட்டாரோ எல்லா வதைகளையும்? அதனால்தான் எனக்கு மனுஷ மனசு கூட இல்லாத கட்டையாகி விட்டதா? இல்லை அவர்தான் இப்படி என்னை வேண்டுமென்றே ஆக்கி விட்டாரா ...

"ழோவ் பா ... ஊ ... ழோ ... ழ் ... ழ் ..." என்று திடீரென்று உரக்கப் பயந்து குழறுகிற குரல் கேட்டது.

"சித்தியா ... சித்தியா ..."

"ழ்ழோவ் ... ழோவ் ..."

"ஏ சித்தியா ..."

"அ! ம் ..."

"சொப்பனம் கண்டியா?... செர்த்தியா ... உன்னைத் தானே?"

"ம்க்ம் ... ம்க்ம்"

ழோவ் அடங்கிவிட்டது.

எதிர் வீட்டு வாசல் கொட்டகையில் நாலு நாள் வட்டம் நடுநிசியில் கேட்கிற கோலம் இது. வெங்காச்சம் அய்யங்கார் வாசல் கொட்டகையில் கட்டிலில் தூங்குகிறார். நடுநிசிக்கு ஏதோ சொப்பனம்... யாராவது நாற்றுக் கட்டுகளைத் திருடிப் போகிறானோ – அவருக்கு இந்த அசட்டு சொப்பனங்கள் வாரம் இரணடு முறை வரும். அவர் தூக்கத்தில் பாதித் தெரு கேட்கிற ஸ்தாயியில் எழுப்புகிற ழோ–பா–ழா வெல்லாம் எதோ கொலை விழுகிறாற் போல குலை நடுங்கும். சில சமயம் நாய் அழுகிறாற் போல இருக்கும், நந்தி மண்டபத்து நாய் அதைக் கேட்டு முர்ர் என்று உறுமிவிட்டு சேதி புலர்ந்ததும் மௌனமாகிவிடும். அதற்குப் பழக்கமாகிவிட்டது.

காமேச்வரனுக்கு என்னவோ போலிருந்தது இன்று இரவுப்பொழுது ஏன் இப்படிப் போய்க்கொண்டிருக்கிறதோ? அய்யங்கார் பாட்டு உருகுகிற பாட்டுதான். ஆனால் பேச்சு? விறகு கட்டையடி மாதிரி ஏதாவது முளைக்கும் அவர் வாயிலிருந்து.

நாளைக்கு கும்பகோணம் போய் அறையைக் காலிசெய்து வரப்போவதாக ரங்கமணியிடமும் துரையிடமும் சொல்லி யிருந்தான். அவன் படுக்க வருவதற்கு முன்.

"கடை, ஆள் யாரையாவது அழச்சிண்டு போறேளா? சாமான்லாம் கட்டி கிட்டி வண்டியிலே ஏத்த ஒத்தாசையா யிருக்குமே" என்றான் துரை.

"அதெல்லாம் ஒண்ணும் வண்டாம். என்ன இருக்கு கட்ட!"

○○○

மறுநாள் காலை துரைக்குத் தோசை காபி போட்டு, பகல் சமையலையும் முடித்துவிட்டு அவன் கிளம்பும்போது, "சாயங் காலம் வந்துடு" என்றாள் ரங்கமணி.

“முடிஞ்சாப் பார்க்கறேன் ரெண்டு மூணுபேரைப் பார்க்க வேண்டியிருக்கு.”

“சரி, பாரு காலமேயாவது வந்துடு.”

“பார்க்கறேன்.”

“என்ன பார்க்கறேன்?”

ரங்கமணியின் முகத்தில் ஏதோ ஒரு திகிலின் நிழல்.

என்ன இது?

“அங்கேயிருந்துடுவேன்னு நெனச்சேளா? நாளை சாயங் காலம் வந்துடறேன்” என்று அந்த முகத்தைப் பயத்தைத் பார்க்க முடியாமல் வேகமாக நகர்ந்தான்.

“நீ சொல்லேண்டி, சுருக்க வந்துடுங்கோன்னு” என்று மாட்டுப் பெண்ணைப் பார்த்து கெஞ்சலும் அதிகாரமும் கலந்த குரலில் ஏவினாள் ரங்கமணி.

“அம்மா சொல்றது கேட்டுதா?” என்றாள் அவள் அவனைப் பார்த்து.

“நான் என்னமோ யாத்திரை ஸ்பெஷலுக்காகவே பிறந்திருக்காப்பல பயம் மாமிக்கு... வரேன்” என்று வேகமாக வெளியே வந்தான் அவன்.

அத்தியாயம் மூன்று

1

"இதுதான் மறுநாளைக்கே வந்துடற சேதியா? ஏங்காணும்" என்று வரவேற்றாள் வீட்டுக்காரப் பாட்டி. "நீர் வரப் போறீர் வரப்போறீர்னு தினமும் காலமே ரெண்டு ஷ்பூன் காபிப்பொடியைக் கூடவே போட்டு வச்சிண்டிருந்தேன். ரண்டு நாளாச்சி, மூணு நாளாச்சு . . . நீர் வர வழியக்காணும் . . . மறுபடியும் ரயிலுக்குப் போய்ட்டீரொன்னு பார்த்தேன். பதினஞ்சு நாள் முன்னாடி நாயுடு வந்தார். உம்மைத் தேடிண்டு. அப்பதான் தெரிஞ்சுது. நீர் அங்க போகலேன்னு."

"நாயுடு வந்தாரா?"

"ஆமா... அடுத்த மாசம் ஒரு ஸ்பெஷல் ஓட்றாராம். நீர் என்னமோ லெட்டர் போட்டீராம். இந்த விலாசம்தான் கொடுத்திருந்தீராம். எங்க போறீம் என்ன சேதின்னு ஒண்ணும் எழுதிலியாம். என்னைக் கொடஞ்சு கொடஞ்சு கேட்டார். எனக்கு ஒண்ணுமே தெரியாதுன்னுட்டேன். நீர்தான் ரயிலுக்கு ஒரு முழுக்கப் போட்டுடப் போறேன்னீரோ, கல்யாணம் கார்த்தின்னு பண்ணிண்டு இருக்கப் போறீமோ என்னமோன்னு நான் ஒண்ணும் சொல்லலே, நல்லூருக்குப் போறேன்னு சொன்னீம், நான் தெரியாதுன்னுட்டேன். சின்ன ஊருக்கு, உம்மைக் கண்டுபிடிக்க எத்தனை நாழியாகும் அவருக்கு . . . அதான் வாயைப் பூட்டினூட்டேன் ... நீர் நல்லூர்லெ தானேங்காணும் இருக்கீர் . . . எங்கிட்டவாவது சொல்லுமே!

"ஆமாம் பாட்டி, அங்கேயேதான் இருக்கேன். இருக்கப் போறேன். இன்னிக்கு ரூமைக் காலி பண்ணப் போறனே்."

"பண்ணும். நீர் குடியும் குடித்தனமுமா இருக்கப்போறீர்னா பேஷாக் காலி பண்ணத்தான் வேணும்."

பாட்டியே அடுத்த வீட்டு வேலைக்காரியை அழைத்து வந்தாள். அறையைத் திறந்து ஒரு மாதத்துத் தூசியையும் குப்பையை யும் பெருக்கிக் கொட்டச் சொன்னாள். துணிமணிகளை மடித்துக் கொடுத்தாள். புத்தகம் நோட்டுகளைத் தூசி தட்டி ஒரு பெட்டியில் அடுக்கி வைக்கக்கூட நின்றாள். எல்லாம் கட்டியாகிவிட்டது. அறைச் சுவரில் மாட்டியிருந்த பலகையிலிருந்து, எம்பி நின்று மூன்று நாலு ஜாரிணிகளையும், நீளமும் குட்டையுமாக கன வெண்கலக் கரண்டிகளையும் எடுத்துத் தூசி தட்டினான் காமேச்வரன்.

"இதெல்லாம் உங்ககிட்டயே இருக்கட்டுமே பாட்டி" பாட்டி சிரித்தாள்.

"எனக்கு என்னத்துக்காணும் – நானா கல்யாணம் கார்த்தி பண்ணி நூறு இருநூறுன்னு இலை போட்டு பாயசம் பிட்ளை யெல்லாம் போடப் போறேன். கையிலே எடுத்திண்டுபோம். எல்லாம் வேண்டியிருக்கும். ஒரு வேட்டியைக் கொடும் –" என்று ஒரு எட்டு முழத்தை வாங்கி அத்தனை கரண்டி – ஜாரிணிகளையும் துணியில் சுற்றிக் கட்டினாள். "அப்பா குண்டா கனக்கிறதே... நளபாகம்னா சும்மாவா இருக்கு", என்று மூலையில் சாத்தினாள்.

காமேச்வரன் அன்றே புறப்பட்டு விடவில்லை. சிறிது நேரம் படுத்திருந்து, கடைத் தெருப்பக்கம் நடந்தான். நவராத்திரி வருகிறது. சந்தனம், பன்னீர் என்று வாசனை சாமான்கள் வாங்கிக்கொண்டு போகலாம். நல்லூரில் கிடைப்பவை மட்டங்கள். அப்படி நயினாரையும் பார்த்துவிட்டு வரலாம். நவராத்திரி பூஜைக்கு மது நிவேதனம் செய்யும் வழக்கம் அவன். மற்ற நாட்களில் இல்லாவிட்டாலும் நவராத்திரி காலத்திலாவது செய்ய வேண்டும் என்று வத்சனின் எண்ணம் இப்போது சட்டத் தடை. காதும் காதும் வைத்தாற்போல வாங்கி ஒளித்து எடுத்துப் போக வேண்டிருக்கிறது. தேங்காய்க் கடை நயினார்தான் வருடத்துக்கு ஓரிண்டு பாட்டில் ப்ராந்தி அல்லது விஸ்கி என்று கை கொடுக்கிற வழக்கம். பூஜைக்கு என்று அவருக்குத் தெரியும் சும்மாவே கொடுப்பார். இல்லாவிட்டாலும் கறுப்பு விலையில்லை.

கஜ கஜவென்று கடைத் தெரு கலகலத்துக் கொண்டிருந்தது. ஆடி அரவட்டை கழிந்து ஆவணி மாதத்துக் கலியாணங்களும் பண்டிகைகளும் ஜன நடமாட்டத்தைச் சற்றுக் கூடவே நடைபடுத்தும் காலம். கடை கடையாகக் கூட்டம். வாசனைகளும் பேச்சுகளும் தோரணம் கட்டினாற் போலிருந்தது. நீள நடந்தான் காமேச்வரன். நயினாரைப் பார்த்தான். மரியாதையாக எழுந்து வந்தார் அவர். ஒரு மாசம் பார்க்காத குறையை விசாரித்துத் தீர்த்துக்கொண்டார். “நாளைக்கு ரூம்புக்கு வரேன் – காலமே” என்று சங்கேதம் சொல்லி விடை கொடுத்தார். திரும்பி வந்து சந்தனம் அரகஜா, பன்னீர் எல்லாம் அய்யங்கார் கடையில் வாங்கிக்கொண்டான். “நல்ல சமயத்திலெ வந்திருக்கிறேள். இன்னிக்கித்தான் புது ஸ்டார் எல்லாம் வந்தது. காஜிம்பூர்லேந்தும் லக்னோவிலேந்தும்” என்று வழக்கம் போல் அய்யங்கார் பேசினார்.

“நீங்க எனக்குப் பழசே கொடுத்ததில்லையே.”

“வாஸ்தவம். அது உங்க ராசி. அம்பாள்னா உத்தரவு போடறா. நீங்க வர அன்னிக்கின்னு சொல்லி வச்சாப்பல காலமே பார்சல் வந்துதே – அதைன்னா சொல்லணும்... சும்மாவா சொல்றேன். பாருங்கோ –” என்று முன் கையை நீட்டினார். “பார்த்தேளா– புல்லரிக்கிறதை.”

காமேச்வரனுக்குச் சிரிப்பு கொஞ்சம் வரத்தான் செய்தது – இதைப் பல தடவை கேட்டாலும் அவன் தலையைக் கண்டதுமே, “ஆகா ஆகா” என்பார்.

“என்ன ?”

“இத பாருங்கோ” என்று கையை நீட்டுவார் “சிலிர்க்கிறது பாருங்கோ” என்பார். “இப்பதான் உங்களை நெனச்சேன் – என்ன ஸ்வாமியை ரொம்ப நாளா காணாமேன்னு. நீங்க வந்து நிக்கறேள். த்ரிகரண சுத்தியாச் சொல்றேன். இப்ப தான் நெனச்சேன்” என்று முன்கை ரோமம் குத்திட்டு நிற்பதைக் காண்பிப்பார். அது படுத்தபடியேதான் இருக்கும். இல்லை, அவருக்கு நினைக்கிறபோது புல்லரிக்கிற பழக்கம் இருக்க வேண்டும் “பாருங்கோ, பாருங்கோ” என்பார்.

இன்றும் அதே கதைதான். கூழாங்கல்லால் கை சந்தனத்தை மசிய வைத்துக்கொண்டிருக்கும். “நான்னா கொடுத்து வச்சிருக்கேன். நீங்க பிரியமா இங்கே வரேள்னா அம்பாள்னா வரச் சொல்றா. எந்த ஜன்மத்திலெ என்ன புண்யம் பண்ணினேனோ– கசாப்புக் கடை வைக்காம, சிமினி எண்ணெய் விக்காம,

விளக்கெண்ணெய் விக்காம, சந்தனம் பன்னீர் விருடான்னு அனுப்பிச்சாளே அம்பாள், அதைன்னா சொல்லணும்” என்று வாழைச் சருகில் சந்தனத்தை வைத்து, அதற்குமேல் டிஷ்யூ கடுதாசை வைத்து, நூலால் கட்டித் திரித்துக் கையில் கொடுக்கிற வரையில் மூச்சு விடாமல் பேசிக்கொண்டிருப்பார்.

“கட்டிக்கொடுடா எல்லாத்தையும் ஒரு பொட்டளமா” என்று கடையாளிடம் உத்தரவிட்டார். அவன் செய்தித்தாளில் கொளாமுளாவென்று கட்டிக் கொண்டு வந்தான். அய்யங்கார் அவனைப் பார்த்துப் பரிதாபமாக, கெஞ்சுகிறாற்போல சொன்னார். “இன்னிக்கி நல்ல அட்டப் பொட்டி ரண்டு வந்திருக்கே, அதிலே அழகா வச்சுக் கொடுக்கப்படாதா? இத்தனை வருஷமா இங்கே வேலைசெய்யறே, யார் யாரு எப்பேர்ப்பட்டவா, அவாளுக்கு எப்படிக் கொடுக்கணும்னு இன்னும் ஞானம் வரலியே உனக்கு . . . மொட்டை மாடும் கொம்பு மாடும் சரிங்கிறியே. என்னப்பா! நான் யார்ட்ட போய் சொல்லிக்குவேன்... போ போ இதை உள்ளே எடுத்துண்டு போயி, அவுத்து, இன்னிக்கு வந்தது பார் பார்சல், அந்தப் பெட்டியைக் காலி பண்ணி அழகா, நருவிசாக் கட்டிண்டுவா போ”. அவன் போனான். “என்ன பண்றது ஸ்வாமி; நான் எப்படி எப்படி யார் யாரோட பேசறேன்னு பார்த்துண்டுதான் இருக்கான், உதயத்தி லேந்து அஸ்தமனம் வரையில்... என்ன பண்றது” என்று, இப்படி ஒரு ஆள் கிடைத்த விதியை குரலால் நொந்து கொண்டார். சில சமயம் திடீர் என்று, “சந்தனம் வேணும் சாமி” என்று ஒரு கிராமத்து ஆள் வருவான். கொடுக்கறேன் ... யாருக்குன்னு சொல்லு ... நீ பூசிக்கிறதுக்கா, உங்க மாப்ளைக்கா ... சம்சாரத்துக்கா இல்லை பிடாரியம்மனுக்கா – சுப்ரமண்யசுவாமிக்கா . . . யாருக்குன்னு சொல்லு. அதுக்குத் தகுந்தாப்பல கலந்து கொடுக்கறேன்” என்பார். இன்று அப்படி யாரும் வரவில்லை.

பொழுது நன்றாகப் போகிற கடை. பன்னீர், சந்தனம், ஜவ்வாது, புனுகு, பச்சைக்கற்பூரம், எல்லாவற்றையும் வைத்துக் கட்டின அட்டைப்பெட்டியை எடுத்துக்கொண்டு எழுந்தான் காமேச்வரன். “வரேன் ஸ்வாமி.”

“அடியேன்” என்றார் அய்யங்கார்.

பெரிய கடைத் தெருவில் திரும்பி சிறிது தூரம் நடந்ததும் ஒரு கார் ஹார்ன், மூமூமூமூ என்று அவன் காதை அறைகிறாற் போல் கேட்டது. ஓடுகிற கார் இல்லை. கடையோரமாக நின்று கொண்டிருக்கிற கார். தெருவில் போகிறவர்கள் எல்லோரும் திரும்பிப் பார்த்தார்கள். காமேச்வரனும் பார்த்தான்.

"அட—முத்துசாமின்னா,"

வலக் கையை ஆட்டிக் கூப்பிட்டார். வாயில் புகையிலைச் சாறு. அவன் தெருவைக் கடந்து நெருங்குவதற்குள் அவர் சாற்றைத் துப்பிவிட்டார்.

"ஓய்... காமேச்வரன் தானேப்பா?"

"என்ன ஆச்சரியம்!"

"என்ன பார்க்காம போறீர்"

"எங்கே இப்படி."

"இப்படி உள்ள வந்து உட்காரும். வாரும்யா" என்று பின்சீட்டைக் காண்பித்தார் முத்துச்சாமி உட்கார்ந்திருந்தது முன் சீட்டில், ட்ரைவர் சீட்டுக்குப் பக்கத்தில்.

"எங்கே இப்படி?"

"நீர் எங்கே இப்படின்னு சொல்லும்."

காமேச்வரன் சொல்லி முடித்தான்.

"யாத்திரை ஸ்பெஷலை விட்டுட்டு, பிராமணப் பிள்ளையாய் போயிட்டீரா ஒரு குடும்பத்துக்கு – பேஷ்."

"ஆமாண்ணா. அந்த மாமி கெஞ்சு கெஞ்சுன்னு கெஞ்சினா. எனக்குப் பரிதாபமாயிருந்தது. எனக்கும் அலைஞ்சு அலைஞ்சு அலுத்துப் போச்சு. கொஞ்ச நாள் இப்படித்தான் இருப்போமேன்னு."

"கொஞ்ச நாள் என்ன... இப்படியே இருந்துட்டாப் போச்சு" என்று மறுபடியும் சீவலை வாயில் போட்டுக்கொண்டார் முத்துசாமி. மென்றுகொண்டே அவனைப் பார்க்காமல் சொன்னார். "அவளுக்கு ஒரு ஸ்வீகாரப் பிள்ளை போறலெ. பேசறதுக்குத் துணையாயிருக்கும். நீ போயி ஒன்றும் குறைஞ்சு போகப் போறதில்லெ. சமையலுக்கும் ஒரு ஆளாச்சு, உனக்கும் பூஜை கீஜைன்னு நிம்மதியாயிருக்கலாம்..."

"நிம்மதியாத்தான் இருக்கு."

"பிள்ளை எப்படி?"

"ரொம்ப ஸாப்பி. அவர் பாட்டுக்குக் கடைக்குப் போறார். காலயே எட்டு மணிக்குப் போறார். மத்தியானம் சாப்பிட வருவார். கொஞ்சம் ரெஸ்ட். அப்பறம் கடை அப்பறம் ராத்திரி பத்து மணி வரத்துக்கு."

நளபாகம்

"உமக்குப் பிடிச்சிருக்கு இடம்?"

"ரொம்ப."

"மாட்டுப் பொண்ணு எப்படிருக்கா."

"இருக்கா நல்ல லட்சணம். மிதமான பேச்சு. மாமியாருக்குத் தான் குறை அவளும் ஸ்வீகாரம் எடுத்துக்கும்படியா ஆயிடும்மான்னு.

"அப்படி சொன்னாளா உம்மகிட்ட?"

"ஸ்வீகாரம் எடுத்துக்கணும் அப்படி இப்படின்னு சொல்லலெ. எனக்குத்தான் ஊகம்."

"அவ ஜாதகத்திலெதான் குழந்தை இருக்கே. அவனுக்குத்தான் இல்லெ."

"யாருக்கு?"

"அந்த ஸ்வீகாரப் பிள்ளைக்கு."

"துரைக்கா?"

"துரையா அவன் பேரு. சரி அவன் ஜாதகத்திலே இல்லெ. அவன் அகமுடையாள் ஜாதகத்திலே இருக்கு."

"என்னது!"

"ஆமாம்."

"என்னது!"

"என்ன என்னது! நான் பார்த்ததைச் சொல்றேன்."

"நீங்க பார்த்தேளா ஜாதகத்தை?"

"ரண்டு பேர் ஜாதகத்தையும் பார்த்தேன். புடம் போட்டேன். எனக்கு அதுதான் புரிஞ்சுது. நாமதான் தப்புக் கணக்குப் போடறோமோன்னு திரும்பித் திரும்பி அலசிப் பார்த்தேன். அவளுக்குத்தான் இருக்கு. அவனுக்கு இருக்கிறாப்பல தெரியலெ. கொஞ்சம் அசட்டுத் தனம் பண்ணினேன்னு வச்சுக்கோயேன். இந்த அம்மா கிட்டவே சொல்லிப்பிட்டேன். இதெல்லாம் சொல்லப் படாது. என்னமோ வாயிலெ வந்துடுத்து சனி மாதிரி."

"என்னது இது!"

"என்ன?"

"ஆம்படையான் ஜாதகத்திலெ பிள்ளை இல்லையாவது – பெண்டாட்டி ஜாதகத்திலெ இருக்கவாவது!" என்று மலைத்தான் காமேச்வரன்.

இத்தனை நேரமும் வெற்றிலை ஒவ்வொன்றாக சுண்ணாம்பு தடவிக்கொண்டிருந்த முத்துசாமி நிமிர்ந்தார். அவனைப் பார்த்தார்.

"ம்..?" என்று கேள்வி கேட்பது போல 'ம்' போட்டார் – உதட்டில் ஒரு புன்னகை.

"இது என்ன ஜோஸ்யம், என்ன ஜாதகம்! இப்படியெல்லாம் இருக்குமா என்ன?

"இருக்க வாண்டாம் . . . இருக்கப்படாது . . . ஆனா இருக்கு."

"நீங்க சாதாரணப்பட்டவா இல்லெ. அதனாலெ நீங்க சொல்றதைப் பார்த்தா, நம்பணும் போலவும் இருக்கு, ஆனா நம்பவாண்டாம் போலவும் இருக்கு."

'நல்லூரம்மாவுக்கு ஆதங்கம். ஒரே ஸ்வீகாரமாவே – இரவல் பிள்ளையாவே வம்சம் வளர்றதேன்னு – நீர் பிரம்மசாரி, போக்கில்லை. நல்ல சமர்த்தா இருக்கீர், பூஜை பண்றீர், உம்மை யார் தோஷம் சொல்லப் போறா... துரை மாதிரி, நீரும் பிள்ளையா இருந்தீர்னா... என்ன, என்ன, என்ன?" என்று தலையைக் குனிந்து இன்னொரு வெற்றிலைக்குச் சுண்ணாம்பிட்டார் முத்துசாமி.

"நானா, என்னையா நீங்க சந்தேகப் படறேள்" என்று பதறினான் காமேச்வரன்.

"நான் ஒன்றுமே சொல்லலியே!"

"பின்ன இந்த என்னக்கு என்ன அர்த்தமாம்."

"ஏதோ எனக்குக் கவலை. அதுக்கு நீர் பதறுவானேன்!"

"அப்பாடி" என்று காமேச்வரன் கண்ணை மூடிக்கொண்டான். வலது கை கட்டை விரலாலும் பாம்பு விரலாலும் மூக்கையும் கண்ணோரங்களையும் அமுக்கிக்கொண்டான்.

ஒரு அரை நிமிஷமாயிற்று,

"அது சரி. நீர் என்னைப் பத்தி ஒண்ணுமே கேக்கலியே?" என்றார் முத்துசாமி.

காமேச்வரன் கண்ணைத் திறந்தான்.

"ஆமாண்ணா நீங்க தான் கேக்க விடலெ . . . சொல்லுங்கோ."

"நான் வாராவாரம் காலை எழுந்துண்டு வரேன். கடை கண்ணி, கோர்ட்டு இப்படி வரவேண்டிருக்கு, மாமியும்

வந்திருக்கா, கடைக்குப் போயிருக்கா ... ஒரு பெரிய லிஸ்டை எடுத்துண்டு. ட்ரைவர் போயிருக்கான். நான் இப்படி வேடிக்கை பார்த்துண்டு உட்கார்ந்துண்டிருக்கேன்."

"சரியாச்சொன்னேள்."

"என்ன?"

"வேடிக்கைதான் பார்க்கறேள். நாங்கள்ளாம் நேரப் பார்க்கறோம். நீங்க நேரேயும் பார்க்கறேள். ஜாதகத்திலேயும் பார்க்கறேள்."

"பேஷ்."

"இப்ப என்னையும் வேடிக்கை பார்க்கறேள்."

"பார்க்க வாண்டாம்னு கவலைப்படறேன்னா சொன்னேன்."

"அதுசரி" என்று சிறிது மௌனமானான் காமேச்வரன். நான் ஏன் இவரைப் பார்த்தேன் என்று மனதுக்குள் கேட்டுக் கொண்டான். நான் பார்க்கவில்லை. அவராகத் தான் ஹார்னை முழக்கி முழக்கிக் கூப்பிட்டார். முழக்கி முழக்கி ... இதைச் சொல்லவா? ...

2

"அப்படியெல்லாம் நடக்காது மாமா" என்று நிமிர்ந்தான் காமேச்வரன்.

"எப்படியெல்லாம்" – முத்துசாமி புகையிலையை அதக்கிக் கொண்டார்.

"நீங்க மூடி மொழுகறாப்பல பேசறது எனக்குப் புரியாம இல்லெ. நான் உடச்சுச் சொல்றேனே மாட்டுப்பெண் வயத்திலே ஒரு பூச்சி வக்யணும் கறதுக்காக, துரையோட இடத்திலெ என்னை வக்யப்போறா ரங்கமணி! அதானே உங்க ஊகம்?"

"மகாபாரத காலத்துக்கு முன்னாலேயே நடந்திருக்கு இது. ஒரு ரிஷிக்குப் பிள்ளை இல்லேன்னா, இன்னொரு ரிஷியை கூப்பிட்டு சந்ததி உண்டாக்கச் சொல்றது வழக்கமா இருந்திருக்கு. ஒரு ரிஷி தன் சம்சாரம் மலடின்னு தெரிஞ்சிண்டு, இன்னொரு ரிஷியோட சம்சாரம் மூலமா குழந்தையைப் பெத்து, அந்த குழந்தையை எடுத்திண்டு போறதும் நடந்திருக்கு. அந்த மாதிரி, ஒரு மனுஷன் இன்னொரு மனுஷனோட சம்சாரத்தை யாசகம் கேட்டான் கொஞ்ச நாளைக்கு. அவளுக்கு ஏற்கனவே பிள்ளை இருந்தது. அவளுக்கு சம்மதம் இல்லெ. புருஷன் நிர்ப்பந்தம் பண்ணினான். 'தர்மம் அறுந்து போகக் கூடாதுங்கறதுக்காக அவன் சந்ததியை விரும்பறான். அதனாலெ உன்னைக் கேட்கிறான். நீ அவனுக்கு ஒரு குழந்தையைப் பெத்துக் கொடுக்கறது பெரிய உபகாரம்'னு வற்புறுத்தறான் அவளை. அப்படி ஒரு வழக்கம் இருந்தாலும் அவளுக்குப் பிடிக்கலெ அது. புருஷனோ நிர்ப்பந்தம் பண்றான். என்ன

பண்ணுவ? தன் பிள்ளைக்கிட்டவே முறையிட்டா. அவன் உடனே அம்மாவுக்குப் பரிஞ்சிண்டு சாபம் பண்ணினானாம். இந்த வழக்கமே ஒழிஞ்சு போகட்டும்னு. சாபம் பண்றதுன்னா என்ன? இன்னிக்கு சொல்றாப்பல ஒரு பிரசாரம், ஒரு அறப்போர் நடத்தியிருப்பான். இல்லாட்டா அந்த தேசத்து ராஜாவுக்குப் ப்ரெஷர் கொண்டு வந்து அந்த வழக்கத்தை சட்டவிரோதமாப் பண்ணியிருப்பான். இல்லெ அவனே ஒரு ஸ்மிருதி எழுதிப் போட்டிருக்கலாம். அப்புறம்தான் இந்த சம்பிரதாயம் ஒழிஞ் சிருக்கலாம்."

"இது இருபதாம் நூற்றாண்டு மாமா. இந்தக் கதையை நானும் கேட்டிருக்கிறேன்" என்று சிணுங்கினான் காமேச்வரன்.

"அதுக்காக மனுஷாளோட அந்தரங்கம் ஆசாபாசம் எல்லாம் மாறி விடணும்னு அர்த்தமா என்ன? அந்தரங்கம் ஆசாபாசம் எல்லாம் அனந்தம். கிறுக்குகள் அனந்தம். பிரகிருதிக்கு எத்தனையோ கோடி ஆசை. அது புதுசு புதுசா என்ன பண்ணலாம்னு விளையாடிண்டே இருக்கு. புதுசு புதுசா ஏதாவது பண்ணிண்டே இருக்கு. ஒரு நோட்டையும் பென்சிலையும் உன் கையிலெ கொடுத்து கிறுக்கச் சொன்னா நீ என்னென்னமோ கிறுக்கிண்டே இருப்பே. எத்தனையோ கிறுக்கெல்லாம் வரும். அதிலே சிலது நன்னாருக்கும். சிலது விகாரமா இருக்கும். விஞ் ஞானிகள்ளாம் இப்படித்தான் கிறுக்கறான். அணுகுண்டு வந்தது ஒரு நாளைக்கு திடீர்ன்னு. அந்த மாதிரி இந்த மனசு. அதுக்கு என்னென்னவோ தோன்றது. கூடாதுன்னு சட்டம் போட்டா, ஸ்மிருதி எழுதினா, அது கேட்டு விடுமா? ரங்கமணி மனசும் இப்படி ஏதாவது கிறுக்கிண்டிருந்தா?"

காமேச்வரன் பதில் சொல்லவில்லை. மரத்தாற்போல தெருவை வெறித்துப் பார்த்துக் கொண்டிருந்தான்.

ரொம்ப தூரம் போய் நின்னுண்டு பார்த்தா மலை, பள்ளம் எல்லாம் சமமாத்தான் தெரியும். கிட்டக்க இருந்தாத்தான் மலை, பள்ளம் எல்லாம்", என்றார் முத்துசாமி.

காமேச்வரன் அதற்கும் பேசவில்லை.

"நீர் கூட தான் நளபாகமா என்னென்னமோ பண்ணிப் போட்டிருந்தீர் புதுசு புதுசா – ஒண்ணுகூட சேர்த்தால், தாளிச்சால், கொஞ்சம் கூட வறுத்தால், குத்திக் கிளறாமல் நாசுக்காகப் புரட்டினால் – அப்படி இப்படின்னு புதுசு புதுசா என்னென்னமோ பண்றீர். புதுசு புதுசா பேர் வைக்கிறீர், புதுசு புதுசா ருசி. ஆனா அது எல்லோருக்கும் பிடிக்கணும்னு என்ன

முடை? வத்தல் குழம்பு எல்லாருக்கும் பிடிக்குமா? கோதுமை அல்வா, தேங்காய் சட்னி எல்லாம் நாம விழுந்து விழுந்து சாப்பிடறோம். ஆனா சைனாக்காரன் இந்த ரண்டையும் பார்த்தா முகத்தைச் சிணுக்கிப்பான்னு ஒரு கோலாலம்பூர் ஆசாமி சொன்னார் எங்கிட்ட ஒரு தடவை. அவன் நண்டு, பாம்பு, மீனு எல்லாம் கவுச்ச வாடையைக்கூட ரசிச்சிண்டு சாப்பிடுவானாம்."

"எனக்குப் புரியும்படியா இருக்கட்டும்னு சமையல் உபமானத்துக்கு மாறிவிட்டேள்" என்றான்.

"ஓய் ஓய் – என்ன காலை வாரிவிடறீர்... ஒண்ணே ஒண்ணு சொல்றேன். ஒவ்வொரு மனுஷனுக்கும் அவன் அவன் மனசு தான் வெல்லக்கட்டி. நாம எல்லாரும் அப்படித் தான் இருக்கோம். இத்தனை கட்டுப்பாடு சம்பிரதாயம் பிறத்தியாருக்குத்தான். எனக்கும் இல்லை. உமக்கும் இல்லெ. நான் என்னமோ சொல்லி வச்சேன். இந்தப் பாழாய்ப்போன ஜாதகம் பார்க்கற 'ஹாப்பி இருக்கே – அதுதான். ரங்கமணி என்னமோ கேட்டா, ஜாதகத்தைக் காமிச்சா – எனக்குத் தோணினதை சொன்னேன். பெரிய வினையாய்ப் போயிட்டுது. சித்த இரும்" என்று கை தட்டினார் முத்துசாமி. நாலு கடைகளில் தலைகள் திரும்பின.

"முதலியார்வாள்! கொஞ்சம் ஒரு பையனை அனுப்புங்களேன்" என்றார் முத்துசாமி.

பக்கத்திலிருந்த கடையிலிருந்த ஒரு பையன் ஓடி வந்தான். "தம்பி ரண்டு டிகிரி காப்பி வாங்கிட்டுவா" என்று சில்லறையைக் கொடுத்தார் அவர். அவன் ஓடினான்.

"காப்பி சாப்பிடலாம். அப்புறம் மாமி வருவா–ஆடி ஆடிண்டு. அவளையும் தரிசனம் பண்ணிவிட்டுப் போம்" என்றார்.

○○○

அறைக்குத் திரும்பி வந்த காமேச்வரன், "பாட்டி பாட்டி" என்று கூப்பிட்டான். "மூட்டையெல்லாம் கட்டி வச்சுட்டேன்னு நினைச்சுக்காதீங்கோ. நான் இன்னிக்கு காலி பண்ணலே ரூமை. நாளைக்குச் சொல்றேன், என்னிக்கி சாமான்களை எடுத்துண்டு போகப்போறேன்னு" என்று அறிவித்தான்.

"குசாலாச் சொல்லும். நீர் இங்கியே இருக்கறதுதான் எனக்கு சந்தோஷம். நாளைக்கு என்ன? பத்து நாள் கழிச்சுத்தான் சொல்லும். சொல்லாமலே இரும்."

இரவு ஹோட்டலில் சாப்பிட்டு வந்தவன் உத்தரத்தைப் பார்த்துப் படுத்துக்கொண்டிருந்தான்.

ரங்கமணிக்கு இப்படி ஒரு கிறுக்கு இருக்குமா என்ன? மருமகளை யார் என்று நினைத்தாள் அவள்?

முத்துசாமியை – அவரை என்ன செய்யலாம்? கழுத்தைப் பிடித்து நெறிக்கலாமா? ரங்கமணியின் மனத்தில் எதையோ ஊன்றி வைத்திருக்கிறானோ!

முத்துசாமி சொன்னது ஒருவேளை உண்மையாக இருக்குமோ?

ரங்கமணியின் கண்களையும் பேச்சையும் நினைத்துப் பார்த்தால்?

முத்துசாமி சொன்னது உண்மையாக இருக்கக்கூடும் என்று ஒரு சந்தேகம்.

இப்படியுமா இருப்பார்கள் மனிதர்கள்?

இந்தக் குடும்பத்தைப் பற்றி முற்றிலும் தெரிந்துகொள்ள, அதாவது அண்டை அயலார்களிடமிருந்து தெரிந்துகொள்ள, அவன் இன்னும் ஊராரோடு அவ்வளவு பழகவில்லை. யாரோ நாலைந்து பேர், தலைவலி, குழந்தை பயந்து கொண்டு விட்டது என்று சொல்லி விபூதியும் குங்குமமும் வாங்கிக்கொண்டு போனார்கள். அதுவும், ஒரு கடை ஆளும், மாடுகறக்கிற வனும் அவன் பூஜை செய்வதையும் கண்மூடி உட்கார்ந்திருப்பதையும் பார்த்து, தெரிந்தவர்களிடம் சொன்னார்களாம். இவன் மந்திரம் கிந்திரம் செய்தால் தெரியுமே என்று அந்த நாலைந்து பேரை அழைத்து வந்தார்கள். அதற்கே தேவார அய்யங்கார், "விபூதி குங்குமம் கொடுக்கிறீராம்!" என்று ஆரம்பித்துவிட்டார். அதைத் தவிர ஊராரோடு பழகத் தொடங்கவில்லை. அவன் அப்படிப் பழகினாலும் என்ன சொல்லப் போகிறார்கள்? ரங்கமணி இப்படி, பங்கஜம் இப்படி என்று, நல்லதோ பொல்லாததோ காதில் விழப்போகிறது. அப்படிப் பொல்லாததாக ஏதாவது காதில் விழுந்தால், என்ன செய்யப் போகிறோம்?... நான் யாருக்கு உத்தரவாதம்?... வத்ஸனுக்கா? எனக்கா, அதாவது எனக்குள், இந்தப் பாட்டிக்குள், இந்தப் பங்கஜத்திற்குள், இந்த ரங்கமணிக்குள், துரைக்குள், நாயனாருக்குள், எனக்குத் தெரிந்த தெரியாத எல்லா மனிதருக்குள், மிருகங்களுக்குள், உயிர்களுக்குள் வாழும் லலிதா காமேச்வரிக்கா? அவளுக்குத்தானே உத்தரவாதம்?

இரண்டு மூன்று நாள் இப்படியே போயிற்று காமேச்வரனுக்கு.

திரும்பி நல்லூருக்குப் போவதா இல்லையா என்று ஊசலாடிக் கொண்டிருந்தான்.

ஐந்தாம் நாள் காலையில், "ஏங்காணும், உமக்குக் கலியாணம் கார்த்தின்னு பண்ணிக்கிறதாக உத்தேசமில்லையா?" என்று கேட்டாள் வீட்டுக்காரப்பாட்டி.

அதைக் கேட்டதும் "எனக்கென்ன தெரியும்? அம்பாளைன்னா கேட்கணும். நான் இன்னிக்கு சாமான்லாம் எடுத்துண்டு போகப் போறேன்" என்றான்.

பாட்டி அவனுக்கு கருவடாம், கொத்தவரை வற்றல் எல்லாம் பொரித்து விருந்து வைத்தாள்.

சாயங்காலம் இரண்டு ட்ரங்குகளையும் நாயனார் கொண்டு கொடுத்த பாட்டிலையும் பத்திரமாக ஒன்றின் அடியில் வைத்துப் பூட்டிப் புறப்பட்டான்.

பஸ்ஸில் ஏறினான்.

இறங்கும்போது நன்றாக இருட்டிவிட்டது. ஒரு மாட்டு வண்டியைப் பேசி, ஏற்றி வீடு சேர்ந்தபோது பங்கஜம் வாசல் தாவாரத்தில் அவன் உட்கார்கிற ஒட்டுத் திண்ணையில் உட்கார்ந் திருந்தவள், கேட்டைத் திறந்தாள்.

"இப்பதான் வரேளா?"

"ஆமாம்."

"அம்மாவைப் பார்க்கலெ?"

"எங்கே?"

"உங்களைப் பார்த்து அழைச்சிண்டு வரேன்னு போனாரே சாயங்காலம்?"

"அப்படியா?"

"ஆமா. நீங்க மறுநாளே வரேன்னு சொல்லிட்டுப் போனேளா? வாசலை வாசலை பார்த்துண்டிருந்தார். அப்பறம் என்னன்னு தெரியலியேன்னு சாயங்காலம் புறப்பட்டுப் போனார் – பஸ்ஸிலே. ஒரு சமயம் ரண்டு பஸ்ஸூம் க்ராஸ் ஆகியிருக்கும்."

"நல்ல கூத்து" என்று பெட்டிகளையும் மூட்டையையும் உள்ளே கொண்டு வைத்தான் அவன்.

கேட்டைச் சாத்திவிட்டு உள்ளே வந்தாள் பங்கஜம்.

"நீங்க சொன்னா சொன்னபடி செஞ்சிருக்கணும்" என்று சிரித்தாள் பங்கஜம். "அம்மாவுக்கு இருப்பா இருக்கலெ, என் மேலேயும் குறைப்பட்டுண்டார் – நீயும் சொல்லியிருக்கணும், உடனே வரணும்னு. நீ சரியா சொல்லியிருக்க மாட்டே, துரை மாதிரி பட்டும் படாம இருக்கியோன்னோன்னு வேதனைப் பட்டுண்டார். அவருக்கு மேலே நான் கவலைப்படறேன்னு எப்படிச் சொல்றதாம்?" இதைச்சொல்லி தலையைக் குனிந்து கொண்டாள் அவள்.

"அம்மா மாதிரியே உங்களுக்கும் கவலையா?"

"ஆமாம்" என்று சொல்லாமல் தலை மட்டும் ஆடிற்று ஒரு முறை.

3

காமேச்வரன் ஒரு தடவை அவளை ஏற இறங்கப் பார்த்தான். அவள் முகம் நிமிர்ந்தது. கண்ணைப் பார்த்தான் – கண்கொட்டாமல். அந்தக் கண்ணும் கொட்டாமல் பார்த்தது. நாலுகணமா, ஐந்து கணமா... பிறகு பார்க்க முடியவில்லை. அவன் கண்ணை வேறு பக்கம் திருப்பிக்கொண்டான். உள்ளே நடுங்கிற்று. அவன் என்றும் கண்டிராத நடுக்கம்.

என்ன சொன்னாள் சற்று முன்பு?... ஒரு தடவை அவன் மனது சொல்லிப் பார்த்தது. ரங்கமணி இவன் மீது குறைப்பட்டுக்கொண்டாளாம், நீ சரியாச் சொல்லியிருக்கமாட்டே, உடனே வரணும்னு. துரைமாதிரி நீயும் பட்டும் படாம இருக்கியோன்னோ... இப்படிச் சொல்லி ரங்கமணி வேதனைப்பட்டுக் கொண்டாளாம்... ஆனால் ரங்கமணியை விட இவள் கவலைப்படறது ரங்கமணிக்குத் தெரியலியாம்... இவளுக்கு என்ன கவலை...

முதன் முதலில் இந்த வீட்டுக்குள் நுழைந்த அன்று வந்த பரவசம் அவன் மேலெல்லாம் ஒரு தடவை ஓடிற்று. எனக்கும் பந்து, பாசம், உறவு கூட உண்டா? கிடைத்துவிட்டதா?

அடுத்த கணம்...

இந்தப் பேச்சு. இந்த பங்கஜத்தின் கவலை என்ன கவலை... மீண்டும் அவனுக்கு நடுங்கிற்று. பயம் அவனறியாமல் திரும்பி இடைக்கட்டின்

நிலைக்கதவைப் பார்த்தான். ஏதாவது சொல்லிவிட்டு, துரை வரும்வரையில் எங்கேயாவது வெளியே போய் சுற்றிக் கொண்டிருக்கலாம்... கடைக்குப் போய் துரையிடமே தான் திரும்பி வந்ததைச் சொல்லிக்கொள்ளலாம். அவனோடேயே திரும்பி வரலாம்...

"நாளைக்கே வரேன்னுட்டுப் போனே" – என்று பங்கஜத்தின் குரல் வந்தது.

"ஆமா... ஆமா... போனேன்" என்று அவன் குரல் தடுமாறிற்று. "யார் யாரையோ பார்க்க வேண்டியிருந்தது. ரூமைக் காலி பண்ணிண்டு வரதுன்னா, உடனே முடியறதா?... வீட்டுக்காரப் பாட்டியும் ரண்டுநாள் இருந்துட்டுப் போகலாமேன்னா..." என்று கூடத்தில் வைத்த பெட்டிகளை, தன்னுடைய இடைகழி உள்ளில் வைப்பதற்காகத் திருப்பினான். கதவுச் சங்கிலியை எடுத்துத் திறந்துவிட்டு மீண்டும் வந்து பெட்டிகளைத் தூக்கி உள்ளே கொண்டு வைத்தான்.

பங்கஜம் அடுக்களைக்குள் போயிருந்தாள்.

அவன் இடைகழியில் வந்து நின்றான். வாசலில் கம்பிக் கதவு தாழிட்டிருந்தது. வாசல் தாவாரத்துத் திண்ணையில் உட்காரலாமா என்று தயங்கினான். மீண்டும் உள்ளே வந்தான். கூடத்தில் நின்றான்.

பங்கஜம் குடிப்பதற்குத் தண்ணீர் கொண்டு வந்து பெஞ்சு மீது வைத்துவிட்டு, பெஞ்சின் ஓரமாக நின்றாள்.

காமேச்வரன் ஒரு டம்ளர் தண்ணீரைக் குடித்தான், கை சற்று நடுங்க.

பயத்தை எப்படி முறியடிப்பது? பயத்திற்குள்ளேயே முழுகி மல்லுக்கு நிற்போம் என்று ஒரு முரட்டு வெறி மாதிரி வந்தது.

"அம்மாவைவிட நீங்க கவலைப்படறேன்னு சொன்னாப்பல இருக்கே..." என்று ஏறிட்டுப் பார்த்தான் அவளை.

"ஆமா... நீங்க ஊருக்குப் போனப்பறம் இங்கே வெறிச்சுனு இருந்தது... ரண்டுநாள் மூணு நாள் நாலு நாள் வராததைப் பார்த்ததும் பயமாப் போயிட்டுது."

"எதுக்கு பயம்?"

"யார் யாரையோ பார்க்கவேண்டியிருந்ததுன்னு இப்ப சொன்னாப்பல இருக்கே, யாரை!" என்று ஒரு கேள்வியாக பதில் வந்தது.

"யார் யாரையோ பார்க்க நேர்ந்ததுன்னு சொல்லியிருக்கணும். எதிர்பாராம, ஒருத்தரைப் பார்த்தேன். யாத்திரை ஸ்பெஷல்லெ முத்துசாமின்னு ஒரு பெரிய மனுஷர் வந்திருந்தார்."

"ஜோஸ்யம் பார்ப்பாராமே–" என்று குறுக்கிட்டாள் பங்கஜம்.

"அம்மா சொன்னரா?"

"அம்மா ஒண்ணையும் விடறதில்லையே. யாத்திரை போய்ட்டு வந்ததையெல்லாம் ஒரு கடிதம் விடாம சொல்லியிருக்கா. பத்துநாள் சொல்லிண்டிருந்தார்."

"ஒரு க்ஷணம் விடாமன்னா?"

ஒரு க்ஷணம் விடாமத்தான்"

"அப்படீன்னா–"

"என் ஜாதகம் அவர் ஜாதகம் ரண்டையும் முத்துசாமிக் கிட்டே காமிச்சாராம் அம்மா."

"அவர் என்ன சொன்னாராம்"?

"என்னமோ சந்தேகமாச் சொன்னாராம்."

"என்ன?"

"என்னமோ" என்று நிறுத்திவிட்டாள் பங்கஜம்.

"என்னமோன்னா ... குழந்தை பிறக்காதுன்னா ..."

பங்கஜத்தின் தலை "அப்படி இல்லை இல்லை" என்று சொல்லுவதுபோல வேகமாக அசைந்தது. அப்படியே துவண்டாப் போல மண்டியிட்டுக் கீழே சரிந்தது அந்த உருவம். பெஞ்சின் ஓரத்தின் மீது முகத்தைப் புதைத்துக்கொண்டது. ஒரு கணம் இரண்டு கணம். முதுகு அதிர்ந்தது. விசித்து விசித்து அழுகிற மூச்சிழுப்பில் தோள் குலுங்கிற்று.

பெஞ்சிலிருந்து எழுந்து நின்றான் காமேச்வரன்.

தோள் குலுங்கல் அடங்கிற்று. அழுகை இப்போது சன்னமாக வாய்விட்டு, காதில் விழும்படியாக வந்தது.

விக்கித்தாற்போல நின்றான் அவன்.

செய்வது புரியவில்லை. அவளைத் தொட்டுத் தேற்றலாமா ...

இப்படியே வெளியே ஓடி விட்டால் என்ன?

நளபாகம்

ஒரு விநாடி அப்படி ஒரு பயவேகம் உந்திற்று. ஆனால் போக முடியவில்லை. தரையோடு அறைந்தாற்போல காலில் அப்படி ஒரு கனம்.

"அம்மா என்னதான் சொன்னார்?" என்று வாய் குழற கேட்டான்.

அதற்குப் பதில் தலை நிமிராத, ஊ ... என்று மெல்லிய அழுகை. கூந்தல் முதுகில் புரண்டது.

அப்பா! என்ன முதுகு! என்ன தோள்!

"அந்த முத்துசாமி – படவா" – அவன் மனது முனகிற்று.

"யாரைக் கவுக்கப் பார்க்கறே? இந்த காமேச்வரனை வளத்தவன் வத்ஸன்டா ... வத்ஸன் ... பரவஸ்துவை உடம்பிலெ வச்சிண்டு மனுஷன் மாதிரி நடமாடிண்டிருந்தவன் ... தருமம் தலையைக் காக்கும் ராமாரி ... எங்க வத்ஸனா ... ம் ... ஹம் ... சும்மா அதெல்லாம் ... என்னை பயமுறுத்தறத்துக்கு ..."

காமேச்வரன் இப்போது என்னமோ தெளிந்துவிட்டாற் போல அருகில் போனான். அவள் உச்சந்தலையைத் தொட்டான். வருடினான்.

"என்ன இப்படி?" என்று வகிட்டின் இருபக்கமும் தடவித் தேற்றினான்.

"எழுந்திருங்கோ" என்றான்.

அவள் எழுந்திருக்கவில்லை.

அழுகையும் நிற்கவில்லை.

மீண்டும் தலையை வருடினான் அவன். அழுத்தித் தலையோடு தலையாக இழையவாராத தலைமயிர். சற்று பம்மையாக மிருதுவாக இருந்தது, ஸ்நானம் செய்து ஆற்றிவிட்டாற்போல் பிலுபிலுவென்று.

அழுவதை நிறுத்தினால் அவன் சொல்லுவது காதில் விழும். ரங்கமணி இவளிடம் என்ன சொல்லியிருப்பாள்? முத்துசாமி சொன்னதை அப்படியே எழுத்துக் கெழுத்து சொல்லியிருப்பாளா ...

'வாசல் கதவை யாராவது தட்டினால்' என்று அவன் கண்ணும் மனமும் தவித்துக்கொண்டிருந்தது.

இன்று யார் முகத்தில் விழித்தோம்? என்ன சங்கடம் இது?

“என்னன்னு சொல்லவும் இல்லே... நான் இங்க வந்ததுனாலெ உங்களுக்கு இவ்வளவு கிலேசம் வரும்னு தெரிஞ்சிருந்தா–” என்று அவன் முடிப்பதற்குள், கண் புதைந்திருந்த அவள் கை சட்டென்று அவன் விரல்களைப் பிடித்துக்கொண்டது. இறுகப் பிடித்துப் பிசைந்தது. ஜில்லென்று, அதே சமயம் விரல்கள் நசுங்கி நோக சுற்றிச் சுற்றிப் பிசைந்தது. அந்த விரல்களாலேயே கண்ணைத் துடைத்துக்கொண்டது – துணியால் துடைத்துக் கொள்வது போல, அரை நிமிஷம் கழித்துத் தளர்த்திவிட்டது.

“இந்த வீட்டை விட்டுப் போகமாட்டேளே?” என்று அவனைப் பார்க்காமல் கேட்டது – கையை விடாமல்.

பேசாமல் நின்றான் அவன்.

“நான் கேட்கறது பயமாயிருக்கா!” என்று மீண்டும் கேள்வி.

“என்ன பயம் எனக்கு?” என்று அவன் குரல் நடுங்கிற்று.

“பயமே வாண்டாம். நான் தப்பா நடந்துக்க மாட்டேன். நீங்க இந்த வீட்டை விட்டுப் போக மாட்டேன்னு ஏன் சொல்ல மாட்டேங்கறேள்? ... ம் ... நான்தான் சொல்றேனே!”

“என்ன?”

“நான் வித்யாசமாக நடந்துக்க மாட்டேன்னா, போகலேன்னு சொல்ல முடியாதா உங்களுக்கு?”

“போகலெ ... இங்க வேலை செய்யணும்னுதானே வந்திருக்கேன்.”

சட்டென்று அவள் கை சுழன்றது. எழுந்து நின்றாள் தலைப்பால் கண்ணைத் துடைத்துக்கொண்டாள். முகத்தைத் துடைத்துக்கொண்டாள்.

“ஹம்மா” என்றாள். அழுத முகத்தில் இப்போது ஒரு புன்சிரிப்பு.

“அம்மா இப்ப சந்தோஷப் பட்டுண்டிருப்பர் ... பாவம்” என்றாள்.

“என்ன?”

“ஒண்ணுமில்லெ. சொல்றதுக்கு என்னமோ போலிருக்கு ... அவர் நினைச்சுதுக்கேத்தாப்பல, நம்பிண்டிருந்ததுக்கேத்தாப் போல, இப்ப தனியா இருக்கும்படியா நேர்ந்திருக்கு. இதுக்குத் தான் காத்துண்டிருந்தார் அவர்னு தோண்றது. ரூமுக்குப்போய், நீங்க காலி பண்ணிண்டு இங்க வந்துட்டேள்னு கேட்டதும்,

தெய்வமாப் பார்த்து ஜோஸ்யர் வாக்கைப் பலிக்கப் பண்ணுட்டார்னு, இல்லெ பலிக்க வழி பண்ணிட்டார்னெல்லாம் நம்பிண்டிருப்பர். அவர் கூட முத்துசாமியைப் பார்க்கறாரோ என்னமோ இன்னிக்கி – எல்லாம் சொல்லி வச்சாப்பலன்னா நடக்கறது. நீங்க கூட முத்துசாமியைப் பார்க்க நேர்ந்துதுன்னு புகையறாப்பல சொன்னேளே –”

“இந்த ஜோஸ்யங்களை எல்லாம் கிழிச்சு எறியணும்... ஹூம்! என்ன அநியாயம்!” என்று கமறினான் அவன்.

அவனுக்குத் திடீரென்று ஏதோ புதைமணலிலிருந்து காலை இழுத்துக் கொண்டு தப்பிவிட்டாற்போல ஒரு ஆச்வாசம்.

அவளைக் கண்டு ஒரு வியப்பு. ரங்கமணி சொன்னதை எவ்வளவு சூசகமாகத் தெளிவாகக் கூறிவிட்டாள்!

பங்கஜம் மெல்லிய குரலில் சொல்வது கேட்டது.

“அம்மாவை நினச்சா எனக்கு ஒரு பக்கம் அங்கலாய்ப்பா இருக்கு. என்னையும் போட்டு அவர் குழப்பிண்டிருந்தார். வாயாலெ சொல்லாம, இல்லாட்டா, துரை மாதிரி நீயும் பட்டும் படாம இருக்கியோல்லியோ – இந்த மாதிரி ஏதாவது சொல்றபோதெல்லாம், அவர் சொல்றாப்பல நடந்துடப் படாதான்னு மனசு பரக்கும். அப்படி நடக்கறாப் போலவே ஏழெட்டு நாள் பாவனை பண்ணிண்டே இருந்தேன்... திடீர்னு இவரோட கை மேலபடும். புரள்ற சத்தம் கேக்கும். இவர் தானான்னு ஏமாந்து போகும். இதெல்லாம் நடக்கிற காரியமான்னு தோணிண்டே இருந்தது அப்பறம். நம்பிண்டு ஒருத்தர் நிம்மதியா, சந்தேகப் படாம, சிலுங்காம, அலட்டிக்காம இருக்கறபோது, இப்படியெல்லாம் யாரோ திடீர்னு வந்தவாளை மனசிலே போட்டுண்டு கூத்தாடறோமே, அலை பாயறோமேன்னு தவிச்சேன். முத்துசாமி ஏதோ சொன்னார்னு சொன்னார் அம்மா. முதல்லெ கேக்கறபோது ஓங்கி அறஞ்சாப்பல இருந்தது. அப்பறம், நீங்க எனக்காகத்தான் வந்திருக்கிறதா ஒரு நிச்சயம் வந்துடுத்து. அதுக்கப்பறம் தான் உங்களைக் கண்டுட்டா கிட்ட நிக்காம ஓடிண்டிருந்தேன். ஆனா அந்தண்ட போய் பார்த்துண்டே நிப்பேன். அம்மா சொன்னது, ஜோஸ்யர் சொன்னது நிஜமாத்தான் இருக்கணும், நடக்கணும்னு வெறிபிடிச்சாப்பல பார்த்துண்டு நிப்பேன். அந்த அவஸ்தையிலேதான் தலையைத் தடவி ஆச்வாசம் பண்ணின கையை அப்படிப் பிடிச்சிண்டேன். எனக்கு எல்லாம் எல்லாம் ... ஆயிடுத்து அந்த நிமிஷம், போறும்... நீங்க இனிமே இந்த வீட்டை விட்டுப் போகப்படாதுன்னு அதனாலேதான்

கேட்டுண்டேன். இப்ப இந்தக் கைபட்டது போரும். அதிலியெ எல்லாம் கிடைச்சுட்டுது எனக்கு. இனிமே நீங்க இந்த வீட்டிலெ இருந்தாப் போரும், ஏதாவது நினச்சிண்டு, இங்க விட்டுப் போய்ட்டேளோ, அந்தப் பத்துப் பதினஞ்சு நாளும் திரும்பி வந்துடும். எனக்குத் தாங்க முடியாது."

"அதான் இருக்கேன்னு சொல்லிப்ட்டேனே ..."

"சொன்னேள். ஆனா அதைத் திருப்பித் திருப்பி நீங்க சொல்லணும் போலிருக்கு. பயப்படறது, சந்தேகப் படறது – இதெல்லாம் மனசோட சுபாவம். திருப்பித் திருப்பிச் சொன்னாத்தான் அதுக்கு சமாதானம், தைரியம்–"

"இத்தனை பேச்சு உங்களாலெ பேசமுடியும்னு இப்பத்தான் பார்க்கறேன்."

"நான் பேசினது இல்லெ. பேசறதும் இல்லெ. சின்னக் குழந்தையிலும் அப்படித்தான். இந்த வீட்டிலெ புகுந்ததுக்கு அப்பறமும் நான் பேசினது கிடையாது. அம்மா பேசினாலும், இவர் பேசினாலும், ஆமாம் இல்லெ, கேட்டதுக்கு பதில், அவ்வளவுதான். அம்மா தான் பேசுவர். கேட்டுண்டே இருப்பேன். இவர் அதுகூட பேசமாட்டார். பேசற சமயங்கள்ள கூட பேசமாட்டார்–"

கடைசி வார்த்தைகளைச் சொல்லும்போது ஒரு சிறு குறும்பு விழியில் – ஸ் என்று பட்சி பறந்து போவது ஜன்னலில் தெரிந்து மறைவதுபோல.

"நான் ரொம்ப பேசறேனா இப்ப?" என்று நிறுத்தினாள் அந்த மின்னல் மறைந்ததும்.

"இன்னும் பேசலாம்" என்றான் காமேச்வரன். "இப்படி நான் தனியா ஒரு பொம்மனாட்டியோட நின்னு பேசினதில்லே. அம்மாவோட ஒரு தடவை பத்ரிநாத்திலெ பேசிண்டிருந்தேன். அப்பறம் எங்க சித்தியோட நின்னு பேசிருக்கேன்."

"பேசறதைக் கேட்டிருப்பேள்."

"இல்லெ, அம்மாவோட நான் நிறையப் பேசியிருக் கேன்... ஆனா அம்மா பேசறது சட்டுனு புரியாது. ரொம்பநேரம் கழிச்சுத்தான் புரியும். இப்ப நீங்க பேசறது கூட மெதுவாத் தான் புரியறது – எனக்கும் அது சுபாவம். ரொம்ப நேரம் கழிச்சு, தனியா இருக்கிறபோது, நினைச்சு நினைச்சுப் பார்த்துத் தான் எதையும் புரிஞ்சுக்கறவழக்கம். ஆனா – இந்த நிமிஷம் எனக்குப் பயம் எல்லாம் போயிடுத்து. நிம்மதியா இருக்கு. குளிச்சிட்டு

உடம்பெல்லாம் துடைச்சிண்டு, முடமுடன்னு உலத்தின துணி கட்டிண்டாப்பல இருக்கு."

"நீங்க என்னை ஒண்ணும் வித்யாசமா நினைச்சுக்கலியே?"

"எதுக்காக இந்தப் பஞ்சைக்கேள்வி? நினைச்சுக்காதேன்னு அதட்டிச் சொல்ற சக்தின்னா நீங்க எல்லாரும். என் கை இன்னும் வலிக்கிறது."

"பாவம்" என்று அவள் தலையைக் குனிந்துகொண்டாள். "இனிமே உங்களை தூர நின்னுண்டு பார்த்துண்டிருந்தாப் போதும்... எனக்குக் காபிகூட போட்டுக் கொடுக்கணும்னு தோணாமபோயிடுத்து" என்று அவள் அடுக்களையைப் பார்க்க வேகமாக நடந்தாள்.

நடந்ததையெல்லாம் நினைத்துப்பார்த்த வண்ணம் பெஞ்சு மீது உட்கார்ந்திருந்தான் அவன். ஏதோ மாயத்தீவில் சாதாரண உலகம் தெரியாத இடத்தில் இத்தனை நேரம் உலவி விட்டு வந்தாற்போலிருந்தது. எப்பேர்ப்பட்ட பெண் என்று பங்கஜத்தை எண்ணி எண்ணிப் புரிந்துகொள்ள முயன்றான். வாளிப்பான உடம்பு. வயது எத்தனையிருக்கும், இருபத்தைந்தா முப்பதா – நல்ல வளர்த்தி. முகம் என்னவோ குழந்தை மாதிரி சில சமயம் பார்வையைப் பார்த்தால் முற்றின பார்வையாக, பிள்ளை, பேரன் பேத்தி யெல்லாம் எடுத்து ரொம்ப அனுபவங்களில் ஊடாடி விட்டாற்போல முதிர்ச்சி. மறுகணம் சின்னப்பெண்களைப் போல ஓட்டம், பேச்சு. சிலசமயம் சின்னப் பள்ளிக்கூடத்தில் படிக்கிற பெண்களைப் போல ஒன்றும் தெரியாத முகம்.

துரையை நினைத்துப்பார்த்தான். அவனுக்குச் சற்று ஏமாற்றம். ஏன் இதையெல்லாம் அவன் பார்க்கத் தோன்றவில்லை? கண் இல்லையா? நாட்டம் இல்லையா? கடை கடையென்று ஊர் வயிற்றை நிரப்புவதே கவலையா? ஊரை நினைப்பவர்களுக்கு உள் என்ற ஒன்று இராதா? பிள்ளை பிறக்காததைப் பற்றிக்கூட அவன் அலற்றிக்கொள்வதாகத் தெரியவில்லை. ரங்கமணி தான் புலம்புகிறாள். இல்லே டாக்டரிடம் போய்க் காட்டினால் ஆண் மலடு என்று சொல்லிவிடுவார்களோ என்று பயமா?–

"வந்தவுடனேயே கொடுத்திருக்கணும்" என்று சொல்லிக் கொண்டே காபி டம்ளரை பெஞ்சுமீது வைத்தாள் பங்கஜம்.

"பயப்படவேண்டாம். நிச்சயமாப் பொறக்கத்தான் போறது. அம்பாள் கிட்ட கேட்டா ஏன் கொடுக்கமாட்டா!" என்றான்.

"என்னது!"

"துரைசாருக்கு நிச்சயமாப் பிறக்கத்தான் போறது."

"உங்க வாக்கு பலிக்கட்டும், பிள்ளை பிறக்கத்தான் புருஷன், வீடு, சம்சாரம்னு இருந்தா உங்க வாக்கு பலிக்கட்டுமே. சாயங்காலமே சமையல் பண்ணி வச்சுட்டேன். நீங்க காப்பியை சாப்பிட்டு, கையை காலை அலம்பிண்டா சாப்பிட்டு விடலாம்" என்று அவனைப் பார்த்துக்கொண்டே நின்றாள்.

"பசியில்லெ. கொஞ்சம் வெளியே போய்ட்டு அப்படியே கடைக்கும் போய்ட்டு வரலாம்னு பார்க்கறேன்."

"அதுவும் சரிதான்." ஒரு புன்னகை.

"அம்மா வந்தாலும் வந்துடுவர்", என்று எழுந்து நகர்ந்தான் அவன்.

"சந்தேகமே படவேண்டாம். அம்மா காலமேதான் வருவர்" என்று நாணத்துடன் சிரிப்பைக் குனிந்து மறைத்துக் கொண்டாள் அவள். 'ரங்கமணி இத்தனை பேதையா?' மனத்திற்குள் சொல்லிக் கொண்டே கிராதிக் கதவைத் திறந்து தெருவில் இறங்கினான் காமேச்வரன்.

அத்தியாயம் நான்கு

1

கிராதிக் கதவைத் தாழிட்டு உள்ளே வந்து பெஞ்சின்மீது உட்கார்ந்தாள் பங்கஜம்:

கூடம் என்னம்மா வெறிச்சென்று கிடந்தது. காமேச்வரன் எழுந்து போனதுதானோ என்னவோ... அந்தக் கை, அந்த விரல்கள்! முரட்டுக் கை, முரட்டு விரல்கள் மணிக்கட்டு முரடு – சமையற்கார பலம் – ஆனால் ஒரு மிருது – ஏன் முழங்கையெல்லாம் பிடிக்கத் தோன்ற வில்லை? அது என்ன ஒரு நிமிஷமா? ஒரு யுகமா?

திடீர் என்று சிரிப்பு வந்தது. வாய்விட்டு வந்த சிரிப்பு. யாராவது கேட்டுவிட்டார்களோ என்று திரும்பிப் பார்த்துக்கொண்டாள். எழுந்து இடைகழி வரையில் போய்ப் பார்த்துவிட்டு வந்தாள். கிராதிக் கதவை நான் தானே சாத்தித் தாழிட்டு வந்தேன்.

அம்மா அம்மா என்று அவள் கூப்பிடுகிற மாமியாரை – ரங்கமணியை – நினைத்துத்தான் அப்படிச் சிரிப்பு வந்தது.

"இப்படி ஒரு பொம்மனாட்டிக்குத் தோன்றுமா?"

வலது தோளில் தாடை தானா ஒருமுறை இடித்துக் கொண்டது – ஏளனமாக,

ஆனா – ஆனால் –

நானும் பதினஞ்சு நாள் மாய்ந்து போய், உடம்புக்குள் ஏது வந்து புகுந்துகொண்டது என்று தெரியாமல் மாய்ந்து மாய்ந்து, தரையில் கால் படாமல், மிதக்கிறாற்போல், மெத்தையில் ஏறி

நடக்கிறாற்போல நடந்துகொண்டிருந்தேனே – அவரைச் சொல்லி என்ன ?

யாத்திரையிலிருந்து வந்து திரும்பி வந்த நாளாக, காமேச்வரனை விக்ரகமாகப் பண்ணி பூஜை பண்ணாததாக குறை – அப்படி அவள் வாய் அரற்றிக்கொண்டிருந்தது. அவனுடைய உயரம், கட்டு மஸ்து, சிரிப்பு, மாநிறம், முகத்தில் யாருக்கும் இல்லாத களை – பங்கஜத்திற்கு முதல் நாலைந்து நாள் இதைக் கேட்டபொழுது "என்ன இது?", "என்ன இது?" என்று பதில் தெரியாத கேள்வியாக புருவம் சிணுங்கும். பிறகு கொஞ்சம் கொஞ்சமாக சந்தேகம். சின்ன வயசில் குறைபட்டுப் போன தோஷம். அந்த மாமனாருக்கும் டீபியாம். கொல்லு கொல்லு என்று இருமலாம். கலியாணமாகி வந்த புதிதில் அந்த இருமலைப் பற்றிக் கேட்கும்போது, அந்த வீடு முழுவதும், கூடம் முழுவதும் காணாத புகையாக மிதப்பதுபோல் கொஞ்சம் நடுங்கிற்று. என்றாவது உஷ்ணத்தில் வறட்டு இருமலாக இருமினால், அந்தக் காற்று தன்னையும் தொற்றிக் கொண்டு விட்டதோ என்று வயிற்றுக்குள் கலங்கும், கனக்கும் அந்த மாமனார் போய் எத்தனையோ காலமாகி விட்டது. ரங்கமணி அவரைப் பற்றிப் பேசமாட்டாள். பக்கத்து வீட்டு அகிலு அம்மாள் – அந்த விச்வேச்வரனைப்பற்றி, அவன் இருமின இருமலைப் பற்றி இரண்டு வார்த்தையாவது கொண்டு விடாமல் இருக்க மாட்டாள். "புள்ளையும் குட்டியுமா எப்படி இருக்க வேண்டியவன்?" என்று எப்போதோ செத்துப் போனவரைப் பற்றி ஒரு அரற்றல் – "என்னமோ – ஒரு தினுசாப் பார்த்தா... சொல்லப்படாதுதான், ஆனா – இப்படியே வருஷக் கணக்கிலெ வச்சு வச்சுக் கொல்லாம, பகவான் அடிச்சிண்டாரே. அது ஒரு வழியிலெ அவன் பண்ணின புண்யமோ – நீதான் பண்ணின புண்யமோ – சொல்லப்படாது – நீ பண்ணின பாவம்னு சொன்னா உனக்கு சந்தோஷமா இருக்கும் – நீயும் அப்படித்தானே வச்சிண்டிருந்தே அவனை – அலுங்காம கொள்ளாம. எள்ளுன்னா எண்ணெய் – அதை நினைச்சுச் சொன்னேன். ஒரு தினுசிலெ புண்யன் தானேடீயம்மா – இல்லாட்டா பொண்ணாப் பொறந்ததுக்கு, இந்த கொல்லு கொல்லு இருமலைக் கேக்கறதும், எச்சிலை வாரிக் கொட்றதும்தான் கிடைக்கணுமா – அதை எத்தனை காலம்தான்டீயம்மா சேயறது! உன்னையும் பார்த்து ஸ்வாமிக்கு இளகிப் போயிருக்கணும் – சுருக்க அழச்சினுட்டான் அவனை – ஆனா ஒரு புள்ளயைப் பெத்தூட்டு வாடாப்பான்னு சொல்லி ஒரு வருஷம் கழிச்சாவது அழச்சிண்டிருக்கலாம்". இப்படி அகிலு அம்மாளின் வாய் அதற்கும் இதற்குமாக ஊஞ்சலாடி விட்டுப் போகும். ரங்கமணியைப் பார்க்கப் பார்க்க

பங்கஜத்திற்கும் இளகும். திமுதிமு என்று உடம்பும் காலும் கையும் பரக்கிற காலத்தில் ஒரு சாய்ந்த கோரையை, ஒடிந்து விழுகிற கோரையை, இருமி இருமி வயிற்றைப் பிடித்துக்கொண்டு இரைக்கிற கோரையைக் கட்டிக் கொண்டு? கட்டிக் கொள்ளவா – கட்டிக் கொள்ள என்ன இருந்திருக்கும் – உடம்பா?, ஈர்க்குச்சி! அதை விரலால் சுற்றலாம் – அணைத்துக்கொள்கிறதா? ...

அகிலு அம்மாள் இப்போது அதையெல்லாம் விட்டு விட்டாள் – அந்தப் பேச்சை. பங்கஜத்திற்கு அதெல்லாம் ஞாபகம் வரும் – இப்போது – காமேச்வரனைப் பற்றி ரங்கமணி வர்ணிக்கும்போது... கூடக்கூட, ஒரு சந்தேகம்... என்ன இது? என்ன இது? இந்த வயசில்!

அவன் வந்த அன்று – அப்போது உச்சி காலமா – என்னமோ – கோயிலில் மணி அடித்து ஓய்ந்த வேளை – அவனைப் பார்த்ததும் – காவேரியிலிருந்து ஈரப்புடவையோடு – அவள் அவனைப் பார்த்த பார்வை, என்ன சந்தேகம் இது! ஆனால் ரங்கமணியைப் பார்த்தால் அப்போது முப்பது வயது மாதிரி தான்.

அப்புறம் அப்புறம்...

கிணற்றங்கரையில் பங்கஜம் தண்ணீரை இழுத்து தோட்டத்துக்குப் பாய்ச்சுவதற்காக தொட்டியில் கொட்டிக் கொண்டிருந்தபோது – "சமையக்காரன்னா நாம ஒண்ணுமே செய்ய வாண்டாம்னு ஆயிடாது. கூடமாட எதாவது செஞ்சிண்டிருக்கலாம். அவனைப் பார்த்தாலும் அப்படியென்ன சமையக் காரன் மாதிரியா இருக்கு. அழுக்கு வேட்டியும் பிசுக்கு உடம்பு மாவா இருக்கு. படிச்சு பூஜை புரஸ்காரம்னெல்லாம் இருக்கறவன்தான் – அரிச்சந்திரன் மாதிரி தலைலே எழுத்து – கரண்டியைப் புடிச்சிண்டு நிக்கறான். அதுவும். சமையக்காரன் புடிக்கிற கரண்டியெல்லாம், காசியிலெ அன்னபூர்ணா வச்சிண்டிருக்காளே கரண்டி ஒரு கையிலே – அந்த மாதிரின்னு நினச்சுக்கனும்... நினச்சுக்கவேணும்... ராத்திரி ஒரு தூத்தல் போட்டுது... இப்ப ஒண்ணும் வெண்டச் செடியும் கீரைச் செடியும் பசியாலெ சுருண்டு போயிடலெ – இப்ப போய் கூடமாட எதாவது செய்யட்டும்", என்று சொல்லிக்கொண்டே வாய்க்கால் பக்கம் நடந்தாள் ரங்கமணி.

பங்கஜத்திற்குச் சிரிப்பு வந்தது – அவளுடைய இலக்கணத்தைக் கேட்டு. மாமியாரின் இலக்கணம். ரொம்ப சல்லோ பில்லோ என்று இருக்கும்போது, 'நீ – வா... போ' ரொம்ப 'அம்மா'வாக இருக்கும்போது, "வாடா கண்ணு – சுருக்க வந்துடடா

போயிட்டு" – இப்படி ஒரு டா சேர்ந்துகொள்ளும். மாமியாராக இருக்கும்போது, செய்யட்டும், வரட்டும், சீக்கிரம் வந்துடட்டும்" – இந்த 'டென்ஸ¬'க் கெல்லாம் பெயர் மறந்து போய்விட்டது. சமஸ்கிருத வாத்யாருக்கா அயோரிஸ்ட், இம்ப்பரெட்டிவ், இம்பர்பெக்ட் என்று என்ன என்னமோ உருப்போட்ட ஞாபகம். தமிழ் வாத்யாருக்காக, வருங்காலம், வினையெச்சம், வினைமுற்று, ஏவல் என்று உருப் போட்ட ஞாபகம்.

"இதெல்லாம் ஞாபகம் வரட்டும் கடவுளே" என்று மனதிற்குள் சிரித்துக்கொண்டே, கிணற்றை விட்டு உள்ளே வந்தாள் பங்கஜம்.

இலக்கணம் மாறி மாறி வரும்.

"கோயிலுக்குப் போய் ஸ்வாமிக்கு எண்ணெய் விட்டுட்டு வந்துடறேண்டா கண்ணு" என்று மாலைவேளையில் அவளைத் தனியாக விட்டு விட்டுப் போகும். திரும்பி வர ஒரு மணி நேரம் ஆகும். காமேச்வரன் உள்ளே கறி நறுக்கிக் கொண்டிருப்பான். அங்கு போகக் கால் தயங்கும்.

"நான் நறுக்கித் தரேன்" என்று அடுக்களை நிலையண்டை நின்று கேட்பாள் பங்கஜம்.

"நான் என்னதுக்காக இருக்கேன்," என்று அரிவாள் மணையிலிருந்து பதில்.

"அம்மா கோச்சுக்கறாரே."

"என்ன ?"

"கூடமாட செய்யப்படாதான்னு சொல்றார்."

"கடைப்படாதவாளுக்குன்னா கூடமாட நிக்கணும். கொத்து மேஸ்திரிக்கு சித்தாள் வேணும். கலம் கலமா வடிச்சுக் கூட்டம் கூட்டமா அன்னதானம் பண்றவாளுக்குக் கூட மாட நிக்கணும்."

பங்கஜம் இப்பால் வந்து ஊஞ்சலில் உட்கார்ந்து அவனைப் பார்த்துக் கொண்டிருப்பாள். என்னவோ தோன்றும். சட்டென்று காலைக் கழுவிவிட்டு வந்து பூஜை அலமாரிக்கு முன்பு உட்கார்ந்து கொள்வாள் – சமையல் அறையைப் பார்த்துக்கொண்டு.

விடியற்காலையில் – இருள் பிரிகிறதற்கு ஒரு ஜாமத்திற்கு முன்னம் அவன் குடத்தை எடுத்துக் கொண்டு காவேரியில் போய்க் குளித்துவிட்டு பூஜை அலமாரிக்கு முன் உட்கார்ந்திருப்பான், கண்ணை மூடிக்கொண்டு. அன்று ரங்கமணி எழுந்திருக்கவில்லை. துரை தூங்கிக்கொண்டிருந்தான் முன் அறையில். பங்கஜம் இரண்டாம் கட்டில் பல்லைத் தேய்த்துவிட்டு முகத்தைத்

துடைத்து, தலையை வாரிவிட்டு நெற்றிக்கு இட்டுக்கொண்டு அலமாரியண்டை வந்து நின்றாள்.

முதுகு நிமிர்ந்து விறைப்பாக உட்கார்ந்திருந்தான் அவன். மூடின கண். துவண்ட கை. பட்டம் பட்டமாக மார்பு. குத்து விளக்கின் மஞ்சள் வெளிச்சம் பட்டு – இப்படித்தான் ரயிலில் உட்கார்ந்திருந்தானாம் – முத்துசாமி, அவர் மனைவி, மாமியார் – மூன்று பேரும் பார்த்துக்கொண்டு நின்றார்களாம்.

பார்த்துக்கொண்டே நின்றாள்.

"அவருக்கு இல்லை. உனக்கு" என்று காதில் யாரோ கத்துவது போலிருந்தது – சில சமயம் சும்மா உட்கார்ந்திருக்கும் போது, யாரோ பேசுகிறாற்போல, உரக்க, தெளிவாகக் கேட்குமே – அந்த மாதிரி.

திருப்பித்திருப்பி, "அவருக்கு இல்லே உனக்குத்தான்–"

மார்பைப் பார்த்தாள்.

"ஆமாம் எனக்குத்தான். அவருக்கு இல்லெ." அவள் பதில் குரல் கொடுத்தாள். உள் கொடுத்து.

"எனக்குத்தான். உனக்கு இல்லெ" என்று ரங்கமணியைப் பார்த்துக் குரல் கொடுத்தது. யாரோ இறுக்கி, அணைத்து, நொறுக்கிவிடுகிறாற்போல், மார்பு விலா எலும்பெல்லாம் நொறுங்க நொறுங்க, தசைகள் நெருங்கிச் சிவக்கிறாற்போல, அணைப்பதுபோல ஒரு நிமிஷம்.

நிற்க முடியவில்லை.

ரங்கமணி தூங்கிக்கொண்டிருந்தாள்.

மெதுவாக அடி மேல் அடி வைத்து, முன்னறைக்குப் போனாள். துரைக்கு பின் ஜாமத் தூக்கம். பக்கத்தில் படுத்தாள். இறுகத் தழுவினாள் – நொறுக்கிவிடுகிறாற் போல – அவன் கையை எடுத்து மேலே சுற்றிக்கொண்டாள். முதுகில் சுற்றிக் கொண்டாள்... அது தூக்கத் துவளலாகத் துவள்கிறது.

"ம்க்கும்."

எழுந்து உட்கார்ந்து தன் கைகளை மார்புக்குமுன் கட்டிக் கொண்டு இறுக்கிக்கொண்டாள்.

அன்று தொடங்கின மயக்கம் தன்னைத்தானே தினமும் கைகள் மார்புக்குமுன் கட்டி நொறுக்கும். ஒருநாள், இரண்டு நாள், பத்து நாள் – திடீரென்று காமேச்வரன் ரூமைக்காலி பண்ணிக்கொண்டு வருகிறேன் என்று கிளம்பிவிட்டான்...

திரும்பி வருவானா, மாட்டானா –

ரங்கமணிக்குத் தெரிந்துவிட்டால்?

ஏன் இப்படித் தள்ளுகிறாள்? என்ன இது!

காமேச்வரன் வருவானா – மாட்டானா?

ரங்கமணி இன்று மாலை கும்பகோணம் புறப்பட்டுப் போனதும், தடுத்துத் தடுத்துப் பார்த்தாள் அவள்.

"வந்துடுவர். அம்மா."

"ஆமா – வந்துடுவன் எப்படி வருவான்? அநாதையா வந்து நிக்கறான் – முகங் கொடுத்து வாயா வார்த்தை யாராவது பேசினாத்தானே –" என்று மூக்கு விடைக்கச் சொன்னாள். ரங்கமணி ஒரு பையை எடுத்துக் கொண்டு கிளம்பி விட்டாள்.

"உனக்கு இல்லெ. எனக்கு" என்று அவள் கிராதிக் கதவைத் திறந்துகொண்டு கிளம்பியபோது பங்கஜத்தின் மனம் உரக்கக் கூப்பாடு போட்டது – இப்போது ஞாபகம் வருகிறது.

என்ன கை! என்ன விரல்!

சிறிது நேரம் மீண்டும் மனசு அந்த விரல்களை நசுக்கிப் பிழிந்தது.

கிராதிக் கதவு தட்டும் சத்தம்.

பங்கஜம் எழுந்து விரைந்தாள்.

துரை நின்றுகொண்டிருந்தான்.

என்ன இன்று! இவ்வளவு சீக்கிரம்!

கதவைத் திறந்ததும் "அம்மா இன்னும் வல்லியா?" என்று கேட்டுக்கொண்டே வந்தான் துரை.

"இல்லியே".

"காமேச்வரன் சொன்னார். தஞ்சாவூருக்குப் போறேன். காலமே வந்துடறேன்னு சொல்லிண்டு போனார். கணக்குப் பிள்ளைட்ட சாவியைக் கொடுத்து பூட்டிண்டு வாரும்யா, நான் ஆத்துக்குப் போறேன்னு சொல்லிண்டு வந்தேன்" என்று நடையில் மாடத்தில் செருப்பைக் கழற்றினான் துரை.

2

பங்கஜத்திற்கு வாய் புருபுரு வென்றது– துரையை இவ்வளவு தனியாக அவள் பார்த்த தில்லை. இவ்வளவு தனியாக அவனோடு இருந்தது மில்லை – கலியாணமான நாளிலிருந்து இத்தனை வருஷங்களும் படுக்கிற உள்ளில் தனிமை எப்போதும் இருக்கிறதுதான்; ஆனால் கூடத்தில் யாரும் இல்லாமல், வீட்டில் ரங்கமணி இல்லாமல், துரையின் அண்ணன் தம்பிகள் இல்லாமல், தமக்கை தங்கைகள் இல்லாமல். வேலைக்காரன் இல்லை, கடையாட்கள் வரவில்லை; இப்படி ஒரு தனிமை இருந்ததில்லை. ரங்கமணி வீட்டை விட்டுச் சிறிது வெளியே போயிருப்பாள். எந்தக் கணமும் வரக்கூடும். அது தனியில்லை. இப்போது அவன் வரமாட்டான், கும்பகோணத்திலிருந்து வரமாட்டான் என்று எதோ நிச்சயம். இப்போது காமேச்வரனும் இல்லாத, ரங்கமணியும் இல்லாத, யாரும் ஏதும் இல்லாத தனிமையில் அவளும் துரையும். இந்த ஜன்மத்தில் எதோ ஒரு பெரிய கட்டம் போல, நிகழ்ச்சி போல அவளுக்கு மனசு பரபரவென்றது. எதோ நடக்காதது நடப்பது போல ஒரு சிறிய திகைப்பு, வியப்பு. ஒரு கணம் வீட்டை – இந்த நீள வீட்டை தானே தனியாக ஆள்வதுபோல ஒரு பிரமை, துளி பெருமிதம் – என்ன இது! – என்று ஒரு கணம் இந்தத் துள்ளல், வியப்பெல்லாம் சற்றுப் புரியவும் புரியாத நிலை.

கூடத்திற்கு வந்த துரை, “அப்பாடா” என்று ஊஞ்சலில் உட்கார்ந்திருந்தான்.

“எப்ப வந்தார் காமேச்வரன்? எதுக்கு உடனே தஞ்சாவூருக்குப் போகணும்னு புறப்பட்டுப்போனார்?” என்று கேட்டான்.

“எனக்கும் தெரியலே, வந்து சித்த நாழி பேசிண்டிருந்தார், வெளியிலே போய்ட்டு வரேன்னு போனார். நீங்கவந்து தஞ் சாவூருக்குப் போறார்னு சொல்றேள்.”

“அம்மா இல்லேன்னு, அவருக்கு இருப்புக் கொள்ளலையோ என்னவோ?”

“இல்லே – இப்படியும் ஒரு அதிசயம் நடக்கட்டுமேன்னுதான் ஏதோ சாக்குச் சொல்லிண்டு போயிருக்காரோ என்னவோ –” “–” காமேச்வரன் என்ன என்பது போல் அவளைப் பார்த்து விழித்தான், பங்கஜத்திற்கு ஏதோ குழந்தையைப் பார்ப்பது போலிருந்தது.

“நம்ம ரண்டு பேரையும் இத்தனை தனியா யார் விட்டு வச்சிருந்தா இத்தனை காலமா? இந்த வீட்டுக்கு வந்த நாள் ளேர்ந்து நானும் யோசிச்சுப் பார்க்கிறேன்”–

துரை சிரித்தான் – ஆச்சரியக் கண்களுடன், “அப்படியா?”

“சித்த யோசிச்சுப் பார்க்கட்டும்.”

“நிஜமாவா – நாம் ஒருநாள்கூட இப்படி தனியா இருந்த தில்லையா?

“நன்னா ஞாபகப்படுத்திப் பார்க்கட்டும்.”

துரையின் முகத்தில் பள்ளிக்கூடப் பையன் போல ஒரு புன் சிரிப்பு.

“ஆமா ஆமா – இப்படி முழுக்க தனியா இருந்ததில்லெதான். ஒரு அஞ்சு நிமிஷம் கூட – வேடிக்கை இல்லெ? ஆனா, நான் இந்த வீட்டுக்கு உன்ன மாதிரிதான் வந்தேன். உனக்கு இது புகுந்த வீடுதான். எனக்கும் இது புகுந்த வீடுதான். நான் சுனச்சேபன் மாதிரி தனியாத்தான் வந்தேன். என் சொந்த அப்பாவுக்கு எங்க அண்ணாவைப் பிடிக்கும். சொந்த அம்மா வுக்கு என் தம்பியைப்பிடிக்கும். ரண்டு பேருக்கும் என்னைப் பாதி பாதி பிடிக்கும். அதுக்குத்தான் இன்னொரு அம்மாவா, முழுக்கப் பிடிக்கிற அம்மாவாப் பார்த்துத்தரேன்னு ஸ்வீகாரம் கொடுத்துட்டார்.”

“அப்பவும் இந்த மாதிரி தனியா இருந்ததில்லே இத்தனை நாளா. இந்த அம்மா யாத்திரை போயிருக்கச்சே, அந்த அம்மா வந்து உட்கார்ந்துண்டுருந்தா, நாம எங்கியாவது தனியா இருந்துடப்போறோமோன்னு” – இதையும் சிரித்துக் கொண்டேதான் சொன்னான் துரை.

"கடசீலே காமேச்வரனுக்கு மனசு வந்தது" என்றாள் அவள்.

"உங்கிட்ட என்ன பயம் அவருக்கு? ஏன் இப்படி ஓடினார்?" என்று அவளைப் பார்க்காமல் சொன்னான்.

ஊஞ்சல் சங்கிலியைப் பிடித்துக்கொண்டு பேசிக்கொண்டிருந்தவள், அவன் எதிரே வந்தாள். முகவாயைப் பிடித்து நிமிர்த்தினாள். அவன் கண்களை ஊடுருவுகிறாற்போல பார்த்தாள். அவளறியாமல் கண் கலங்கித் ததும்பிற்று.

துரைக்கும் அது லேசாகத் தொற்றிக்கொண்டது.

வேறு பக்கம் திரும்பினான்.

தாடையை மீண்டும் தன்னைப் பார்க்கத் திருப்பினாள்.

"நான் இந்த மாதிரி துரையைப் பர்த்ததேயில்லையே இத்தனை நாளும்?"

"– –"

"ஒருத்தருமே உங்களுக்கு இல்லாதது போல பேசியாறதே – என்னத்துனாலெ?"

"ஒன்றுமில்லெ."

"என்ன ஒன்றுமில்லெ?"

"– –"

"சொல்லுங்களேன். தனியா இருக்கனும்தானே ஓடி வந்தது. ஒரு நாளுமில்லாம இன்னிக்கு நன்னாச் சொல்லட்டுமே."

"எப்பவாவது ஒரு தடவை வருமே – அந்த மாதிரி வந்தது இன்னிக்கி–திடீர்னு எல்லாரும் விட்டுப் போயிட்டாப் போலவும், தன்னந்தனியா நிற்கறாப் போலவும் சிலபோது தோணுமே – அந்த மாதிரி இருந்தது இன்னிக்கு – காமேச்வரன் தஞ்சாவூருக்குப் போறேன்னு சொல்லிண்டு போனபோது. ஏன்னு தெரியலே?"

"காமேச்வரன் வராதிருந்துடப் போறாரோன்னு அம்மாதான் பறந்துண்டு போயிருக்கார். உங்களுக்கும் அப்படியிருந்துதா?"

"என்னமோ – அம்மாவுக்கு எப்படியோ. எனக்கு அப்படியிருந்தது. கொஞ்ச நேரம் வேலை ஓடலெ, அவர் போனப்பறம். அப்புறம் நீயும் தனியா இருக்காப்பல இருந்தது. என்ன இப்படி எல்லாரும் தனியா ஆயிட்டோம்னு விறுக்குன்னு எழுந்துண்டு வந்தேன் – கணக்குப் பிள்ளைக்கிட்ட சாவியைக் கொடுத்துட்டு. இந்த காமேச்வரனுக்கு யார் இருக்கா? ஒண்டிக்கட்டை, சின்ன வயசிலேர்ந்து பெத்த தகப்பனே அடிச்சு விரட்டினாப்பல ஓடி

வந்து எங்கியோ போய், அலைஞ்சு, யார் கையிலியோ வளர்ந்து – நானும் அவரும் ஒரு ஆஸாமிதான். என்ன யாரும் அடிச்சு விரட்டலெ – சமையல் பண்ணச் சொல்லலே. வேடிக்கையா யில்லெ. எங்கியோ காசி ராமேஸ்வரம்னெல்லாம் சுத்திப்பட்டு இங்க வந்திருக்கார் பாரு, நீயும் நானும் ஜோடின்னு என்னோட வந்து இருக்க!”

பங்கஜத்திற்கு அவன் பேசுவதைக் கேட்டு சிறிது வியப்பு. இத்தனை பரிவை துரை இதுவரை வெளியே காட்டியதில்லை. அம்மா சொல்வது போல, “வாயா வார்த்தையா” காமேச்வரனோடு பேசியதில்லை அவன். நிஜமாக ஆழமாகப் பரிவு கொண்டவர்கள் இப்படித்தான் மேலுக்கு இருப்பார்களோ என்னமோ! இல்லை வியாபாரியாகத் தற்பேத்தியான வழக்கமாகவும் இருக்கலாம். உள்ளுக்குள் இருப்பதை வெளியே காட்டிக் கொண்டு விடாமல் ஜாக்ரதையாக பண்ணிக் கொள்கிற பழக்கமோ என்னவோ?

காமேச்வரன் இந்த வீட்டுக்குள் நடமாடுவது, இருப்பது ஒரு அனாவசியம் – ஏதோ அம்மாவுக்காக போகிறது, இருந்து விட்டுப் போகட்டும் என்று அரை மனதாக அவன் விட்டு வைத்திருப்பது போலத்தான் அவளுக்கு இதுவரை தோன்றிக் கொண்டிருந்தது. இப்போது அவன் நெகிழ்கிற நெகிழ்ச்சி.

இல்லை – க்ஷணப் பரிவாக வருகிற பரிவா–? ஊற்று இறைக்கிறபோது துளி நீரைப் பார்த்தால் போதுமா? பொய்க் கசிவாக இருந்துவிட்டால் –

“உங்களுக்கு காமேச்வரனைப் பிடிச்சிருக்கா?” என்று கேட்டாள் அவள்.

“பிடிச்சிருக்கான்னா?”

“நெஜமா பிடிச்சிருக்கான்னு கேக்கறேன்.” “இல்லெ அம்மா கொண்டு வச்சிருக்காரேன்னு.”

“அம்மா கொண்டு வச்சா எனக்குப் பிடிக்கப்படாதா – எனக்கும் அவருக்கும் இத்தனை ஒத்துமை இருக்கச்சே”

“நீங்க அவர்கிட்ட ஒரு பத்து நிமிஷம் கூட உட்கார்ந்து பேசக்காணுமேன்னு கேட்டேன்.”

“நான் என்ன அவரோட பேசறதுக்கு? எனக்கு என்ன படிப்பு? இல்லாட்டா, பக்தி, ஜபம். நிஷ்டைன்னு ஏதாவது தெரியுமா? கடை, தராசு, லாபம், நஷ்டம், காசு, பேரேடுன்னா மணிக்கணக்காப் பேசுவேன். அவர்கிட்ட வாயைத் திறந்து பேசறதுக்கு சங்கோசமாயிருக்கு. தகுதி வாண்டாமா?

ஒருத்தரோட பேசறதுக்கு – அவரோட குருமாதிரி அவரும் சமையல் வேலையை ஏதோ வயத்துப் பொழப்புக்குன்னு பிடிச்சிண்டிருக்கார் – அதுக்காக அவரோட சட்டுனு பேசிவிட முடியுமா?

மீண்டும் அவன் முகவாயைப் பற்றினாள்.

"இப்படிப் பேசிண்டே இருக்கறதுக்காகவா விழுந்தடிச்சு ஓடிவந்தது இப்ப."

"உனக்கு ஏன் சந்தேகம் வரவில்லை? நீ எப்படிக் குழந்தையாக இருக்கிறாய்? உன்னோட அம்மாதான் காமேச்வரனைக் கொண்டு வந்தா – ஆனா எதுக்காகக் கொண்டு வந்திருக்கா தெரியுமோ?" என்று மனதுக்குள்ளேயே அவள் கேட்டுக் கொண்டே கையைப் பிடித்து அவனை உயர்த்தினாள். "இந்த அப்பாவி எப்படி வியாபாரியாக இருக்க முடிகிறது?" என்று மனம் கேட்டுக் கொண்டிருந்தது. கை அவனை மார்போடு இறுகத் தழுவி நொறுக்கிற்று. அவனைப் பின் நடையாகவே முன்னறைக்குத் தள்ளிக்கொண்டு போயிற்று. அப்பாவியாக இயங்குகிற மனதை, அந்த மனது இயக்குகிற உடலைப் பார்த்து வெறி வெறியாகக் கிளம்பிற்று.

"துரை சாருக்குப் பிள்ளைக் குழந்தை பொறக்கப் போறதுன்னாரே காமேச்வரன்" என்று மனது முணுமுணுத்துக் கொண்டிருந்தது.

"என்ன இன்னிக்கி! என்ன இன்னிக்கி" என்று திணறித் தவித்தான் துரை.

அவள் ஒன்றும் சொல்லவில்லை. உள் மட்டும் பதில் சொல்லி அரற்றிக்கொண்டிருந்தது. "அனாதை மாதிரி. தனி தனின்னு பேசிண்டிருந்தியே— நீ தனியில்லெ – நான்கூட இருக்கேன், கூட இருக்கேன் – எப்படி நெருங்கி பிரிக்க முடியாம, இழைபோக முடியாம இருக்கேன் பாரு" என்று உடம்பு அரற்றிற்று. துரையின் மனம் கபடமில்லாமல் வியந்தது, சேர்ந்து கொண்டது. உடல் அப்பாவியாக இல்லை. இதயத்தின் அப்பாவித்தனமே பெரும் வெற்றியை மூற்றிற்று.

அவள் வாய் என்னென்னவோ பேசிக்கொண்டிருந்தது. முனகிக் கொண்டிருந்தது.

பொழுது நீளமாக நகர்ந்தது வேகமாகத் தாவிற்று. நின்றது. சோர்ந்தது. மீண்டும் நீளமாக நகர்ந்தது. எழுந்து தாவிற்று. சோர்ந்தது.

நளபாகம்

பங்கஜம் எழுந்து கூடத்திற்குப் போய்விட்டுத் திரும்பி வந்தாள்.

"மணி என்ன தெரியுமா?"

"என்ன?"

"பதினொண்ணரை."

"ஆ! எட்டு மணிக்குக் கடையை விட்டுப் புறப்பட்டேன்."

பங்கஜம் விரலை விட்டு எண்ணிக்கொண்டிருந்தாள்.

"எட்டு – எட்டு இல்லெ ஒன்பது."

"என்னது?"

"ஒண்ணும் இல்லெ" என்று சொல் நாணிற்று.

"பாவம்" என்றாள் அவனைப் பார்த்து.

"சாப்பாட்டை இங்கியே கொண்டு வந்துடட்டுமா?" என்றாள்.

"வாண்டாம். இன்னும் காலலம்பலெ. மூஞ்சி அலம்பிக்கலெ" என்று சிரித்துக்கொண்டே எழுந்தான். அவன் சிரிப்பது, நாணத்துடன் சிரிப்பது, பெண் சிரிப்பது போலிருந்தது பங்கஜத்துக்கு.

அவனுக்கு காலைக்கழுவ முகம் கழுவ நீர் எடுத்துக் கொடுத்தாள் முற்றத்து ஓரத்தில்.

அவனைப் பார்த்துக்கொண்டேயிருந்தாள். ஏதோ பத்திரிகையிலோ, புத்தகத்திலோ படித்தது ஞாபகம் வந்தது, சிரிப்பு வந்தது. மனது சொல்லிற்று "ஒரு சிங்கி இருந்தது. அது சிங்கனோட "பேசி"த்து, துடித்தது. நாப்பத்தேழாவது தடவையும் விடலே. சிங்கன் ஓடியே போயிடுத்து" என்று கை கால் கழுவுகிறவனைப் பார்த்து பரிவோடு புன்னகைத்தது.

"காமேச்வரன் என்னவோ சொன்னாரே சாயங்காலம். 'அதட்டிச் சொல்ற சக்தின்னா நீங்க'ன்னு – எதுக்கு சொன்னார். அம்பாளுக்கு ஏன் சிங்கம் வாகனமா இருக்கு? அது சிங்கியா? சிங்கனா? சிங்கியாத்தான் இருக்கணும்" மனம் என்னென்னவோ அரற்றிற்று. ஒரு பக்கம் வெட்கமாகவும் இருந்தது – ஏன் இப்படியெல்லாம் மனது கத்துகிறது என்று.

தண்ணீரைக் கொட்டி முகம் மார்பு, கைகால் எல்லாம் கழுவிய பிறகு, "அப்பாடா" என்று அவன் இப்பால் நகர்ந்ததும் அவனைப் பார்த்து மனம் கசிந்தது. குழந்தையைப் பார்ப்பது

போல இருந்தது. குழந்தையா! இத்தனை நாளாக எங்கேயிருந்தது இந்த முரடு? இன்று எப்படி குழந்தை இத்தனை பெரிய பெரிய புருஷனாக ஆயிற்று"–

அவனுடைய மார்பு, கை காலெல்லாம் அவளே துண்டால் துடைத்துவிட்டாள்.

கலியாணம் ஆன நாளிலிருந்து – இத்தனை வருஷமாக – இத்தனை நாளாக – ஏன் ஒன்றும் தெரியவில்லை? எப்படி இன்னிக்கி திடீரென்று?

மாறி மாறி மனசு என்னென்னவோ வியப்புகளைப் போட்டுப் போட்டு மாய்ந்து கொண்டிருந்தது. "ஒன்பது – ஒன்பது – ஒன்பது யப்பா – நிஜமாவா – நிஜமாவா!"

ஸ்வாமி அலமாரி முன் சற்றுக் கண்ணை மூடி நின்று வணங்கிவிட்டு, அவன் சாப்பிட உட்கார்ந்தான்.

"அம்மா நாளைக்குக் காலமே வந்துடுவாளோல்லியோ", என்று குனிந்து சிரித்துக்கொண்டே சொன்னாள்.

"காமேச்வரனும் வந்துடுவார்னு நெனக்கிறேன்."

"ரண்டு பேரும் வந்துடுவா."

"இன்னிக்கும் வந்துண்டேயிருக்கும்" என்று திரும்பிச் சிவந்தது அவள் முகம்.

"என்ன என்ன?"

"ஒண்ணும் இல்லெ."

"என்னமோ வந்துண்டேயிருக்கும்னியே – என்ன? என்ன? சொல்லேன் – சொல்லேன்."

"இன்னிக்கும்."

சிரித்தான் அவன். புரையேறிற்று.

அவள் தலையைத் தட்டினாள். அவள் பிடரியைத் தடவிக் கொடுத்தாள். நாலைந்து இருமல் இருமிவிட்டு புரையேறல் ஓய்ந்தது.

"யாரோ நினைக்கிறா!"

"யாரு? அம்மாவா? காமேச்வரனா?"

"நாளை ராத்திரி இன்னி ராத்திரியை நினைக்கிறது."

"மறுபடியும் புரையேறப் போறது" என்றான் அவன்.

3

துரையைப் பார்க்கப் பார்க்கப் வியப்பாக இருந்தது பங்கஜத்திற்கு. குழந்தை கதவிடுக்கில் நின்று எட்டி எட்டி ஒரு கண்ணால் பார்ப்பதுபோல, தொங்கும் திரையைச் சுற்றிக்கொண்டு, கொஞ்சம் திறந்து ஒரு கண்ணை மட்டும் காட்டிப் பார்ப்பது போல, அவன் பேச்சு பாதிப்பாதியாக வரும். பேச்சுக்குள்ளே இருக்கிற மனதும் பாதிப்பாதி தெரியும். இப்படி சூசகமாக அவன் பேசி அவள் கேட்டதில்லை. இத்தனை பாடுபடுத்தியும் பட்ட தில்லை. கூடு விட்டுக் கூடுபாய்வார்களாமே – அந்த மாதிரி ஒரு புது ஆளைப் பார்க்கிறாற்போல ஒரு வியப்பு. அவன் சாப்பிடுவதையும் தண்ணீர் குடிப்பதையும் கண் கொட்டாமல் பார்த்துக் கொண்டிருந்தாள். எழுந்து கையலம்பி துடைத்துக் கொள்வதைப் பார்த்தாள். முதுகில் துளி வளைவு தெரியாத விறைத்த நடை. இயல்பாகவே முன் தள்ளிய மார்பு, சில சமயம் முதுகில் வளைவு இல்லை. பார் என்று காண்பிப்பதற்காக வேண்டும் என்றே மார்பை முன் தள்ளி நடப்பது போல் தோன்றும். அநாவசிய இடங்களில் சதை வைக்காத உடம்பு, முற்றாத தோல்வாகு, சின்னப்பையன் பெண்களின் தோள்போல வாழை இலைத்தோல். தன்கைத்தோளை ஒரு தடவை பார்த்துக் கொண்டாள் பங்கஜம். அந்த வழவழப்பு இல்லை அவன் தோல் அலம்பின கண்ணாடி போலவும் தன்தோல் அலம்பாத கண்ணாடி போலவும் இருந்தது. இத்தனை வருஷங்களாகவே பொழுது விடிந்து சரிகிற வரையில், சரிந்து புலர்கிற வரையில்

பார்த்துக்கொண்டுதான் இருக்கிறோம். ஆனால் இதையெல்லாம் அவள் இவ்வளவு கூர்ந்து கவனித்ததில்லை.

ஊஞ்சலில் மீண்டும் உட்கார்ந்தவனைப் பார்த்தாள். இத்தனை நாளாகக் கவனிக்காத இன்னொன்று. சாப்பிட்டவுடன், பகலிலும் இரவிலும் ஒரு தடவை வெற்றிலை போட்டுக் கொள்வான் அவன். என்ன இது! சுண்ணாம்பை இப்படித் தடவுகிறான்! யாரும் ஆள் காட்டி விரலால் சுண்ணாம்பிடுவார்கள் வெற்றிலைக்கு. இவன் கட்டை விரலால் இட்டு அந்த விரலின் அடியில் மோதிர விரலைச் சேர்த்து காம்பைக்கிள்ளி ஆட் காட்டிக்கும் நடுவிரலுக்கும் இடையே வெற்றிலைச்சுருளைப் பற்றி வாயில் போட்டுக்கொண்டான். ஏன் இப்படி என்று கேட்டும் விட்டாள்.

"தினமும் இப்படித்தானே போட்டுக்கறேன்", என்று மீண்டும் ஒரு விரலை எடுத்து அதேபோல கட்டை விரலால் சுண்ணாம்பிடத் தொடங்கினான். அவள் பெரிய ஆச்சரியம் போல பார்த்தாள்.

"எங்கே இன்னொரு வெத்திலை போட்டுக்கோ – அந்த மாதிரி". இரண்டு மூன்று இலைகளை அப்படியே இட்டு வாயில் பற்றிக் கொண்டான் அவன்.

"கஷ்டமாயில்லெ – இப்படிப் போட்டுக்கறது?"

"தினமும் நான் இப்படித்தான் போட்டுக்கறேன்."

"நான் பார்க்கவே இல்லியே – இத்தனை நாளா."

"பார்த்திருப்பே – நான் உன்னைப் பார்க்கிற மாதிரி."

"என்ன?"

"நானும் உன்னை ஏதோ பார்த்திண்டிருந்தேன். இப்பதான் சரியாப் பார்க்கறேன் – எல்லாம் புதுசு புதுசா இருக்காப்பல இருக்கு."

"ம்க்கும்" என்று முன் அறையை நினைத்துக்கொண்டு பிணங்கினாள் அவள்.

"என்ன'க்கும்? நான் வெற்றிலை போடறதைக் கூட இன்னிக்கித்தான் பார்க்கறே நீ..."

"எங்கே, நானும் அந்த மாதிரி சுண்ணாம்பு தடவி, கிள்ளிப் பார்க்கறேன்."

"நீ போய் முதல்லெ – சாப்பிட்டுட்டு வா. மணி பன்னண்டு ஆயிடுத்து" என்று வெற்றிலைத்தட்டுப் பக்கம் நீண்ட அவள்

கையைப் பற்றினான் அவன். இடுப்புக்கு கீழ் தொட்டு அவளை மெதுவாகத் தள்ளினான்.

அவள் சமையலறையைப் பார்க்க நடந்தாள்.

"இன்னிக்கி இடுப்பு ஒடியற வேலை உனக்கு. பசி முத்திக் கூட போயிருக்கும்", என்று மெதுவாகச் சொன்னான் – காதில் விழுந்தும் விழாததுமாக.

"என்னது?" என்று நின்று திரும்பினாள்.

"ஒண்ணுமில்லெ. நீ இன்னிக்கி ரொம்பவேலை செஞ்சிருக்கே. ரொம்பப் பசிச்சுப் போயிருக்கும்னேன்."

"அப்படிக் காதிலே விழலியே."

"எப்படி விழுந்துது?"

"பசி முத்திக்கூட போயிருக்கும்னு சொன்னாப்பல இருந்துதே."

"ஆமா."

"பசி முத்தினா சாப்பிட முடியாதே..." என்று சிரித்துக் கொண்டே அடுக்களைக்குள் நுழைந்தாள் பங்கஜம்.

"பசி முற்றவிலை. பெருங்குடல் சிறு குடலைத் தின்பது போல அவள் பசி அரற்றிற்று. இந்தப் பசியும் ஆச்சிரியப் பசியாக இருந்தது. இந்த மாதிரி அவள் சாப்பிட்டதில்லை. கொத்து வேலைக்குக் கல்லும் காரையும் தூக்குகிற பெண்களைப் போல, நடவு – அறுப்புகளுக்குக் குனிந்து நிமிர்கிற பெண் பிள்ளைகளைப் போல, அள்ளி அள்ளி, சோற்றைக் குழித்து, குழம்பையும் கூட்டையும் ரசத்தையும் குளம் கட்டிக்கொண்டு சாப்பிட்டாள். திரும்பித் திரும்பிக் கூடத்தைப் பார்த்துக்கொண்டாள் – இந்த அளவையும் ஆவலையும் துரை பார்த்துவிடப் போகிறானே என்று. நல்ல வேளையாக அவன் முதுகுதான் தெரிந்தது. மந்தமாக ஊஞ்சல் அசைவதை ரசித்துக் கொண்டிருந்தாள்.

○○○

இந்த அகோரப்பசி நான்காம் ஜாமத் தொடக்கத்திலும் கிளைக்கும் என்று பங்கஜமும் நினைக்கவில்லை. துரையும் எதிர்பார்க்கவில்லை.

அவள் சாப்பிட்டு வந்ததும், கட்டை விரலால் வெற்றிலைக்குச் சுண்ணாம்பு இடுகிற வித்தையை துரை கற்பிக்கத் தொடங்கினான்.

–அந்த வித்தையை கற்பதற்கு லாவகமும் கைச்சுருக்கும் கூடுவதற்கு முப்பது வெற்றிலை பிடித்தது. அப்போதுதான் அவன்

தி. ஜானகிராமன்

கை விரல்களையும் கவனித்தாள். ஆள் காட்டிக்கும் பாம்பு விரலுக்கும் இடையே பாம்பு விரலுக்கும் மோதிர விரலுக்கும் இடையே நெற்றித் திலகம் போல இடைவெளி. நீளக் குச்சி விரல்கள். இதைக்கூட இன்றுதான் நன்றாகப் பார்த்தாள் அவள்.

இன்று புதிதாக அவனை அணு அணுவாகப் பார்க்க வேண்டும் போலிருந்தது. ஊஞ்சலில் பக்கத்தில் உட்கார்ந்து அவனை திரும்பித் திரும்பிப் பார்த்தாள். விரல்களையும் உள்ளங் கைகளையும் தடவியும் அமுக்கியும்பார்த்தாள். புஜங்களையும் தோளையும் அழுத்திப் பார்த்தாள். மார்புப் பட்டங்களைத் தொட்டுப் பார்த்தாள். வயிற்றைத் தொட்டுப் பார்த்தாள். முழங்காலையும் ஆடுசதையையும் தொட்டுப் பார்த்தாள். விரல் 'பிடிப்புக்கு' அகப்பட்டும் அகப்படாதது போல சிக்கனமாக அந்த உடம்பு முழுவதும் சதை வைத்திருந்தது.

"என்ன இது"? என்றான் அவன்.

"சும்மாத்தான்" என்று கழுத்து எலும்புக்கும் தோள் பட்டைக்கும் இடைப்பட்ட தசையை விரலால் அழுத்திப் பார்த்தாள்.

"அப்பா, வலிக்கிறது – வலிக்கிறது" என்று அவள் கையைப் பிடித்து விலக்கினான் துரை.

"சும்மாத்தான் பார்த்தேன்."

"என்னத்தை?"

"தோட்டத்திலே போட்டிருக்கே, தண்ணிப் பாய்ச்சற ரப்பர் ஹோஸு, அந்த மாதிரி முதுகு. கால் கையெல்லாம் சதை அழுத்தமாயிருக்கு. கைகூட – கொளகொளன்னு இல்லாம."

"தூங்கறபோது தான் உடம்பெல்லாம் தளந்திருக்கும். இப்ப என்ன?" என்றான் அவன்.

"தூக்கம் வரதா?"

"இல்லெ. சொன்னேன்"

"என்ன இல்லெ? நான் படுக்கையைத் தட்டிப் போடறேன்", என்று முன் அறைக்குப் போனாள். ஒரு நிமிஷம் கழித்து அவனும் எழுந்து போனான்.

அவளுக்கு உதவியாக மெத்தையை எடுத்து உதறி உதறிக் கட்டிலின் மீது பரப்பினான்.

மல்லாந்து படுத்தவாறு இருவரும் பேசினார்கள்.

"என்னத்துனாலெ இன்னிக்கி இப்படி?", என்றான் அவன்.

"எப்படி?"

"இப்படி", என்று விளக்கைப் பார்த்துக் கொண்டிருந்தான். பழுத்த மஞ்சள் தக்காளியாக மின்விளக்கு அவனையும் அவளையும் பார்த்துக்கொண்டிருந்தது. விளக்கைப் பார்த்துக்கொண்டே இருந்த அவன் கண்களைத் திருப்பி கவனித்தாள். கண் ஓரத்தில் ஒரு பொட்டு நீர் துளித்து நின்றது.

முழங்கையை ஊன்றி அவன் முகத்தை நன்கு பார்க்குமாறு தோளை உயர்த்திக்கொண்டாள். அந்தத் துளி அவன் காதண்டை வழிந்தது. மீண்டும் துளித்தது கண் ஓரத்தில்.

"என்ன?"

"ஒண்ணுமில்லெ."

"சொல்லணும்", என்று விரலால் நனைந்த அவன் பொட்டைத் தேய்த்துவிட்டாள்.

சிறிது நேரம் பேசாமலிருந்தான் அவன்.

"சொல்லப்படாதா?", என்று லேசாக உலுக்கினாள் அவள்.

"என் இன்னிக்கி இப்படிக் கண்ணாலெ ஜலம் வரது? ஏன் இன்னிக்கி இவ்வளவு பூரிச்சுப் பூரிச்சிண்டு வரது எனக்கு? நீ என்னைத் தொட்டுத் தொட்டுப் பார்த்துண்டே இருந்தியே ஏன்?–'

"அகமுடையான் பெண்டாட்டின்னு ஆனதிலேர்ந்து இத்தனை வருஷமாச்சு? உங்க உடம்பு முழுக்க எனக்கு முழுசாத் தெரியாது. உங்களுக்கும் அப்படித்தானோ என்னவோ – இன்னிக்கித்தான் எனக்கு முழுக்க பார்க்கணும்னு தோணித்து. ஏன் இப்படி இருந்தோம் ரெண்டு பேரும் இத்தனை காலமா? இப்ப பிடிச்சு வச்சிண்டிருக்காப்பல, ஏன் இத்தனை காலமா பிடிச்சு வச்சுக்கலெ? யாரு பார்க்க முடியாம தடுத்திண்டிருந்தா – யார் கிட்ட பயந்திண்டிருந்தோம்? அதான் தொட்டுத் தொட்டுப் பார்த்துக்கணும் போல இருந்தது எனக்கு–"

அதைக் கேட்டுக்கொண்டே விளக்கை வெறித்துப் பார்த்துக் கொண்டிருந்தான் துரை. சிறிது கழித்துச் சொன்னான். "யார்கிட்ட பயந்திண்டிருந்தோம்னு சொன்னியே இப்ப? இப்ப யார்கிட்ட பயப்படாம இப்படி இருக்கோம்? இப்படி ஒரு முளை: அப்படி ஒரு முளை. ஒவ்வொரு முளையிலேயும் ஒரு மாடு. ஒரு ஆடு, இல்லே ஒரு நாய் – இல்லே – ஒரு பசு மாடு

ஒரு கன்னுக்குட்டி – அப்படி வச்சுக் கோயேன். ஆனா ரண்டும் முகத்தைக்கூட இடிச்சுக்க முடியாது . . . இடிக்கிறாப்பல தொட்டுக்கறாப்பல நெருங்கிக்கும் – ஆனா தொட்டுக்க முடியாது. இப்படி ரண்டு முளைக்கயத்தையும் யார் தளத்தி விட்டான்னு யோசிச்சிண்டிருக்கேன்–"

"காமேச்வரன் தான்" என்றாள் அவள்.

"ஆமா – காமேச்வரனாத்தான் இருக்கணும் – காமேச்வரன் – காமேச்வரன் – என்னது! பேர்கூட இவ்வளவு பொருத்தமாயிருக்கே – . . . அவர்கிட்ட பயந்தண்டு இன்னிக்கி இப்படி ஆனோமா, அவர்கிட்ட பயப்படாம, அவர் விருப்பம் இதுன்னாகி இப்படி ஆனோமா–?"

அவன் சொன்னதைக் கேட்டு, முழங்கையைத் தாழ்த்தி பங்கஜம் மல்லாந்து படுத்தாள் – துரை மாதிரியே அவனைப் போலவே சிறிது நேரம் விளக்கைப் பார்த்தாள். ஐந்து நிமிஷமோ – பத்து நிமிஷமோ – பிறகு, "ரண்டும் இருக்கலாம்" என்றாள்.

"அவர் மேல தப்பான பயம் ஒண்ணும் இல்லெ எனக்கு" என்றான்.

"இந்த அப்பாவிக்கு அப்படி தப்பும் தவறுமா பயப்படத் தோணுமா என்ன?", என்று மீண்டும் ஒருக்களித்து உயர்ந்தாள் பங்கஜம். ஒரு இரக்கத்தோடு, அவன் மார்பை, கை தடவிக் கொடுத்தது . . . உடல் முழுவதையும் தடவிற்று. அப்பாவியை மீண்டும் முரடாக்க வேண்டும் போல துடித்தது. இரவு விழித்துக் கொண்டே இருந்தது. சாப்பாட்டுக்கு முன்பு தாவியதைப் போல தாவிற்று – துள்ளிற்று, சோர்ந்தது. அயர்ந்தது. மீண்டும் தாவிற்று.

மணி மூன்று அடித்தது.

பசி கிளறிற்று. நேற்றுத்தான் கல்யாணமாகி, இன்று முதல் முதலாக தனியாக அறையில் தள்ளப்பட்டது போல பசி கிண்டிற்று – நான்கு வரண்டது. பங்கஜம் எழுந்து – அடுக்களைக்குச் சென்று ஒரு டப்பாவை எடுத்து வந்தாள். அதில் முக்கால் அளவுக்கு இருந்த பயத்த லாடுகள் மாறி மாறி இரண்டு வயிற்றுக்குள்ளும் போய் கால் டப்பாவுக்கு இறங்கின. ஒரு டம்ளர் தண்ணீர் – குடிக்க மறந்து போன பால் காபியாக மாறிற்று.

அவன் தூங்கிக்கொண்டேயிருந்தான்.

அவள் அரைமணி தூங்கிவிட்டு எழுந்தாள். கபகபவென்று பொங்கின கண் சூட்டைத் தணிக்க தண்ணீரை மொண்டு

மொண்டு குளித்தாள். கொடியில் தொங்கின புடவையை உடுத்தி பூஜை அலமாரிக்கு முன் காமேச்வரன் உட்காரும் பலகை மீது உட்கார்ந்து கண்ணை மூடிக் கொண்டாள். மூடிய கண்ணுக்குள் வர்ணம் வர்ணமாகச் சுழன்றது. கண்ணீர் கண்ணீராக வழிந்தது – காமேச்வரனுக்கு எப்படி நன்றி சொல்கிறது என்று அவள் தவித்த தவிப்புக்கு பதில் சொல்வது போல.

யாருக்கு நன்றி சொல்வது என்றும் தெளிவாகத் தெரிய வில்லை. நேற்று மாலைக்கும் இரவுக்கும் எத்தனை மலை – மடு வித்யாசம்! நேற்று மாலைக்கு முன்னிருந்த நாட்கள் – வருஷங்களுக்கும், நேற்று இரவு – இந்தக் காலைக்கும் எத்தனை வித்தியாசம்.

நேற்று – அதற்கு முன்பெல்லாம் இந்த வீடு, பாத்திரங்கள், தோட்டம், ஊஞ்சல், அடுக்களை, முற்றத்தில் வளர்ந்த கொடி, தெருவாசல் எதுவும் தனக்குச் சம்பந்தமில்லாத ஒன்று போலவும், தான் ஏதோ வழி தவறி வந்தது போல யாருக்கும் தெரியாத புது ஊரில் நடப்பது போலிருந்தது. பொழுதுகள் கூட தனக்கு சம்பந்தமில்லாதவை போல் தோன்றும். இன்று? இந்த வீடு, செடி, பாத்திரங்கள், பொழுது – எல்லாம் தனக்காகவே படைக்கப் பட்டது போல், தானும் இந்த எல்லாவற்றுக்கும் கூடப் பிறந்தது போல, ஒரு ஒட்டல்.

இதையெல்லாம் யாரிடமோ சொல்ல வேண்டும்போலிருந்தது.

கண்ணைத் திறக்க முடியவில்லை. உடல் சோர்வில் இமை ஒட்டிக் கிடந்தது. தலை தொங்கிக்கொண்டே இருந்தது. நினைவு மறைந்துவிட்டது.

அரவம் கேட்டு விழித்தபோது வேலைக்காரி கூடத்தைப் பெருக்கிக்கொண்டிருந்தாள். மலமலவென்று விழித்தாள் பங்கஜம். ஒரே வெளிச்சம். சூரியன் உதித்து விட்ட வெளிச்சம் முற்றத்தில்.

“நீ எப்ப வந்தே சின்னீ?”

“நான் வந்து ஒரு நாழியாச்சுமா.”

“யாரு வாசக்கதவைத் திறந்தா?”

“ஐயா தான்.”

பரபரவென்று எழுந்தாள்.

முன்னறையை எட்டிப் பார்த்தாள். துரை தூங்குகிற தூக்கம் கூப்பாட்டுக்குக் கலையாது போலிருந்தது. ஜன்னல் கதவை சத்தமாகத் திறந்து திறந்து சாத்தினாள். இரண்டு மூன்று முறை புரண்டு கண்ணைத் திறந்தான் அவன்.

“மணி ஏழே கால்” என்றாள்.

வாரிச் சுருட்டிக்கொண்டு எழுந்து கிணற்றங்கரைக்கு ஓடினான் அவன். குளித்து விட்டுத் திரும்பி வந்து வேட்டியை உடுத்தும்போது நடையில் செருப்பு ஓசை. காமேச்வரன் உள்ளே வந்தான்.

“வாங்கோ – வாங்கோ – பங்கஜம் – பங்கஜம்!”

“ஏன்?”

“வந்துட்டார்.”

ஓடிவந்தாள் அவள்.

“இப்படி நில்லுங்கோ” என்றான் துரை.

“பங்கஜம். நமஸ்காரம் பண்ணு.”

காமேச்வரன் “என்னது! என்னது!” என்று மிரண்டான். காலை இழுத்துக்கொண்டான். சமையற்கார மிரளல். ஆனால் கால் பின்னே போவதற்குள் அவர்கள் விழுந்து வணங்கி விட்டார்கள்.

முற்றம் பெருக்குகிற வேலைக்கார சின்னி திரும்பிப் பார்த்தாள். திரும்பின வாக்கிலேயே சிறிது குழம்பினாற்போல இரண்டு மூன்று கணம் பார்த்துவிட்டு மீண்டும் பெருக்கத் தொடங்கினாள்.

“என்ன இது!” என்று குறுகினான் காமேச்வரன்.

பங்கஜம் அவன் குழம்புவதையும் பார்த்தாள். நேற்று மாலை நடந்ததை, அவனோடு பேசியதை துரையிடம் தான் சொல்லியிருப்பேனா என்று சந்தேகப்படுகிறானோ என்னவோ “இல்லை” என்று சொல்லுவது போல, அவன் மட்டும் பார்க்கும்படியாக தலையை அசைத்தாள்.

துரை பூஜை அலமாரிக்கு முன்னும் அடுக்களைக்கும் போய் விட்டு, “நிவேதனத்துப் பழம் வாங்க மறந்து போயிடுத்து. சின்னீ! கொஞ்சம் ஓடிப்போய் ஒரு சீப்பு வாழப்பழம் வாங்கிண்டு வாயேன். கொல்லையிலே இருக்கறதும் பழுக்கலெ. சீக்கிரம்” என்று காசைக்கொடுத்து வேலைக்காரியை அனுப்பினான். அவளை அகற்றுவதற்காக ஏதோ சாக்கு என்று பங்கஜத்திற்குப் புரிந்தது.

“என்ன இப்படி பண்ணிப்ட்டேள்?” கூச்சத்துடன் நின்றான் காமேச்வரன்.

"நீங்க வந்தவுடனே, எப்ப வந்தேள், எந்த பஸ்ஸு, இதெல்லாம் கேக்கலியேன்னு சொல்றேளா – உட்காருங்கோ" என்று ஊஞ்சலைக் காட்டினான் துரை.

"பரவாயில்லெ."

"உட்காருங்கோ முதல்லெ."

எஜமானன் உத்தரவு. சமையல்காரன் உட்கார்ந்தான். பங்கஜத்தின் முகத்தில் கொஞ்சம் புன்னகை.

துரை மீண்டும் வாசல் பக்கம் ஓடி, "ரண்டு சீப்பா வாங்கிண்டுவா" என்று கிராதிக்கதவைத் தாழிட்டு வந்தான். ஊஞ்சல் மீது உட்கார்ந்தான்.

"நான் என்னமோ உங்களை இங்க வேலை செய்யற மனுஷன் மாதிரி நடத்துறதாக இவளுக்கு ஒரு அபிப்பிராயம் இருக்காப்பல தோணித்து. அதனாலெதான் உங்களோட நான் முகம் கொடுத்து பேசறதில்லெங்கற மாதிரி நேத்து ராத்திரி சொல்லிண்டிருந்தா இவ. அப்படி இல்லென்னு நீங்க இப்ப தெரிஞ்சிண்டிருப்பேள் –"

"இங்க அடி எடுத்து வச்ச நாளா நான் அந்த மாதிரி நினச்சுதில்லியே–"

"நீங்க நெனச்சாலும் தவறில்லெ. நான் சல்லோ பில்லோன்னு பேசத்தான் இல்லெ. சல்லோ பில்லோன்னு பேசவும் தெரியாது எனக்கு. அது என் சுபாவம். முழுக்க சுபாவம்னு சொல்றதுக் கில்லெ. சின்ன குழந்தையிலே ப்ரீயா விளையாட்டும் அரட்டையுமாத்தான் பேசிண்டிருந்தேன். அப்பறந்தான் ..."

பாதியில் நிறுத்தி கடைக்கண்ணால் குனிந்தவாறு பங்கஜத்தைப் பார்த்துக்கொண்டான் துரை. பிறகு சொன்னான்.

"அப்புறம் ... உங்கிட்ட சொல்றதுக் கென்ன? ஸ்வீகாரம்னு ஒரு அப்பா அம்மாவை விட்டு, இந்த அம்மாகிட்ட வந்தப்பறம் பேச்செல்லாம் குறஞ்சுபோச்சு. உங்ககிட்ட சொன்னா என்ன? அம்மா இன்னும் வல்லெ. அதனாலெ இப்ப சொல்றேன். இந்த அம்மாகிட்ட எனக்கு விசுவாசம், பக்தியெல்லாம் இல்லாம இல்லெ. நிறைய இருக்கு. ஆனா விசுவாசம்தான், பக்திதான். சின்னப் பையனா வந்த புதுசிலெ நான் பிறந்த வீட்டிலெ பிறந்த மாதிரி படுத்தினதுண்டு. ரண்டு மூணு தடவைதான். அப்புறம் அதை விட்டுட்டேன். ஏன் தெரியுமா? அப்படி படுத்தினபோதெல்லாம் இந்த அம்மா ஓங்கி ஒரு அறை என் கன்னத்திலெ விடலெ. பெத்த அம்மா இருக்காளே அவ, என்

முதுகு பூரானாத் தடிக்கும் – அப்படி ரண்டு சாத்திப் பிடுவள். இந்த அம்மா அப்படி அடிக்கறதுக்குப் பதிலா, முகத்தைத்தூக்கி அரைநாள் பேசாம இருந்துட்டா. அந்த மாதிரி ரண்டு மூணு தடவை நடந்தது. பெத்தவ மாதிரி அடிக்கிறதுக்குக் கை கிடையாது. நமக்குன்னு தானே அவ துன்பப்பட்டிருக்கணும். இப்படியெல்லாம் தோணும் எனக்கு – வெளியிலே போய் நினைச்சுப் பார்க்கறபோது கொஞ்சம் பரிதாபமாயிருக்கும். சின்னப் பையனா இருந்தாலும் ஏதோ புரியும். எனக்கு இப்ப நன்னா சொல்லத் தெரியறது. இந்தக் காலத்து வழக்கப்படி பார்த்தா, எனக்கு அம்மாவா இருக்கற வயசுகூட இல்லெ இந்த அம்மாவுக்கு. சில சமயம் மாமியார்கிட்ட பேசறாப்பல கூச்சமாயிருக்கும்"–

துரை சிரித்துக்கொண்டான் லேசாக.

"நம்ம குடும்பங்களிலெல்லாம் அக்கா பொண்ணை கலியாணம் பண்ணி வைக்கறாளே தம்பிக்கு. அது கூட வாண்டாம். முதல் பெண்ணை கலியாணம் பண்ணிண்ட மாப்பிள்ளைக்கு மாமியாரைவிட பிரமாதமா வயசு குறஞ்சிருக்காது. தம்பி வயசா இருக்கும். அந்த மாதிரி இந்த அம்மாவுக்கும் எனக்கும் வயசு வித்தியாசம்–"

"என்ன, என்னென்னமோ சொல்லியாறது? அம்மா உங்க கிட்ட அப்படியெல்லாம் விட்டேத்தியாவா நடந்துக்கறார் – என்னத்துக்கு இப்படியெல்லாம் பேசணும்", என்று பங்கஜம் குறுக்கிட்டாள். "விட்டேத்தி கிட்டேத்தின்னெல்லாமா நான் சொன்னேன்! பொதுவா இந்த மாதிரி சந்தர்ப்பங்கள்ள மனசு எப்படியிருக்கும்னு லோகரீதியா சொல்லிண்டு வரேன். நீ கொஞ்சம் சும்மா இரு . . . சார் கிட்டே நான் சொல்றதைச் சொல்லிடறேன். அப்பறம் யாராவது வந்து நிப்பா –"

"யார் வந்து நிப்பா – அம்மா தானே!"

"சும்மா இருங்கறேனே . . . காமேச்வரன் எனக்கு உங்க கிட்ட அலட்சியமோ உதாசீனமோ ஒண்ணும் கிடையாது. அப்படி நீங்க துளி சந்தேகப்பட்டாலும் அது சரியில்லென்னு சொல்றதுக்காகத்தான் இப்படி நீளமாப் பேசறேன். நேத்திக்கி, நீங்க கும்பகோணத்திலேர்ந்து வந்தேள். வந்து கொஞ்ச நாழிக்கெல்லாம் தஞ்சாவூருக்குப் போறேன்னு சொல்லிண்டு வந்தேள் கடைக்கு. ஏன்னு கேட்டேன். காரியம் இருக்குன்னு சொல்லிண்டு போனேள். கடையிலெ கணக்குப் பிள்ளைக்கும் அத்தனை ஆள்களுக்கும் நடுவிலெ ஏன் ஏன்னு கிண்டிக் கேக்கவும் எனக்கு மனசு வல்லெ. நீங்க அந்தண்டை போன அப்பறம் எனக்கு ஒண்ணும்

செய்யத் தோணலெ. அம்மா இல்லெ – தனியா இவளோட இருக்க கூச்சப்பட்டுண்டு போயிட்டேள். அப்புறம்தான் நீங்களும் என்மாதிரி ஒண்டிக் கட்டையா வளர்ந்தவர்னு புரிஞ்சுது. எனக்கு வேதனையா இருந்தது. என்னன்னு புரியலெ. அப்படியே விட்டுட்டு வந்தேன். நீங்க சின்னப்போ பட்ட கஷ்டங்களெல்லாம் அம்மாகிட்ட ரண்டு தடவை கேட்டிருக்கேன். அப்பறம்தான் தெரிஞ்சுது என் மனசிலெ இருக்கற குறையெல்லாம் சும்மான்னு. நீங்க பட்டதுக்கெல்லாம் அது உறைபோடக்காணாது. நான் படறதெல்லாம் ரொம்ப சின்ன அவதி – சின்ன தலைவலி வந்துட்டா பிரமாத ஆர்பாட்டம் பண்ணிக்கிறானோ பணம் இருக்கறவனெல்லாம் – அந்த மாதிரி என் மனசு அநாவசியமாக கூப்பாடு போடறதுன்னு தெரிஞ்சுது. ராத்திரி இவளோட இதைத்தான் பேசிண்டிருந்தேன் – பேசித் தீத்துண்டேன். பேசினப்புறம் பளிச்பளிச்சுன்னு ஜன்னக் கதவையெல்லாம் திறந்துவிட்டா எப்படியிருக்கும் – ஜில்லுன்னு வெளிச்சமா, அப்படி இருந்தது. உங்களாலெதானே இது சாத்தியமாச்சு. நெனச்சிண்டே இருந்தேன். உங்ககிட்ட சொல்லணும்போல இருந்துது. அப்படியெல்லாம் தெளிவாச் சொல்லவும் தெரியாது. இப்படியாவது சொல்லுவம்னு நமஸ்காரம் பண்ணச் சொன்னேன் இவளை – எனக்கும் பண்ணனும் போல இருந்தது.

பங்கஜத்திற்கு வியப்பும் திகைப்புமாக உடம்பு பரந்தது. நம்ம துரையா இது! எங்கே இவ்வளவு பேசக் கற்றுக் கொண்டான்? ஏன் இத்தனை காலமாக எனக்குத் தெரியவில்லை? இதை யெல்லாம் எனக்குத்தான் தோண்டி எடுக்கத் தெரியவில்லையா?

துரையைப் பார்த்துக்கொண்டேயிருந்தவள் அசைப்பில் காமேச்வரனைப் பார்த்தபோது, அவன் கட்டை விரலையும் ஆள் காட்டியையும் கண்களில் வைத்து அமுக்கிக்கொண்டிருந்தான். இமை நனைந்திருந்தது.

“காபி – மறந்து போச்சு” என்று தொண்டை கமறச் சொல்லிக் கொண்டே அடுக்களைக்குள் விரைந்தாள்.

அடுப்பு மூட்டும் போது என்ன காரணம் என்று தெரியாமல் அவளுக்கு அழுகை அழுகையாய் வந்தது. துன்பம், இன்பம், வியப்பு, பிரமிப்பு சிரிப்பு, சிநேகம், நேற்று இரவு நிகழ்ந்த புதுமை, அமளி, தனிமை, காமேச்சுவரனுக்கு கீழே விழுந்து தன்னறியாமல் போட்ட கும்பிடு? அப்போது உடம்பை ஆட்டின பரவசம் – எல்லாம் ஒரே உணர்ச்சி மாதிரி இருந்தது. அத்தனையும் திரண்டு ஒன்றாக ஆகி கண்ணில் பிழிந்தது போல் தோன்றிற்று. அழுவது கேட்டு விடாமல் வாயைத் திறந்துகொண்டாள்.

"ஏன் இப்படி அழறேன்னே தெரியலியே, உனக்குக் கேக்காம லிருக்குமா?" என்று உள்ளுக்குள் அரற்றிக்கொண்டாள். "அம்பாள் – பரதேவதை – சக்தி இந்த உள்ளுக்குள்ளே இருந்துண்டு எல்லாத்தையும் கேட்டுண்டிருக்கு, பாத்துண்டிருக்கு" என்று காமேச்வரன் எப்போதாவது சொல்லுவான். உனக்குக் கேக்காம லிருக்குமோ என்று அதனிடம் தான் சொல்லிக்கொண்டிருந்தாள். குப்பென்று பிடித்துக்கொண்ட அடுப்பின் நீலத் தீயும் அதுதான் என்று தோன்றிற்று. ஏதோ ஆரத்திபோல் உள்ளங்கையை அதன் அருகில் பரப்பி கண்ணில் ஒற்றிக்கொண்டாள்.

4

நீலத் தீ!

நெட்டுக் குத்தலாக அதையே பார்த்துக் கொண்டு நின்றாள் பங்கஜம். வானம்போல, கண்ணன்போல, பார்வதிபோல, சியாமளைபோல நீலம்.

நெருப்பு என்ன அழகு!

பங்கஜம் அடுக்களையைச் சுற்றுமுற்றும் பார்த்தாள். பித்தளை, வெண்கலப் பாத்திரங்கள், டம்ளர்கள், செப்புகள் எல்லாம் பளபளவென்று தேய்த்து தங்கப் பாத்திரங்களாக அமைதியாக அவளைப் பார்ப்பது போலிருந்தது.

மேலே சற்று சாய்த்து வைத்திருந்த கண்ணாடி வழியாக வெய்யில் நீள் சட்டமாக சுவரில் விழுந்திருந் தது. அணுக்கள் சுருளும் துகளுமாக அந்த ஒளியில் வர்ணமேறி அலைந்துகொண்டிருந்தன. எல்லாம் அழகாக இருந்தது. எங்கு பார்த்தாலும் நறுவீசு – சுருக்கு – ஒருகுளுமை. அடுக்களை, கூடம், தாவாரம் எங்கும் ஏதோ இடம் கொள்ளாத பூரிப்பு, வெயிலில் இந்தத் 'துகள்'ளைப்போல தவழ்ந்துகொண்டிருந்தது. யாருடைய பூரிப்பு, எங்கே போகிற பூரிப்பு என்று சொல்ல முடியாமல் இஷ்டத்துக்கு இந்தப் பூரிப்பு வீடு முழுவதும், வெளி முழுவதும், சுழல்வது போலிருந்தது.

விநோதமாக ஒரு உணர்வு, சிறிது நேரம் தன் நினைவு இல்லாமல் வெறும் பூரிப்பு மட்டும். எத்தனை நிமிஷம்! நினைவில்லை.

நினைவு மீண்டும் கழன்று வந்த போதுதான், உலகத்தில் இருந்தது போலவும், அது வெறும் பூரிப்பாக, என்னவென்று சொல்லொணா நிறைவாகவும் இருந்தது. ஒரு விநோத நிலையாக ஞாபகத்தில் தெரிந்தது.

என்ன இது!

இத்தனை வருடங்களாக நினைவு தெரிந்தது முதல் இந்த மாதிரி தன்னை மறந்த பூரிப்பு வந்ததே இல்லையே.

தான் என்ன செய்துகொண்டிருந்தோம் என்று நினைவில்லை. நின்று கொண்டிருந்தோமா?

கூடத்தில் துரையும் காமேச்வரனும் பேசிக்கொண்டிருந்தது, கோவில் மணி, வாசலில் காய்கறிக்காரியின் கூவல், வாசலில் வண்டி ஓடுகிற கடகடப்பு – எல்லாம் கேட்டாற் போல நினைவு. ஆனால் அப்போது கேட்கவில்லை.

என்ன பிரமை!

தான் இல்லாத உலகம்! மற்றவர்களும் இல்லாத ஒரு உலகம்! வெறும் ஆகாசம் மட்டும் இருந்த நினைவு.

மீண்டும் இது வருமோ என்று நினைத்துப் பார்த்தாள், வரவில்லை.

கூடத்திற்கு வந்தாள்.

ஊஞ்சலில் உட்கார்ந்திருந்த துரையையும் காமேச்வரனையும் பார்த்தாள் – சொன்னாள்.

“சுருக்க இட்லி வாத்துடறேன், சித்த நாழியிலே ஆயிடும்,” என்று என்னமோ சொன்னாள்.

காமேச்வரன் எழுந்தான்.

“இல்லெ, இன்னிக்கி மாத்திரம் நானே பண்ணிவிடறேன். வாண்டாம்னு சொல்ல வாண்டாம்” அவள் முடிப்பதற்குள் “சரி” என்று உரக்கச் சொன்னான் துரை.

OOO

அந்தக் கணத்திலிருந்து எல்லாம் மாறிவிட்டாற் போலிருந்தது, பங்கஜத்திற்கு.

இட்லியும் காபியும் சாப்பிட்டுவிட்டு துரை கடையைப் பார்க்க நடந்தான்.

“நீங்க குளிச்சிட்டு பூஜை பண்ணலாம்”, என்று காமேச்வரனுக்கு உத்தரவு கொடுத்தாள்.

அவன் எழுந்து காவேரிக்கு நடந்தான்.

அவன் போன பத்து நிமிஷத்திற் கெல்லாம் ரங்கமணி கும்பகோணத்திலிருந்து திரும்பி வந்தாள். அவன் இரவு வந்து விட்டு, தஞ்சாவூர் போய் காலையில் திரும்பி வந்ததைச் சுருக்க மாகச் சொல்லிவிட்டு, மீண்டும் அடுக்களைக்குள் நுழைந்தாள் பங்கஜம்.

ரங்கமணி என்னென்னவோ கேட்டுக் கொண்டிருந்தாள். அதற்கெல்லாம் அசிரத்தையாக பதில். ரங்கமணி தன்னை உச்சந்தலை முதல் உள்ளங்கால் வரையில் கேள்வியாகப் பார்க்கிறது தெரிகிறது. அப்படி இரண்டு தடவை பார்த்துவிட்டு, அவளும் குடத்தை எடுத்துக்கொண்டு காவேரிக்குப் போனாள்.

❍❍❍

பங்கஜத்திற்கு தெருவில் அண்டை அயலார்களோடு சல்லோ பில்லோ என்று பேசிப் பழக்கம் இல்லை. ஒழிந்த நேரத்தில் பக்கத்து வீடு, தெரிந்தவர்களின் வீடுகள் என்று போய் சிறிது உட்கார்ந்து பொழுது போக்கிய வழக்கமும் இல்லை. காவேரிக்குக் கூட எப்போதாவதுதான் குளிக்கப் போகிற வழக்கம். ஊரில் இந்தத் தெருவைத் தவிர வேறு எத்தனை தெருக்கள் உண்டு, அவை கிழக்கு, மேற்கு, தெற்கு, வடக்கா இந்த விவரங்கள் அதிகமாகத் தெரியாது. இந்தத் தெரு தெரியும். காவிரிக்குப் போகிற தென்னைகள், இரு மருங்கிலும் முள் வேலியும், அப்பாலும் வயல்களுமாக உள்ள சாலை தெரியும். ஸ்டேஷனுக்குப் போகிற சாலை தெரியும். அந்தச் சாலை வரையில் போகிற ஊர்த் தெரு, இரண்டும் கடைத் தெருவும், சினிமாவுக்குப் போகிற சந்து இரண்டும் தெரியும். கோவிலைச் சுற்றி உள்ள மடவிளாகத் தெரு தெரியும். இவற்றைத் தவிர ஊரில் ஏகப்பட்ட சந்துகளும் தெருக்களும் இருப்பது கேள்விதான். சாலியத் தெரு, கொடிக்கால் தெரு, தைக்கால்த் தெரு, வாணக்காரத் தெரு, வண்டிக்காரத் தெரு, துலுக்கத் தெரு, பட்டு நூல்காரத் தெரு, ஜோசியர் தெரு என்று தெருப் பெயர்கள் மட்டும் யாராவது பேசும் போது காதில் விழும், அவ்வளவுதான். ஊருக்கு வெளியே மகா பெரிய பென்சில் போலக் கூம்பின் கோபுரத்துடன் நிற்கும் மாதா கோயிலையும், அதைச் சுற்றி நிழலும் மரமும் மாட்டுக் கொட்டில்களுமாக இருக்கிற விசாலமான இடத்தையும் பஸ்ஸில் போகிறபோது பார்த்திருக்கிறாள். காவேரிக்கு அக்கரையிலிருந்து ஓடம் ஏறி கட்டு கட்டாக விறகு தூக்கி வருகிற பெண்பிள்ளைகள், கருணைக்கிழங்கு, சேப்பங்கிழங்கு, கறிகாய் என்று சுமந்து வருகிற பெண்பிள்ளைகளை வாசலில் தினமும் பார்க்கிறாள். அவர்கள் ஏதோ தான் எப்போதும் பார்க்க முடியாத, போகப் போகாத,

எதோ மூடுமந்திரமான தேசங்களிலிருந்து வருவது போலிருக்கும். அதற்கேற்றாற் போலத்தான் அவர்கள் பேசிக்கொள்வதும் இருக்கும். "வடக்காலேர்ந்து வர்றோம், ரண்டாறு தாண்டி, காவேரி தாண்டி, கொள்ளிடம் தாண்டிப் போகணும்மா", என்று, பேசிக் கொண்டிருப்பவர்கள் – அடுத்த வீட்டு வாசலில், 'கொள்ளிடம் எங்கே யிருக்கிறது! யார் இவர்கள்? ஏன் இப்படி மைல் கணக்கில் ஆற்றையும் கடந்து சுமை சுமக்கிறார்கள்', என்று ஒரு கேள்வி தோன்றி மறைந்துவிடும்,

இப்போது...

இன்று காலையிலிருந்து –

ஊர் தெருக்கள் எல்லாம் போய்ப் பார்க்க வேண்டும் போலிருக்கிறது. தெருவிலுள்ள அத்தனை வீட்டுக்கும் போய்ப் பேச வேண்டும் போலிருக்கிறது.

○○○

ரங்கமணி காலை தோறும் காவேரிக்குப் போகிறாள். மாலை தோறும் எண்ணெய்க் கிண்ணத்தோடு கோவிலுக்குப் போய் வருகிறாள்.

துரை கடைக்குப் போகிறான்.

காமேச்வரன் பூஜை நேரம் போக, சமைக்கிற பரிமாறுகிற நேரம் போக, எங்கெங்கோ சுற்றிவிட்டு வருகிறான்.

அவன் கிராதிக்குள் சிமண்டுத் திண்ணையில் உட்கார்ந் திருக்கும்போது, தெருப் பயல்கள் நாலைந்துபேர் வந்தார்கள்.

"மாமா இன்னிக்கி சுருக்க வந்திடுங்கோ – நாலு மணிக்கே ஆரமிச்சா இருபது கேம் முப்பது கேம் கூட ஆடலாம்", என்று அவனைச் சுற்றிப் பேசும் ஆர்வம் கேட்கிறது.

"இன்னிக்கு ஞாயித்துக் கிழமையோயில்லியோ, ஸ்கூல் கிடையாது. முன்னாலியே போயிடலாம்."

எதற்கு?

"இன்னிக்கும் – நீங்க மணிமாமாவை நேத்திக்கு மாதிரி கீழே தள்ளணும். பொதக், அவ்வளவுதான். மணிமாமாவுக்கு மூச்சு பேச்செல்லாம் டபக்குனு போயிடும் . . . இத்தன நாளா அவரைப் புடிக்கவே முடியாது. கிடு கிடுன்னு கோட்டைத் தாண்டிண்டு சித்தானைக் குட்டி மாதிரி வருவர்–கிக் கிக் கிக் கிக் கிக் கிக் கிக் ன்னு பல்லி மாதிரி மெதுவாச் சத்தம் போட்டுண்டு வருவார். கிட்டக்க யார் போக முடியும். சித்தானைக் குட்டி

கிட்ட? அப்படியே தும்பிக்கை மாதிரி, கையை மெதுவா வீசி எல்லாரையும் தொட்டுட்டுக் கோட்டுக்குப் போயிடுவார். நீங்க வந்தப்புறம்தான் சித்தானைக் குட்டி அடங்கிக் கிடக்கு –" எனஒரு பயல் சிரிக்கிறான். உடனே, "சித்தானைக் குட்டி," "சித்தானைக் குட்டி" என்று மற்ற பையன்களின் கூச்சல் – சிரிப்பு.

பங்கஜம் இடைகழியைக் கடந்து வெளித் தாவாரத்து நிலை மீது ஒரு காலை வைத்தபடி எட்டிப் பார்த்தாள்.

காமேச்வரன் ஜன்னலை ஒட்டிய திண்ணை மீது இரண்டு கைகளையும் மேலே உயர்த்தி தலைக்குப் பின் சேர்த்து சாய்மானத்தில் சாய்ந்து உட்கார்ந்து கொண்டு பையன்கள் சொல்வதை கேட்டுச் சிரித்துக்கொண்டிருந்தான். திண்ணையை ஒட்டி ஏழெட்டுப் பயல்கள் – பன்னிரண்டு, எட்டு, பத்து, ஆறு, ஏழு வயசுக் கணக்கில்.

"ஸ்" என்று வாயில் விரலைப் பொத்தி, "அதெல்லாம் சொல்லப்படாது. சித்தானைக்குட்டி அது இதுன்னெல்லாம் சொல்லப்படாது. அந்த மாமா காதிலே விழுந்தா கோச்சுப் பார். உங்களையெல்லாம் அப்படி பிடிச்சு எலுமிச்சம் பழம் மாதிரி புழிஞ்சிடுவர்", என்று காமேச்வரன் எச்சரித்துக்கொண்டிருந்தான்.

"என்னது"! என்றாள் பங்கஜம்.

"சலாங்குடு மாமி, சலாங்குடு. ஆத்தங்கரை மணல், மேட்டிலே – சிவன் கோயிலுக்கு அந்தண்டை, 'சலாங்குடு'. மாமா போன சனிக்கிழமை வந்தார் – எல்லாரும் விளையாடறபோது நானும் வரட்டுமான்னார். சரின்னு சேத்துண்டா. குப்பு மாமா. சின்னையா, நாவன்னா, எல்லோரும் போஸ்ட் மாஸ்டராத்து ஆனைக்குட்டியிருக்கே, மணிமாமா – அது எதிர்த்த கட்சி. அது ஒரு நாளைக்குக்கூட அவுட்டானதே கிடையாது. கையை நீட்டினா லவுக்குனு ஒரே அப்பா அப்பி இழுத்துப் போட்டுடும். அது மூச்சு பிடிச்சுண்டு வந்துதுன்னாலும் கிட்ட நெருங்க முடியாது. இந்த மாமா வந்தா பாருங்கோ, சிர்ர்றுன்னு ஒரு பாச்சல் பாஞ்சுண்டு, காலை எட்டி நீட்டி ஒரு வீசு வீசினா பாருங்கோ – ஆனைக்குட்டி தொந்தியிலே மாமா கால் கட்டை விரல் பட்டுடுத்து. ஆனைக்குட்டி மாமா காலை லாவப்பாத்துது. ம்ஹுூம். கண்மூடிக் கண் திறக்கறத்துக்குள்ளியும் மாமா கோட்டுக்கு வந்துட்டார்.

அந்தப்பையன் முடிப்பதற்குள் இன்னொரு பயல், "அதுக்கப்பறம் ஆனைக்குட்டி மூச்சைப் பிடிச்சுண்டு வந்துது பாருங்கோ–"

"டேய் இப்பதானே சொன்னேன் – அதெல்லாம் சொல்லப் படாதுன்னு" காமேச்வரன் குறுக்கீடு.

"சரிமாமா – மணிமாமா "கரம்" கட்டிக்கிண்டு வந்தார் மாமாவையே – ரண்டு மூணுதரம் – மாமாவைத் தொட முடியலெ. அப்புறம் நாலாம் தடவை மாமா ஒதுங்கி ஒதுங்கி பின்னாடி போயிட்டே இருந்தா. ஆனைக்குட்டி துரந்திண்டே வந்துது. டபக்கென்று புடிச்சாரே பார்ப்பம் – ஆனைக்குட்டி காலை, பொதக்குனு விழுந்துதே பார்ப்பம் தொந்தியைப் போட்டுண்டு மணிக்குண்டு. மாமா அப்படியே காலை மாரோடு மாரா அணைச்சு இறுக்கினுட்டார். கிக்கிக்கிக்கிக்கிக்கின்னு மூச்சை அடக்கி அடக்கிப் பார்த்துது ஆனைக்குட்டி . . . முடியலெ. கடசீலே விட்டுடுத்து". மறுபடியும் சிரிப்புக் கூச்சல்.

"நீங்க விளையாடறேளா தினமும்" என்று காமேச்வரனைப் பார்த்தாள்.

"அன்னிக்குச் சும்மா போது போகலெ. சாயங்காலம் தேவார அய்யங்கார் பாடறதைக் கேட்டுண்டிருப்பேன். அன்னிக்கு அவர் வரலெ. உடம்பு சரியாயில்லியாம். ஜுரம் போலிருக்கு. அப்படி காவேரி கிட்டே போனேன். மணல் மேட்டிலெ எல்லாம் சலாங்குடு ஆடிண்டிருந்தா. எல்லாரும் மீட்டிங்கிலே பேசறாரே ஜகது, அவர், அப்புறம் அவரோட சீட்டாடிண்ருப்பாரே இளங்கண்ணன், இன்னும் யார் யாரோ ஆடிண்டிருந்தா. எல்லாரும் பெரியவா. இதுகள்ளாம் வேடிக்கை பார்த்துண்டிருந்தது. நானும் வேடிக்கை பார்த்துக் கொஞ்ச நாழி நின்னேன். கொஞ்ச நாழியானப்புறம் ஜகது வந்து, "நீங்க ஆடறேளா கொஞ்சநாழி", என்று கேட்டார். போது போகலியா, சரின்னு போனேன். இப்ப நித்யம் போக ஆரம்பிச்சுட்டேன்", என்றான் காமேச்வரன்.

"நித்யம் வாங்கோ மாமா. நாங்க மணி மாமா விழறதைப் பார்க்கணும்" – ஒரு பயல்.

"மணி மாமா யாரு?"

"நீங்க இத்தனை நாழி கேட்கலியா –", என்று நெருங்கி வந்தான் அந்தப்பையன். குரலைத் தாழ்த்திக்கொண்டான். போஸ்ட் மாஸ்டர் மாமாவோட பிள்ளை. மிலிடரியிலே இருந்தேன், அங்கே இருந்தேன், இங்கே இருந்தேன், பம்பாயிலே இருந்தேன், கல்கத்தாவிலே இருந்தேன்னு டூப்பெல்லாம் விடுவாரே – அந்த மணிமாமா நீங்க பார்த்ததில்லெ?", என்று பங்கஜத்தைக் கேட்டான்.

“நீங்க சாயங்காலம் கோயிலுக்கு வரது மாதிரி வாங்கோ – ஆத்தாங்கரை சிவன் கோவிலுக்கு அப்புறம் அப்படி வந்தேள்னா, பார்க்கலாம் ஆனைக்குட்டியை. காலமே கூட வாசல்லெ உட்கார்ந்துண்டு தினமணி வாசிச்சிட்டிருக்கும்.”

“அவர் வந்து ரண்டு மாசம்தான் ஆறதாம். எங்கியோ வேலையிலே இருந்தாராம். ஏதோ லீவிலே வந்தேங்கிறார். சண்டை போட்டுண்டு வந்துட்டேங்கறார். வேற வேலைக்கு ஏதோ பார்த்துண்டிருக்காராம். ரொம்ப ஸ்தூல சரீரம். அதனாலேயே வேலை பார்க்க முடியலியோ என்னமோ – சாதுவா இருக்கார். வயசு ரொம்ப ஆகலே. முப்பதுதான் இருக்கும்”, என்று காமேச்வரன் சொல்வதற்குள், “முன்னூறு நானூறு பவுண்டு இருக்கமாட்டார் மாமா”, என்று ஒரு பயல் குறுக்கிட்டான்.

“நீ ஒரு தராசை எடுத்துண்டு போய்ப் பாரேன் – அரட்டைக் கல்லி”, என்று லேசாகக் கடிந்துகொண்டான் காமேச்வரன்.

“தராசு மளக்குன்னு அறுந்து விழுந்துடும். நாலு மணங்கு இருக்கும். ரயில் தராசுதான் லாயக்கு.”

“டேய்–”

“அதுக்குப் பூனைக்கண்ணு வேற–”

“ஸ் – சும்மா இருங்கடா.”

“சரி மாமா – நீங்க இன்னிக்கு சுருக்க வரேளா.”

“வரேன் – வரேன் – நீங்கள்ளாம் இப்பப் போகலாம். நான் கொஞ்ச நாழி ரெஸ்ட் எடுத்துக்கணும் –”

“சரி மாமா – ஏய் வாங்கடா, மாமா கொஞ்ச நாழி ரெஸ்ட் எடுத்துக்கட்டும் – மாமா நீங்க நேரே வந்துடறேளா? நான் வரட்டுமா?”

“நீங்க போங்கடா இப்ப.”

“சரிடா வாங்கடா. இனிமே டிஸ்டர்ப் பண்ணப்படாது. மாமாவை – அதான் வரன்னுட்டாரே –”

கூட்டம் கலைந்தது.

ooo

“என்ன இரைச்சல் அங்கே” என்று கேட்டுக்கொண்டே வந்தாள் ரங்கமணி. “எங்க வந்துது இந்தப் பசங்கள்ளாம்.”

பங்கஜம் திரும்பிப் பார்த்தாள். ரங்கமணியின் கண்கள் பிற்பகல் தூக்கம் கெட்டதில் வெளிச்சம் கண்டு இடுங்கி உப்பி யிருந்தன.

"எங்க வந்துது இந்தப் படை?"

"விளையாட்டுத் தோழனைப் பார்க்க."

"என்னது?"

"ஆமாம்மா – இவர் தினமும் காவேரி மணல் மேட்டுலெ சலாங்குடு விளையாடறாராம்.

"யாரு?"

"இவர்தான்."

"நான் தாம்மா. இந்தப் பசங்கள்ளாம் சபையோர்", என்று சாய்மானத்திலிருந்து எழுந்து நிமிர்ந்து உட்கார்ந்து கொண்டான். போன சனிக்கிழமையிலிருந்து விளையாடத் தொடங்கின கதையைச் சொல்லி முடித்தான். சித்தானைக் குட்டியைப் பற்றியும் சொன்னான்.

"யாரும்மாது?", என்றாள் பங்கஜம்.

"அதாண்டி, பசுபதி இருக்காரே போஸ்ட் மாஸ்டராயிருந்து ரிடயராயிருக்காரே, அவர் ஆமடையா கூட அம்பது வயசு வரைக்கும் தூரமாயிண்டு வாசத் திண்ணையிலே உட்கார்ந் திருப்பாளே டீ–"

"ஆமாமா."

"அந்த மாமியோட மூத்தபுள்ளை. வாசப்படியை இடிச்சுக் கட்டணும் – அவ்வளவு மெலிசு! அவன் எங்கேயோ வேலையா யிருந்தானாம் வடக்கே – வேலை போயிட்டுது. என்னவோ இப்ப வீட்டோட உட்கார்ந்திருக்கான். கடையிலே ஒரு வேலை போட்டுக் கொடுன்னு துரையைக் கூட கேட்டாராம் போஸ்ட் மாஸ்டர். அது சலாங்குடு விளையாடறதா?"

"இவர் அவரை கீழே தள்ளிப்பிட்டாராம், இத்தனை நாளா அஞ்சாத சிங்கமாயிருந்தாராம். அதுக்குத்தான் இத்தனை நாழி இவரை தூக்கிண்டு கூத்தாடாத குறை பசங்கள்ளாம் – இன்னிக்கு ஞாயித்துக்கிழமை – நாலுமணிக்கே வரனும்னு இவர்கிட்ட அச்சாரம் கொடுக்க வந்துது எல்லாம். நாங்கள்ளாம் வந்து பார்க்கலாமா?" – பங்கஜம்.

போயிட்டுவாயேன் – சிவன் கோவிலுக்குப் போறாப்பல நானும் வரேன்: காமேச்வரனை அங்கியும் போய்ப் பார்க்கத் தானே வேணும்”, என்றாள் ரங்கமணி. இத்தனை வேலை செஞ்சுட்டு விளையாட வேற முடியறதா உனக்கு?”

அன்று போகவில்லை. நாலைந்து நாள் கழித்து எண்ணெய்க் கிண்ணத்துடன் ஆற்றங்கரை சிவன் கோயிலுக்குப் போகிற சாக்கில், அந்த விளையாட்டை பார்க்காதது போல் பார்த்துவிட்டு வந்தார்கள். ரங்கமணியின் யுக்திகளைப் பார்த்து வேடிக்கையாக இருந்தது பங்கஜத்திற்கு. அரச மரத்தையும் அடியிலுள்ள நாகர்களையும் வலம் வருவதுபோல மூன்று தடவை சுற்றினாள் ரங்கமணி; பங்கஜம் பின்னால். பக்கத்து மணல் மேட்டில் பள்ளிக்கூடத்து சிறுவர்களைப் போல இருபது, இருபத்தைந்து வயது முப்பது வயதெல்லாம் அதிக சத்தம் போடாமல் வெகு மும்முரமாக ஆடிக்கொண்டிருந்தன. இரைச்சல் எல்லாம் சுற்றியிருந்த எட்டு, பத்து வயது முகங்களிலிருந்து.

“மணிமாமா” அண்டர்வேரும் வெற்று உடம்புமாக நடந்து கொண்டிருந்தது. ஒரு தடவை காமேச்வரனிடம் பிடிபட்டு, அப்பாவியாகச் சிரித்தது. பல்லில் தான் எத்தனை பழுப்பு! கண்ணில் பழுப்பு, உடலில் பழுப்பு – அண்டர் வேரும் பழுப்பு நீரில் நனைந்த பழுப்பு!

பார்க்காததுபோல பார்த்துவிட்டு, பங்கஜமும் ரங்கமணியும் திரும்பி நடந்தார்கள்.

புதிதாகப் பிறந்து கண்ணைத் திறந்து குழந்தை உலகத்தை பார்ப்பது போல், பங்கஜத்திற்கு எங்கு பார்த்தாலும் புதுமை – மார்புக்குள் நிரம்பி நிரம்பி விம்மிக்கொண்டிருந்தது.

5

இந்த விளையாட்டுக்காக காமேச்வரன் எந்த வேலையையும் விட்டுவிடவில்லை. பொழுது சாய வருவான். குளிப்பான். ராத்திரி சமையலைச் சமைப்பான். பரிமாறுவான். காலை வரையில் காத்திருக்க வேண்டாம் என்று தூங்குவதற்கு முன்னால் 'பத்து'த் தேய்த்துப் பாத்திரங்களைக் கழுவித் துடைத்து பளபளவென்று அலமாரியில் கவிழ்த்து அடுக்குவான்.

திண்ணைக்குப் போவான். நடுநிசி வரையில் உட்கார்ந்திருப்பான். காலையில் எப்போது எழுந்திருக்கிறானோ தெரியாது. துரையும் ரங்கமணியும் எழுவதற்கு முன் பங்கஜம் கண்ணைப் பிட்டுக்கொண்டு வாசலைத் திறந்தால், முகப்பும் திண்ணையும் காலியாயிருக்கும். இரண்டு தோளில் காவேரித் தண்ணீர் ததும்பும் குடத்துடன் நிற்பான்.

"ஏது குடம்? நான் கதவைத் திறக்கலியே" என்றாள் பங்கஜம்.

"ராத்திரியே கொண்டு வச்சினுட்டேன்", என்று பதில் வந்தது. "தினம் தினம் தட்டித் தட்டி, நல்ல தூக்கத்திலே உங்களை எழுப்பிண்டிருக்கேன். என்னத்துக்கு!", என்று சொல்லிக்கொண்டே உள்ளே நுழைந்தான். ஜபம், காலையில் இட்லி தோசைக் கடை, சமையல், தோட்டத்துக்குத் தண்ணீர், கைகழுவ, குடிக்கத் தண்ணீர், சாயங்காலம் விளையாட்டு. தேவாரம் அய்யங்கார் பாட்டு.

எதற்காக இப்படி அலைகிறான்?

இரண்டு வாரம் ஆயிற்று.

பகல் சாப்பாட்டுக்குப் பிறகு வாசல் தாவார முகப்பில் வழக்கமாக ஓய்வு எடுத்துக் கொண்டிருப்பவனைக் காணவில்லை.

பங்கஜம் தெருவை எட்டிப் பார்த்தாள்.

ரங்கமணியும் வந்து பார்த்தாள்.

நின்று நின்று பார்த்துவிட்டு இருவரும் உள்ளே போனார்கள்.

மூன்று மணி சுமாருக்கு காலடி கேட்டது.

வந்துவிட்டான். காலைக் கழுவிவிட்டு, பிற்பகல் டிபன் பண்ண அடுக்களைக்குள் புகுந்தான்.

இதுவும் வழக்கமாகி விட்டது. பகல் சாப்பாட்டுக்குப் பிறகு ஆளைக் காண்பதில்லை. ஆனால் சரியாக மணி மூன்றடிக்க அடுக்களையில் அரவம் கேட்கும்.

"வெய்யில் படை பதைக்கிறதே? எங்க போய்ட்டு போய்ட்டு வரே, சாப்ட்டதும் சாப்டாததுமா?", என்று கிட்டத்தட்ட ஒரு மாசம் கழித்துக் கேட்டு வைத்தாள் ரங்கமணி.

"சலாங்குடு மத்யான்னமே ஆரமிச்சு விளையாடறாளோ என்னமோ", என்று சிரித்தாள் பங்கஜம்.

"விளையாட்டுத்தான்" – காமேச்வரன்.

"விளையாட்டா."

"ஆமா. உட்கார்ந்த மேனிக்கு – சக்கரம் அய்யங்கார் வீட்டுத் திண்ணையிலே."

"சீட்டாட்டமா?"

"ஆமா – ஆட்டம்! ஒரு நாளைக்கு போது போகலியேன்னு அங்கே போனேன். நின்னுண்டே பார்த்துண்டிருந்தேன். ரண்டுமூணு நாளைக்கு போய் நின்னுண்டிருந்தேன். மூக்கிலெ கை வைக்காமலேயே சிந்துவர் ஒருத்தர் – அவர் சொன்னார்: – "ஓய், மேல தெறிக்கப் போறதுங்காணும். இப்படி மேல வந்து உட்காரும் – இல்லாட்டா எனக்குப் பதிலா உட்காரும். கொஞ்ச நாழி தூங்கணும் போல்ருக்கு – எழுந்துண்டு போகணும் – உக்கார்றியா?"ன்னு கேட்டார். 'உக்காந்தா போச்சு'ன்னேன். பிடிச்சிண்டுது."

"வெத்து ஆட்டமா? காசு வச்சா?" – ரங்கமணி.

"காசு வச்சா? காசு வைக்கற ஆட்டத்துக்குப் போனா, டிபன் பண்ண, சமைக்க, பூஜை பண்ணல்லாம் ஏந்துண்டு வர

முடியாது. வாசக்கதவு, கொல்லைக்கதவு எல்லாம் தாப்பாழ் போட்டுருவன். சாப்பாடு, காபி எல்லாம் ஆடற இடத்திலேயே. கம்மோடு வைக்கறது ஒன்றுதான் பாக்கி. மத்தபடி அந்தண்டை இந்தண்டை நகர முடியாது. திடீர்னு நாலாயிரம் ஐயாயிரம்னு ஒரு நாள்ல வந்துடும். அதை அப்படியே சுருட்டிண்டு எழுந்து வந்துட முடியாது. அது கரையற வரைக்கும், இல்லாட்டா, அதுவும் இன்னும் நாலஞ்சு நாலாயிரம் ஐயாயிரமாப் பெருகி, 'இனிமே இவனை ஒண்ணும். இறக்கறதுக்கில்லெ. நம்மகிட்டவும் வேட்டி சட்டைதான் பாக்கி'னு, ஈரத்துணியா கிடக்கற வரைக்கும் விட மாட்டான். காசாவது – கீசாவது –" சிரித்தான் காமேச்வரன்.

பங்கஜம், 'ஏன் சிரிக்கிறீர்கள்' என்று கேட்பது போல் பார்த்தாள்.

"சக்கரம் ஐயங்கார் கோஷ்டியிலே மூணு பேருக்குத்தான் நல்ல கண்ணு. நாலு பேருக்கு வெள்ளெழுத்து. ஒத்தருக்கு சோடாபாட்டில் மூக்கண்ணாடி. ஒன்பதா ஆறா, ராஜாவா ராணியான்னு கூட பார்க்க முடியாது. ஏதோ சீட்டைப் பிடுங்கிப் போடுவா. 'என்னடா ஆராமுதா, ஏன் இப்படி சல்யன் தேரோட்டினாப்பல என் கட்சியிலே உட்கார்ந்துண்டு கழுத்தறுக்கறே. நீ ஏந்துண்டு போய் உன் புள்ளையை அனுப்பி உட்காரச் சொல்லு. நீ மறுபடியும் கண்ணாபரேஷன் பண்ணிண்டு வந்தாத்தான் உன்னைச் சேத்துக்குவேன்'னு ஒரு மாமா கத்துவர். நான் சும்மா வேடிக்கைப் பாத்துண்டு நின்னேன். நல்ல வேளையா ஒரு நல்ல கண்ணு வந்ததுன்னு உட்கார்த்தி வச்சுட்டா. எனக்குச் சிரிப்பா வரது. யாரு கையிலே எந்த சீட்டு இருக்குன்னு ஊஹம் பண்ணத் தெரியணும். இல்லாட்டா பட்டண்ணா மாதிரி சீட்டிலெ சூட்சுமமா நகக்குறி பண்ணி வைக்கணும். பட்டண்ணா எனக்கு அம்மாஞ்சிமுறை. சீட்டாட்டத்திலேயே சம்பாதிச்சார். நகத்தாலெ மார்க் பண்ணிடுவாராம். அந்த விரல் என்ன சூது பண்ணும்னு கண்டுபிடிக்க முடியாது. செட்டிநாடு, மெட்ராஸு, கோயமுத்தூரு, பங்களூருன்னு, சீசன் வாரியா சீட்டாடிட்டு வருவார். ஆயிரம் ஆயிரமாகக் கொண்டு வருவர். அப்படியே பணம் பண்ணி கூடலங்குடித் தெருவிலெ ஒரு வீட்டை வாங்கி, மேல இருபதாயிரம் செலவழிச்சு நருக்குன்னு புதுப்பிச்சார். கிருகப்ரவேசத்துக்குக் கச்சேரியெல்லாம் வச்சார். குழந்தை இல்லேன்னு ஸ்வீகாரம் எடுத்துண்டார், தங்கை புள்ளையை. பூணூல் போட்டு அதுக்கு பாண்டுக் கச்சேரி, ஊர்வலம்னு தடபுடல் பண்ணினார். திடீர்னு கணபதி ஹோமம்ன்னு பத்து பிராமணனைக் கூப்பிட்டு, ஏதாவது பண்ணச் சொல்லி சாப்பாடு போட்டு பத்தாறு தக்ஷிணையெல்லாம் கைநிறைய வீசுவர். கும்பேச்வரன் கோயில்லெ லட்சார்ச்சனை பன்றேம்பார்.

இதுக்கெல்லாம் பணம் நகக்குறி. ஒரு நாளைக்கு மெட்ராஸ்லெ செட்டிகளோடு சீட்டாடற போது நகக்குறியைக் கண்டு பிடிச்சுட்டான். கையையும் காலையும் வெட்டலெ. நன்னா பூசை போட்டு அரை வேட்டியை முதக்கொண்டு பிடுங்கிண்டு விட்டுட்டான். அப்பறம்தான் விட்டார் சீட்டாட்டத்தை. ஒரு தடவை எங்க யாத்திரை பஸ்ஸிலியே வந்து காசி கயா வெல்லாம் போயிட்டு வந்தார்.

நல்ல வேளையா ஸ்வீகாரப் பிள்ளையை நட்டாத்திலெ விடாம இருந்த வீட்டையும் பத்துமா நிலத்தையும் வச்சுட்டுக் கண்ணை மூடினார்..."

திடீரென்று காமேச்வரன் பேச்சை நிறுத்திக் கொண்டான். சற்றுக்கழித்து "நான் என்னென்னமோ பேசிண்டிருக்கேன்" என்று சொஜ்ஜிக்கு ரவாவை வாணலியில் போட்டு வறுக்கத் தொடங்கினான்.

இந்தக் கதையும் ஸ்வீகாரத்தில் முடிந்ததே என்று அவன் நாக்கைக் கடித்துக்கொண்டதை பங்கஜத்திற்கு உணர முடிந்தது.

இப்போதெல்லாம் அவளுக்கு ஏதோ ஒரு துணிச்சல். அதுவும் அவன் முன்னால், ரங்கமணி என்கிற மாமியாரை அவ்வளவாக சட்டை செய்யத் தேவையில்லை என்று ஒரு சின்ன மனவிறைப்பு.

"பாவம் சீட்டாடறதுக்கே நேரம் சரியாய் போச்சு உங்க அம்மாஞ்சிக்கு. பிள்ளை பிறக்கணும்னு கவலைப்படறதுக் கெல்லாம் போது இல்லை."

காமேச்வரன் வறுபடும் ரவையை நிறம் பார்ப்பதுபோல புன்சிரிப்பை வாணலிப்பக்கம் திரும்பி மறைத்துக்கொண்டான்.

ரங்கமணி கால் கட்டை விரல் நகத்தை உற்றுப் பார்த்துத் தடவிக் கொண்டிருந்தாள்.

"சக்கரம் ஐயங்காருக்கு அஞ்சுபுள்ளை, மூணு பொண்ணாமே", என்றான் காமேச்வரன், ரவையைப் பார்த்துக் கொண்டே.

"காசுவச்சு சீட்டாடலையோல்லியோ", என்று பங்கஜம் சிரித்தாள்.

மறுநாள் பகல் உணவுக்குப்பிறகு காமேச்வரன் சக்கரத்தின் விட்டுத் திண்ணைக்குப் போகவில்லை.

மூன்றாம் நாள் அதே நேரத்திற்கு எதிர் வீட்டு வெங்காச்சம், அவன் சாய்ந்திருக்கும்போது கிராதிக்கதவை லேசாக உலுக்கிச் சத்தப்படுத்தினார்.

"என்ன ஸ்வாமி. ஏளா", என்றார்.

"எங்கே?"

"என்ன எங்கே? என்ன நேத்திக்கி ஆளைக்காணும்?"

காமேச்வரன் என்னமோ சொல்லுகிறான். மீண்டும் வெங்காச்சத்தின் குரல்.

கிராதிக்கதவு திறக்கிறது. காமேச்வரன் தட்ட முடியாமல் எழுந்து போய்விட்டான் போலிருக்கிறது.

ooo

சீட்டாட்டம் மட்டும் இல்லை.

காமேச்வரனுக்கு வியாபகம் பெருகிக்கொண்டே வருகிறது.

ஒரு நாள் துரையிடம் அனுமதி கேட்டான். "ஹெட் மாஸ்டர் மாத்தலாகிப் போறாராம். ஸ்கூலுக்கு முன்னாலெ சவுக்கத்திலெ சர்க்கரை பொங்கல், வெண் பொங்கல், புளியோதரை, பகாளாபாத், சட்னி, கொல்தஸுன்னு ஒரு நிலாச் சாப்பாடு வைக்கப்போறாளாம். நான்தான் பண்ணணுமாம். ஜகது சொல்றார்."

"அதுக்கென்ன?"

"நான் போகலாமான்னு கேக்கறேன்." துரை அதைக் கேட்டு ஒரு தடவை குலுங்கிச் சிரித்தான்.

"என்ன?"

"சத்திரத்துச் சாப்பாடுக்குத் தாத்தையங்கார் உத்தரவா?"

"அப்படியில்லே. மத்தது ஒண்ணுக்கும் நான் கேக்கலியே. இது சமையல் காரியம்."

"பங்கஜம் – இதைப்பாத்தியோல்லியோ, சார் பேசறதை". அந்த நிலாச்சாப்பாடுக்கு துரைக்கும் அழைப்பு வந்தது. பஞ்சாயத்து டவுன். பெரிய மளிகை ஊருக்குப் பெரிசில் சேர்த்தி.

நிலாச்சாப்பாடு சாப்பிட்டுவந்த துரை பங்கஜத்திடம் பத்து நிமிஷம் மாய்ந்து போனான். "ஹெட்மாஸ்டரைப் பத்தி யாரும் பேசலெ. வெண்பொங்கலையும் கல்கண்டு பொங்கலையும் பத்தித்தான் பேசினா எல்லாரும். ஜகது விட மாட்டான் போல்ருக்கு காமேச்வரனை. இந்த வருஷம் பாரதி விழாவுக்கு மெட்ராஸ்லேர்ந்தும் திருஷ்னாப்பள்ளியிலேந்தும் யார் யாரையோ பேசறதுக்குக் .கூப்பிட்டிருக்கானாம். ராத்திரி டின்னராம். ஹெட்மாஸ்டருக்கு உபசாரம் சொல்றபோதே

அதுக்கும் காமேச்வரனுக்கும் அச்சாரம் கொடுத்துட்டான். காமேச்வரன் என்ன சொன்னார் தெரியுமோ – "பாரதியார் எங்க அண்ணா. அம்பாள் எங்க அண்ணாவுக்குக் கவிபாடச் சொல்லிக் கொடுத்தா. என் கையிலெ கரண்டியைக் கொடுத்திருக்கா. எங்க ரண்டு பேருக்கு அவதான் அம்மா – எங்க பராசக்தி! எங்க குருநாதன், பாரதி, நான் – மூணுபேரும் அண்ணன் தம்பி. 'நான் கொடுத்து வைக்யணுமே. பாரதி பேரைச் சொல்லி சமைச்சுப் போட்டேன்'னு எல்லாருக்கும் ஒரு கும்பிடு போட்டார் எங்கண்ணா. திராட்சாபாகமாப்பாடி உலகத்தையே மயக்கினார் எங்க அண்ணா. அவரை நெனச்சிண்டே, நாளபாகமா இல்லாட்டாலும் முகத்தைச் சுளுக்காம சாப்பிடும்படியா எனக்குத் தெரிஞ்சதைப் பண்ணிப்போடறேன்னு ரொம்ப பவ்யமாச் சொன்னார். அவர் ஒன்றும் சாமர்த்யமாச் சொல்லலெ. மனசோட, இளக்கமாச் சொன்னார், அவர் சொன்ன தோரணையைப் பார்த்ததும் எனக்கு எல்லாம் ஒண்ணுதான்னு தோணித்து ஒரு நிமிஷம். சமையல் பண்றது, சர்க்கார் நடத்தறது, வியாபாரம் பண்றது, கவி பாடறது, சொல்லிக் கொடுக்கறது, பாலம் கட்றது, வீடு கட்றது, பள்ளிக்கூடம் நடத்தறது, தோட்டம் கொத்தறது, பயிர்ச் செலவு பண்றது – எல்லாம் ஒண்ணுன்னுதான் தோணித்து. அப்படி ஒரு நாலஞ்சு நிமிஷம் நினைச்சுண்டேயிருந்தேன்"–

"எல்லாம் ஒண்ணுன்னு?"

"ஆமா."

"எதையெல்லாம்?"

"எல்லாத்தையும்தான்."

"எல்லாத்தையும் சொல்லலியே நீங்க."

"எல்லாத்தையும்னு சொன்னா எல்லாத்தையும்தான்."

"ம்கூம்."

"என்ன?"

"என்ன, என்ன?"

"எல்லாம்தான் – போயேன்."

இந்தக் குறும்புக்கும் அது கொண்டு விட்ட பரவசங்களுக்கும் காமேச்வரனைத்தான் நினைத்து நெகிழ முடிந்தது அவளால்.

ooo

நவராத்திரி வந்தது.

காமேச்வரன் பூஜையில் முழுகிக் கிடப்பதுபோலிருந்தது. வேலை எதையும் விடவில்லை. வேலை நேரம் போக பூஜையே பணியுமாக, ஒன்பது நாளும் சோறு இன்றி, இரவு ஒரு டம்ளர் பாலையும் ஒரு வாழைப்பழத்தையும் மட்டும் உட்கொண்டு, உறக்கத்தையும் விட்டுக் கிடந்தான். தெருவோர்களுக்கு எப்படியோ செய்தி பரவி, அவன் செய்யும் பூஜையைப் பார்த்து, வணங்கி, விழுந்துவிட்டுப் போய்க்கொண்டிருந்தார்கள்.

ஆறாம் நாள் மாலையில் அவன் சற்று அயர்வாக பூஜை அலமாரிக்குமுன் உட்கார்ந்திருந்தான்.

பங்கஜம் வந்து, "உங்களை ஜகது பார்க்கணுமாம். வந்திருக்கார்."

"ஜகதுவா? எதுக்கு?"

நவராத்திரி தொடங்கியதிலிருந்து காமேச்வரன் காவேரிப் பக்கம் மாலை வேளைகளில் செல்லவில்லை. வெங்காச்சம் சீட்டாட நச்சரிக்கிறது போல, இவனும் சலாங்குடுவுக்கு அழைக்க வந்துவிட்டானா?

"வரட்டுமே", என்றான்.

ஜகது சுருள் சுருளாகக் கிராப்பும் வெற்றிலைக் கரை படிந்த உதடும், கதர் வேட்டியும் கை மடித்த கதர்ச்சட்டையுமாக வந்தான்.

"நமஸ்காரண்ணா."

"வாங்க ஜகதுசார்."

"நான் டிஸ்டர்ப் பண்றேனா?"

"அதெல்லாம் ஒண்ணுமில்லெ. உட்காருங்கோ.

ஜகது உட்கார்ந்தான். சிறிது நேரம் பேசாமல் இருந்தான். பங்கஜமும் ரங்கமணியும் பார்த்துக்கொண்டிருந்தார்கள். ஜகதுவுக்கு வேலை ஒன்றும் இல்லை. சாதாரணக் குடும்பம், ஆனால் ஊரில் ஒரு தினுசான செல்வாக்கு. சின்ன வயசிலேயே மூன்று மாதம் காங்கிரஸில் சேர்ந்து சிறைக்குப் போய் வந்திருக்கிறான். கோயில் குளம் என்று போகிறவன் இல்லை. எதற்கு வந்திருக்கிறான்? அவன் வீட்டுக்குள் வந்ததில்லை.

"நவராத்திரி சமயத்திலெ இந்த பூஜை புரஸ்காரம்னு கொஞ்சம் இருக்கு. அதான் ஆத்தாங்கரைப்பக்கம் வரலெ" என்று ஆரம்பித்தான் காமேச்வரன்.

சத்தம் போடாமல் அடக்கமாகச்சிரித்தான். "நான் அதுக்காக வரலேண்ணா. சும்மா பாத்துட்டுப் போகலாம்னு வந்தேன்" – சொல்லிவிட்டு மீண்டும் ஒரு நிமிஷம் மௌனம்.

"எதாவது சமாசாரம் சொல்லணுமா?– இவா இருக்கலாமா? தனியாச்சொல்லணுமா?" என்று ரங்கமணியையும் பங்கஜத்தையும் கடைக்கண்ணால் குறித்தான் காமேச்வரன்.

"அவா இருந்தா என்ன?... ஒண்ணுமில்லேண்ணா. நம்ம இளங்கண்ணன் தம்பி இல்லெ, நாவன்னா, அவன் சம்சாரத்துக்கு பயந்தகோளாறோ என்னமோ – சொல்றதுக்கே என்னமோ – போலிருக்கு – திடீர்னு கத்தாறா, புலம்பறா – மகா தேவக்குருக்கள் கிட்ட போய் காமிச்சுண்டிருக்கான். அவர் நாலுநாள் அவளை உட்கார்த்தி வச்சிண்டு பூஜை பண்றார் –"

"யாரு மகாதேவக் குருக்கள்?"

"உங்களுக்குத் தெரியாதா? கொடிக்காத்தெருவுக்கு அந்தண்டை இருக்கார், பிசாசு ஓட்டுறேம்பர். எதோ காத்து விஷமம்தான்னு சொல்லுவர். வேப்பிலை அடிப்பர். போறியா இல்லையா போறியா இல்லையான்னு கத்துவர். எங்கெங்கேர்ந்தெல்லாமோ வண்டி கட்டிண்டு வராங்க. பேய் பிடிச்சிருக்கு, மோகினி பிடிச்சிருக்குன்னு. சில கேஸு சௌகர்யமாய் போறது. சில கேஸு இழுத்துண்டு கிடக்கு. நன்னா படிச்சவங்க – இங்கிலீஷ் படிச்சு உத்யோகத்திலெ இருக்கறவாகூட வரா நம்பிண்டு. பாதிநேரம் குருக்கள் வீட்டிலெ பூஜைன்னே கூச்சல்தான். நாவன்னா சம்சாரம் மூணுவருஷமா திடீர் திடீர்னு பிரமை பிடிச்சாப்பல கத்தறாளாம். மருந்து இன்ஜெக்ஷன்லாம் போட்டுப் பார்த்துப் பிரயோசனமில்லெ. குருக்கள் கிட்ட ஆறுமாசம் போயிருக்கான். ரண்டாயிர ரூபாய் செலவாயிடுத்து. ஒண்ணும் நடக்கலெ. இளங்கண்ணன் உங்க கிட்ட அழச்சிண்டு வரலாமான்னு கேட்டுண்டு வரச்சொன்னான்."

"ஏன் சிரிச்சுண்டே சொல்றேள்?"

"பின்ன எப்படிச் சொல்றது? இளங்கண்ணன் பிள்ளையாரை உடைக்கறவன். சாமியாவது கீமியாவதுன்னு பெருமாள் கோயில் வாசல்லெ நின்னுண்டு நூத்துக் கணக்குலெ மீட்டிங் பேசறவன். நாவன்னாவும் அப்படித்தான். மீட்டிங்கிலெ பேசாட்டாலும் திண்ணையிலே உட்கார்ந்து பேசிண்டிருந்தான். இப்ப பொண்டாட்டிக்கு இப்படி வந்து, மருந்தும் பிடிக்கலெ. பேசறதை விட்டுட்டு குருக்கள் கிட்ட போயிருக்கான். பணம்தான் செலவாயிருக்கு. இங்க அழச்சிண்டு வரலாமான்னு இளங்கண்ணு என்னைக் கேட்டுண்டு வரச்சொன்னான்."

"எங்கிட்டவா? என்ன இது? நான் பிசாசு ஓட்றேன்னு யார் சொன்னா அவருக்கு? நான் ஒரு பிசாசையும் ஓட்டினது மில்லெ. அந்த மாதிரி கேசெல்லாம் பார்த்ததுமில்லியே."

"பிசாசு கிசாசுன்னு இல்லெ. உங்க கையாலெ விபூதி குங்குமம்னு கொடுத்தா பலிக்குமோன்னு எண்ணமோ என்னவோ."

"என்னையும் சாமியாரா அடிச்சுப் பிடலாம்னு பார்க்கறாரா? நான் ஏதோ பூஜை பண்றேன். கிட்டக்க யாராவது இருந்து கேட்டா, இந்த குங்குமத்திலெ கொஞ்சம் எடுத்துக் கொடுக்கறேன்"–

நீங்க கொடுத்தா சரியாப் போயிடும்னு யாரோ சொன்னா ளாம் நாவன்னாகிட்ட. அவனுக்கு என்னமோ நேரவரதுக்குக் கூச்சம். அதைவிட இளங்கண்ணனுக்குக் கூச்சம்"

காமேச்வரனுக்கு என்ன சொல்வதென்று தெரியவில்லை. சற்றுக்கழித்து "எனக்கு இந்த வித்தை எல்லாம் தெரியாதே", என்றான்.

"நீங்க என்ன சொன்னாலும் அவன் கேட்கமாட்டான் போல இருக்கு. நீங்க அன்னிக்கி, 'பாரதி எங்க அண்ணா'ன்னு சொன்னேளே – அதைக் கேட்டப்புறம் உங்களைப்பத்தி அடிக்கடி பேசறான்."

"பாரதியாரைப்பத்தி உங்க மாதிரி யாரு பேச முடியும்?" என்றான் காமேச்வரன். 'தண்ணீர் விட்டா வளர்த்தோம் சர்வேசா இப்பயிரை – கண்ணீரால் –' என்று கூட்டத்திற்குக் கூட்டம் வாய் அலுக்காமல் ஜகதுபாடும் பல்லவி அவனுக்கு ஞாபகம் வந்தது.

"ஏன் பரிகாசம் பண்றேள் இப்படி?", என்று ஜகது சிரித்தான்.

6

“பரிகாசமா! நீங்க எப்படி உத்வேகமாப் பேசினேள்! நான் கேட்டுட்டுத்தானே சொல்றேன். பரிகாசமாவது!” காமேச்வரன்.

“உத்வேகமாவது! ஒரு விஷயத்தைப்பத்தி அதிகமாகத் தெரியாதவாதான் அதிகமாகப் பேசுவா. நிஜமாத் தெரிஞ்சிருந்தா ரண்டு வார்த்தையிலே சொல்லிடுவா – நீங்க அன்னிக்கி சொன்ன மாதிரி–” ஜகது மனப்பூர்வமாகவே பேசுவது போலிருந்தது.

“இப்ப யாரு பரிகாசம் பண்றான்னு தெரியலே – போகட்டும். இளங்கண்ணன் என்ன பண்ணனும்கறார்?”

“நாவன்னாவையும் அவன் சம்சாரத்தையும் நீங்க ராத்திரி பூஜை பண்றபோது அழைச்சிண்டு வரலாமான்னு கேட்டுண்டு வரச்சொன்னான்.”

காமேச்வரன் குறுநகையுடன் சொன்னான். “எதுக்கு தர்ம சங்கடம்! ராத்திரியிலே எங்கேயோ போகறாப்பல ஒளி மறைவா எதுக்காக வரணும்! குங்குமத்தைக் கொண்டு கொடுங்கோ. ஏதோ நம்பிக்கையிலே கேக்கறார். எனக்கு இந்தமாதிரி பூஜைக்கு முன்னாலெ யாரையும் உட்காத்தி வச்சு அம்பாள் கிட்ட சிபார்சு பண்ற வழக்கம் இல்லெ–வேணும்னா இளங்கண்ணனாவது, அவன் தம்பியாவது வரட்டும் – போரும் – அதுவும் துரை கிட்ட அனுமதி கேட்டுண்டுதான் வரணும். இங்கியும் மாமிகிட்டவும் துரை சம்சாரத்துகிட்டவும்

சொல்லணும்... என்னம்மா!" என்று, ரங்கமணி, பங்கஜம் இருவரையும் திரும்பிப்பார்த்தான் காமேச்வரன்.

"வரட்டுமே – எல்லாரும்தான் வரா–பூஜை பார்க்க" – ரங்கமணி.

○○○

இரவு ஒன்பது மணி சுமாருக்கு ஜகது இளங்கண்ணனை அழைத்து வந்தான். இளங்கண்ணன் வாசற்படியைக் கடக்கும்போதே தோளில் தொங்கின வெள்ளைத் துண்டை இடுப்பில் கட்டியவாறு நுழைந்தான்.

"வணக்கம் அண்ணா" என்றான். காமேச்வரன் தலையை அசைத்தான். உட்காரக் கை காண்பித்தான்.

வீட்டில் ரங்கமணியையும் பங்கஜத்தையும் தவிர வேறு யாரும் இல்லை. துரை இன்னும் கடையிலிருந்து வரவில்லை. பூஜை பண்ணும்போது வந்திருந்த ஏழெட்டு பேர்கள் போய் விட்டார்கள். காமேச்வரனே அப்படித் தயார் செய்திருந்தான்.

சிறிது தள்ளி ஜகதுவும் இளங்கண்ணனும் உட்கார்ந்து கொண்டார்கள்.

பூஜை அலமாரிக்கு முன்பு ஒரு சிறிய மண்டபம் போலிருந்தது. பூஜைக்கு இடை இடையே எப்போதாவது மண்டபத்திற்குப் பின்னிருந்த பாட்டிலை வெளியே எடுத்து சிறிய சிறிய கிண்ணங்களில் துளி ஊற்றி நீரைக்கலந்து நிவேதனம் செய்தான் காமேச்வரன் – பிறகு ரங்கமணிக்கும் பங்கஜத்திற்கும் ஒவ்வொரு கிண்ணத்தையும் கொடுத்து உட்கொள்ளச் சொன்னான்.

பூஜை முடிய அரைமணி ஆயிற்று. அதற்குள் இதுபோல மூன்று முறை பாட்டிலை எடுத்து எடுத்து முன்போலவே ஊற்றி நிவேதனம் ஆயிற்று. சர்க்கரைப் பொங்கலும் சுண்டலும் படைக்கப்பட்டன.

ஜகதுவும் இளங்கண்ணனும் பிரசாதமாக உட்கொண்டார்கள். சிறிது நேரம். கண்ணைமூடியிருந்து திறந்தான் காமேச்வரன். "சொல்லுங்கோ" என்றான்.

ஜகது இளங்கண்ணனைப் பார்த்தான்.

"ஜகதுதான் சொன்னாங்களாமே சாயங்காலம் அண்ணா கிட்ட."

"ம்..." என்று காமேச்வரன், சும்மாவே உட்கார்ந்திருந்தான். ஒரு நிமிஷம், இரண்டு நிமிஷம், ஐந்து நிமிஷம் ஆயிற்று.

ஒரு நிமிஷத்திற்குப் பிறகு இளங்கண்ணனுக்கும் ஏதும் சொல்லத் தோன்றவில்லையோ என்னவோ, சுற்றும் முற்றும் கூடத்தைப் பார்த்தான். சுவர்மீது மாட்டியுள்ள படங்களைப் பார்த்தான். ரங்கமணியைப் பார்த்தான். பங்கஜத்தைப் பார்த்தான்.

“அண்ணா.”

“நான் ரொம்ப படிச்சதில்லெ. தபசு கிபசு, யோகம் கீகம்னு எதுவும் பண்றதில்லெ. எனக்கு ஒரு ஐயா இருந்தாங்க. என்னை வளர்த்தாங்க. அவங்க சொன்னதைக் கேட்டுண்டு ஏதோ பூஜை கீஜைனு எனக்காகப் பண்ணிக்கிறேன். எனக்கான்னா நான் நல்லா இருக்கணும், சௌக்யமா இருக்கணும்கறதுக்காக இல்லெ. எல்லாத்துக்கும் காரணமா ஒண்ணு இருக்கு. அதை நினைச்சுண்டேயிருக்கணும் அதுக்காகத்தான் செய்யறேன். ஏதோ பூஜை பண்ணு, பூவைப் போடு, குங்குமத்தைப் போடுன்னு எங்க ஐயா சொன்னாங்க.

அதுக்காக செஞ்சிண்டு வறேன். இந்த குங்குமத்தை இட்டுண்டு யார் யாரோ கிளப்பிவிட்டுடறாங்க – வியாதி போயிடுத்து கவலை போயிடுத்துண்ணு இதை இட்டுண்டா வியாதி போய்டுமா கவலை போய்டுமா – கேக்கறேன்... உங்க ரண்டு பேரையும்தான் கேக்கறேன் – ஜகது சார் – இளங்கண்ணன்சார் – உங்க ரண்டு பேரையும்தான் கேக்கறேன்.”

இரண்டு பேரும் மௌனம்.

காமேச்வரன் சொன்னான். “அவனவன் இருப்புக்கு அவனவன்தான் பொறுப்பு. ஐயமோ, பயமோ நோக்காடோ, சாதனையோ, பேரோ, அவப்பேரோ – எல்லாத்துக்கும் அவனவன் தான் பொறுப்பு. இதுக்கெல்லாம் தொடர்பு அவனுக்கும், படைச்சவன்னு சொல்றாங்களே அதுக்கும்தான். மூணாவது ஆளு வந்து எப்படி குறுக்கிட முடியும்? மூணாவது ஆளு வரப் படாதுன்னுதானே நீங்ககூட வேற மாதிரியா சொல்லிட்டு வறீங்க. ஏன் இப்படி திடீர்னு போய் இந்த குங்குமத்துக்கு வந்திட்டீங்க... உங்களுக்கே உங்க பேச்சிலெ நம்பிக்கை இல்லியா? நீங்களா யோசிச்சு சொல்லலியா – யாராவது சொன்னதைத்தான் திருப்பிச் சொன்னீங்களா!” சொல்லிக்கொண்டே காமேச்வரன் லேசாக நகைத்தான்.

இளங்கண்ணன் புன்னகை செய்தான்.

ஜகதுவும் இரண்டு தடவை மார்பு குலுங்க, ஆனால் சத்தமில்லாமல் சிரித்தான்.

“நான்தான், எனக்கு அறிவு எட்டாதுன்னு எங்க ஐயா சொன்னபடி பூஜை கீஜைன்னு பண்றேன். நீங்க என்னதுக்கு இதை நம்பணும்? உங்க தம்பி சம்சாரத்துக்கு உடம்பு சரியில்லேன்னா அவங்களே சாமியைப் பார்த்து கேட்டுக் கட்டும். சாமி இருக்கா இல்லியான்னு போகப்போக அவங்களுக்கே தெரியும். நல்ல டாக்டராப் பாருங்க – தஞ்சாவூரா, மெட்ராஸான்னு விசாரிச்சு நல்ல டாக்டர் எங்கே, யாரு இருக்காங்கன்னு பார்த்து காண்பியுங்க. அதுவும் சரியா ஆகலேன்னா, உங்க தம்பி சம்சாரத்தையே சாமியை நேரே கேக்கச் சொல்லுங்க.”

“இத்தினி நாளா சாமி கீமின்னே பளகாத வீடால்ல இருக்கு”, என்று புன்சிரிப்புடன் விரல்களைக் கோத்துக்கொண்டான் இளங்கண்ணன்.

“அப்படின்னா சாமி இருக்கான்னு கேட்டுப் பார்த்துக்கச் சொல்லுங்க. நீ இருக்கியா இருக்கியான்னு கேட்டுக்கிண்டே இருந்தா ஒரு நாளைக்குத் தெரிஞ்சு போகும்.”

இளங்கண்ணன் கண்ணை மூடி புருவமயிரை விரல்களால் இழுத்து இழுத்து யோசனையில் ஆழ்ந்தான்.

மீண்டும் மௌனம்.

பங்கஜம் ரங்கமணியைப் பார்த்தாள். காமேச்வரன் உண்மையாகவே இப்படி யெல்லாம் உணர்ந்து சொல்றானா. இளங் கண்ணனுக்குப் பிடிகொடுக்க விரும்பாமல் தட்டிக் கழிக்கிறானா – புரியவில்லை அவளுக்கு.

மீண்டும் காமேச்வரன் குரல், “மனுஷாள்ளாம் ஒருத்தருக் கொருத்தர் சகாயம் பண்ணிக்கணும் – டாக்டராவோ வாத்தியா ராவோ, வேலைக்காரனாவோ, தகப்பனாவோ, அண்டை அசலாகவோ இதெல்லாம் முடியலேன்னு முழுசாத் தீர்ந்து போனாத்தான் சாமிகிட்டே போகணும். அதாவது நேர போகணும். இன்னொருத்தர் உதவியில்லாம – அதுதான் எனக்குத்தோன்றது. நான் என்னமோ உங்கமேலே பரிவு இல்லாமயோ, உதவி பண்ண இஷ்டப்படாமியோ பேசறேன்னு நினைக்கப்படாது. இந்த குங்குமம்லாம் பிரயோசனப்படும்னு எனக்குத் தோணலெ.”

“அவங்களுக்குத் தோணிச்சின்னா”, இளங்கண்ணன்.

போச்சுடா என்று இத்தனை நேரம் பேசினதும் வீண் என்பதுபோல பெருமூச்சு விட்டான் காமேச்வரன்.

நீங்க சொல்றது அவ்வளவும் புரியுது. நான் என்ன நினைக்கிறேன்னா", என்று இழுத்தான் இளங்கண்ணன் வழக்கமான புன்னகையுடன்.

"என்ன ?"

"அதாவது நாம எல்லோருமே நம்பிக்கிட்டும் இருக்கிறோம். நம்பாமயும் இருக்கிறோம். சாமியில்லேன்னு ஒரு நம்பிக்கை. சாமியிருக்குமோன்னும் ஒரு சந்தேகம். சாமின்னு சொல்லுங்கோ – இல்லாட்டி, நீங்க சொன்னீங்களே சித்தெ முன்னே காரணம்னு – அது இருக்குமோன்னு சந்தேகம். இருக்கும்னும் ஒரு நினைப்பு. அந்த மாதிரியே சாமிக்கும் நமக்கும் நடுவிலே இருக்கறவங்க வேண்டாம்னு ஒரு நினைப்பு ஒரு போது. இருக்கட்டுமே, இருந்தா நல்லதுதானேன்னு ஒருபோது நினைப்பு. மனுஷங்களே அதாவது கூட இருக்கிறவங்களே. அவங்க அறிவாலெ பரிவாலெ நம்ம பிரச்சனைகளைத் தீர்த்துடுவாங்கன்னு ஒருபோது நினைப்பு. அவங்களாலே முடியாதோன்னு ஒரு சந்தேகம் ஒருபோது. இப்படி மாறி மாறி ஊஞ்சலாடறதுதான் நம்ம விவகாரம்லாம். கூட்டத்திலெ பேசறதுதான் கடைசி முடிவுன்னு எல்லாரும் நினைக்கிறாங்க. நீங்க கூட என்னைப் பத்தி அப்படி நினைச்சிட்டு இருக்கீங்க. ஆனா என்னைக் கேட்டா அப்படியும் இப்படியுமா ஊஞ்சலாடிக் கிட்டே இருக்கறதுதான் நிசம், நடப்பு, முடியற காரியம்னு படுது, புகையிலெ ரொம்ப கெடுதல்னு சொல்லிக்கிட்டிருந்தாங்க. நேத்திக்கி ஒரு ஆராய்ச்சிக்காரன் எழுதியிருக்கான். அதுலெ புரதம் எல்லாம் இருக்கு – அப்படி ஒண்ணும் கெடுதல் இல்லேன்னு. புகையிலைக்கே ஒரு மனசு இருந்து, சில சமயம் நல்லது பண்ணுவோம், சிலசமயம் கெடுதல் பண்ணுவோம்னு தோணுதோ என்னமோ... இப்ப உங்ககிட்ட குங்குமம் வாங்கிட்டுப் போனா நல்லதுன்னா என் தம்பி நினைக்கிறான். எங்க தாயாரும் நினைக்கிறாங்க. அவங்க திருப்தியாகவே இருக்கட்டும். அண்ணா என்னோட வாதாடிக்கிட்டிருக்கிறீங்க? நான் நாளைக்கு இந்தக் குங்குமத்திலே நம்பறேனோ இல்லியோ – இன்னிக்கி நம்பறேன்–" என்று சிரித்தான் இளங்கண்ணன்.

"இது ரொம்ப ஆபத்தான போக்காச்சே."

"ஒண்ணும் இல்லீங்க. அதது அந்தந்த நேரத்துக்குச்சரி – நீங்க கொடுங்க – சும்மா மாலாசு பண்ணாதீங்க" என்று எழுந்து குனிந்து கையை நீட்டினான்.

"ஈச்வரீ" என்று அவனை ஒரு முறை பார்த்தான் காமேச்வரன். பிறகு மண்டபத்தைப் பார்த்தான்.

"அம்மா, கொஞ்சம் ஒரு சின்ன கடுதாசி", என்று திரும்பினான்.

பங்கஜம் எழுந்து முன்னறைக்குச் சென்று செய்தித்தாளைக் கிழித்துக்கொண்டு வந்தாள்.

"ஈச்வரீ, நீ தான் பொறுப்பு", என்று சொல்லிக்கொண்டே மண்டபத்திலிருந்த குங்குமத்தை வழித்துச் சேர்த்து ஒரு பொட்டணமாக மடித்து இளங்கண்ணன் கையில் கொடுத்தான் காமேச்வரன்.

"நீங்களே சொல்லிட்டீங்களே – நல்லவாக்கா", என்று சொல்லி வாங்கிக்கொண்டான் இளங்கண்ணன்.

"எனக்கும் கொஞ்சம்?" – ஜகது.

"உங்களுக்கு எதுக்கு?"

"இளங்கண்ணன் சொன்னதையே நானும் சொல்லணுமா?", என்று காமேச்சுவரன் கொடுத்த குங்குமத்தை வாங்கி நெற்றியில் இட்டுக் கொண்டான் ஜகது.

இருவரும் உத்தரவு பெற்றார்கள்.

இடைவழியில் நின்று இளங்கண்ணன் ஜகதுவின் காதில் ஏதோ சொல்லிக் கொண்டிருந்ததைப் பார்த்து பங்கஜம் பின் தங்கி நின்றாள். ஒரு நிமிஷம் அந்தப் பேச்சு நடந்தது.

"அட, சும்மா கேளுங்கங்கறேன்" என்று இளங்கண்ணன் நெருங்குவதைப் பார்த்து தலையை சொரிவதும் சொரியாததுமாக, முகம் சிணுங்க, புன்னகையுடன் உள்ளே வந்தான் ஜகது. காமேச்வரன் காதண்டை வந்து கிசுகிசுத்தான்.

"ம்ஹ்ம் வாண்டாம். இதெல்லாம் ஒரு உபசாரம். அடையாளம். ரொம்பதாங்ஸ்" என்றான் காமேச்வரன்.

"அப்ப சரி – சாரி" என்று விழுந்தடித்துக் கொண்டு தப்பித்துக்கொள்வதுபோல வெளியேறினான் ஜகது.

7

பங்கஜம் அவர்கள் இருவரும் வாசற்படி இறங்கியதும் கிராதிக்கதவைத் தாழிட்டு வந்தாள்.

"போய்ட்டாளா ரண்டு பேரும்?" காமேச்வரன்.

"போய்ட்டா."

"தெருவிலெ நின்னுண்டு மறுபடியும் ஏதாவது கிசு கிசுன்னு பேசலியே?"

"ம்ஹ்ம்."

"நல்ல வேளை."

"என்ன?" . . . ரங்கமணி, "ஜகது உன் காதைக் கடிச்சான். நீ என்னமோ கம்பளிப் பூச்சியை உடம்பிலேர்ந்து எறியறாப்பல கையைக்கையை உதறினே!"

காமேச்வரன் சிரித்தான்.

"அவா வரதுக்குள்ளியும் பூஜையை முடிச்சுட லான்னு இருந்தேன். முன்னாலெயே வந்துட்டா, அதுதான் வினை–"

"என்ன?"

"பாட்டிலை எடுத்து கிண்ணத்திலே ஊத்தி நைவேத்யம் பண்ணினேன். அதைப் பார்த்துண்டிருந்தா ரண்டு பேரும், இன்னும் கால் பாட்டில்தான் இருக்கு. அதுக்காக இளங் கண்ணன் சொன்னானாம் ஜகதுகிட்ட. 'பாட்டில் தீந்து போய்ட்டாப்பல இருக்கே. நான் வானா எப்படியாவது ஒண்ணோ, ரண்டோ, இல்லெ மூணு பாட்டில் கூட வாங்கித் தரமுடியும் – கேட்டுச் சொல்லுங்க'ன்னானாம்."

“அதானா சேதி! ரேழியிலெ இந்தப் பேச்சுதான் நடந்துது ஜகது மாட்டேன் மாட்டேங்கறாப்பல வெளியிலே போயிண்டிருந்தார். அவர் இவரைப் பிடிச்சு இழுத்து ‘கேட்டு வாங்க கேட்டுவாங்கன்’னு உள்ளே தள்ளிண்டிருந்தார்.” பங்கஜம்.

“ஜகது வந்து காதோட காதா சொன்னானே, தயங்கித் தயங்கிண்டு. அதானா?” என்று சிரித்தாள் ரங்கமணி.

மூன்று பேரும் சிரித்தார்கள்.

“போலீஸுக்குத் தெரியாம பார்த்துக்கணுமே. இளங்கண்ணனுக்கு அந்தக் கவலை. பூஜை இன்னும் நடக்கணுமே; பாட்டில் தீர்ந்து போய்ட்டாப்பல இருக்கேன்னு வேறகவலை. கள்ளு, மதுவெல்லாம் குடிக்கப்படாதுன்னு சர்க்கார் சட்டம் போட்டிருக்கு, அதுக்குத்தான் ரகசியமா எப்படியாவது உதவி பண்ணிவிடணும்னு ஆசை அவருக்கு. அதுக்குத்தான் ஒரு அடையாளமாப்பண்றேன். இருக்கறது போரும்னு சொன்னேன் ஜகதுகிட்ட”– என்று காமேச்வரன் பாட்டிலை மீண்டும் ஒரு தடவை எடுத்து அளவைப் பார்த்தான். கால் பாட்டிலுக்கும் குறைந்துதான் இருந்தது.

“நான் எப்பவும் மருந்துக் கடையிலே திராட்சாசவம் வாங்கி நிவேதனம் பண்ணுவேன். நவராத்திரி ஆச்சே? நிழலைக் காட்டியே பூஜையை நடத்தப் படாதுன்னு இதை வாங்கிப் பண்றேன் . . . வேடிக்கையாயிருக்கு. ஒரு அசுரனைக் கொல்றதுக்கு முன்னாலெ, ‘இருடா, கொஞ்சம் மதுவைச் சாப்பிட்டுட்டு வரேன்’னு சாப்பிட்டு, அப்புறம் அந்த அசுரனை வீழ்த்தினாளாம் பராசக்தி. கெட்டதுகளைக் கொல்றதுக்குக் கூட தன்னை மறக்க வேண்டியிருக்கு. இல்லெ அதுகள் மேலேயும் எதாவது அசட்டுக் கருணை பிறந்து வளர விட்டுவிடுமோன்னு பயந்துட்டாளோ என்னமோ தேவி . .! மனுஷன் கையிலே கள்ளைக் கொடுத்தா நல்லது, பொல்லாதது எல்லாத்தையும் அடிச்சுத் தீத்து விடுவான்னு சர்க்கார் பயந்துட்டாப் பல இருக்கு”. காமேச்வரன் மார்பு குலுங்க அடக்கமாகச் சிரித்துக்கொண்டிருந்தான்.

பங்கஜத்துக்கு மீண்டும் மீண்டும் விந்தையாக இருந்தது.

“எப்படி இங்கே சமையல்காரனாக வந்தான் இவன்!” என்று மீண்டும் மீண்டும் கேட்டுக்கொண்டே இருந்தாள்.

அவனுடைய பழங்கதை யெல்லாம் ஒரு நிமிடத்துக்குள் படம்படமாக வந்தது. எதாவது பேச வேண்டும் போல வாய் துருதுருத்தது. நா எழவில்லை. இவனுடைய சிநேகங்களை நினைத்து ஒரு குழப்பம் – வியப்பு. தேவாரம் அய்யங்கார், சடுகுடு சிநேகம், சீட்டாட்ட சிநேகம், முத்துசாமி, ஜகது, இளங்கண்ணன் – இந்த

நளபாகம் ❀ 223 ❀

இளங்கண்ணன் என்ன என்னமோ பேசினான், நம்பிக்கொண்டும் நம்பாமலும் ஊஞ்சலாடுவதுதான் இந்த ஜன்மமாம். அதுவும் சரி என்று படுகிறது. மனசு, புத்தி எல்லாம் ஒரு வேளைபோல ஒரு வேளை இல்லை. மாமியார் மேல் சந்தேகம் – இவள் தனக்காக இவனை அழைத்து வைத்துக்கொண்டிருக்கிறளா, எனக்காகவா? இவன் வேண்டிக்கொண்டால் இந்த வீட்டில் குழந்தை கத்தும் என்று நிஜமாகவே நம்பி அந்தரங்க சுத்தியோடு அழைத்து வந்திருக்கிறாளா! எனக்கு . . . நான் – ஒரு வேளையில் இவனைப்பார்த்தால் அண்ணா மாதிரி தோன்றுகிறது.

கொஞ்சம் அசந்தால், கடிவாளம் போட்டுக்கொள்ளா விட்டால், துரை மாதிரி, அவர் மாதிரி – ...சை ...ஏன் சை என்கிறோம் என்றும் படுகிறது . . . இவன் ஏன் இங்கு வந்தான்? ஏன் இப்படிப் பிழிகிறான்? அலைக்கழிக்கிறான் . . . கோபம் வருகிறது – உன் மார்பு, கையெல்லாம் கடித்து மென்றுவிடுவேன். நான் அந்த பாட்டிலைத் தொடாமலேயே உன்னை ஹதம் பண்ணிவிடுவேன்... துரையை விட்டு நான் நகர மாட்டேன். அவர் இப்போது பழைய துரை இல்லை, என் உடம்பிலே ஈஷி ஈஷி, உடம்பைக் கிழிக்கிறாற்போல புகுந்து ஒன்றாகி விடுகிறார்... நான் அவரை அப்படியே விழுங்கி வயிற்றுக்குள் வைத்துக்கொண்டாற்போல ஆகிவிடுகிறார். அவர் கை என் கையோடு, அவர் கால் என் காலோடு, அவர் மார்பு என் மார்போடு, அவர் வயிறு என் வயிறோடு ஒட்டி ஒன்றாகி– எல்லாம் என் கை, என் கால், என் தலை என் வயிறாக ஆகி விடுகிறது . . . துரையை எப்படி பிய்த்துத் தள்ள முடியும் . . . ஆனால் இதெல்லாம், நீ இந்த வீட்டுக்குள் காலடி வைக்கா விட்டால் – உன்னைப் பார்க்காமலும் இருக்க முடியவில்லை...

உரக்க சிரிப்பு வந்தது அவளுக்கு.

“என்னடி” என்று அவளைப் பார்த்தாள் ரங்கமணி. பங்கஜத்தின் கண்ணில் கண்ட வெறி அனல் அவளைத் திகைக்க வைத்துவிட்டது போலிருந்தது.

“எதுக்காக அவருக்கு குங்குமம் கொடுக்கறதுக்கு, இத்தனை வீம்பு பண்ணினார் இவர்? அதான் சிரிப்பு வந்துது. அவரும் இவர் வீம்பெல்லாத்தையும் மிஞ்சி குங்குமத்தை வாங்கிண்டு போயிட்டார்.”

“குங்குமம்னு ஒரு அடையாளம்தான். குங்குமத்தை நேர சாமிகிட்ட வாங்கிக்கணும். நான் மூணாவது மனுஷன் – எப்படித் தரமுடியும்?” என்றான் காமேச்வரன்.

“உலகம் முழுக்க மூணாம் மனுஷாளை நம்பிண்டிருக்கு” என்று பங்கஜம், சிரிப்பு மறைந்து, சாதாரண முகத்துடன் கேட்டாள்.

"குரு சாமியைக் காமிக்கிறார்னுதான் பொதுவா நம்பறோம். ஆனா முதமுதல்லெ சாமி குருவைக் காமிச்சாத்தான், அப்புறம் குரு வந்து சாமியை நன்னா காமிச்சுப் பிடிச்சு வச்சுக்கக் கத்துக் கொடுப்பர்–"

"நீங்க அப்படிச் சொல்லலியே, சித்தை முன்னாலெ, அவர் கிட்ட மனுஷாள்ளாம் முடியாதுன்னப்பறம்தான் சாமி கிட்டப் போகணும்னு சொன்னேளே."

"சொன்னேன்."

"சொன்னேன்னா?"

"அந்த பொம்மனாட்டி சாமியைக் காமின்னா சொன்னா? உடம்பு சரியில்லாம கத்தினா? உடம்பைப் பார்க்க மத்த உடம்பெல்லாம் இருக்கு. அதுகள் முடியலேன்னு சொன்னா, சாமி கிட்டப் போகணும்னு சொன்னேன்."

"புரியலெ."

"புரியாம இருக்கறதுக்கு ஒன்றும் இல்லை. புரியறதை யெல்லாம் நாம பேசிப் பேசி புரியாத மாதிரி பண்ணிவிடறோம்."

"ரொம்பப் பேச வாண்டாம்னு சொல்றான். அதுதான் புரியறது" என்று குறுக்கிட்டாள்.

பங்கஜம் வாயை மூடிக்கொண்டாள். அவளுக்கு உள்ளுக்குள் சிரிப்பு, அவனோடு எதாவது பேசிக்கொண்டேயிருக்க வேண்டும் என்று ஒரு வெறும் உந்தல்.

வம்பு எதாயிருந்தால் என்ன? சாமியைப்பற்றிப் பேசினால் சத்சங்கம். வேறு எதாவது என்றால் வம்பு. வேடிக்கை என்று உள்ளே சொல்லிக்கொண்டாள். அவனைப் பார்க்கப் பார்க்க அவளுக்கு என்னவோ பரவசமாகத்தான் இருக்கிறது.

காமேச்வரன் பூஜைப் பாத்திரங்களைத் துணியால் துடைத்துக் கொண்டிருந்தான்.

ரங்கமணியும் பங்கஜமும் உதவிக்குப் போனார்கள்.

கிராதிக்கதவு தட்டல். துரைக்குக் கதவைத் திறந்துவிட்டாள் பங்கஜம். அவன் கை கால் மார்பு வயிறு எல்லாம் தன் அங்கங்களுக்குள் ஒட்டி மறைவது போலிருந்தது அவளுக்கு.

நளபாகம்

8

"பூஜை முடிஞ்சுதா?" என்று உள்ளே வந்ததும் கேட்டான் துரை.

"பூஜை முடிஞ்சுது – பெரிய்ய பலனோட."

"என்ன? என்ன?" என்று பங்கஜத்தின் புன்னகையைப் பார்த்தான் துரை.

"ஒரு நாஸ்திகர், ஒரு இப்படியும், அப்படியுமா இருக்கிறவர் – ரண்டு பேர் ஸ்வாமி பக்கம் பார்க்க ஆரமிச்சாச்சு."

"என்ன! என்ன! சொல்லு. விஸ்தாரமாச் சொல்லு" என்று சாவிக்கொத்தையும் பணத்தையும் உள்ளே வைக்கப் போனான் துரை.

இளங்கண்ணனும், ஜகதுவும் வந்து போனதை விவரமாகவே சொன்னாள் பங்கஜம் – ஒன்று விடாமல்.

"எல்லாருக்கும் பிரசாதம்னு குங்குமம் கொடுக்றபோது, இளங்கண்ணனுக்கு மட்டும் என்ன ஆட்சேபம்?" என்று குங்குமத்திற்குக் கையை ஏந்திக்கொண்டே கேட்டான் துரை.

"மத்தவாள்ளாம் சும்மா ஏதோ பழக்கதோஷம் வாங்கிண்டு போறா. கோயிலுக்குப் போனாலும் சரி, வேற எங்கியாவது யாராவது பூஜை பண்ணினாலும் சரி, ஏதோ நல்ல காரியம் – அது முடிஞ்சவுடனே ஏதோ விபூதி, குங்குமம்னு பிரசாதம் – கையை நீட்ட வேண்டியது. கொடுத்தா இட்டுக்க வேண்டியது. ஏன் இட்டுக்கணும், இது என்ன – இப்படியெல்லாம்

கொஞ்சம் நேரம் யாருக்காவது கேக்கத்தோன்றதா? முதுகிலெ அரிச்சா சொரிஞ்சுக்கறாப்பல – நடந்து போறபோது குப்பை கிடந்தா, தாண்டிண்டு போறாப்பல – அப்படித்தான். அந்த ஷணத்தோட சரி. சரிதான் போன்னு நானும் கொடுக்கறேன். இவர் இப்படி வரலியே, இதிலெ ஏதோ இருக்கு, இதை இட்டுண்டு ஏதோ நல்லது நடக்கப் போறதுன்னு யோசிச்சுண்டுதானே வந்திருக்கார். அதுக்காகத்தான் தகராறு. எல்லார் மாதிரியும் மிஷின் மாதிரி கையை நீட்டினா, நானும் மிஷின் மாதிரி கொடுத்துடலாம். அப்படி வரலியே–"

"நம்பிக்கையோட, மெஷின் மாதிரி நீட்டாம கேக்கற வாளுக்குத்தானே கொடுக்கணும்."

"சரி, நாளைக்கு அந்த நல்லது நடக்கலேன்னா என்னை, என் சாமியை – எல்லாத்தையும் பார்த்து அவருக்கு வருத்தம் வரும், கோபம் வரும், அலட்சியம் வரும். அதுக்குத்தான் எனக்குத் தெரிஞ்சதைச் சொல்லிப்பார்த்தேன். அம்பாள்கிட்ட கேக்கறதுக்கு என்ன சிபார்சு? அவளுக்குத் தெரியாதா யாருக்கு, எதை எப்படி, எப்ப கொடுக்கறதுன்னு? எதுக்குக் கேக்கணும்? அவன் அவன், அவன் அவன் வேலையைப் பார்த்துண்டு, பிறத்தியாருக்கு ஹிம்சை பண்ணாம, தனக்குப்போதும்கற இடத்திலெ மட்டும் இருந்துண்டிருந்தா சாமி தானாக் கொடுத்திண்டிருக்கும்–"

"அப்ப சாமியை பூஜை பண்ணவே வாண்டாம்!" என்றாள் ரங்கமணி.

"வாண்டாம்னுதான் தோண்றது" என்று சிரித்தான் காமேச்வரன். "ஆனா நான் பண்ணிண்டிருக்கேன். எல்லாரும் பண்றா – கோவில்லெ, வீட்டிலெ, மண்டபத்திலெ. ஏன்னு புரியலெ. தினமும் தூங்கப் போறதுபோல, சாமியையும் கூப்பிட்டுக் கூப்பிட்டுட்டு வரா,"

"களைச்சுப்போனா தூக்கம் வரது" – துரை.

"ஆமா. உடம்பு அலைஞ்சு அலைஞ்சு, உழைச்சு உழைச்சுப்பட்டு கொஞ்சநேரம் இதையெல்லாம் விட்டுட்டு – அப்பாடான்னு தூங்கப் போறது. அப்படித்தான் மனசும் அலைஞ்சுது போரும்னு சாமிகிட்டப்போறது . . . ஆனா தூங்கினப்பறம் திரும்பி வரவேண்டிருக்கு. உழைக்கிறதுக்கு சாமி கிட்டேர்ந்தும் திரும்பி வரத்தான் வேண்டிருக்கு–"

"எல்லாரும் தினமும் தூங்கறா. ஆனா எல்லாரும் சாமி கிட்ட போகணும்னு நினைக்கலியே... மனுஷாளும் இருக்கா – தேசங்களும் அந்த மாதிரி இருக்கே."

"நினைக்கலென்னு நாம கண்டோமா? வேணும்கறதை வச்சிண்டு பிறத்தியாருக்கு ஹிம்சை பண்ணாம இருக்கறதே சாமின்னு நினைச்சிண்டிருக்கலாம். அப்படின்னா, சாமி எப்பவும் அவங்ககிட்ட இருக்கறதாகத்தானே அர்த்தம் – என்ன சிரிக்கிறேள்?" என்றான் காமேச்வரன் இடையில்.

"பொத்தல் குடம்" என்று சிரித்தான் துரை.

"எது?"

"சாமியைப் பத்திப்பேசறது. தண்ணியை விட்டுண்டே இருக்கலாம். ஒரு நாளும் ரொம்பப்போறதில்லெ . . . ரொம்பணும் ரொம்பணும்னு விட்டுண்டேயிருந்தா, யுகம்யுகமா விட்டுண்டேயிருக்கலாம்–"

"ஆமா – பேசாம இருக்கறதுதான் பொத்தல்குடத்தை அடைக்கிற வழி" – காமேச்வரன்.

வழக்கம்போல அவன் சாப்பிடவில்லை. துரை சாப்பிட உட்கார்ந்தான். பக்கத்தில் காமேச்வரன் உட்கார்ந்து தட்டில் வைத்திருந்த இரண்டு வாழைப்பழங்களையும் பாலையும் பார்த்துக் கொண்டு உட்கார்ந்திருந்தான். சூன்யத்தில் வெறித்திருந்தது பார்வை.

"குழம்பு, ரசம் முடிஞ்சு, பாயசத்துக்கு வந்தாச்சு, இங்கே. நீங்க இன்னும் பழத்தையே உரிக்கலியே – என்ன யோசிச்சிண் டிருக்கேள் – பொத்தல் குடத்தைப்பத்தியா?" என்று சிரித்தாள் பங்கஜம்.

காமேச்வரன் "ஆமா ஆமா – அந்த மாதிரிதான்" என்று பழத்தை எடுத்து உரித்துக்கொண்டே சொன்னான். "சார் சொன்னதைத்தான் நினைச்சுண்டிருந்தேன். யாரோ உடம்பு சரியாயில்லெ குங்குமம் கொடுன்னான். நான் பேசாம கொடுக்கறதை விட்டுட்டு, ஏன் ரொம்ப ஞானி மாதிரி, பக்தன் மாதிரி, சாமியைப் பார்த்த மாதிரியும் புரிஞ்ச மாதிரியும், சாமி என் கைக்குள்ள இருக்காப்பலவும், நான் கையைப் பிரிச்சுக்காமிக்க இஷ்டப்படாததுபோலவும் ஏன் பேசினேன்? ஸ்வாமி ஸ்வாமின்னு பூஜைபன்றவா, ஸ்வாமியை சும்மா சும்மா நினைக்கிறவாளுக்கு என்னவாம் பிறத்தியார் கிட்ட எத்தனை அலட்சியம்! எத்தனை இறுமாப்பு! பிறத்தியாருக்கு ஹிம்சை பண்ணப்படாதுன்னா உதவின்னு கேட்கறவனைத் தட்டிக்கழிக்கிறதும் ஹிம்சைதானே! நிஜமா ஸ்வாமியை நம்பறவன் பிறத்தியாருக்கு எப்படியாவது உதவி பண்ணனும்னுதானே நினைக்கனும் – குரல் வந்ததும் வராததுமா பறக்கனும்! எதுக்கு விதண்டாவாதம் பண்ணினேன்?

ஏதோ நம்பிண்டு வரவனை ஏன் துச்சமா நினைக்கிறாப்பல, அவனுக்கும் ஒண்ணும் தெரியாததுமாதிரி பேசணும்! இந்த அரையும் குறையுமா ஸ்வாமி கிட்ட சொந்தம் கொண்டாடறவங்க மனசெல்லாம் ஏன் இப்படி உலர்ந்து சருகாப்போயிடறது? கஷ்டம்னு கேட்டா உருகத்தெரியாதவனுக்கு எதுக்கு சாமி? ஸ்வாமிதான் இப்படிப்பண்றாரா? இல்லெ ஸ்வாமி, நமக்குக் கொஞ்சம் சுதந்திரமா நினைக்கிறதுக்கும், நல்லது கெட்டதைப் பிரிச்சுக் காரியங்களைப் பண்றதுக்கும் புத்தி கொடுத்திருக்காரே, அதைத்தான் சரியா சமைச்சு பதம்பண்ணத் தெரியலியா? சமையக்காரனுக்கு இந்த புத்தி ஜாஸ்தியான்னா இருக்கனும் . . ."

காமேச்வரன் குரல் கம்மி கரகரப்பதைப் பார்த்தாள் பங்கஜம். அவன் ஏதோ மேலே பேச முடியாமல் நிறுத்தியிருந்தான்.

துரையும் சாப்பிடுவதை நிறுத்தி, இலையிலிருந்து கையை எடுக்காமல் அவனைத் திரும்பிப் பார்த்தான்.

"நீங்க . . . நீங்க வந்து–"

"ஈச்வரீ" என்றான் காமேச்வரன்.

மூன்று பேரும் அவனைப் பார்த்தார்கள்.

காமேச்வரனுக்கு லேசாகப் புன்னகை வந்தது. கரகரப்பைச் சமாளித்துக் கொண்டவன், "எப்ப பூஜை பண்ணினாலும், ஸ்வாமியை வேண்டிக்கிண்டாலும், எல்லாருக்கும் எல்லாத்துக்குமா எல்லாரையும் நினைச்சுண்டுதான் செய்யணும். ஸ்வாமியோட சேர்ந்து ஒண்ணாக்கரைஞ்சு போயிடப்படாது. எப்படி மூணாம் மனுஷனா ஆவேன்? எப்படி நான் சிபார்சு பண்றவனாவேன்? பிறத்தியாருக்காக கத்தறபோது, எல்லாருக்குமாக் கத்தறபோது, நானும் அந்த எல்லா நிலையும் ஒண்ணுதானெ."

"ஆமா" – துரை.

காமேச்வரன் உரக்கச் சிரித்தான். "அதுக்காக நாளைக்குப் பூஜை பண்றபோது ஊர் முழுக்கக் கூட்டி, வீடு முழுக்க, கூடம் முழுக்க, ரேழி முழுக்கக் கூட்டம் சேர்த்துடுவேன்னு நினைச்சிணுடாதீங்கோ", என்று இன்னொரு பழத்தையும் உரித்து விடுவிடுவென்று பாலைக் குடித்தான். எழுந்து கொண்டான். துரை எழுந்த பிறகு பங்கஜமும் இருவரும் சாப்பிட உட்கார்ந்தார்கள்.

பாதி சாப்பிடும்போது "எங்க இவரைக் காணும்?" என்று அடுக்களை நிலை மீது நின்றான் துரை.

"யாரை?"

"என்ன யாரை? காமேச்வரனைத்தான்."

"எதிராளாத்துலெ பேசிண்டிருக்காரோ என்னவோ, வெங்காச்சத்தோட."

மணி பத்தாயிற்று, பதினொன்னு, பன்னிரண்டு ஆயிற்று. பங்கஜமும் ரங்கமணியும் வாசலை வாசலைப் பார்த்துவிட்டு வந்தார்கள். வெங்காச்சம் எதிர் விட்டு வாசல் கொட்டகையில் கட்டிலில் குறட்டை விட்டுக்கொண்டிருந்தார். நந்தி மண்டபத்து நாய் 'என்ன தேடறேள்' என்பது போல வாசல் ஒற்றைக்கல் மீது முன்னங்காலை வைத்து அவர்களைப் பார்த்து நின்றது.

கடைசியில் ஒரு பாடாக, முகப்பு விளக்கை அணைக்காமல், கிராதிக் கதவை மட்டும் சாத்தி, வாசல் கதவைத் தாழிட்டு உள்ளே வந்தார்கள்!

"பொத்தல் குடம்னு நான் சாதாரணமாத்தான் சொன்னேன். அவர் பேசரதைப்பத்தி நான் ஏதோ பரிகாசம் பண்றேண்ணு வித்யாசமா நினைச்சிண்டிருப்பாரோ" என்று குழ குழத்தான் துரை.

"அப்படின்னா பட்னு எதாவது சொல்லியிருப்பர். அப்படியெல்லாம் நினைச்சுக்கறவர் இல்லெ" என்று பங்கஜம் சமாதானப்படுத்தினாள். படுத்தினாலும் அவளுக்கும் குழப்பம். என்ன இது? என்ன இது? என்று பதில் வராத கேள்வி.

அரைமணி ஆகியிருக்கும். கிராதிக் கதவு லேசாக உலுங்கிற்று.

காமேச்வரனும் இளங்கண்ணனும் நின்று கொண்டிருந்தார்கள்.

"எங்க போயிட்டேள்!" என்றான் துரை.

"கூப்பிட்டனுப்பிச்சா நான் ஓடியாந்திருக்க மாட்டனா? பிரசாதம் கொடுக்கறத்துக்கு நான் என்னமோ தகரார் பண்றேன்னு நெனச்சுக்காதெய்யான்னு, சொல்லறதுக்காக என் ஊடு வரைக்கும் வந்திருக்காங்க. நீங்கதான் கொடுத்திட்டீங்களேன்னு சொன்னா, நீ தப்பா நினைச்சுக்கிட்டியோன்னு சொல்றதுக்காகத்தான் வந்தேங்கறாங்க. நல்ல கூத்து போங்க."

"அட சும்மாத்தான் போனேன். அப்ப உடம்பு என்னன்னு விவரமாக் கேக்கலியோல்லியோ... தெரிஞ்சுக்கலாம்னு போனேன். காலமேன்னா பூஜை, நேரம் கிடைக்காதுன்னு போனேன்: இவரும் நல்லவேளையாகத் தூங்காம முழிச்சிண்டிருந்தார்", என்று குறுவெட்கமும் சமாளிப்புமாகப் பேசினான். "நான்தான் போனேன். என்னைக் கொண்டு விடறேன்னு கிளம்பினாரே, அதன்னா சொல்லனும்."

தி. ஜானகிராமன்

"தெரு நடுவெல்லாம் நாயி. பஞ்சாயத்திலெ வேற தெரு விளக்கெல்லாம் அணைச்சுப்பட்டானுவ, நிலாக்காயுதாம்... சிக்கனம் நாய்க்கா தெரியும்? வரேங்க. அப்பறம் பேசிக்கலாம்" என்று நகர்ந்தான் இளங்கண்ணன்.

"நீங்களும் படுத்துங்கோ... ஸாரி... ரொம்ப நாழியாச்சு. எதோ முழுக்க தெரிஞ்சுண்டு வரலாம்னு போனேன். பேச்சு வளர்ந்து போச்சு", என்று சிமிண்டுத் திண்ணை மீது துண்டை விரித்தான்.

பங்கஜம் சற்று அவனைப் பார்த்துவிட்டு கதவைத் தாழிட்டுக் கொண்டாள். அவன் எதோ பெரிய தவறு செய்தாற் போலவும், மன்னிப்புக் கேட்காதது மாதிரி கேட்டுவிட்டு வந்தாற்போலவும், இங்கு வந்ததும் ரொம்ப சமர்த்துபோல பேசிக்கொண்டதையும் பார்த்து, லேசாகப் புன்சிரிப்பு. அதோடு தொண்டைக்குள் உருகல். நல்ல அனாதை என்று நெஞ்சுக்குள் கமறிற்று. நெய், தயிர் ஏனம் எல்லாம் மூடியிருக்கிறதா என்று பார்ப்பதுபோல் அடுக்களைக்குள் போய் கண்ணை நன்றாகத் துடைத்துக் கொண்டாள்.

அத்தியாயம் ஐந்து

1

அன்று இரவு காமேச்வரனுக்குத் தூக்கம் பிடிக்கவில்லை, துரையின் உருவத்திலும், இளங்கண்ணனின் உருவத்திலும் புதிய இரண்டு குருமார்கள் தோன்றிவிட்டாற்போலிருந்தது. "இந்த நிமிஷம் எனக்கு நம்பிக்கை, நாளைக்கு எப்படியோ?" என்று இளங்கண்ணன் சொல்லி குங்குமத்தை மன்றாடி வாங்கிப் போனது ஏதோ மகத்தான தத்துவத்தைச் சொல்லிவிட்டுப் போனாற்போல் ஒரு தோற்றம். "பொத்தல் குடம்" என்று கடவுள் பற்றிப் பேசித் தீர்மானம் செய்கிற முயற்சியை துரை வர்ணித்தது இன்னொரு பெரிய தத்துவம். புளிமிளகாய் விற்கிறவன்களும் கூட்டத்தில் பிதற்றுகின்றவன்களும் எப்படி திடீர் திடீர் என்று எல்லையைத் தட்டுகிறான்கள்! இவன் அவன் என்று ஏக வசனத்தில் இவர்களைப் பற்றி நினைப்பது கூட அபசாரம்! ஒரு மனிதனின் உதவி இல்லாமல், கவனிப்பு இல்லாமல் அமோகமாக வளர்ந்து வானை முட்டுகிற வன மரங்கள் இந்தத் துரைகளும் இளங்கண்ணன்களும்... இந்த மாதிரிதான் வீதியில் போகிற ஆண்களும் பெண்களும் நாய்களும் பசுக்களும் இருப்பார்களோ!... ஊர்கிற பூச்சிகளும் புழுக்களும் இருக்குமோ! ரங்கமணியும் பங்கஜமும் குருவின் வடிவங்களாக நிற்கிறார்கள்... பார்க்கப் போனால் நான்தான் என்னைத்தவிர மற்ற எல்லாரிடத்தும் எல்லாவற்றிடத்தும் பாடம் கேட்க வேண்டும்...

காமேச்வரன் ஒட்டுத்திண்ணை மீது புரண்டு புரண்டு அலைந்துகொண்டிருந்தான்... ஆமாம்

எல்லாரும் குருமார்கள்தான். எல்லாம் குருமார்கள்தான்... அவனுக்கு தத்தாத்ரேயனின் நினைவு வந்தது. நாய்களும் புலிகளும் மாடுகளும் சகாக்களாகத் திரிந்த தத்தாத்ரேயனை எல்லாம் அறிந்த அவனுடைய தெய்வீக அறிவைக் கண்டு பிரமித்துப்போய் யாரோ கேட்டாராம் – உனக்கு யார் ஆசிரியன் என்று. "எனக்குக் குரு யாரும் இல்லை – நானேதான் எனக்குக் குரு – இந்த நாய்களில் இருக்கும் நான், இந்தப் பசுக்களில் இருக்கும் நான், அதோ அந்த மலை, நதி, மரம், சேற்றில் நெளியும் புழு – எல்லாரும் எனக்குக் குருமார்கள் – இந்த எல்லாவற்றிலும் நான் இருக்கிறேன் என்று காண்பித்த இத்தனையும் என் குரு – அதாவது நானே என் குரு – எல்லாம் எல்லாரும் என் குருக்கள் – அதாவது என் குரு நானே" என்று பதில் சொன்னானாம் தத்தாத்ரேயன்.

எனக்கு என்ன செய்யத் தெரியும்? இந்த துரை மாதிரி பணம் ஈட்ட முடியுமா? இந்த இளங்கண்ணன் போல ஒரு வார்த்தை பேசி ஒரு கூட்டம் முழுவதையும் சிரிக்க வைக்கத் தெரியுமா? இந்த ரங்கமணியைப் போல வம்ச நூல் அறுவதைப் பற்றி ஒரு ஏக்கம் படத் தெரியுமா? இந்த பங்கஜத்தைப் போல ஒரு பார்வையில் நூறு சொல்ல முடியுமா? எனக்குக் கொஞ்சம் சமைக்கத் தெரியும், அம்பாளைப் பார்க்கப் போகிற வழி எனக்குத் தான் தெரியும் என்று பொய்யில் புரண்டு உறங்கத் தெரியும்.

இது என்ன காலையில் எழுந்ததும் எழாததுமாக பூஜை? மணி, பட்டினி, கண் மூடல் எல்லாம்? யஸ்து ஷர்வாணி பூதானி ஆத்தன்யேவானுபச்யதி – ஸர்வபூதேஷு சாத்மானம் ததோ ந விஜுகுப்ஸதே – தன்னுள் எல்லா உயிர்களையும், தன்னை எல்லா உயிர்களிலும் பார்க்கிறவனுக்குத்தான் துன்பம் கிடையாது. கோபம் கிடையாது. அலட்சியம், அசட்டை, மொட்டை கர்வம், அதிகப் பிரசங்கித்தனம், மார்பைப் பார்த்துக்கொள்ளுகிறதனம் – ஏதும் வராது...

வழக்கத்தைவிட சற்று அதிகமாகத் தூங்கினான் அவன். கண் விழிக்கும் போது வானில் நரை கண்டும் கிழக்கில் நாலைந்து மேகக் கும்பல் செந்தீக் கும்பல்களாகவும் அவனைப் பார்க்கச் செய்தன. எழுந்து துண்டை உதறினான். வாசலில் கோலம் போட்டிருந்தது. வெட்கம் குறுகுறுக்க உள்ளே விரைந்தான், குடங்களை எடுத்துக்கொண்டான்.

"உடம்பு சரியில்லியா என்ன? முடியாட்டா இன்னிக்கு ஆத்துக்கு நடக்க வேண்டாமே. தோட்டத்துக்கு கிணத்துலெ தான் நல்ல ஜலமா இருக்கே", என்றாள் பங்கஜம்.

"பரவாயில்லெ" என்று குடங்களை எடுத்துக்கொண்டு ஆற்றை நோக்கி சிறு ஓட்டமும் பெரு நடையுமாக விரைந்தான் அவன்.

○○○

படித்துறையில் பெண்கள் கூட்டம். நவராத்திரி காலம் தொடங்கிய நாளிலிருந்து விடிய விடிய படித்துறையை ஊர்ப் பெண்களெல்லாம் பிடித்துக் கொண்டு விட்டாற் போல கூட்டம். பக்கத்து மணற் சரிவில் இறங்கி அவசர அவசரமாக முழுகி, குடவாயில் துணிகட்டி நீர்மொண்டு கரையேறினான் அவன்.

"வணக்கங்க."

தோளில் ஒரு குடம் அழுத்த, லேசாக நிமிர்ந்தான் அவன். ஒரு அரைக்கிராப்பு. புஸு புஸுவென்ற உடம்பு. உரிக்காத தேங்காய் முகம்—தலை – நெற்றியில் விபூதிப் பட்டை – அரையில் முந்தானையைக் கீழாக வைத்து இரண்டாக மடித்த ஈரவேட்டி. அதைச் சுற்றிக் கட்டிய ஈரத் துண்டு. பார்த்த முகம்தான். உள்ளூர் முகம்தான் இன்னார் என்று தெரியாத, எப்போதாவது தெருவில் பார்க்கிறமுகம்.

"வணக்கம்" என்று குடத்தைச் சற்றுத் தோளில் பின்னுக்குத் தள்ளி நிமிர்ந்து புன்னகைத்து யாரோ என்று கண்ணால் கேட்டான் காமேச்வரன்.

"தெரியலீங்களா?... பள்ளிக்கூடத்திலெ அன்னிக்கு பார்ட்டி நடந்தப்போ, தண்ணி கொடுத்துட்டிருந்தேனே."

"ம்... ஆமா ஆமா" என்று மழுப்பினான் அவன்.

"வைகுண்டம் பிள்ளை, பள்ளிக்கூடத்திலெ கண்ட்ராக்ட் எடுத்திருக்கேனே – சொல்லியிருப்பாங்களே."

"யாரும் சொல்லலியே. நீங்க ஸ்கூல்லெ ஏதோ வேலையிலே இருக்கேன்னு நினைச்சுண்டிருந்தேன்."

"வேலைதான். ஆனா ஸ்கூல்லியே இல்லே. ஸ்கூல் சம்பந்தந் தாங்க. சேரிங்கள்ளேர்ந்து வர்ற புள்ளைங்க, இன்னும் மத்த ஏளைப் புள்ளைங்க – எல்லாத்துக்கும் மத்யானச் சோறு போடற கண்ட்ராக்ட் எடுத்திருக்ககேன்."

"தேவலியே. அப்படி ஒரு கண்ட்ராக்ட் இருக்கா?"

"ரொம்ப நாளா இருக்குங்க."

"அப்படியா!"

“வெள்ளைக்காரன் நாள்ளேர்ந்து இருக்கு. எங்கிட்ட பத்து வருஷமா இருக்கு கண்ட்ராக்ட். ஆண்டவன் புண்ணியத்திலே கையை விட்டுப் போகலெ.”

“எதுக்காகப் போகணும். ஒழுங்கா நடத்தினா எப்படிக் கையை விட்டுப் போகும்?”

“ஒளுங்கா இருக்க உடமாட்டேங்கறாங்களே.”

“யாரு?”

“யாரு? அதிகாரிங்க – ஏற்பாடு எல்லாம்தான் – டெண்டர் போடச்சொல்றாங்க. குறஞ்ச டெண்டருக்குத்தான் கண்ட்ராக்ட் கொடுக்கராங்க. கண்டவன்லொம் போட்டிக்கு வர்றான். எனக்கும் உட முடியலெ. நானும் முடிஞ்ச மட்டும் குறைக்கிறேன்.”

“எப்படி? எனக்குப் புரியலியே.”

“ஆரம்பத்திலெ தலைக்கு ரண்டணான்னு டெண்டர் போட்டேன். சரின்னு கொடுத்தாங்க. ரண்டு வருஷம் ஆச்சு. நான் என்னமோ வாரிக் கொட்டி, மாடி வீடு கட்டிட்டாப்பல, நாலு பேர் போட்டி போட்டானுக. குறச்சிகிட்டு வந்தேன். இப்ப தலைக்கு ஒண்ணே காலணா–”

“அப்படீன்னா, ஒரு பையனுக்கு ஒண்ணே காலணாச் செலவிலே சாப்பாடு போட்டாகணுமா?”

“ஆமாங்க.”

“என்ன சாப்பாடு போடுவீங்க.”

“குளம்பும் சோறும்தான் – இல்லாட்டி பொரியலும் சோறும் – இப்படி எது முடிஞ்சுதோ அப்படி!”

“என்ன குழம்பு? என்ன பொரியல்?”

“என்ன காய் மலிவா கிடைக்குதோ அது மாதிரி – கத்திரிக்கா சீசன்லெ கத்திரிக்கா – வெண்டக்கா சீசன்லெ வெண்டக்கா, வெள்ரிக்கா சீசன்லெ வெள்ரிக்கா – இல்லாட்டி கீரத் தண்டு, சுண்டவத்தல், கும்மட்டிக்கா வத்தல்.”

“ஒண்ணே காலணாவுக்குள்ள?”

“பின்னே!”

“உங்களுக்கு எத்தனை கிடைக்கும்?

“ஒரு தம்பிடி – இல்லாட்டி ரண்டு தம்பிடி – மிஞ்சி போனா காலணா.”

"உங்களுக்குக் காலணா கிடைக்கணும்னா, ஒரு அணாச் சாப்பாடுதான்."

"அப்படீன்னு இல்லே. நாலஞ்சு புள்ளங்கன்னா கஷ்டம். நிறையப் புள்ளைங்க இருக்கானுங்க. அதனாலெ ஒரு மாதிரியா அட்ஜஸ்டாயிடுது."

"எத்தனை புள்ளைங்க?"

"அறுபத்தஞ்சு – ஆனா ஒரு நாலஞ்சு பயலாவது சராசரியாக ஆப்செண்டா இருப்பாங்க."

"ம்" காமேச்வரன் யோசித்துக்கொண்டே நடந்தான்.

"இது என்னாங்க டெண்டர் டெண்டரு. இது யாரு சொல்லிக் கொடுத்தாங்க நம்ம நாட்டுக்கு. ஊருக்கு ஊரு ரண்டு சத்திரம் மூணு சத்திரம்னு கட்டிப் போட்டு, வந்தவங்களுக்கெல்லாம் மூணு நாளாவது சாப்பிடலாம்னு, ரண்டு கறி, பச்சடி, குளம்பு, ரசம், மோருன்னு வயிறு புடைக்க ஆக்கிப் போட்ட நாட்டுக்கு, இந்த டெண்டர் போடணும்னு எவன் தான் சொல்லிக் குடுத்தானோ. பசியார சோறு போடுயான்னு சொல்லிவிட்டு உட வேண்டியதுதானுங்களே."

"ம் . . . நீங்க இதை வச்சிண்டுதான் உங்க குடும்பத்தை நடத்தியாகணும்–"

"வேற என்னங்க? எனக்கென்ன சொத்தா நிலமா, காணியா? சம்சாரம் ராத்திரி இட்டிலி, தோசைன்னு பலகாரம் பண்ணிப் போடுது – ஒரு பத்து பன்னிரண்டு பேர் வந்து சாப்பிடுங்க – நல்ல வேளையா பஸ்ஸு நிக்கற இடத்துக்குப் பக்கத்திலெ ஊடு. அவனுக்கா மனசு இருந்திச்சின்னா ஒரு அஞ்சு நிமிஷம் நிறுத்துவானுங்க. ஒரு நாலு பேர் வந்து தலைக்கு ரண்டு மூணு இட்டிலி போட்டுப்பானுங்க. நாலுநா வட்டம் ட்ரைவருக்கும் கண்டக்டருக்கும் அதுக்காக இனாம் பலகாரம் போட்டாகணும். காசு கொடுத்தால்ல அருமை தெரியும். இனாம் பலகாரமா? காசு கொடுக்கறவங்க மூணு இட்லி சாப்பிட்டா, இவங்க தலைக்கு ஏளு தின்பானுங்க – சட்டினியும் சாம்பாரும் கப்பு கப்பா சாப்பிடுவானுங்க, ஏப்பம் உட்டுக் கிட்டே வண்டியைக் கிளப்பிடுவானுங்க . . . ஏதோ ஓடுது வண்டி."

"இப்பவே போயி சமையலுக்கு ஆரம்பிக்கணும் நீங்க–"

"இப்ப நவராத்ரி லீவுங்க – பள்ளிக்கூடத்துக்கு. விசயதசமி அன்னிக்கு தான் பள்ளிக்கூடம் தொறக்கறாங்க."

"ம்" – காமேச்வரன் யோசித்துக்கொண்டே, கணக்குப் போட்டுக்கொண்டே, நடந்தான். ஒண்ணே காலணா 65 பேருக்குன்னா, பதினாறு பதினாறு... அஞ்சு ரூபா ஒண்ணே காலணா –

சிரிப்பு வந்தது. அஞ்சு ரூபா ஒண்ணே காலணாவுக்குள்ள அறுபத்தஞ்சு பையன்களுக்குச் சாப்பாடு. வைகுண்டம் பிள்ளைக்கும் குடும்பத்துக்கும் சாப்பாடு–

மனசுக்குள் மந்திரம் சொல்லிக்கொண்டே வருகிற வழக்கம் – குளிக்கப் போகையிலும் குளித்துவிட்டு வருகையிலும் – இன்று பேச்சு – இந்த அறுபத்தஞ்சால் ஒண்ணே காலணாவைப் பெருக்குகிற கணக்கு.

ஓம் ஸ்ரீம் ஹ்ரீம்–

"அப்ப நான் வரேனுங்க."

வைகுண்டம் பிள்ளையின் குரல், அக்ரகாரத் திருப்பம் வந்துவிட்டது.

"நேராப் போறேளா?"

"ஆமாங்க."

காமேச்வரன் தெருவுக்குள் திரும்பினான். யஸ்த ஸர் வாணி பூதானி... அறுபத்தஞ்சு பேருக்குச் சாப்பிட அஞ்சு ரூபா ஒண்ணே காலணா ஓம் ஸ்ரீம் ஹ்ரீம்... கண் மூடலுக்கு நடுவில் பூஜைக்கு நடுவில், பள்ளிக்கூடத்தின் பிள்ளைகள் சாப்பிட்டுக் கொண்டிருந்தார்கள். அவன் நெற்றிக்கு நடுவில் அத்தனை பேருக்கும் எங்கே வைத்துச் சாப்பாடு – ஏதாவது வகுப்பு அறையிலா – படிக்கிற டெஸ்குக்கு மேலா – அன்று முழுவதும் அடிக்கடி இந்த ஞாபகம் – யஸ்து ஸர்வாணி பூதாணி... தன்னில் எல்லா உயிர்களையும் எல்லா உயிர்களிலும் தன்னையும்...

சரஸ்வதி பூஜையன்று நாயனா கொடுத்த பாட்டில் முழுதும் நிவேதனம் ஆகிவிட்டது.

இளங்கண்ணன் ஞாபகம் – வைகுண்டம் பிள்ளையின் டெண்டர்மனு – அடிக்கடி ஒண்ணே காலணா இண்ட்டு அறுபத்தஞ்சு.

விஜயதசமியன்று ஒன்பது நாள் உண்ணாவிரதத்திற்குப் பிறகு கொஞ்சம் உட்கொண்ட சோறு கூட கண்ணை அமட்டிற்று.

கண்ணைத் திறந்த போது வாசலில் வெள்ளை வெயில் திண்ணையை விட்டு உள்ளே சென்றான். கடியாரத்தில் பன்னிரண்டு ஐம்பது. ஏதோ சொல்லி வைத்தார் போல வைகுண்டம் பிள்ளையின் ஞாபகம் அடிமனத்திலிருந்து மேலே பாய்ந்தது. கொல்லையில் முகத்தைக் கழுவித் துடைத்துக் கொண்டு, தெருவில் நடந்தான். குறுக்கு வழியாகப் போனால் பத்து நிமிஷத்திற்குள் பள்ளிக்கூடத்தை அடைந்து விடலாம். பள்ளிக்கூடம் பகல் சோற்றுக்காக முடிந்திருக்கும். தேர்முட்டி சந்தின் வழியாக, அல்லிக் குளத்தைச் சுற்றிக்கொண்டு விரைந்தான்.

அவன் போகும்போது பள்ளிக்கூடத்தில் வெறிச்சிட்டுக் கிடந்தது. விஜயதசமியாம். சும்மா பேருக்கு முற்பகல் மட்டும் வைத்துக் கொண்டு அவிழ்த்து விட்டுவிட்டாராம் ஹெட்மாஸ்டர். புது ஹெட்மாஸ்டர் நல்ல பேருக்காகச் செய்திருக்கலாம். கேட்டைக் கடந்து, முன் சதுக்கத்தைக் கடந்துடும் போதே வைகுண்டம் பிள்ளையின் அன்னதானக் காட்சி கண்ணைக் குத்திற்று. வராந்தாவில் ஒரு ஐம்பது பையன்கள் – ஒரு ஏழெட்டுப் பெண்கள், எதிரும் புதிருமாக இரண்டு வரிசை, வைகுண்டம் பிள்ளை பெரிய கூடை ஒன்றை வரிசைகளுக்கு நடுவில் இழுத்து இழுத்து ஒவ்வொரு வாழைச் சருகு பொட்டணமாக வினியோகம் செய்துகொண்டிருந்தார். மெல்லிசாக வாழை நார் சுற்றிக் கட்டின பொட்டணங்கள். முதல் நாலு ஜோடிகள் பொட்டணங்களை அவிழ்ப்பதைப் பார்த்தான் காமேச்வரன். குழம்பு சாத நிறம்தான். நாலு கரண்டிக்குக் குறையாது போலிருந்தது. மசாலை நெடி வீசிற்று – சற்றுத் துளைப்பாக.

“பள்ளிக்கூடம் விட்டாச்சா அதுக்குள்ளியும்”, என்று பந்தித் தலைப்பில் நின்றான் காமேச்வரன்.

வைகுண்டம் பள்ளை திரும்பினார்.

“வாங்க வாங்க” என்று கண்ணை அகட்டினார். சிறிது அமைதி இழந்து அதைக் காட்டிக்கொள்ள சிரமப்படாதது போலவும் முகத்தில் சுதாரிப்பு.

“விட்டாச்சு, சாப்பிட்டுப் போங்கடான்னு நம்ம புள்ளீங்களை நிறுத்திக்கிட்டேன். எப்படிரா இருக்க! கலியபெருமா”, என்று பந்தித் தலைப்பில் இருந்த பதினாறு பதினேழு வயது ஒன்றைப் பார்த்து ஒரு சிரிப்புடன் அதட்டினார் வைகுண்டம் பிள்ளை. “இன்னிக்கு பெசல்லா – வெசய தசமீல்ல.”

கலியபெருமா வெட்கத்துடன் புன்சிரிப்புப் பூத்து தலை கவிழ்ந்தான்:

“சொல்றா. எப்படியிருக்கு!”

“என்னா காயி!”

கலியபெருமா சாதத்தைத் திலாவினான். ஒரே ஒரு துண்டம் – நீண்ட சதுரமாக–

“என்னா காயிடா!”

அவன் “தானை”ச் சற்றுக் கையில் பிடித்துப் பார்த்தான். கொஞ்சம் கடித்தான்.

“பூசனிக்கா சார்.”

“இல்லீங்கசார் – பறங்கிக்கா” – எதிர்சரகில் குரல்.

“இல்லீங்க சார் – சொரக்கா.”

“சொரக்காயா – சொரக்கா இப்படி மணக்குமா – ஏண்டா கூரைமேல சொரை போட்டுக் குளம்பு வச்சு உங்க ஆயிபோட றாளே – இப்படியா இருக்கும்..? பாருங்க – இன்னிக்கித் திருநாளுன்னு ஸ்பெஷலா சௌசௌ வாங்கி குழம்பு ஆக்கி யிருக்குறேன் – சொரக்காய்ங்கறான் பார்த்தீங்கள்ள? எலெ – சௌ சௌடா இது – பங்களூர் கத்திரிக்கா – நீங்க எங்க இப்படி?”, என்று ஏதோ ஞாபகம் வந்தது போல கேட்டார் வைகுண்டம் பிள்ளை திரும்பி.

“ரண்டு நா முன்னாடி சொன்னேளே காண்ட்ராக்ட்டு டெண்டர் எல்லாம்பத்தி எப்படின்னு பார்க்கலாம்னுதான் வந்தேன்.”

ஒவ்வொரு பொட்டணம் அவிழுவதையும் கைகள் திலாவுவதையும் பார்த்தான் காமேச்வரன். பிள்ளைகளைப் பார்த்து அன்பாகச் சிரிப்பதுபோலப் பார்த்தான். முக்கால்வாசி சேரிப் பிள்ளைகள். பாதி முகங்களுக்குமேல் வாய்க்கடை இரண்டிலும் வெள்ளை. ஒரு ஏழெட்டுக்குக் கால்களில் சிரங்கு. இன்னம் பத்துப்பதினைந்து விரலிடுக்குகளில் வியர்வைக்குறி மாதிரி சிறுசொரி.

நாலுகரண்டிச் சோற்றையும் விரு விருவென்று விழுங்கிய பிறகு சரகுகள் சுருங்கி மடிகிற ஓசை.

சில சிரித்துக்கொண்டே எழுந்தன – ஏழெட்டு வயது வாண்டுகள். முகத்தில் எந்த மாறுதலுமின்றி – அதாவது திருப்தியும் சோறு உள்ளேபோன சுவடுமின்றி எழுந்த பையன்கள் ஒரு இருபது. கலியபெருமாள் சரகை எறிந்துவிட்டு சாலிலிருந்து மொண்டு மொண்டு ஒரு ஆறு தகரக்குவளை நீரைச் தூக்கி

சாப்பிட்டு அரை வேட்டியைக் கீழிருந்து இழுத்துவிட்டு வாயைத் துடைத்துக்கொண்டான்.

"இந்தப் பையன் தினம் ஏழுமைல் நடந்து வராங்க. வர ஏழு மைல் போக ஏழு மைல். மளையோ இடியோ – நாளு தவறினாலும் பள்ளிக்கூடம் தவறாது . . . சாப்பாட்டை விட்டிட மாட்டான். எப்படியிருந்திச்சுடா?" – வைகுண்டம்.

"சொன்னனே சார் – நல்லாத்தான் இருந்திருச்சி" என்று நாணித் தலை குனிந்து புன்னகை.

கலியபெருமா இரட்டை நாடி சதுர முகம். தொப்புள் வரை மட்டும் மறைக்கிற ஒரு பழுத்த கோடு சட்டை. கணுக்கால் பாதி வரை அரைவேட்டி. சட்டைக்கை தோளுக்குக் கீழே இரண்டு அங்குலம். அவன் "ஐயிஸ்கூலி"ல் சேரும்போது எடுத்த சட்டை மாதிரி இருந்தது.

"எத்தினியாவது படிக்கிற!" – காமேச்வரன்.

"ஒன்பதாவது சார்."

"என்ன வயசு?"

சற்று யோசித்து – "பதினேளு."

"மிச்சம் ரண்டை எங்கடா போட்டே? கொள்ளிடக் கரையிலேர்ந்து வர்றான் சார் – கொள்ளிடத்திலியா போட்டே, ஏண்டா தம்பி" அந்த ஹாஸ்யம் அவனுக்குப் புரிந்திருக்க வேண்டும். நாணினான் தலை குனிந்தான். முகம் சிறுத்தது காமேச்வரனுக்குத் தெரிந்தது.

வைகுண்டம் பிள்ளை உரக்கச் சிரித்தார். யஸ்து ஸர் வாணி . . . காமேச்வரன் எச்சிலை விழுங்கிக்கொண்டான். சிறிது நேரம் வெறித்துப் பார்த்து நின்றுகொண்டிருந்தான். கால் வயிற்றுக்குப் போட்டால் மீதி முக்கால் வயிறு கொழுந்து விட்டு எரியுமே! ஈச்வரீ – நீயா காப்பாத்தறே இதுகளை!

"எட்டு வயசு, பதினேழுவயசு – எல்லாத்துக்கும் ஒரே அளவு சாதம்தானா?" என்றான் சற்றுக் கழித்து, வைகுண்டம் பிள்ளையைப் பார்க்காமல்.

"பின்னே எப்படிங்க?"

"அதுகளுக்குக் கொஞ்சம் குறச்சு, இதுக பொட்டணத்திலே அதைப் போடப்படாதோ?" – மறுகணமே "அதுகளுக்கே" இது கால்வயிறுதான் என்று உதித்த பிறகு ஏண்டா சொன்னோம் என்று ஆகிவிட்டது. வைகுண்டம் விடவில்லை.

"டிபார்ட்மெண்டிலேர்ந்து ஒரு குமாஸ்தா வந்து பார்த்துட்டான்னா – நீங்க சொல்றாப்பல செய்யிறதை – க்ரிமினல் கேஸு வரைக்கும் இளுப்பானுங்களே."

காமேச்வரனுக்கு வயிற்றைப்புரட்டுவது மாதிரி இருந்தது.

"ஒரு வாரம் கழிச்சு – பார்த்துக்கலாம்", என்றான். விறு விறுவென்று வராந்தாவிலிருந்து கீழே இறங்கினான்.

"என்னாங்க!" என்று திகில் படர பின்னால் பொதுக்கென்று ஓடி வந்தார் வைகுண்டம் பிள்ளை.

அவரை நிமிர்ந்து பார்த்தான்.

"என்னமோ சொன்னீங்களே, – நான் புள்ளைகுட்டிக் காரங்க... உங்களுக்கானா எல்லாரையும் தெரியும்."

"நான் ஒண்ணும் சொல்லலியே உங்களுக்கு ஏதாவது ஒத்தாசைபண்ண முடியுமான்னு பார்க்கறேன்னுதான் சொன்னேன்."

"எப்படீங்க? என்று சற்று பயம் தெளிந்து, ஏதும் முடியாது என்பதுபோல குரல் கொடுத்தது வைகுண்டத்தின் நிராசை. அவரைப் பார்த்தும் ஒரு குரல் அழவேண்டும் போலிருந்தது அவனுக்கு.

"சோத்துக்குமா வந்ததிந்த பஞ்சம்னு எங்க அண்ணா பாடினாரே," என்று எதோ நினைவு வந்து நடந்தான். வைகுண்டத்தைக் கிண்டல் செய்வது மகாபாபம் என்று குறுகுறுத்துக்கொண்டே வேகமாக நடந்தான்.

○○○

அந்த வீட்டை நெருங்கிய சமயம், இளங்கண்ணன் குளித்து விட்டு, ஈரத்தலையும் ஈரவேட்டியுமாக படியேறிக் காலெடுத்தவன், "வாங்க வாங்க" என்று காமேச்வரனைக் கூவி அழைத்தான்.

"என்ன உச்சி நேரத்துக்கு அப்புறம் குளியல்?"

"உட்காருங்க"–திண்ணையைக் காட்டினான் இளங்கண்ணன்.

"வழக்கமா இப்பதான் குளிக்கிறதா?"

"வந்திட்டியா?" என்றாள் வாசலுக்கு நேராகக் கூடத்தில் உட்கார்ந்திருந்த கிழவி. "சௌந்தரம், சொம்பிலே தண்ணீ கொண்டுகொடு, பாலு வந்திட்டான்... ஏய் பாலு அங்கேயே நில்லு. தண்ணி கொண்டாரவா – காலைக்களுவிட்டு உள்ர வா."

செம்பில் நீர் வந்தது. "வெங்கடாசலபதி குரல் கொடுக்கறாரு", என்று காலைக் கழுவி "இதோ வத்துட்டேன்" என்று உள்ளே போனான் இளங்கண்ணன்.

புரட்டாசி வெயிலாக, இன்னும் கொஞ்சம் உக்ரமாகக் கண்ணைக் குத்திற்று. லேசாகப் புழுக்கம்.

வேட்டியும் பனியனுமாக இளங்கண்ணன் வந்து உட்கார்ந்தான்.

"எங்க இந்த வெய்யில்லெ?"

"சும்மாத்தான். என்ன என்னமோ வெங்கடாசலபதி குரல் கொடுக்கறாருன்னீங்க—?"

"எங்க அம்மாதான் – நீங்க வர்றப்ப என் மூக்கு உடையனும்னு இருக்கு பாருங்க —" லேசாகச் சிரித்தான் இளங்கண்ணன்.

"ஒண்ணும் புரியலியே."

"இந்தப் பெரட்டாசி மாசம் மலையேர்ற வரைக்கும் இந்தக் கூத்துதான்."

"என்ன கூத்து?"

"வீதியிலெ எறங்கினமோ – போச்சு. இப்படி சந்து வளியாலெ கொல்லையிலே போய் முளுகிட்டுத்தான் வீட்டுக்குள்ர நுழைய முடியும். பெரட்டாசி மாசம் வெங்கடாசலபதி ஊட்லெ தங்கி யிருக்குறாராம். தெருவிலே கால் வச்சா தீட்டாம். இன்னிக்கி மூணாவது குளியல்!" – சிரித்தான் இளங்கண்ணன். "ஜாதி வளக்கம். சாயபு ரம்சான்லெ பட்டினிகிடக்கான் பொளுதன்னிக்கிம். நாங்க குளிச்சிக்கிட்டே இருக்கணும். இல்லாட்டி சோறு கிடைக்காது வீட்டிலெ."

"யாரு —?" என்று கிழவி எட்டிப் பார்த்தாள்.

"அன்னிக்கி ராத்திரி வந்தாங்களே—"

"அவுங்களா – வாங்க – ராத்திரி பாத்துது. சட்னு புரியலெ – வாங்க ஐயா சாப்பிட்டு வந்திட்டுப் பேசட்டுங்களா இவன்? ஏண்டா, ஒரு சூடம் காட்றேன், கன்னத்திலெ போட்டு கிட்டு, சடசடன்னு ரண்டு வா சாப்பிட்டு வந்து பேசேன். பெர்ட்டாசி மாசம்டா தம்பி."

"போங்க – நான் இருக்கேன்" – காமேச்வரன்.

"ஏதாவது அவசரமாப் பேசணுங்களா?"

"ஒரு அவசரமுமில்லெ."

காமேச்வரன் வெயிலையும் சூன்யத்தையும் பார்த்தான், உள்ளே வெங்கடாசலபதி வெளியே சங்கடாசலபதியாக தர்ம சங்கடப்படுத்துகிற லீலையைப்பற்றி ஒன்றும் யோசனை எழாமல் அம்பு குத்தினாற்போல 'சங்காடசலபதி சங்கடாசலபதி' என்று மனம் கொஞ்சம் வேடிக்கையில் சலனம் ஓய்ந்திருந்தது ... அன்றிரவு இளங்கண்ணனை அம்மாக்காரி 'பாலு பாலு' என்று கூப்பிட்டுக் கொண்டிருந்ததும் நினைவு வந்தது.

இளங்கண்ணன் சாப்பிட்டு விட்டு வந்தவன், "எங்கேயிருந்து வர்றாப்பலியாம் – குருட்டு வெயில்லெ", என்று திண்ணையில் உட்கார்ந்து கொண்டான்.

"ஒவ்வொரு நாளும் உங்க வீட்டிலே உலை நீர்லெ போட அரிசி களையறதுக்கு முன்னாலெ, ஒரு பிடி அரிசியை தனியா ஒரு பாத்திரத்திலே போட்டு வச்சா ஒரு மாசத்திலெ எத்தனை பிடி சேர்ந்திருக்கும் அந்தப் பாத்திரத்திலெ?" – காமேச்வரன்.

"இது என்ன திடீர்னு கணக்குப் பாடம்?"

"சொல்லுங்களேன்."

"முப்பது பிடி."

"ஒரு பையனுக்கு முப்பது பிடியை வச்சிக்கிண்டு எத்தினி நாளைக்கு சோறு போடலாம்?"

"ஊட்டுலெதான் கேட்டுச் சொல்லணும் ... அது சரி உங்களுக்குத் தெரியாததா இந்த சேதி?"

"ஆமா – நான் சமைக்கிறவன்தான். சொல்றேன். நல்லா முண்டி சாப்பிட்டா மூணுநாளைக்கு ரண்டு வேளை சாப்பிடலாம். அப்ப ஒரு பையனுக்கு முப்பது நாளைக்கு முன்னூறு கை அரிசி வேணும். இருபத்தஞ்சு நாள்தான் பள்ளிக்கூடம்னு சொன்னா. இருநூறு கை அரிசி கூட போதும். இந்த மாதிரி அறுபது பையன்களுக்கு எத்தினியாகும்?"

"என்ன இது? என்ன சமாசாரம்? நல்லா விளக்கிச் சொல்லுங்களேன்."

காமேச்வரன் வைகுண்டம் பிள்ளையின் அன்னதான திருப்பணியையும், ஒண்ணே காலணா டெண்டரையும் விளக்கினான். போய்ப் பார்த்து வந்ததையும் சொன்னான். கண்ணில் கோபம். வாயில் சிரிப்பு.

"அக்குறும்பா இருக்கே."

தி. ஜானகிராமன்

“நீங்க உள்ளூர்லேதானே இருக்கீங்க. பள்ளிக்கூடமும் எட்டாக்கை இல்லியே – உங்களுக்கு இந்த சேதியே தெரியாதா?”

“தெரியும். டிஸ்ட்டிரிக்ட் போர்டிலெ எதோ செஞ்சிட்டு வந்தாங்கன்னு தெரியும். ஆனா இப்படியா அக்குறும்பு!”

“நீங்க எங்களையெல்லாம் வடநாட்டுக்கு வோட்றதுக்கு முன்னாலெ இதையும் கொஞ்சம் கவனியுங்களேன்–”

“பார்த்தீங்களா, பார்த்தீங்களா!”

“பார்த்துட்டுத்தான் சொல்றேன். ரண்டு பேருமாபோய் எனக்குத் தெரிஞ்ச வீட்டுங்கள்ள நான் சொல்றேன். உங்களுக்குத் தெரிஞ்ச வீடுங்கள்ள நீங்க சொல்லுங்களேன். அன்னாட காச்சி வீடுங்களுக்குப் போகவேண்டாம். முடிஞ்சவங்க வீட்டுக்குப் போவோம்.”

“நான் ரெடி ... இப்பகூட நான் தயார்.”

“வாண்டாம் – மறுபடியும் குளிக்கச் சொல்லுவாங்க உங்க வீட்டிலெ, தெருவிலெ இறங்கினா. காதிலெ போட்டுவச்சேன் ... உங்களுக்கு எப்ப சௌகர்யம்னு தோன்றதோ அப்ப கிளம்புவம். நல்லா யோசியுங்க – கொஞ்ச நேரம். இத முடியுமா தொடர்ந்து நடக்குமான்னு. திடீர்னு ஆரம்ப சூரத்தனமா ஏதோ பண்ணிட்டு, அப்பறம் அலுத்து ஓஞ்சு போகப்படாது–”

‘சரி யோசிக்கிறேன். அது சரி – எப்படி இந்த ஐடியா தோணிச்சு அண்ணாவுக்கு?”

“எனக்குத் தோணலெ. சோம்பேறி சோம்பேறின்னு உங்க ஆளுங்க சுவத்திலெல்லாம் எழுதிவச்சிருக்காங்களே, அந்த சங்கராச்சாரி சாமியாருக்குத் தோனி அவர் சொன்னது தான் – கடைப்படாதவங்க ஆயிரக்கணக்கில் பல ஊர்கள்ல சாப்பிட்டுக்கிட்டிருக்காங்க–” என்றான் காமேச்வரன்.

“கடைப்படாதவங்க கிடக்கட்டும். படிக்கிற புள்ளீங்களுக்கு நான் ஓடு ஏந்தறேன் – இதுக்காகவா இந்த வெயில்லெ வந்தீங்க – யாரு உள்ளார. கொஞ்சம் காபி போடேன்–” என்று குரல் கொடுத்தான் இளங்கண்ணன்.

2

அடுத்த ஓராண்டுக் கதை காமேச்வரன் யாசகனாக வளந்த கதை அவன் தலைப்பைப் பிடித்துக்கொண்டு இளங்கண்ணன் கை நீட்டின கதை. இளங்கண்ணனின் தலைப்பைப் பிடித்துக்கொண்டு ஜகதுவும், உள்ளூர் லெனின் ஆன சீனுவாஸனும் ஓடேந்தின கதை. இவர்களுக்கு சீட்டாட்டத்திற்கும் பலிஞ்சடுகுடுவுக்கும் கைகொடுத்தும் தோழர்க ளாகியும் கூட நிற்கும் நண்பர் கும்பலும் தனித்தனி யாகவோ, ஜமாவாகவோ வேண்டியவர்களிடம் எல்லாம் பிச்சை கேட்ட கதை. வேண்டியவர்களைத் தொட்டு, வேண்டாதவர்களிடமும் முகம் தெரியாதவர் களிடமும் நின்று தண்டித் தண்டிக் கையேந்தின கதை.

முதலில் அந்தப் பள்ளிக்கூடத்து மதிய சோற்றுக்குக் கண்ட்ராக்டருக்குக் கை கொடுக்கத்தான் காமேச்வரனும் ஜகதுவும் இளங்கண்ணனும் கிளம்பினார்கள். சிவன் கோயில் கட்டின தெலுங்குச் செட்டியாரிடம் கைச்சாத்துப் புத்தகத்தை நீட்டி னார்கள். ஊரில் எந்த தானதர்மமானாலும் தெலுங்குச் செட்டியாருக்குத்தான் முதல் கௌரவம் கொடுக்கிற மரபு எப்படியோ உருவாகி விட்டிருந்தது. காங்கிரஸ், தேர்தல், இந்தி எதிர்ப்பு ஊர்வலம், கிருஷ்ணன் கோயில் உற்சவத்திற்கு வேதபாராயணம், சங்கராச்சாரியார் வந்தால் பாதபூஜை – பிக்ஷை. வள்ளலார் பூஜை, பள்ளிக்கூடத்து ஆண்டு விழா நாடகம் – இப்படி ஓரகமின்றி அவர் கையெழுத்துப் போடுவார். சடசடவென்று பின்னர் கையெழுத்துக்கள் நீளும்.

இரண்டாம் உலகயுத்தம் நடந்தபோது. யுத்த நிதி திரட்டிற்று அரசாங்கம். முதல் கையெழுத்து யாரோ ஹோட்டல் நடத்துகிற பாலக்காட்டு ஹரிஹரய்யரிடமும், இரண்டாம் கையெழுத்து ஷாப்புக்கடை அஜீஸ் பாயிடமும் வாங்கி, மூன்றாவதாக தெலுங்குச் செட்டியாரிடம் வந்தார்கள், கும்பகோணத்து சப்கலெக்டரும் தாலுக்கா தாசில்தாரும் படைசூழ.

ரசீது புத்தகத்தைப் பார்த்தார் செட்டியார்.

"பேஷ்பேஷ்" என்று முதல்இரண்டு கையெழுத்தையும் பார்த்து புன்முறுவலுடன் புருவந்தூக்கினார். "ஹம் அப்படியா!" என்றார். பேனாவை எடுத்து பத்து ரூபாய் என்று எழுதினார். சப்கலெக்டர் தாசில் எல்லாருக்கும் ஒரு அதிர்ச்சி – குழப்பம். காபி கிளப் அய்யர் ஒரு ஆயிரம், அஜீஸ்பாய் ஒரு ஆயிரம் – இவர் வெறும் பத்தா?"

"மறந்து போய்ட்டேளா – இன்னும் ரெண்டு சைபர் போட!" என்று சிரித்தார் தாசில்.

"இப்ப நிலைமை அதுக்கு மேல இல்லே – மன்னிக்கணும். கணக்குப்பிள்ளெ – ஒரு பத்து ரூபா இவாள்ட்ட கொடுங்க", என்று வாங்கி தாசிலிடம் நீட்டினார் செட்டியார்.

இது என்னமோ மண்டையில் பொட்டென்று அறைந்த தாக்கு மாதிரி இருந்ததால், என்ன சொல்வது என்று புரியவில்லை. வந்தவர்கள் ஒருவருக்கொருவர் பார்த்துக்கொண்டார்கள். ஸப்கலெக்டர், டிபுடிகலெக்டர், தாசில்தார், ரெவின்யூ இன்ஸ்பெக்டர் – என்று ஒவ்வொருவராக ஆரம்பித்தார்கள். அரைமணி நேரம் வாதம் செய்தார்கள். ஐ ஸீ எஸ் திறமை பிரயோகமாயிற்று. மனுஷன் மசியவில்லை.

"இன்னக்கி இவ்வளவுதான்", என்றார் செட்டியார். அரைமணி பேசி வாய் நொந்து, அண்ணம் உலர்ந்ததுதான் மிச்சம். ஸப் கலெக்டர் எழுந்தார். மற்றவர்களும் எழுந்தார்கள். யுத்த பண்டுக்கு அந்த பத்து ரூபாய்க்கு மேல் பெயரவில்லை. ஏன் இப்படிச் செய்தார் செட்டியார், என்று விசாரிக்காமல், அதிகாரத்தைப் பிரயோகம் செய்து சிறுமைப் படுத்திற்று அரசாங்கப் பூசாரிக்கூட்டம். கண்ட்ரோல் சாமான்களின் சப்ளையை நிறுத்துவது, விற்பனை வரிகளில் குற்றச்சாட்டு என்று யுத்தம் முடிந்து சுதந்தரம் வருகிற வரையில் அலைக்கழித்தார்கள். ஆயிரம் ஆயிரமாக அபராதம் கட்டினார் செட்டியார். கோர்ட்டு களுக்கு நடந்தார். "ஆண்டியானாலும் சரி, யுத்த நிதிக்கு இந்த பத்தோட சரி", என்று விறைத்து நின்றார். சுதந்தரம் வந்த பிறகுதான் அவர் பிடிவாதம் புரிந்தது. மூன்றாவது கையெழுத்தாகத் தான்

ஆனது அவருக்கு இறக்கம். அதைப் புரிந்து கொள்ள அரசாங்க பூசாரிகளுக்குப் புத்தி இல்லை – தோன்றவில்லை. வழக்கத்தை உடைத்து விட்டதுதான் செட்டியாருக்கு மனத்தாங்கல். ஆனால் அதற்காக – ஊருக்கு முதல் என்றோ, முதலியார் என்று பட்டம் சூட்டிக்கொள்ளவோ இல்லை. பஞ்சாயத்துத் தேர்தல் அது இது என்று முகத்தைக் கொடுக்கவும் இல்லை. ஊர் வக்கணை தெரிந்த, அதாவது ஜகது, இளங்கண்ணன் போன்றவர்களுக்கு இது தெரிந்திருந்தது. துரையிடம் முதல் கையெழுத்து என்று பிள்ளையார் சுழி போட நினைத்த காமேச்வரனுக்கு இந்தக் கதையைச் சொன்னார்கள் ஜகதுவும் இளங்கண்ணனும், ஆளுக்குக் கொஞ்சமாக.

தெலுங்குச் செட்டியார் நல்ல கறுப்பு. பெரிய ஆகிருதி – அதாவது ஆறடி உயரத்துக்குத் தகுந்த பருமன். கட்டுக் குடுமி. தொள தொளவென்று விரல்களைப் பாதி மறைக்கும் கதர் ஜிப்பா – அரையில் மூலக்கச்சம். இளங்கண்ணன் பகல் சோற்றுப் பிள்ளைகளைப் பற்றி விரிவாகச் சொன்னான். அனைத்தையும் பரிகாச அனுதாபத்துடன் தலையை ஆட்டி ஆட்டிக் கேட்டார், தெலுங்குச் செட்டியார். நோட்டை வாங்கிக்கொண்டார் மூக்குக் கண்ணாடியை போட்டுக்கொண்டார். பேனாவை எடுத்தார்.

“இப்படியெல்லாம் இடங்கொடுத்தா அவாள்ளாம் மடத்தைப் பிடுங்க மாட்டாளோ?”, என்று காமேச்வரனையும் ஜகதுவையும் பார்த்து பிராமண இலக்கணமாகச் சொன்னார். “ஜாக்கிரதையா நடத்துங்கோ” என்று 500 ரூபாய் எழுதினார்.

காமேச்வரனுக்குத் தூக்கி வாரிப் போட்டது. ஏதோ ஐம்பது, நூறு என்றுதான் அவன் கனவு. துரை வீட்டில் சமையல் என்றும், தேவி பக்தர் என்றும் ஜகது முதலில் அறிமுகப்படுத்தியதாலோ, துரையையும்தான் பரிட்சை பார்ப்போமே என்ற நினைத்து ஏலம் கேட்கிற பாணியில் செய்தாரோ என்று பல சந்தேகங்களை எழுப்பி, காமேச்வரனின் கையில் நோட்டையும் ஐந்நூறு ரூபாயையும் வைத்தார் செட்டியார்.

இப்படி ஒரு அதிர்ச்சியுடன் அவருக்குத் தாழ்ந்த கும்பிடுகள் போட்டு படியில் இறங்கினார்கள் மூவரும்.

“ஜகதூ” என்று கடைசிப்படி இறங்கும்போது குரல் வந்தது. செட்டியார்தான்.

ஜகது திரும்பினான்.

“நாளைக்கு மெலட்டூர்லெ சோமு கச்சேரி. நம்ம பத்முதான் கஞ்சிரா” என்று செட்டியார் பெருமிதமாகப் புன்முறுவல் பூத்தார். வலதுகை ஆள் காட்டி விரல் காற்றில் கஞ்சிரா வாசித்தது.

"அப்படியா? மெலட்டூர்லியா? இப்ப உத்சவ டயம் கூட இல்லை."

"ராதா கல்யாணம், வரேளா?"

"வரேளா என்ன? இதுக்கெல்லாம்தான் நான் அழையா விருந்தாச்சே"

"அப்ப நாளை சாயரட்சை 5 மணிக்கு வந்துடுங்கோ. சேர்ந்து போகலாம்."

பத்மு, செட்டியாரின் மருமான். பத்முவின் கஞ்சிராவைப் பற்றியோ, மிருதங்கம், பிடில், மோர்சிங் போன்ற பக்கவாத்யங் களைப் பற்றிச் சொல்லும் போதோ, அந்தந்த வாத்தியத்திற்கேற்ப கையையோ, விரல்களையோ அசைப்பார் செட்டியார். வாசிப்பது போலவே தோன்றும். ஜகதுவுக்கு இதைப்பார்ப்பதில் ஒரு சந்தோஷம். அதற்காகவே எப்போதாவது நேரம் கிடைத்த போது கடைப்படியேறி ஏதாவது கச்சேரிப் பேச்சை எடுப்பான், வாயில் புகையிலையும் நமுட்டு முறுவலுமாக. பவ்யமாக அவருடைய ஜாடைகளை ரசித்துக்கொண்டிருப்பான். அவன் இன்னும் வேலைக்குப் போகவில்லை. இந்த மாதிரி ஊர் முழுவதும் சிநேகிதம் அவனுக்கு. ஆளுக்கு ஏற்ப தலையாட்டி, ரசித்து, பேசி, ஊர்க் குடும்பங்கள், மனிதர்கள், அவர்களுடைய குணங்கள், கிறுக்குகள், கட்சி அரசியல்கள், தகராறுகள், விலைவாசிகள், 'பஞ்சாயத்து விவகாரங்கள் – என்று எத்தனையோ செய்திகளின் களஞ்சியமாக நடமாடினான். இத்தனைக்கும் அவனுக்குப் பொழுது இருந்தது. சுமுகமும் இருந்தது. அவன் வேண்டினாலும் வேண்டாவிட்டாலும் அவனை இழுத்து நிறுத்தித்தோளில் புலம்புவார்கள். பகிர்ந்து கொள்வார்கள். காது குத்தல் முதல் பெரிய கல்யாணம் வரை, கல்லெடுப்பு வரை அவனை வரிந்து அழைப்பார்கள். இதில் வர்க்க – ஜாதி – கட்சி – பேதங்கள் தோன்றுவதில்லை. துலுக்கத் தெரு, சாலியத் தெரு, மேளக்காரத் தெரு, அக்ரகாரம் – எல்லாருக்கும் அவன் ஏதோ செல்லப்பிள்ளை மாதிரி. அவனும் யாருக்காவது உடம்பு சரி இல்லை என்றால் ஓடிப்போய் வீட்டிலோ, தஞ்சாவூர், கும்பகோணம் ஆஸ்பத்திரி யிலோ போய்ப் பார்த்துவிட்டு வருவான். பட்டணத்து ஆஸ்பத்திரி யில் யாரையாவது சேர்த்திருந்தால் கூட இவனை அழைத்துப் போகவாவது செய்வார்கள், இப்படி ஒரு மூன்று தடவை நடந்திருக்கிறது. சுற்றி இருபது மைல் வட்டாரத்தில் எந்தக் கோயிலில், கலியாணத்தில் பாட்டுக் கச்சேரி நாயனக் கச்சேரி, என்றால் நாட்டாண்மைக்காரனுக்கு சொல்லுகிறாற் போல, ஜகதுவுக்கு முதல் சேதி வரும் கிளம்பிவிடுவான். கூட ஒரு ஜமா. நடையோ – பஸ்ஸோ – ரயிலோ – போன இடத்தில் சாப்பாடு

கிடைக்குமா – கவலை இல்லை. கிடைக்கும். இல்லாவிட்டால் ஒரு சாலைக் கடையில் தூள் பக்கவடா – டீ என்றாவது கிடைத்துவிடும்.

காமேச்வரனுக்கு இதெல்லாம் இந்த யாசகத்திற்குக் கிளம்பி அலைந்த பதினைந்து நாட்களில் மெல்ல மெல்ல வந்த அறிமுகம். பிடி அரிசி என்று அவனும் இளங்கண்ணனும் யோசனை சொன்னபோது, ஜகதுதான், "கொஞ்சம் பணத்தையும் சேர்த்து வச்சுப்போம். தினம் தினமும் சமைக்கிற போது ஒரு பிடி அரிசியைப் போட எல்லாருக்கும் ஞாபகம் வந்துவிடாது. ஒரு படி சேர்ந்தப்பறம் இத்தனையான்னு சில பேருக்கு மலைப்பாவும் ஆயிடும். போருமேன்னு தோணும் – முக்காவாசிப் பேருக்காவது தோணும்னு வச்சுக்குவமே. அதுக்குத்தான் கொஞ்சம் ரொக்கமாவது சேர்த்து வச்சுப்பமே", என்று யோசனை சொன்னான். கிளம்பினான்.

ஜகதுவே பிடி அரிசிக்கு விண்ணப்பம் எழுதி, இலவசமாக அச்சடித்து வீடு வீடாக ஏறி, தானே சமையல் அறைகளில் ஒட்டி, அல்லது ஒட்டும் வரையில் காத்திருந்து வெளியே வருவான்.

"நீ சொன்னாப் போறாதா ஜகது? நோட்டீஸ் எதுக்கு? என்றார் வெங்காச்சம்.

"பேப்பர் – அச்சாபீஸ்னு கண்டுபிடிச்சிருக்காளே, அதுகளை வீணா அடிப்பானேன்னுதான்" என்று வழக்கப் புன்முறுவலை உதிர்த்துவிட்டு, அவர் வீட்டு ஆழ்வாருக்கு மேல் சுவரில் ஒட்டிவிட்டு வந்தான் ஜகது.

ஜகதுவைப் பார்க்கப் பார்க்க காமேச்வரனுக்கு ஏதோ ஜன்மம் எடுத்ததற்குக் காரணம் தெரிந்துவிட்டாற்போல் தோன்றிற்று. உள்ளூர், ஆற்றுக்கப்பால் உள்ள கிராமங்கள் – என்று நாளுக்கு ஒரு ஊராக அலைந்து, ஊருக்குப் பெரியபுள்ளி அல்லது புள்ளியில்லாத ஒரு வியாபகனைப் பிடித்து, அவன் நோட்டை நீட்டும் போதெல்லாம் காபிகொடுத்து, டீ கொடுத்து, இளநீர் வெட்டிக் கொடுத்து அவனுக்கு நடந்த உபசாரங்கள், லேசில் படியேறக்கூடியவனா ஜகது, என்கிற மாதிரி காட்டப்பட்ட மரியாதைகள், பரிவுகள் யாராவது பெரிய இடம் பிசிநாறித் தொகையாக எழுதினால் பேசாமல் வாங்கிக் கொண்டு வெளியே வந்ததும், 'கை அறுந்தாத்தான் இது சுண்ணாம்பைக் கழட்டும்', என்று காமேசுவரனின் காதில் ஜகது கிசுகிசுத்த நமட்டு. காமேசுவரனுக்கு ஏன் இதையெல்லாம் இத்தனை மாதங்களாகக் கண்டுகொள்ளவில்லை என்று இருந்தது. காரணம் ஜகது இதையெல்லாம் பற்றிப் பேசுவதில்லை. ஊருக்கு

உழைக்கிறது எதோ இயற்கையான நடவடிக்கை என்று அவன் நினைப்பது போல தோன்றிற்று. அவன் அப்படி நினைக்கக்கூட மாட்டான் போலிருக்கிறது. அப்படியிருந்தான் – அவ்வளவுதான். முதன் முதலில் அவன் ஜமா சேர்த்துக்கொண்டு பலிஞ்சடுகுடு ஆடுவதையும் சீட்டாடுவதையும் பார்த்த காலத்தில், ஊருக்கு ஒரு வெட்டிக் கும்பல் – ஒரு இளைஞர் கும்பல் – வேலையில்லாமல் வம்பளந்து மூக்கை எதிலும் நீட்டியும் நீட்டாமலும் பொழுதைக் கொல்லுகிற சுகசாலிக் கும்பல் என்றுதான் தோன்றிற்று. இப்போதானால் ஜகது வியப்புக்கு மேல் வியப்பாக கொஞ்சம் கொஞ்சமாக மலர்ந்துகொண்டிருந்தான், காமேச்வரன் கண்ணுக்கு. ஜகதுவின் கூட்டாளிகளுக்கோ, இது எப்போதோ மலர்ந்துவிட்ட செய்தி, அவர்கள் பொதுவாக இளைஞர்கள்தான். ஆனால் பலதரப்பட்ட இளைஞர்கள். திருச்சி, சென்னை, சிதம்பரம் என்று கல்லூரியில் படிப்பவர்கள். சின்ன விடுமுறை பெரிய விடுமுறை என்று வரும்போதெல்லாம், ஜகதுவோடு சுற்றத் தொடங்குவார்கள். விடுமுறை முடிந்து ஊரை விட்டுப் போகிறவரையிலும் அவனை விடமாட்டார்கள். இதுபோல உள்ளூர் தொடக்கப் பள்ளியிலும் உயர்தரப் பள்ளியிலும் வேலை பார்க்கிற மூன்று நான்கு இளவயது ஆசிரியர்கள், எம்.ஏ. படித்து விட்டு என்ன காரணத்தாலோ வேலைக்குப் போகாமலும் வேலை தேடாமலும் ஊரைவிட்டு அகலாத இரண்டு இளைஞர்கள், ஒரு வெற்றிலைப் பாக்குக் கடைக்காரர், சங்கீதம் கற்றுத்தேறி “சகோதரர்”களாகக் கச்சேரிசெய்ய ஆரம்பித்திருக்கிற சேது “ப்ரதர்ஸ்,” நெசவாளிகள் இரண்டுபேர், பல நெசவுத் தறிகளை வைத்து ஆட்கள் மூலம் பட்டுச் சேலைகளும் பத்தாறுகளும் நூல் சேலைகளும் உற்பத்தி செய்கிற சுந்தர ராஜு, உள்ளூர் காப்பி சாப்பாடு ஹோட்டல்களில் ஸர்வர் வேலை செய்கிற இரண்டு பையன்கள், மோட்டார் மெக்கானிக் – தரகு கம்யூனிஸ சீனிவாசன், அவனுடைய நாலு தோழர்கள், அதே போல சுயமரியாதை இளவல் இளங்கண்ணன் என்ற பால கிருஷ்ணன் – இப்படி ஒரு நெருங்கிய கூட்டம் ஜகதுவுக்கு. வேலைக்குப் போகிற நேரத்தைப் பொறுத்து. மாறி மாறி ஜகதுவுக்குத் துணை கொடுத்துக் கொண்டிருப்பார்கள்.

ஜகது சிறிது குட்டையில் சேர்த்திதான். கொஞ்சம் மொழு மொழுவென்று எலும்போ பச்சை நாளமோ தெரியாத பூசின தேகம், மாநிறம் – தலையில் அலை படிந்த க்ராப்பு, எப்போதும் சிறிது புன்சிரிக்கிறாற் போன்ற முகம், இடையில் கதர் வேட்டி, மேலே முழுக்கையை முழங்கை வரையில் மடித்த கதர் ஜிப்பா, வாயில் வெற்றிலை புகையிலை குதப்பல், ஆனால் கரையேறி விடாத பல்வரிசை, செருப்புப் போடாத கால், நாலுநாள்

வட்டம் முக க்ஷவரம் – இதெல்லாம் தான் ஜகது. யாத்திரை ஸ்பெஷல் ரயிலில் ஏறி, சின்னது, பெரிது, மிகப்பெரிது என்று ஊர்களையும் மாநகரங்களையும் சின்ன பெரிய, மகாபெரிய என்று தலைவர்களையும் பார்த்திருந்த காமேச்வரனுக்கு, ஜகது ஒரு பெரியகிராமத்தின், சிறுநகரத்தின் மாதிரித் தலைவன் என்று சில சமயம் தோன்றும். குருநாதன் வத்ஸனிடம் இருந்தது போன்ற ஒரு கவர்ச்சி, மரியாதை. எப்போதும் அவனோடு இருக்க வேண்டும் போல ஒரு இளக்கம். எல்லாம் மெள்ள மெள்ள தன்னை வரித்துக்கொள்கிற மாதிரி உணர்ந்தான் காமேச்வரன்.

சோற்றுக் காண்ட்ராக்டுக்காரருக்கு உதவும் பண வசூல் காமேச்வரனுக்கும் ஜகதுவுக்கும் ஒழிந்த வேளைகளில் நடந்து கொண்டிருந்தது. மாதா மாதம் வந்த தொகையில் கறிகாய் வாங்க, பையன்களுக்குச் சாப்பாட்டுத் தட்டு வாங்க – என்று கொஞ்சம் கொஞ்சமாகக் கொடுக்கலாம் என்று திட்டம் போட்டார்கள்.

“யார் கொடுக்கிறது? யார் கிட்ட பணத்தைக் கொடுத்து வைக்கிறது?” என்றான் காமேச்வரன்.

“நீங்கதான் பார்த்துக்கணும்” – ஜகது.

“எனக்கு அந்த சமர்த்தெல்லாம் வராது, நீங்கதான் பார்த்துக்கணும்.”

“நானும் உங்கமாதிரி தான், எனக்குத் தாட்சண்யம் ஜாஸ்தி.”

கடைசியில் தெலுங்குச் செட்டியாரிடமே போனார்கள்.

“எனக்கு அதுக்கெல்லாம் டயமிருந்தா நானே ரூபாயும் அரிசியும் கொடுத்திருப்பேனே. எல்லாருமாச் சேர்ந்து செய்யணும். ஊர்ல எல்லாருக்கும் ஒரு பொறுப்பு இருக்கணும்னு வந்தேள். அதுவரைக்கும் சரி. ஆனா அன்னாடம் கவனிக்க என்னாலெ முடியுமோ – உங்கள்ள ஒருத்தர்தான் பார்த்துக்கணும் – என்ன ஜகது!”

“எங்களுக்கு வக்கணையா வாங்கத் தெரியும். சிக்கனமா செலவழிக்கத் தெரியாதுன்னு உங்களுக்குச் சொல்லித்தான் தெரியணுமா?” ஜகதுவின் புன்முறுவல்.

“கோமுட்டிவாள்னு முடிக்காம நிறுத்திப்ட்டேளே” என்று தன் ஹாஸ்யத்தை மற்றவர்கள் ரசிக்கிறார்களா என எல்லாரையும் ஒரு தடவை பார்த்தார் தெலுங்கு செட்டியார்.

ஜகது சற்று வாய்விட்டுச் சிரித்து, அவரைத் திருப்தி செய்தான். சொன்னான்: “சிக்கனத்துக்கு மட்டுமில்லெ, நிர்வாகமும் பண்ணத்தெரியாதே எங்களுக்கு.”

ஒருபாடாக செட்டியார் பொறுப்பை ஏற்றுக்கொண்டார்.

வாராவாரமோ, கவலை தருகிற அளவுக்கு பணம் வரவரவோ, தெலுங்குச் செட்டியாரிடம் பணம் சேர்க்கப்பட்டது. மாதாமாதம் சேர்ந்த பிடி அரிசியை வீடு வீடாகப் போய்ச் சேகரித்து வந்தார்கள். ஜகதுவின் கூட்டாளிகள்.

இப்போது கலியபெருமாளுக்கும் மற்றக் குழந்தைகளுக்கும் தாம்பாளத்தில் சாப்பாடு. கறிகூட்டு சாம்பார், ரசம் தண்ணீர் விடாத மோரோடு சாப்பாடு. காமேச்வரனே முதல்நாள் கண்ட்ராக்டர் வைகுண்டத்தின் வீட்டிற்குப்போய்ச் சமைத்துக் கொடுத்தான். தானே வந்து பரிமாறினான்.

தெலுங்குச் செட்டியார் முதல் மாதம், வாரா வாரம் ஒரு நாள் போய் பையன்கள் சாப்பிடும் போது மேற்பார்வை பார்த்துவிட்டு வருவார். மறுமாதத்திலிருந்து மருமான் பத்முவைப் பார்த்துக்கொள்ளச் சொன்னார். "பதுமூ – குளம்பு, சாம்பாரெல்லாம் காயெல்லாம் சரியாப் போட்டிருக்கா – பார்க்கணும், மோர்லெ தண்ணியா, தண்ணீலெ மோரான்னு பாக்கணும் – நல்லா கவனிச்சுக்க, ஒண்ணே காலணாக்குச் சாப்பாடு சமைச்ச கையி வைகுண்டம் கையி. பழக்க தோஷம் தொடர்ந்து வந்தாலும் வந்துடும். பாத்துக்க", என்று எச்சரித்தார்.

ஒரு மாசம் இரண்டு மாசம், என்று மழைக்காலம் வந்து, கூதல் வந்து, கோடையும் வந்து பள்ளிக்கூடத்திற்கு நீண்ட விடுமுறையும் வந்தது.

துரை வீட்டில் சேவகத்துக்கு நடுவில், பூஜைக்கு நடுவில், தியானத்துக்கு நடுவில் – எதையும் விடாமல், ஒழிந்த நேரத்தில் வசூலுக்கும் பிடி அரிசிக்குமாக அலைந்து கொண்டிருந்தான், காமேச்வரன். ஜகது கோஷ்டியின் சீட்டுக் கச்சேரிகளும் சடுகுடுக்களும் குறைந்து குறைந்து, அற்றே போய்விட்டாற் போலிருந்தது.

"சித்த நாழி உட்கார மாட்டியா?", என்றாள் ரங்கமணி.

"உட்கார்ந்துண்டுதான் ஜபம் பூஜையெல்லாம் பண்றேன்."

"பிடி அரிசி பிடி அரிசின்னு நீ அலைய ஆரமிச்சதிலேர்ந்து உன்னைப் பிடிக்கவே முடியலெ."

"ஒழிஞ்சநேரத்திலெ தானே போறேன்."

"அது சரி, எட்டு மாசமாச்சு, வந்த புதுசிலெ அம்பாளைப் பத்தி, கல்கத்தாவிலெ, கௌஹாத்திலெ, சிம்லாவிலெ எப்படி யெல்லாம் அம்பாளை உபாசிக்கிறா, பாஸ்கரசாரியார் என்ன

நளபாகம்

பண்ணினார், ராமன் கிருஷ்ணன் எல்லாரும் தேவி அவதாரம் தான்னு என்னென்ன மோல்லாம் சொல்லிண்டிருப்பே. புதுசு புதுசாக்கேட்டுண்டிருந்தோம் இப்பல்லாம் வேலை முடிஞ்சுதோ, புசுக்குனு கிளம்பிவிடறே பையைத் தூக்கிண்டு".

"ஏதோ ஆரமிச்சது. இப்ப இந்தப் பள்ளிக்கூடத்துப் பசங்க, குட்டிகள்லாம் கூட தேவி மாதிரிதான் படறது. நான் சொன்னேனே, கதாசித் லலிதா பூதா பும்ரூபா க்ருஷ்ண விக்ர ஹான்னு. லலிதா தான் ஆண் வடிவத்திலெ கிருஷ்ணனா ஆவிர் பவிச்சான்னு – க்ருஷ்ணனா என்ன, எல்லாருமாவேதான் தேவி தோணினா, தோணின்டேயிருக்கான்னு படறது – படற மாதிரி நினைக்கிறதுக்கு முயற்சியாவது பண்ணணும்னு தோன்றது – அப்படிப்படாத சமயங்கள்ல–"

"அதனால் இங்க இருக்கறதைக் கவனிக்கலெ–"

"என்ன சொல்றேள் – எதைக் கவனிக்கலெ?"

"பங்கஜம் குளிச்சு நாலு மாசமாச்சு–" ரங்கமணியின் கண்ணில் ஒரு ஆவேச சந்தோஷம்.

"அப்படியா!"

"உனக்குத்தான் இப்பல்லாம் முகம் கொடுத்துப் பேசவே போதில்லியே."

காமேச்வரனுக்கு அது காதில் விழவில்லை.

"அம்மாள் கருணாசாலி, எத்தனை கருணை அவளுக்கு–" மேலே அவனுக்குப் பேச சிரமமாயிருந்தது.

திரண்டு வரும் மேகக் கூட்டத்தைப் பார்ப்பதுபோல, பத்ரிநாத்தில் நரநாராயணர்கள் என்ற இரு மலைகளின் பனிச்சிகர மோனத்தைப் பார்ப்பது போல, இமயமலையின் குறுகிய சாலையில் கிடுகிடு உயரத்தில் போகும் பஸ்ஸிலிருந்து கீழே மாறி மாறி வரும் நெடும்பள்ளக் காட்சி வனப்புகளைப் பார்ப்பது போல, மாளாத அகலமான கோதாவரியையும், மகாநதியையும் பார்ப்பது போல இருந்தது – பேச முடியாத வாயடைப்பு. அவனுக்கு இந்தக் காட்சிகளைப் பார்க்கும் போதெல்லாம் முகத்தில் அமுதூறும், கண் பனிக்கும்.

"ஆஹா" என்றான்.

3

ஆஹா ஆஹா என்று கரைந்த காமேச்வரன் அப்படியே பெஞ்சுமீது உட்கார்ந்துவிட்டான். சாயங்கால டிபனுக்கு ஒரு உப்புமாவைக் கிண்டி, ப்ளாஸ்கில் காப்பியை போட்டுக் கடையில் துரைக்குக் கொடுத்துவிட்டு, அப்படியே பிடி அரிசிக்குக் கிளம்புவதாக, கையும் பையுமாகப் புறப்பட்டிருந்தான். அவள் ரங்கமணி அந்தச் செய்தியைச் சொன்னதும் ஒரு அதிர்ச்சி மாதிரிதான் உடல் மீது கூட அது பாய்வது போலிருந்தது. செயல் ஓய்கிற அதிர்ச்சி. பெஞ்சு மீது அவன் உட்கார்ந்ததும் தன்னறியாமல்தான்.

"அம்பாள் கருணாசாலிதான்" என்று மறுபடியும் வாய்விட்டுச் சொல்ல வேண்டும் போலிருந்தது. அவனால் முடியவில்லை.

"எதுக்குச் சொல்லனும்!" என்று நினைத்துக் கொண்டான். இந்த வீட்டில் புகுந்து, குழந்தை இல்லாதது ஏதோ பெரிய வெறுமை மாதிரி ரங்கமணி புலம்பத் தொடங்கியது முதல், அவன் இதயத்திலும் பூஜையிலும் நினைவிலுமாக அந்த வெறுமை புகுந்து கொண்டிருந்தது. தனக்கு ஏதோ மீளாப் பொறுப்பு வந்துவிட்டது போல, கண்மூடும்போது, உள்ளம் குவியும்போது, பூஜைக்கு உட்காரும்போது, முடிக்கும்போது, 'அந்த சூன்யத்தை நீதான் அகற்ற வேண்டும் என்று, 'அம்பாள் அம்பாள்' என்று சொல்லப்படுவதைப் பார்த்து மௌனமாக அரற்றுவான்.

சில நாட்களில் உள்ளுக்குள்ளே சிரிப்பு வரும் – எனக்கும் இதற்கும் என்ன சம்பந்தம்! ஒரு ஜீவன் உலகத்துக்கு வருவதும் வராததும் அதன் இஷ்டம். அல்லது அதைப் படைக்கும் பரவஸ்துவின் இஷ்டம். இதில் நாம் யார் தலையிட? என்று. இளங்கண்ணன் அண்ணிக்காக குங்குமத்துக்கு மன்றாடியபோது இந்த மாதிரி பேச்சுதான் வளர்ந்தது. அந்த வீம்புக்காக வருந்தி இளங்கண்ணனைத் தேடிக்கொண்டு அன்று ஊர் உறங்கும் இரவில் ஓடின பொழுதிலிருந்து அது கொஞ்சமாக மறைந்து, பிறகு, இந்த வீட்டில் ஒரு குழந்தை கத்துவதற்கு, தானும் கத்தியாக வேண்டும் என்று மௌனமாகக் கத்திக்கொண்டிருந்தது அவன் இதயம், மனசு, புத்தி, சித்தம் எல்லாம்.

“பிடி அரிசி, வைகுண்டத்துக்குக் கை கொடுப்பது என்று அலைகிறேனே. அதுவும் இதற்காகத்தானோ!” என்று பளிச்சென்று தோன்றிற்று அவனுக்கு.

“ஆமாம், கேட்டால் எதுவும் வரும்” என்று அறுதியிட்டுக் கொண்டான். “நீ எனக்குத் தாயார், தங்கை, அக்கா, சிநேகிதி எல்லாம். உன்னிடம் கேட்டால் என்ன?” என்று பெஞ்சுமீது உட்கார்ந்த வாறே அடுக்களை நிலைக்கு இப்பாலிருந்த பூஜை அலமாரியைச் சிறிது நேரம் பார்த்தான்.

“அண்டாண்டம் – எல்லை காணாத அண்டம். அதில் இந்த உலகம் ஒரு தூசிப் பொட்டு. அந்தப் பொட்டில் இந்த ஊர். இந்த ஊரில் ஒரு வீடு. இதில் ஒரு கவலை. ரொம்ப முக்கியமான கவலை பார், ரொம்ப முக்யமான சம்பவம் பார்!” என்று ஒரு கணம்.

“ஆனா எது முக்கியமில்லை – இந்த உலகத்தில் சின்னது பெரியது என்று உண்டா என்ன? எல்லாம் முக்கியம்தான். சின்னது என்றால் சின்னதுதான். பெரிசு என்றால் எல்லாம் பெரிசுதான். காளிதாசனும் முக்கியம், கம்பனும் முக்கியம். எலிமெண்டரி ஸ்கூல் வாத்யாரும் முக்கியம். அவரோடு குழந்தைகள் எல்லாம் சேர்ந்து கத்துகிற ஆத்திச்சூடியும் முக்கியம். பெரிய கோவிலும், ரிஷிகேசத்தில் லக்ஷ்மண் ஜூலா கயிற்றுப்பாலத்துக்குப் போகிற வழியில், வைக்கோலையும் புல்லையும் போட்டு, துடை உயரத்துக்கு மலைவாச குஷ்ட ரோகிகள் பின்னிக்கொண்டிருக்கிற குடிசையும் முக்கியம். எது பெரிசு, எது சிறிசு – எல்லாம் ஒன்றுதான். சாணும் முக்கியம், சூரியனுக்குப்போகிற தூரமும் முக்கியம்...”

“காதிலெ விழலெ உனக்கு!” என்று சத்தம்.

“உன்னைத்தான்”–

“என்ன! என்ன! என்னமோ நினைச்சுண்டிருந்தேன்” என்று புன்சிரிப்புடன் உலுப்பிக்கொண்டான் காமேச்வரன்.

“இதோ வச்சிருக்கேன் பாரு” என்று பெஞ்சின் ஓரத்தைக் காட்டினாள் ரங்கமணி.

ஒரு சின்ன வெள்ளிக் கிண்ணம்.

“என்ன?”

“பால் திரிஞ்சிருந்தது. அதைக் கொஞ்சம் திரட்டுப் பாலாக் காச்சிவச்சேன், இப்பதான் உனக்கு நல்ல சமாசாரத்தைச் சொன்னேன். நீதான் சாப்பிடணும் முதல்லெ.”

“அம்பாளுக்கு முதல்லெ நிவேதனம் பண்ணணும்.”

“பண்ணியாச்சு. நீ பண்றத்தை விடவா?”

சிறிது வாயில் போட்டுக்கொண்டான். சற்றுக்கழித்து மெதுவாகச் சொன்னான். “அதுக்கும் இதுக்கும் என்ன சம்பந்தம்னு நினைக்கலாம் நீங்க. இருக்காப்பலதான். எனக்குத் தோத்தம்.”

“எதுக்கும் எதுக்கும்!”

“பிடி அரிசி, பிடி அரிசின்னு பையைத் தூக்கிண்டு கிளம்பறேன்னு சொன்னேளே, அந்தக் குழந்தைகள்ளாம், இப்படியெல்லாம் மனுஷா சாப்பிடுவாளா, இப்படியெல்லாம் சாப்பாடுன்னு இருக்குமா, இப்படியெல்லாம் திங்கிற சாமான் கள்ளாம் உலகத்தில இருக்கான்னு ஆச்சரியப்படறாப்பல, தினுசு தினுசாச் சாப்பிடறது இந்தப் பள்ளிக்கூடத்துக் குழந்தைகள். ஒரு வருஷமா – கிட்டத்தட்ட ஒரு வருஷம் ஆகப்போறது. அந்த ஆச்சரியம், திருப்தி எல்லாம் சேர்ந்து, நீங்க இப்ப சொல்ற சமாசாரமா வந்திருக்குன்னு நினச்சுக்கணும். எனக்கு அப்படித்தான் தோண்றது நிச்சயமா–”

“எல்லாம்தான், நீ பண்ற பூஜை – எல்லாம்தான்.”

“நான் சொல்றது உங்களுக்கு முழுக்க ஏத்துக்க முடியலே போலிருக்கு.”

“ஏத்துக்கிறேன், ஏத்துக்கிறேன் போருமா!”

“நான் சொல்றது அலுப்பா இருக்காப்பல இருக்கு.”

“இல்லெ, இல்லெ இல்லெ” என்று ரங்கமணி சிரித்தாள். காமேச்வரனுக்கும் அதைவிட உரக்க சிரிக்க வேண்டும் போலிருந்தது. “பூஜைபூஜை, ஜபம்ஜபம்னு உட்கார்ந்திருக்கிற

தெல்லாம் சரி. ஆனா இந்த உலகம் பிரபஞ்சம் எல்லாத்திலேயும், உசிர் இருக்கிறது – இல்லாதது மாதிரி தோன்ற வஸ்துக்கள் எல்லாத்திலும் ஸ்வாமி இருக்கான். இல்லாட்டா ஈஸ்வரி இருக்கான்னு ஆதி நாளிலிருந்து எல்லாரும் சொல்றா. கேட்டுண்டிருக்கோம். ஆனா அப்பிடியிருக்கறதாக இந்த மாதிரி பிடி அரிசிக்கு அலையறபோதுதான் எனக்குத் துளியூண்டு தெரியறாப்பல இருந்தது – இருக்கு. அந்தக் குழந்தைகள்ளாம் சாப்பிடறதைப் பார்க்கற போதுதான் கொஞ்சம் கொஞ்சம் தெரியறாப்பல இருக்கு. அதனாலெ இது ஏதோ ஒவ்வொரு வேளையும் யாருக்கோ பசிக்கிறது – சாப்பாடு போட்டதும் அடங்கறதுன்னு அதோட நின்னுடலெ–"

"அதான் பசிரூபத்திலெ தேவி இருக்கான்னு தேவி கதைலெ வர்றது."

"ஐயோ ஐயோ – ச்லோகம்லாம் சொல்லாதிங்கோ" என்று இரண்டு கையாலும் காதைப் பொத்திக்கொண்டான் அவன்.

"என்னது!"

"யாரோ கண்டுபிடிச்சு எழுதினான். அதை இன்னொருத்தன் எப்படிச் சொல்ல முடியும்? தானே நேரப் பார்த்து கண்டுபிடிச்சு அனுபவிச்சாத்தான் சொல்லலாம். அவனவனுக்குப் பட்டாத் தெரியும்னு சொல்றாப்பல, ஏதாயிருந்தாலும் அவா அவா தானா கண்டுபிடிச்சு, அனுபவிச்சாத்தான் நல்லது. ஒவ்வொரு மனுஷனும் கண்டுபிடிக்கிறபோது, அவனே, தானே ஒரு ச்லோகமாச் சொல்லுவன். அதுவரைக்கும் பிறத்தியார் சொன்னதை கிளிப்பிள்ளை மாதிரி சொல்லாம இருக்கணும். பிறத்தியார் சொல்வதை இன்னதுன்னு புரிஞ்சுக்காம சொல்ல ஆரமிச்சா, அப்படி சொல்லிண்டிருக்கறதே போரும், காரியம் பண்ண வேண்டாம்னு தோணிப்போயிடும்."

"என்ன காமேச்வரா இது! இப்படியும் சொல்றே, அப்படியும் சொல்றே–"

"அப்படி உங்களுக்குப்படறது. ஆனா, நான் பூஜை பண்றதுக்கும், வைகுண்டம் பிள்ளை எங்கிட்ட பள்ளிக்கூடப் பையங்க சாப்பாட்டைப் பத்தி தானா வழியில்போறவனை மறிக்கறாப்பல மறிச்சு சொன்னதுக்கும் சம்பந்தமிருக்கு. அந்த மாதிரி, அந்தக் குழந்தைகள் சாப்பிட்டதுக்கும். நான் இப்படி அலையறதுக்கும், நீங்க இன்னிக்கி இந்தப் பெரிய சமாசாரத்தைச் சொன்னதுக்கும் சம்மந்தம் இருக்கு. நானும் நீங்களும் வேண்டிக்கிறதோடு நின்னுடலெ இதெல்லாம்."

“என்னம்மா!” என்று முன் அறையிலிருந்து பகல் தூக்கம் தெளிந்ததும் தெளியாததுமாக, தலையைக் கோதிக்கொண்டே வெளிப்பட்டாள் பங்கஜம்.

காமேச்வரன் அவளைச் சிறிது உற்றுப் பார்த்தான். மேனி மெருகேறி ஒரு நூல் பருத்திருந்தது இப்போதுதான் அவனுக்குப் புரிகிற மாதிரி தோன்றிற்று.

‘பெண் எவ்வளவு ஆச்சரியம்!’ உள்ளே அவனுக்குள் முணுமுணுத்தது. ‘எல்லா ஆச்சரியமும் பெண்தான். கடவுள் கூட முழுசு முழுசா பெண்தானோ என்னவோ’, என்று மேலும் உள்ளே முணுமுணுப்பு.

“பங்கஜம், காலை அலம்பி முகத்தை அலம்பிண்டு நெத்தி யிட்டுண்டு வந்து, காமேச்வரனுக்கு நமஸ்காரம் பண்ணு. இப்பதான் அவன் கிட்ட சொன்னேன்.”

அவள் புறக்கடைப்பக்கம் நகர்ந்ததும், “இந்த வீடு, இந்தக் குடும்பம் வளைகாப்பு – சீமந்தம்னு எந்த யுகத்திலியாவது கண்டிருக்குமோ – எனக்குத் தெரிஞ்சு இல்லெ –” என்று கட்டை விரலாலும் ஆள்காட்டியாலும் கண்களை வழித்துக் கொண்டாள் ரங்கமணி

“எல்லாம் கொட்டுமேளத்தோட நடக்கும்.”

“நீ சொல்லு உன் வாயாலெ.”

சிறிது மௌனம்.

“நான் இன்னிக்கிக் கும்மாணம் போறேன்” என்றாள் ரங்கமணி. “அர்த்தோதயம் மகோதயம் மாதிரி இப்படி ஒரு அதிசயம் நடந்திருக்கு. முழுசா நடக்கணும். கும்மாணத்திலே சிவகாமிக் கிழவியைப் பார்த்து எண்ணெய் வாங்கிண்டு வரணும். அவ என்னமோ பச்சிலையெல்லாம் போட்டு வடிக்கிறா ஒரு எண்ணெய். அவ பாட்டி, முப்பாட்டி நாள்ளேர்ந்து பண்ணிண்டு வரா. எனக்கத் தெரிஞ்சு சுத்து வட்டதுக் கெல்லாம் அவதான் சஞ்சீவி. வயத்துலேர்ந்து வெளியிலே வர வரைக்கும் ஒண்ணும் ஆயிடாம, குறை படாம உருப்படியா குழந்தைகள் பிரசவ மாறது எல்லாம் அந்தக் கிழவியோட எண்ணெய்தான். போய் வாங்கிண்டு வரப்போறேன். அம்பாள் கவனிச்சுப்பள் – நீ இருக்கே அதுக்கு. நம்ம ஜாக்ரதையும் வேணுமோல்லியோ.”

பங்கஜம் வந்தாள். நாணமும் முறுவலுமாக அவன் முன் தரையில் வகிடுபட வணங்கினாள்.

சங்கோசத்தில் கண்ணைமூடி அந்த வணக்கத்தை பூஜை அலமாரிப்பக்கமும், தஹராகாசத்திற்குமாகத் திருப்பினான் காமேச்வரன்.

பங்கஜம் எழுந்ததும் அடுக்களைப் பக்கம் நகர்ந்ததும், இருந்தாற்போலிருந்த காமேச்வரனுக்கு முத்துசாமியின் நினைவு வந்தது. ஜோஸ்ய படவா என்று வெய்ய வேண்டும் போலிருந்தது. திருத்திக் கொண்டான். ஏதோ அவனவனுக்குத் தெரிஞ்சதைச் சொல்றான். யாரோ கேட்கிறதால்தானே என்று வேகத்தைத் தணித்துக் கொண்டான்.

4

...... கனிவாயில் ஜலம் ஊறி தூக்கங்கள் வந்து
கண்ட இடத்தில் பள்ளிகொள்வார் பைங்கிளிமாரும்
ஏட்டோட தயிர்வேணும் உப்பரட்டிவேணும்
கேட்டதெல்லாம்தான் கொடுக்கத் தாயாரும்வேணும்
ஏலம் களிப்பாக்கு ஜாதிக்காய் வேணும்
ஜாதிப்பத்திரி வால்மிளகு லவங்கமும் வேணும்
வெட்டுவெட்டாய்பாக்கு வேணும் வெற்றிலை வேணும்
முதல்தரமான முத்து சுண்ணாம்பும் வேணும்
நாலாம்மாதம் பிறந்த உடனே மசக்கை தெளிந்து,
வளர்பிறையில் ஐந்தாம் மாதம் வளைகாப்புமிட்டார்
சீருடைய ஆறாம் மாதம் சீமந்தம் பண்ணி
சிறப்புடனே நாத்தனாரும் பூவும் சூட்டினாள்
அழகான ஏழாம் மாதம் அப்பமும் கட்டி
எட்டாம் மாதம் பிறந்த உடனேதொட்டிலும் செய்தார்
ஒன்பதாம் மாதம் பிறந்தஉடனே சங்கிலிபண்ணி
ஒன்பதாம் மாதம் ஆனவுடனே ஊணும் ஒழித்தாள்
எட்டும் இரண்டும் பத்து மாதம் பூர்ணமாய் சுமந்தாள்
முத்துமுத்தாய் நெற்றிவேர்க்க முகங்கள் சிவக்க
பெத்தாளே பாலகரை முத்துமுத்தாக
நவமி திதி யோகவாரம் புனர்பூச நட்சத்ர
கடகலக்னம் மத்யானத்தில் ராமர் பிறந்தார்
விரைக்கோட்டை பதின்கலம் வெள்ளியும் பொன்னாம்
விரையுடனேதான் கலந்து வரதானம் செய்தார்
சொர்ண சங்கில் எண்ணெய் கொண்டு
செவ்வெண்ணெய் போட்டி
சொர்ணமணி தொட்டிலிலெ வளர்ந்திடவிட்டாள்
தங்கவளை சங்கிலிகள் தாழ்த்தியும் இட்டாள்
கணையாழிமோதிரமும் கைகளில் இட்டாள்
அமிர்தம் பொழியாறாப்போல் ஆனசொல் கேட்டு
ஒருவயது ஆனவுடன் ராமசுவாமிக்கு
ஆணரவுதான் செய்தார் ஆனந்தமாக ......"

காமேச்வரனுக்கு இதை அடிக்கடி கேட்கிற வாய்ப்பு. கும்பகோணத்திற்கு எண்ணெய் வாங்கப்போன

ரங்கமணி கும்பேச்வரன் கோயில் வாசலில் ஒரு கடையிலிருந்த மசக்கைப் பாட்டுப் புத்தகம் ஒன்றை முப்பது பக்கத்தில் வாங்கி வந்து மாலை வேளைகளில் பூஜை அலமாரி முன் விளக்கேற்றிப் பாடிக்கொண்டிருப்பாள். சில வேளைகளில் எதிர்வீட்டு வெங்காச்சத்தின் மனைவி பூமா வந்து அந்தப் பாட்டுகளுக்கு ராகம், மெட்டுகளெல்லாம் மாற்றி மாற்றிப் போட்டு எது பொருத்தமாயிருக்கிறது என்று திருப்பித் திரும்பிப் பாடிக்காட்டுவாள். இரண்டு பேரும் சேர்ந்து பாடும் போது ஆளுக்கு ஒரு மெட்டும் ராகமுமாகத் தொடங்கி இரண்டு அடிக்குப் பிறகு உணர்ந்து விழுந்து சிரிப்பார்கள். அடுக்களையில் சமைத்துக் கொண்டே இத்தனையும் கேட்டுக்கொண்டிருந்த காமேச்வரனுக்கு திடீர் திடீர் என்று வியப்பு வரும் – ஒரு குழந்தைக்காக இவ்வளவு பரப்பா என்று. எதிரே சுவரில் ஒரு பல்லி பாய்ந்து பாய்ந்து கரப்பு, அந்து, பாச்சை என்று ஒரு முப்பதை விழுங்கிக் கொண்டிருக்கிறது. ரங்கமணியே திடீர் என்று நினைத்துக் கொண்டு வாருகோலால் கதவை மூடியும் திறந்தும் மூலைக் கரப்பு கும்பல்களை நூற்றுக்கணக்கில் சாக அடிப்பாள். மல்லாந்து விழுந்த கரப்புகள் குற்றுயிராகத் துடிக்கும். காமேச்வரன் இந்தக் கொலை வெறியைக் கண்டு சற்றுக் குறுகி, புன்சிரிப்புடன் பார்ப்பான் – அதைப் பார்த்த ரங்கமணி, “ராமகிருஷ்ணர் ஒரு நாளைக்கு சிஷ்யனைப் பார்த்து, ரூம்லெ இருந்த கரப்பையெல்லாம் அடிச்சி எறியச் சொன்னார். அவனுக்கு அடிக்க மனசு வல்லெ. பேசாம இருந்துட்டான். கொஞ்ச நாழிகழிச்சு வந்தார் ராமகிருஷ்ணர். நான் சொல்லிட்டுப்போனேனே, ஏன் செய்யலேன்னு சூடாப் பேசினார். அப்புறம் அவன் அடிச்சுட்டான்” என்று துடிக்கிற கரப்புகளை மேலும் நாலு அடி போட்டு மரண வேதனையிலிருந்து விடுவித்தாள்.

“ஏழென்றால் எட்டாம் மாதம் சீமந்தம் செய்ய தசரதனார் எல்லோருக்கும் சொல்லி அனுப்பினார். சொன்னவுடன் ஜனங்களெல்லாம் வந்து சேர்ந்தார்கள். சம்மந்திகள் சாப்பிட்டதும், தாயின் கையினால் ஏழுவகை சாதங்களும், இலையில் பல பொடிகளும், சர்க்கரை வெண்பொங்கல் தேங்காயின் சாதமும், தெவிட்டாத புளிக் காய்ச்சல், தக்காளிச்சாதமும், மாங்காயின் சாதமும், மசக்கையால் மகிழ்ந்திட குத்து விளக்கேத்திவைத்து கோலங்கள் போட்டு மேளத்துடன் வாத்தியங்கள் முழங்கிடச் செய்தார். தேவலோக மங்கைபோல் அலங்காரம் செய்து ஸ்ரீராமச்சந்திரனும் மனையில் அமர்ந்தார். தேவகோடி பட்டுனாலே திரையை வளைத்து தேவி மூக்கில்தான் பிழிந்தார் தேவராசனும் ...”

ரங்கமணியும் பூமாவும் நடத்திய ஒத்திகையைப் பார்த்து காமேச்வரனுக்கு சில சமயம் சிரிப்பு வரும். சில சமயம் சிலிர்க்கும். ஒரு பிறக்கப்போகிற குழந்தை பரமஹம்சர் பிரமாணத்தில் இறக்கிற கரப்புக்கூட்டம் – கால் வயிற்றுக்குத் தின்று தின்று படி அரிசியில் வயிறாரத் தின்கிற குழந்தைகள் – இப்படி உயிர் பிரிந்தும் பிரியாமலும் அமிழ்ந்தும் உயர்ந்தும் மிதக்கிற ஜீவ கோடிகளை நினைத்துச் சிரித்தான் – மலைத்தான் குழம்பினான் ... ராகமும் மெட்டுகளும் மாறிமாறி சரியான ராகங்களும் மெட்டுகளும் ஒருபாடாக அமைவதற்குள் பங்கஜத்தின் வளைகாப்பும் சீமந்தமும் வந்தேவிட்டன.

பத்துக் குழந்தைகளைப் பெற்று ஆகும் செலவுகளை துரை சீமந்தத்துக்குச் செய்வது போலிருந்தது – சத்தமும் கூட்டமும் மேளமும் தாளமும், அந்த பஞ்சாயத்து டவுனே திரண்டு விட்டது போலிருந்தது. துரையோடு கூடப்பிறந்த குடும்பக்கிளைகளும் பங்கஜத்தின் குடும்பக்கிளைகளும் வீடு கொள்ளாமல் வந்து அடைந்திருந்தார்கள். அன்று மாலை ரங்கமணியும் பூமாவும் கும்பேச்வரன் கோயில் வாசல் மசக்கைப் புத்தகம் முழுவதையும் மாறிமாறிப் பாடித் தீர்த்தார்கள். கருவுற்றவள் அன்று நல்ல சங்கீதம் கேட்க வேண்டும் என்று காமேச்வரன் தஞ்சாவூருக்குப் பக்கத்து கிராமம் ஒன்றிலிருந்த ஒரு நண்பர் மனைவியை அழைத்து வந்து வீணைவாசிக்க ஏற்பாடு செய்திருந்தான்.

விருந்தும் பந்தியும் எழுப்பிய அமளிக்கிடையில் வைகுண்டத்தின் விருந்தினர்களான பள்ளிக்கூடத்துப் பையன்களையும் அழைத்து இரண்டாம் கட்டில் வைத்துச் சாப்பாடு போட்டான் காமேச்வரன். தெருக்காரர்கள் ஒருத்தரை ஒருத்தர் பார்த்துக் கொண்டார்கள். மசக்கைப்பாட்டு ஒத்திகைகளில் நாள் தவறாமல் கலந்து கொண்ட பூமாவும் வெங்காச்சமும் ஒருவரை ஒருவர் பார்த்துக் கொண்டார்கள். இரண்டாம் கட்டில் பையனுக்கு உபசாரம் செய்துகொண்டிருந்த இளங்கண்ணனையும் சீனிவாசனையும் பார்த்து அந்த சந்நிதித் தெருக்காரர்கள் ஒருவரையொருவர் பார்த்துக் கொண்டார்கள். ஜகதுவை வெங்காச்சம் கேள்விக் குறியோடு பார்த்தார். தெலுங்கு செட்டியார் துரையை கேள்விக்குறியோடு பார்த்தார். காமேச்வரனுக்கு இந்தப் பார்வைகளைப் பார்க்க நேரம் இல்லை. வெகுநேரம் கழித்துத்தான் அவனுக்குப் பார்க்க முடிந்தது. இந்த வீட்டில் யாருக்கு அதிகாரம் – காமேச்வரனுக்கா, துரைக்கா? இந்த ரங்கமணியும் பங்கஜமும் யார் கட்சி என்பது போல துரையின் ஜனக சகோதரர்களும் சகோதரிகளும் ஒருவரையொருவர் பார்த்துக்கொண்டார்கள். அண்ணா அண்ணா என்று எந்தெந்த தெருக்காரர்களோ அடிக்கொரு தடவை அழைத்த இந்த

காமேச்வரன் யார் என்பது போல துரையின் சகோதரன் தாயாரைப் பார்த்தான். தேவாரம் அய்யங்கார் துரையை மட்டுமின்றி ரங்கமணியை மட்டுமின்றி தெலுங்கு செட்டியாரை மட்டுமின்றி வந்திருந்த எல்லோரையும் கேள்விக் குறியோடு பார்த்துக் கொண்டிருந்தார்.

வீணைக் கச்சேரி, சாப்பாட்டுப் பந்திகள் முடிந்தன. படுக்கப் போனார்கள். தூரத்து உறவுகள் தெரு வீட்டுத் திண்ணைகளையும் மொட்டைமாடியையும் பிடித்துக் கொண்டார்கள். கிட்டின உறவுகள் தரை வீட்டுக் கூடத்தில் இரவல் வாங்கி வந்திருந்த பிச்சாணாக்களைப் பெருக்கி, பூக்களையும் அட்சதைகளையும் குஞ்சாலாடு மொக்குகளையும் அகற்றிவிட்டுப் படுத்துக்கொண்டார்கள். சீமந்தத்தன்று கணவனும் மனைவியும் சேர்ந்து படுக்கிற மரபுப்படி, முன்னறையில் துரையும் பங்கஜமும் படுக்கப்போனார்கள். புதிதாகத் திருமணம் ஆனவர்கள்போல அவர்களைப் பார்க்கிற உறவுப் பார்வைகளுக்கிடையே சற்றே கூசிக்குறுகி இருவரும் உள்ளே போய்க் கதவைச் சாத்திக் கொண்டார்கள்.

உதவிக்கு அமர்த்தியிருந்த இரண்டு கூலிப் பரிசாரகர்களைக் கொல்லைக்கட்டுக் கோட்டை அடுப்பைச் சுத்தம் பண்ண அனுப்பி, அடுக்களையில் அலம்பிச் சுத்தம் செய்து அடுப்பை மூட்டி, பாலைக்காய்ச்சி கூடத்தில் படுத்திருந்த சம்பந்திமார்களையும் துரையின் பரந்த குடும்பத்தாருக்கும் கொடுத்துக் கொண்டிருந்தான் காமேச்வரன். அவன் அடுக்களையிலிருந்து வெளிப்பட்டு ஒவ்வொருத்தராக வரும் வரை அத்தனை கண்களும் அவனைக் கண்கொட்டாமல் தொடரும். அடுக்களைக்குள் போனதும் பாதி உடம்புகள் அடுக்களையைப் பார்க்க திரும்பிப் புரண்டு கொள்ளும்.

“அவர்களுக்கு கொடுத்தாச்சோ?” என்று பாலைக்குடித்துக் கொண்டே ஒரு முப்பது வயதுப் பெண்மணி கேட்டாள். துரைக்கு ஜனகவழியில் மாமன் மகளாம்.

“யாருக்கு?”

“சீமந்தக்காரகளுக்கு”, என்று முன்னறைப் பக்கம் பார்வையை ஓட்டினாள் அவள்.

“கொடுத்தாச்சே. சாப்பிட்டாளே ரண்டுபேரும்” என்றான் காமேச்வரன்.

“உள்ளயும் ஒரு சொம்பில் வைக்கிற வழக்கமாச்சே.”

“வச்சாச்சே.”

"அவருக்குப் போய்ச் சொல்லிக் கொடுக்கறா பாரு. சமத்து" என்று நாலு உடம்புக்கு அப்பால் படுத்திருந்த ஒரு நடுவயதுப் பெண்மணியின் குரல் கால் சிரிப்பும் முக்கால் கண்டிப்புமாக அவளை அசடாக்கிற்று.

"நான் பாக்கலெ — அதனாலெ கேட்டேன் அம்மங்கா."

"வெவ்வெ — நான் பார்க்கலெ" என்று நடுவயது அழகு காட்டிற்று. முப்பதுவயது திரும்பிப்படுத்துக்கொண்டது, முதுகு குலுங்கிற்று.

கொல்லைக் கூட்டில் கோட்டை அடுப்பண்டையிருந் தவர்களுக்கு விடை கொடுத்துவிட்டு, ரங்கமணி வந்துகொண் டிருந்தாள். அப்போது பரிசாரகர்கள், ஆட்கள், வேலைக்காரப் பெண்கள் — எல்லோரும் பின்தொடர்ந்து முற்றத்தில் இறங்கி நடை வழியாக வாசலுக்குப் போனார்கள்.

காமேச்வரன் தானும் கொல்லையில் போய் ஒருநடை பார்த்துவிட்டு, ரேழி உள்ளைத் திறந்து பாயையும் தலையணையை யும் எடுத்துக்கொண்டு வாசலுக்கு வந்தான். முகப்புக்குள நாலைந்து பேர் குறட்டையும் ஆரம்பத் துயிலுமாகக் கிடந்தார்கள். அவனுடைய சிமெண்டுத் திண்ணைமீது துரையின் சகோதரன் உட்கார்ந்து வெற்றிலைப் பெட்டியைத் திறந்து வைத்துக் கொண்டிருந்தான்.

"எங்க படுத்துக்கப் போறேள்."

"இங்க வாரும் ஓய்" என்று எதிர் வீட்டு வாசலிலிருந்து குரல்கேட்டது. வெங்காச்சம். அவர் இன்னும் தூங்கவில்லை. யாரோடோ பேசிக்கொண்டிருந்தார்.

"வந்துட்டேன்" — காமேச்வரன் போனான்.

"ஓகோ. நீங்களா?" என்றான் இன்னொரு உருவத்தைப் பார்த்து. தேவாரம் அய்யங்கார்.

"ஆமா — ஓய் — நீர் நளபாகமா ஜமாச்சுட்டீர். ஓவராச் சாப்பிட்டுட்டேன். நடக்கக்கூட முடியலெ பேசிண்டிருக்கேன்."

"ம்க்கும் — பெரிய நளபாகம்!"

"நான் என்ன முகத்துக்கா சொல்றேன் — என்ன திட்டம், என்ன பணம், என்ன கையி! பணத்துக்காக பண்ற ஆசாமி. நீர் மனசோட அந்தரங்கமாப் பண்றீம், ஆசையோட பண்றீம், அதான் குழியை நிரப்பறதோட அந்தராத்மாவையே நிரப்பறது—"

"சந்தேகம் என்ன?" — வெங்காச்சம்.

"எங்க முதலாளி – செட்டியார் – ஒரு கோகர்ணம் பிட்ளையைச் சாப்பிட்டார் – எதிரக்கத்தானே உட்கார்ந்துண் டிருந்தேன். ஸ்வாமி பார்த்தீபான்னு இடதுகை விரலை தட்சிணா மூர்த்தி மாதிரி காட்டி காட்டிண்டு மாஞ்சு போயிண்டிருந்தார். பணத்துக்காக இதெல்லாம் பண்ணவந்துடும்–" தேவார அய்யங்கார்.

"ஆட்சேபம் என்ன? ஆவ்" – வெங்காச்சத்திற்குக் கொட்டாவி வந்தது.

"ஸ்வாமிக்குத் தூக்கக் கலக்கம் – நானும் புறப்பட வேண்டியதுதான்."

"ம் ஆவ்" என்று மறுபடியும் வெங்காச்சம் கொட்டாவி விட்டதும் தேவார அய்யங்கார் எழுந்துவிட்டார் கட்டிலை விட்டு.

"ரொம்ப சாப்பிட்டா, பலபேருக்கு உடனே தூக்கம் வரும். எனக்கோனா அது ஜரிக்கிறவரைக்கும் தூக்கம்வராது... உமக்கும் தூக்கமா?" என்றார் தேவாரம் காமேச்வரனைப் பார்த்து.

"ஏன்–?"

"சும்மாத்தான்."

"நான் தூங்கறதுக்கு நாழியாகும்."

"டின்னருக்கு வர அவசரத்திலெ, பொடிப்பட்டையை சுருதிப் பொட்டியிலெ வச்சுட்டு வந்துட்டேன் போலிருக்கு அர்ஜாமம் ஆயிருக்காது கோயில்லெ. போய் எடுத்துண்டு வந்துடலாம்னு பார்த்தேன். ராத்திரி தூக்கம் வராது. கடை மூடியிருப்பன்."

"நானும் வரணுமா?"

"வந்தா நல்லது. பேசிண்டே போய்ட்டு வந்துடலாம்."

காமேச்வரன் படுக்கையை சின்னத் திண்ணை மீது போட்டு விட்டு நகர்ந்தான். அதற்குள் வெங்காச்சத்தின் சிறு குறட்டை கேட்கத் தொடங்கி விட்டது.

தெருக்கோடியில் திரும்பி இருவரும் ஆற்றுக்குப் போகிற பாதையில் நடந்தார்கள்.

"கஷ்டம் கஷ்டம்" என்று தலையில் அடித்துக்கொள்வது போல அங்கலாய்த்தார் தேவாரம்.

“என்ன ?”

“இதைத்தான் – அதான் பார்த்துண்டே வறீமே.”

“எதை ?”

“அதான்யா ? பால் விக்கறாளே – சொர்ணம் – அவ மகனை. கலியாணம் ஆகி ரண்டு வருஷம் ஆகலெ. தாயார் போறாதுன்னு அவளோட மருமகளையும் ஸ்வீகரிச்சுனுட்டான் பாரும் இந்த மாலிங்கம் பய. அப்பன் பிள்ளை – ரண்டு பேரையும் திண்ணையிலே விட்டுட்டாளுஹ”; தாயாரும் மாட்டுப் பொண்ணுமாச் சேர்ந்துண்டு. இந்த மாலிங்கம் பயலுக்கு ஏதாவது வர்ஜ்யாவர்ஜ்யம் இருக்கோ; தாயார்க்காரி – அப்பறம் மாட்டுப் பொண்ணு ! இப்படியா வெறிவரும் மனுஷனுக்கு ? அப்படி யாவது சொத்துகித்துன்னு பணத்திமிர்ல செய்யறான்னாலும் சரி – இந்தப் பய வேத்து விருக்க விருக்க, எண்ணெய்ப் பாடத் துண்டைக்கட்டிண்டு, காபி கிளப்புலெ பந்திக்கும் போண்டாக்கும் சரக்குப் போட்டு அடுப்படியிலெ நிக்கற பய. அந்த பொம்மனாட்டிக்குத்தான் ஏதாவது சொரணையிருக்கோ. ஆமடையான் அசடாயிருந்தா என்ன ? அதுக்காக பப்ளிக்கா மாலிங்கத்தை உள்ள வச்சிண்ட, ஆமடையானை திண்ணையிலியா உருட்டி விடணும், வாசக்கதவைத் தாப்பாப்போட்டுட்டு. அப்பனுக்கு மேல புள்ளெ அசடு. அதுக்கு செக்கொலக்கை மாதிரி ஒரு பொண்ணைக் கலியாணம் பண்ணிவச்சு. அதையுமா அவனோட சேத்துவிடணும் – ஹார் – தூ –” துப்பினார் தேவாரம்.

காமேச்வரன் பேசாமல் கேட்டுக்கொண்டு வந்தான். தினமும் விடியற்காலையில் ஆற்றங்கரைக்குப் போய் முழுகி குடத்தில் தண்ணீர் எடுத்துத் திரும்பும்போது, அப்பனும் பிள்ளையும் திண்ணையில் தூங்குவதைப் பார்த்துக்கொண்டுதான் வருகிறான். மாலிங்கமும் சில புழுங்குகிற நாட்களில் எண்ணெய்ப் பிசுக்குப்பூணூல் முழங்கைக்குக் கீழ் கிடக்க, அப்பனோடும் பிள்ளையோடும் திண்ணையில் தூங்குவதைப் பார்த்திருக்கிறான். அவனுடைய ஆஹாரத்தியத்திற்காக அப்பனோ, பிள்ளையோ, ஊரோ, உறவு ஜனமோ, அவனையோ, அந்த சொர்ணத்தையோ ஒன்றும் சொல்லிவிடவில்லை. ஒதுக்கி விடவில்லை. அவள் உரலைப் போன்ற உடலுடன் அக்ரகாரத்திலும், சாரியத் தெருவிலும் பல வீடுகளுக்குப் பால் போட்டுக் கொண்டுதான் வருகிறாள். மாலிங்கம் சரக்குமாஸ்டராயிருக்கிற காப்பிக்கடையில் வெங்காச்சம், தேசிகர் உள்பட மல ஆசார வழியானவர்கள் கூட, இட்லி, காபி, மாலிங்கமே வார்க்கிற ரவாதோசை என்று சாப்பிட்டுக் கொண்டுதானிருக்கிறார்கள். இந்தத் தேவார

அய்யங்காருக்கு மட்டும் என்ன வந்துவிட்டது! இவரும் அந்தக் கடையில் காப்பிக்கு நுழைகிறவர்தானே... இருந்தாலும் அவருக்கு இந்தப் பேச்சு பேசுவதில் ஒரு ஸ்வாரஸ்யம்.

"நீங்களும் சாப்பிடாமல் இல்லியே அவன் கையால்" – என்று கேட்க வேண்டும் போல் தானிருந்தது. சங்கோசம் – அநாவசியமாக ஒரு ஆளை மோடனம் பண்ணுவதில் ஒரு லஜ்ஜையான பயம் – கேட்கவில்லை. பேசாமல் நடந்தான்.

இவர்கள் பாதிதூரம் போவதற்குள் அர்த்தஜாம மணி வேகமாக அடித்து சட்டென்று ஓய்ந்து விட்டது.

அய்யங்கார் பரபரவென்று கோவிலுக்குள் நுழைந்து சுருதிப்பெட்டியைத் திறந்து பொடிப்பட்டையை எடுத்துக் கொண்டு வந்தார். "இங்குதான் இருக்கணும்னு நினச்சேன், இருந்தது. அப்பாடா – ராத் தூக்கம் பொழச்சுது ... ராத்திரி போடறோமோ இல்லியோ, பொடிப்பட்டை இருக்கணும். இருக்குன்னா ஒரு தெம்பு. ராமுழுக்க போடாமலே தூங்கிண் டிருப்பேன். மட்டை காலியாயிட்டுதோ – தூக்கமே வராது. என்ன பழக்கமோ, என்ன மனசோ", என்று தன் மனதையே செல்லமாக நொந்துகொண்டு நடந்தார். "இது பொண்டாட்டியை பிறந்த வீட்டுக்கு அனுப்பறாப்பலதான். வீட்டிலெ இருக்கற வரைக்கும் பேசக்கூட தோணாது. ஒரு வாரம் போய்ட்டுவரேன்னும் போயிட்டாளோ. அடாடா, என்ன ஏக்கம் என்ன தாபம் – என்னமோ திரும்பியே வராம போயிட்டாப் போல. உமக்கு இதெல்லாம் எங்க புரியப்போறது. உமக்குப் பொடி புகையிலை, கலியாணம் ஒண்ணும் கிடையாது – இந்த மாதிரி பரப்பு, பித்து – ஒண்ணும் கிடையாது – அப்படித் தானே?"

"நானும் எப்பவாவது வெத்திலை புகையிலை பொடின்னு – போட்டுக்கிறது உண்டு – யாராவது கொடுத்தா – வேணும்கறதும் இல்லெ, வேண்டாம்கறதும் இல்லெ – பழக்கமும் இல்லெ அதுக்காக போட முடியாதங்கறதும் இல்லெ. அப்பப்ப இருக்கற மனசைப் பொறுத்தது."

"பேஷ் – பேஷ் – அப்படின்னா இருக்கணும் சித்தபுருஷாள் மாதிரி – சித்த புருஷர்களுக்கு வேணும் வேண்டாம்னெல்லாம் கிடையாது. கிடைச்சா நன்னா சாப்பிடுவா – கிடைக்காட்டா பட்டினி – அதுக்காக வருத்தம் கிடையாது. நீர் இன்னிக்கி பண்ணிப்போட்டீரே நளபாகம் – அது கிடைச்சாச் சாப்பிடுவா – அதுக்காக பிரமாத சந்தோஷமும் கிடையாது. அப்படியே தான் பொண்கள் விஷயத்திலெயும். யாராவது பொண் ஆசைப்பட்டுக் கூப்பிட்டா, சரின்னு கூடிக்குவா அது

அவளுக்குத்தான் சந்தோஷம். சித்தபுருஷனுக்கு தலைதெறிச்சோ பரவசமாவோ போயிடாது. இப்பநீர் அப்படித்தான் இருக்கீர்... கோவிச்சுக்கமாட்டீரே–"

"என்ன?"

"நான் என்னமோ அசடுமாதிரி கேட்டு வக்யறேன். உம்ம மேலே இருக்கற ப்ரியத்தாலெ சிநேகத்தினாலெ. கோவிச்சுக்க மாட்டேன்னு சொன்னீர்னா சொல்றேன்."

"சொல்லுங்கோ."

"அசடு மாதிரி கேக்கறேன். இந்த சீமந்தம் நீர் இல்லாட்டா நடந்திருக்குமோ!"

"அப்படின்னா!"

தேவாரம் குரலைத் தாழ்த்திக்கொண்டார்.

"கலியாணமாகி எத்தனை வருடமாச்சு. துரைக்கு நீர் வந்த அப்பறம்தானே, வம்சம் விளங்கப்போறது. ரொம்ப அந்தரங்கமாக் கேக்கறேன் ... உமக்கு துரை சம்சாரத்தோட"– காமேச்வரன் நின்றுவிட்டான்.

"நான் சொல்றது"–

"ஏன் நிறுத்திப்பிட்டேள்?"

"நான் கேக்கறது அபசாரமாயிருந்தா"–

"கேக்கறது தான் அபசாரம். மனசிலெ நினச்சுக்கறது அபசார மில்லெ – அப்படித்தானே."

"மனசு எதோ நினைச்சிண்டுது. அது தப்புன்னா என் கன்னத்துலெ ஓங்கி ரண்டு அறை அறையும், நான் பேசாம தாங்கிக்கறேன்."

"தாங்க முடியாது உங்களாலெ. செத்துப்போயிடுவேள். நான் அப்பறம் தூக்கு மாட்டிண்டு தொங்கணும்" – நடந்தான் காமேச்வரன்.

"காமேச்வரய்யர்!" – என்று பின் தங்கி நின்றவாறே கூப்பிட்டார் தேவாரம்.

நின்று திரும்பினான் அவன்.

"ரொம்ப அசடா என்னமோ கேட்டுட்டேன். என்னமோ தோணித்து. அடக்க முடியலை – கேட்டிட்டேன்" என்ற அவன் கையை இழுத்துப்பற்றிக் கொண்டார் அவர் "மன்னிக்கணும்."

காமேச்வரனுக்கு மேனி கொதித்துக் கொண்டிருந்தது.

"நீங்க தேவாரம், திருவாசகம் எல்லாம் பாடறேளே – சம்பளத்துக்கு பாடறேளா? உருகிண்டு பாடறேளா? மாணிக்க வாசகர் ஸ்வாமியோட அழகு, அருள் ரண்டையும் நினைச்சுண்டு, ஆனந்தம் தாங்க முடியாம அழுவாரே – அந்த மாதிரி அழமாட்டேளா? நீங்க பாடறதைக் கேட்டுட்டு நீங்க அப்படி அழறதான்னா நினச்சிண்டிருந்தேன்."

"இனிமேத்தான் அழத்தெரிஞ்சுக்கணும் . . ." தேவாரம் அய்யங்காரின் குரல் இப்போது நடுங்கிற்று. பேசமுடியாமல் விக்கினார் அழத்தொடங்கினார்.

"நீங்க ஏன் இப்படி அழறேள் இப்ப?"

"–"

"என்னைப்பத்தி நியாயந்தவறா நினைச்சுண்டதுக்காகவா? இல்லெ, ஸ்வாமி அழகையும் அருளையும் நினைச்சா?"

"ஸ்வாமி அருளை நினைச்சா இப்படித் திருடன் மாதிரியா அழுகை வரும்?" – தேவாரம் அய்யங்காரின் கேவல் நிற்க வில்லை. காமேச்வரனின் கைகளை எடுத்துக் கண்ணில் ஒற்றிக் கொண்டார். காமேச்வரன் நனைந்த கையை மேல்துண்டில் துடைத்துக்கொண்டான்.

தேவாரம் அய்யங்கார் நின்றுகொண்டேயிருந்தார். இரண்டு பக்கத்து வயல்களிலும் ஒரே தவளைக்கூட்ட இரைச்சல் சுவர்க் கோழியின் ரீங்காரம்.

கண்ணைத் துடைத்துக்கொண்டார்.

"வாங்கோ", என்றான் காமேச்வரன்.

"வரேன்"–

அவர் வரவில்லை. நின்றுகொண்டேயிருந்தார்.

"என் மனசு நினைச்சுது அபசாரம்தான். ஆனால் என்னமோ கேட்ட வாசனை – அப்படி நினைச்சுவிட்டுது மனசு... ரங்கமணி ஆமடயான் இருந்தானே விச்வேச்வரன்... அவனுக்குக் கொள்ளுத் தாத்தாவுக்கும் கொள்ளுத்தாத்தா – அவர் பெண்ணுக்குக் கலியாணம் பண்ணினாராம். அந்தக் காலத்திலெ. ரொம்ப ஐவேஜி. மகா ஆடம்பரமா கலியாணம் பண்ணினாராம். அப்ப கந்தலும் கிழிசலும் தாடியுமா ஒரு பிராமணன் சாப்பிட வந்தானாம். நடுப்பந்தியலெ சம்பந்திகளோட சாப்பிட உட்கார்ந்துண்டவனைக் கிளப்பி, தரதரன்னு

இழுத்தண்டுபோய் கழுத்தைப்பிடிச்சு வெளியிலெ தள்ளினாராம். அவனுக்கு அகோரப்பசி கைக்கு வந்துது வாய்க்கு எட்டலெ. ஆனா இரையாம சொன்னானாம். 'ஓய் – கலியாணம் எதுக்குப் பண்றது? வம்ச விருத்திக்கு. உம்ம வம்சம் விருத்தி அடையாது. இனிமே அப்படி உம்ம மாட்டுப் பொண்களுக்கு வயத்திலெ பூச்சி வச்சிதோ, அது உம்ம பிள்ளைகளோடதா இருக்காது. ஆள்காரன், சமையக்காரன் – இவனுதாத்தான் இருக்கும்னு", சொல்லிட்டு வாசல் இறங்கிப்போனானாம். அது அப்படியே நடந்துதாம். ஒரு புள்ளைக்கும் குழந்தை பிறக்கலெ. ஸ்வீகாரம் எடுத்துண்டானுகளாம். ஸ்வீகாரம்போன ஒருத்தன் பொண்டாட்டிக்கு சமையக்காரன் மூலமாகவே ஆறு குழந்தைகள் பிறந்ததாம், வம்சம் விருத்தி ஆகணும்னு. சமையக்காரனோடு அந்த மாட்டுப் பெண்ணை சேர்த்து வச்சாளாம் பிள்ளையோட தாயாரே. கடசியிலெ அந்த சமயக்காரனுக்கு, ஏதோ பாவம் பண்ணிட்டோம். இனிமே வாண்டாம்னு அந்த வீட்டை விட்டு காசிக்குக் கிளம்பினானாம். 'காசி அவ்வளவு புண்யமான இடமாயிருந்தா உங்க பாபத்தைப் போக்குமானா, என் பாவத்தையும் கட்டாயம் போக்கும். இந்த ஆறு பிள்ளைகளும் நீங்க கொடுத்தது, உங்களோடதான் மனசார ரமிச்சு இந்தப் பிள்ளைகளைப் பெத்தேன். எனக்கு நீங்கதான் புருஷன்'னு அவளும் அவனோட கிளம்பிப் போயிட்டாளாம். இதை எப்பவோ கேட்டேன் ஒரு தடவை. அந்த ஞாபகத்தோட வாசனை தான் என் மனசும் உம்மைப்பத்தி என்னென்னமோ நினைச்சுட்டுது.

தேவாரம் அய்யங்கார் இதைத் தாழ்ந்த குரலில் சொல்லிக் கொண்டு வந்தார்.

திகைத்துப்போய் நின்றான் காமேச்வரன்.

"இது என்ன கதை?"

"கதையில்லெ நெசம்மா நடந்ததுதான்."

"மசக்கைப் பாட்டுப்பாடினாளே – வெங்காச்சம் சம்சாரம் பூமா – அவளோட பாட்டி சொன்னாளாம் – வெங்காச்சம் சம்சாரமே எங்கிட்ட சொன்னா."

"எப்ப?"

"ஒரு மாசம் முன்னாலெ."

"ஏ அப்பா", என்று வெங்காச்சத்தின் மனைவியை நினைத்து மனதிற்குள் அதிர்ந்தான் காமேச்வரன். அவளா இப்படி கலகலவென்று பழகி மசக்கைப் பாட்டுப் பாடினாள்!

குறும்பா? அல்லது போனது போகட்டும் என்று போகிற போக்கா? தேவாரம் அய்யங்கார் மாதிரியே அவளும் நினைத்துக் கொண்டிருக்கிறாளா!

பிற்பகலிலும் மாலையிலும் இரவிலும் அவனைப் பார்த்த பார்வைகள் இப்போது பெரிய விழிவிழியாகப் பெருத்துத் தன்னைப் பார்ப்பது போலிருந்தது அவனுக்கு. மனித ஜாதி எப்பேர்ப்பட்ட ஜாதி! – இந்த சுவர்க் கோழி, தவளைகள் – இதற்கெல்லாம் மனசு என்று உண்டா?

மனசுக்குள் கேட்டுக்கொண்டே நடந்தான். சமையற் காரானோடு அந்தப் பெண்ணைச் சேர்த்து வைத்த பாட்டிதான் ரங்கமணியாக ஜன்மம் எடுத்திருக்கிறாளா?

சிரிப்பு வந்தது அவனுக்கு. பால்கார சொர்ணத்தின் வீட்டைக் கடந்ததும் தெரு பிரிந்தது. வலது பக்கம் திரும்பி நடந்தான். நேராக நடந்து போனார் தேவார அய்யங்கார்.

5

வெங்காச்சத்தின் வீட்டு சின்னத் திண்ணை மீது கிடந்த படுக்கையை விரித்து உட்கார்ந்தான் காமேச்வரன். பெரிய திண்ணையை அடைத்து சீமந்தத்துக்கு வந்திருந்த உறவினர்களின் தூக்கம். சிறு மூச்சும் பெருமூச்சும் கொளகொளப்பும் இருமலு மாக ஒலித்துக்கொண்டிருந்தது.

'தேவாரம் அய்யங்கார் சொன்ன கதை இத்தனை பேருக்கும் தெரிந்திருக்குமா? தெரிந்திருந் தால்... இது என்ன அதிசயம் என்று வேடிக்கை பார்க்க வந்தார்களா? இல்லை. தேவாரம் சொன்னவையே உண்மையாக நடந்த சேதிகளா – ரங்கமணியின் நிரந்தரமான நெஞ்சுப் புழுக்கத்தைப் பார்க்கும்போது, நிஜம் என்றுதான் நினைக்க வேண்டியிருக்கிறது. ரங்கமணி இந்த கொள்ளுப் பாட்டிக்குக் கொள்ளுப் பாட்டி செய்தது, அந்த மருமகள் அந்தப் பரிசாரகனோடு காசிக்குப் போனது – இதையெல்லாம் கேட்டிருப்பாளா..? வெங்காச்சம் மனைவி பூமா, அவளோடு இப்படிப் பாடிப்பாடிப் பழகுகிறவள். சொல்லியிருக்கமாட்டாளா? இல்லை, ஏதோ சங்கோசத்திலோ, பயத்திலோ சொல்லாமல் விட்டிருப்பாளா... இப்படியும் அந்தக் காலத்தில் ஒரு மனுஷிக்குச் செய்யத் தோன்றியிருக்குமா?... காலத்தில் அந்தக் காலம் என்ன? இந்தக் காலம் என்ன? 'அந்த'தான் 'இந்த' வாகியிருக்கிறது. பிரவாகத்தில் அங்...கு மிதக்கிற கட்டை, அழுகல், சவம் எல்லாம் கடைசியில் இங்கு வருகிறது. அந்தக் காலத்தில் ராமனோடு ராவணன் இருந்தான், கிருஷ்ணனோடு

சகுனியிருந்தான்; துச்சாதனன் இருந்தான். பராசக்தியோடு எருமை சக்தியும் இருந்தது.

தேவாரம் விசும்பினார்; என் விரலை எடுத்துக் கண்ணில் ஒற்றிக்கொண்டார். அபசாரம், மனசு அபசாரம் பண்ணிவிட்டது. மன்னிக்கனும் என்று அழுதார் . . . மனசு எதையோ கேட்டு அபசாரம் பண்ணிற்றாம் . . .

திடீர் என்று யாத்திரை ரயிலும் முத்துசாமியும் காமேச்வரனின் கண்முன் நின்றன. முத்துசாமி எப்படி இந்த வம்சத்தில் ஏதோ கோளாறு இருக்கிறது என்று சொன்னார்? கோடு போட்டு, பன்னிரண்டு கட்டம் போட்டு, ராகு, கேது, செவ்வாய், புதன் என்று எழுதின காகிதத்தில் இதெல்லாம் தெரியுமா? சரி, வம்சத்தில் கோளாறு என்றால் . . . பங்கஜத்துக்குக் குழந்தை உண்டு. துரைக்கு இல்லை என்று எப்படிச் சொன்னான் இந்த முத்துச்சாமி . . ? இத்தனை நாளாகப் பார்த்துக்கொண் டிருக்கிறோமே . . . இந்த பங்கஜம் நெருப்பு மாதிரி ஸ்படிகம் மாதிரி ஜ்வலிக்கிற பங்கஜத்தைப்பற்றி எப்படி . . .

பங்கஜம் . . . அவளுடைய குழந்தை முகம், அலைபடிந்த கேசம், பேச்சில் நுட்பம் . . . காமேச்வரனுக்கு அவளுடைய நடை, பூஜை அலமாரிக்கு முன் அவன், அவள் அசையாமல் சிலையாக உட்கார்ந்திருக்கிற ஒருமிப்பு – அனைத்தையும் இந்தக் கணம் நேராகப் பார்ப்பது போலிருந்தது. இவளைப்பற்றி . . ? துரைக்குக் குழந்தை பிறக்காது என்றால் இவளுக்கு மட்டும் எப்படி பிறக்கும் . . ? துரையின் ஜாதகத்தை குரங்கு எழுதிற்றா? இல்லை, எழுதும்போது, கையை ஏதோ தட்டிவிட்டு கிரகங்கள் கலைந்து கட்டம் மாறிப்போச்சா . . .

முத்துச்சாமிக்கு ஜங்ஷனுக்கு ஜங்ஷன் நடந்த மரியாதை! அவரைப் பார்க்க வந்த படித்த, படிக்காத கும்பல்கள்! – அவர் முகத்தில் நமட்டுச் சிரிப்பு, வெகண்டை எல்லாம் உண்டு. ஆனால் அதே முகத்தில் – முகத்திலா, கண்ணிலா – முகம் முழுவதிலும் தான் – ஒரு பிரகாசம் – குழந்தை முகத்தில் குழந்தைத்தனம் போல – போக்கிரி முகத்தில் போக்கிரித்தனம்போல – விண்டு சொல்லமுடியாது. ஒரு ஒளி – அது என்ன ஞான ஒளியா . . . அதை மறைக்கத்தான் இந்த வெகண்டைப் பேச்சு – விஷமச் சிறுநகை எல்லாமா . . ?

காமேச்வரன் முத்துசாமியையும் நினைத்துக் குழம்பினான்.

தூங்குகிற கூட்டத்தைப் பார்த்தான். இத்தனை பேரும் சேர்ந்து தன்னைப் பார்த்து நமட்டுச் சிரிப்பு சிரிக்கவே வந்தாற் போல, பங்கஜத்தையும், துரையையும் ரங்கமணியையும் – இந்தக்

குடும்பத்தையே ஒட்டுமொத்தமாகப் பார்த்துச் சிரிப்பதற்காக வந்ததுபோல ஒரு நமநமப்பும், சிறு கனமும் வயிற்றுள் ஊர்ந்தன. இந்தக் கலக்கத்தில் நினைப்பு ஓய்ந்துவிட்டது. இயந்திரம் போல வத்சன் சொன்ன மந்திரத்தை முணுமுணுத்தான். ஒரு கணம், என்னடாது திடீர்னு இந்த பஞ்சைத் தனம், என்று வத்சன் கடிந்துகொள்கிறது போல் ஒரு தோற்றம் . . . வத்சன் மட்டும் என்னவாம் தருமம் தலையைக் காக்கும் ராமாரி . . . கைநொம்ப . . . ரிசி போடு கிருஷ்ணா . . . ரி . . .

தலையை உலுக்கிக்கொண்டான் அவன்.

மல்லாந்து படுத்தான். மார்புமீது கைகளைக் கோத்துக் கொண்டான்.

“இந்தக் கூட்டம் எல்லாம் கலைந்துவிடும். நாளைக்கு, நாளை மறுநாளிலிருந்து ஒரு வாரம் லீவு எனக்கு. துரையிடம் சொல்லவேண்டும் . . . எங்காவது முகம் தெரியாத இடமாகப் பார்த்து இருந்துவிட்டு வரவேணும் . . .”

இப்படி ஒரு தீர்மானத்திற்கு வந்த பிறகு, வெகுநேரம் கழித்து – அவனுக்குத் தூக்கம் வந்தது.

❍❍❍

மூன்றாம் நாள் இரவு – அவன் முகம் தெரியாத இடத்திற்குப் போகவில்லை. கும்பகோணத்தில் முன்பு வாடகைக்கு அறை வைத்துக்கொண்டிருந்த வீட்டுக்குப் போனான். வீட்டுக்காரப் பாட்டியோடு நடுநிசி வரை என்னென்னமோ பேசிக்கொண்டிருந்தான். மறுநாள் காலை பஸ் ஏறி, பதினாலு மைல் பயணம் பண்ணி மாத்தூர் சாலையில் இறங்கி நடந்தான். அங்கிருந்து ஒரு மைல் நடை. மண்ரஸ்தா. ஆனால் வண்டிச் சுவடோடு, கார், சைக்கிள் சக்கரங்களின் சுவடுகள் தெரிகிற ரஸ்தா இரண்டு பக்கமும் வயல்கள். தூரத்தில் தென்னந்தோப்புகள். நெல் வயல் பரப்பில் இளம் பச்சையும் கரும்பச்சையுமாக தாள்கள் தணிந்தும் உயர்ந்தும் காற்று வாங்கும் சிறு ஓசைகள். வேலிமீது வால் பிளந்த வலியன்கள். வெளியை நிரப்பும் மணிப்புறாக் கூவல். வெயிலுக்கு ஒதுங்கி ஒரு சுமைதாங்கி நிழலில் படுத்திருக்கும் ஆடும் குட்டிகளும் . . . எங்கு பார்த்தாலும் ஒரு முரட்டுச் செழிப்பு. சும்மாத் தூவி விட்டால் இதோ என்று மதமதவென்று செடியும், கொடியும், மரமும், கதிரும், காயும் பழமுமாக மண்டச் செய்து விடுவது போல ஒரு ரசபூமி. இப்படியெல்லாம் இருந்தால்தான் முத்துச்சாமி பூஜையும் தியானமுமாக உட்கார்ந்து வெற்றிலைப் பெட்டியைத் திறந்து வைத்துக்கொண்டு, ஜோஸ்யம் சொல்ல முடியுமோ என்னவோ . . .

ஊருக்குள் புகுமுன் காவியும் வெள்ளையும் சுவர்களில் தீட்டி நாலு பக்கமும் படித்துறையாகக் கட்டிய குளம். காவிகளுக்கு நடுநடுவில் நாமம். குளத்துக்கு நடுவில் சின்ன நீராழி மண்டபம். ஒரு படித்துறையில் குளிக்கிற பெண்கள் கூட்டம். பக்கத்துப் படித்துறையில் துணிக்கு சவுக்காரம் போடும் ஆண்கள். குளத்துக்கெதிரே கோவில். பெருமாள் கோவில் நடுவே நடந்து ஒரு சின்ன மளிகைக்கடையையும், தங்கத்தையோ எதையோ தீயில் வைத்து ஊதுகிறது கேட்கும் தட்டார் கடையையும் கடந்து தெருவுக்குள் நுழைந்தான் காமேச்வரன்.

"முத்துசாமி அய்யர் வீடு..?", என்று எதிரில் பசுங்கன்றை ஓட்டிவரும் ஒரு பையனைக் கேட்டான்.

"பெரியாத்து மாமாவாம்தானே?"

"பெரியாத்து மாமாவோ சின்னாத்து மாமாவோ . . . முத்துசாமி அய்யர் வீடு..."

"சாந்தி கீந்தி பண்ணப் போறேளா–?"

"அப்படித்தான் வச்சுக்கோயேன்–"

"இல்லெ ஜாதகம் பார்க்கப் போறேளோ?"

"ஏண்டா அசத்து – முத்துசாமி மாமா வீடு எதுன்னு கேக்கறார். பேசாம காமிப்பியா – சாந்தி பண்ணப் போறேளா, ஜாதகம் பார்க்கப்போறேளான்னு என்னத்துக்கு வம்பளக்கறே? சார்; அதோ – பாருங்கோ – மாடி தெரியறதே–", என்று ஒரு வீட்டுத் திண்ணையில் உட்கார்ந்திருந்தவர் உதவிக்கு வந்தார்.

"நீலமா–"

"ஆமா கார் இருக்கோல்லியோ! . . . அதேதான்". எந்த ஊரோ!"

"கும்மாணம்."

"ஒன்பதர மணி பஸ்லெ வந்தேளோக்கும்."

"ஆமா."

"முத்துசாமி அய்யரைத்தானே பார்க்கணும்?"

"ஆமா."

"காலமே யாரோ வந்து கார்கொண்டு வந்து அழச்சிண்டு போனாளே..."

"வந்தாச்சு மாமா", என்றான் பசுங்கன்றுப் பையன்.

“எப்படா?”

“போய்ட்டு ரண்டு நாழிக்கெல்லாம் வந்துட்டார் மாமா.”

“அப்ப சரி – போங்கோ – நான் அப்ப கொல்லைப் பக்கத்திலெ இருந்தேனோ என்னவோ ... வந்ததை நான் பார்க்கலெ –”

இத்தனை பேச்சுக்கும் நடுவே வெயிலில் காமேச்வரன் நின்றுகொண்டிருந்தான்.

“வந்துட்டார்ங்கறானே. நீங்க போங்கோ – இருப்பர். அநேகமா டிபன் பண்ற டயமா இருக்கும். டிபன் பண்ணினப்புறம் ஜாதகம் பார்த்தார்னா, உற்சாகமா பார்ப்பர்–”

எந்த டிபன் பண்ணினால் – இட்லியா, ஊத்தப்பமா உப்புமாவா – எதைச் சாப்பிட்டதும் அதி உற்சாகமாகப் பார்ப்பார் என்று மேலும் அவர் தொடர்வாரோ என்று பயந்து காமேச்வரன் வேகமாக நடந்து மாடி வீட்டை நெருங்கினான்.

கொட்டகையில் மோட்டார் கார். பெரிய திண்ணை. சிவப்பு சிமெண்டு. குளிர்ச்சியாக வழவழக்கும் பெரிய திண்ணை. ரேழியைத் தாண்டி வாசலுக்கு நேராக சாய்வு நாற்காலியில் சாய்ந்து முத்துசாமி காட்சி கொடுத்தார்.

சற்று நின்றான் காமேச்வரன்.

“யாரு?”

அவர் குரல்தான் அவரேதான்.

“நான் தாண்ணா...” என்று ரேழியில் நடந்து, “அடையாளம் கண்டுபிடிச்சுக் கூப்பிடுங்கோ பார்ப்போம்”, என்று முகம் மலர நிலையைக் கடந்தான்.

பிரம்பு பின்னிய மரசாய்வு நாற்காலி முன்னால் ஸ்டூல்மீது கால்கள். வயிறுமீது வெற்றிலைப் பெட்டி.

“யாருய்யா ... அட ... நீரா – வாரும் வாரும் வாரும் ... ஓய்! எங்கய்யா இப்படி குக்கிராமத்தைத் தேடிண்டு! வாரும் வாரும் ... உட்காரும்” – பக்கத்திலிருந்த நாற்காலியைக் காண்பித்தார் முத்துசாமி. “எப்ப வந்தீம் – எங்கேர்ந்து வறீம்? எப்படி வறீம் ... உட்காரும்.”

“பஸ்லெ வரேண்ணா, கால் கையை அலம்பிண்டு வந்துடறேன் – கால்லெ வண்டிதூசி.”

“அழச்சிண்டு போடா – தம்பு.”

முற்றத்தைக் கடந்து கைகால்களைக் கழுவிக் கொண்டு வந்தான் காமேச்வரன்.

“உட்காரும்... ஒரு வருஷம் ஆகப் போறதில்லையோ உம்மைப் பார்த்து... பெரிய கடைத் தெருவிலெ பாத்துது போன வருஷம்.”

“ஆமாண்ணா.”

“ஹோய் – ஹோ... ய்...” – ஒரு கத்தல்.

“வந்துட்டேன்” – முத்துசாமியின் சம்சாரம் சுலோசனம்மாள் அடுக்களையிலிருந்து வந்தாள் – மூலாம் பழம் பட்டும் நகையும் அணிந்து நடப்பது போல.

“யாரு வந்திருக்கா – பாரு – தெரியறதா?”

“வாங்கோ... தெரியறதாவாவது! காசி, ராமேச்வரம், பத்ரிநாதம், பூரிஜகந்நாதம் – இன்னும் அத்தனை க்ஷேத்திரத்தை யும் பார்க்கறாப்பல உங்களைப் பார்த்தா! – அதெல்லாம் பார்க்கணுமா உங்களைப் பார்த்தப்பறம்...”

“போடு சக்கை... எப்படிப் பேசறா பார்த்தீமா ஓய்!”

“ஆமா – நான் பேசினேன்! வெறுமெயா சொல்றேன்? காசிராமேச்வரம்னு ஒரு தடவை போறதுக்கே தவங் கிடக்கா எல்லாரும். கிடைக்கமாட்டேங்கறது. இவர் போது விடிஞ்சா அங்கெல்லாம்தான் போயிண்டிருக்கா. சாதாரணமா கிடைச்சுடுமா..? இந்தத் தடவை எங்கெங்கெல்லாம் போய்ட்டு வந்தேள்?”

“உங்களை விட்டுட்டு நானும் ரயிலை விட்டு இறங்கினது தான். இப்ப யாத்ரீக சேவை இல்லெ. வீட்டுச் சேவைதான்.”

“அப்ப நல்லூரிலேயோ எங்கியோ இருக்கேன்னேனே.”

“அங்கதான் இருக்கேன்.”

“அவர் பேரு... ரங்கமணிதானே.”

“ஆமா அவா வீட்டிலெதான் இருக்கேன். லீவே எடுத்துக்கலெ. இப்படி ஒரு வாரம் ரண்டு வாரம் – ரண்டு மூணு இடத்துக்குப்போய் வேண்டியவாளைப் பார்த்துட்டு வரலாம்னு கிளம்பினேன்.”

“ஏண்டு லீவா – பேஷ் பேஷ்... ரண்டு மூணு இடம் என்னய்யா? இங்கியே இரும் என்னோட எனக்கும் பேசறதுக்கு ஆள் இல்லெ.”

"எனக்குன்னா கிடைக்கணும்."

"அந்த ரங்கமணி – அவா பிள்ளை மாட்டுப் பொண்ணெல் லாம் சௌக்யம்தானே" – சுலோசனம்மாள்.

"எல்லாரும் சௌக்யம்" –

"ஹோய்! இவர் சௌக்யத்தைக் கவனி முன்னாலெ. மாத்தூர்லெ இறங்கி வெயில்லெ நடந்து வந்திருக்கார். வெறும் வயத்தோட வந்திருப்பார்."

காமேச்வரனுக்கு இந்தப் பேச்சு, கூடம், குளிர்ச்சி எல்லாம் இதமாக இருந்தன. முத்துசாமி படவா, ஜோஸ்யபடவா என்று மனசுக்குள் அவன் பல தடவை வெய்ததுண்டு. அவரை நேரே பார்க்கும்போது அதெல்லாம் எதோ தப்புக் கணிப்போ என குறுகுறுத்தது.

அடுக்களைக்குள் அழைத்துப்போனான் தம்பு என்ற அந்த இளைஞன். காரியஸ்தன் போலிருந்தது. உள்ளே வேறு யாரோ பெண்மணி – தம்புவின் மனைவியோ – காமேச்வரன் முன் இலையைப் போட்டு, நீர் நெளித்து, பலகாரம் வைத்தாள். சுலோச்சனம்மாளும் பரிமாறி உபசாரம் செய்தாள்.

"அது சரி – எப்படி கட்டிப் போட்டாப்பல ஒரு இடத்திலெ இருக்க முடியறது உங்களாலெ... முடியறதோ?"

"அதான் லீவு எடுத்துண்டு வந்திருக்கேன்."

சுலோசனம்மாள் குரலுக்கு சிறிது உயர்ந்த ஸ்தாயி. முகக்களையும் மூக்கு பேஸரிகளும் ஒழுங்கான சிறு பல் வரிசை யும் சேர்ந்து எதோ ரவிவர்மா படம் பேசுவது போலிருந்தது. அதனால் ஸ்தாயித் தூக்கலும் தூக்கலாகத் தெரியாமல் கேட்க இதமாகவே ஒலித்தது.

வயிறு முண்ட முண்ட உபசாரம் செய்தாள் அவள்.

கையலம்பியதும், கூடத்திற்கு வந்து முத்துசாமியின் முன் தரையில் உட்கார்ந்தான் காமேச்வரன்.

"ஓய் ஓய் – எழுந்திரும், எழுந்திரும்னேன். நான் உமக்கு எசமான் இல்லெ. எழுந்து நாற்காலியிலே உட்காரும். ...ம் ... நீர் உட்கார்ந்தப்பறம்தான் பேசப் போறேன்... ம்..."

அவன் சங்கோசத்துடன் எழுந்து உட்கார்ந்தான்.

"நீர் என்ன தொழிலாவது செய்யும். என்னைப்பத்தின வரையில் நீர் அம்பாள் திருவடி. அப்படித்தான் நீரும் என்னை நினைச்சுக்கணும். இந்த ஹெயரார்க்கி எல்லாம் நமக்குள்

வாண்டாம்", என்று சிறிது நேரம் மௌனமானார் முத்துசாமி. வாசலையே பார்த்துக்கொண்டிருந்தார்.

"சில பேருக்குத் தன்னைப்பத்தித் தெரியாது", என்றார் சற்றுக்கழித்து. மீண்டும் சிறிது மௌனம்.

"உம்மோட நிறைய பேசணும், எனக்கும் வாய் துருதுருக்கறது, 'நம்ம ரண்டு பேருக்கும் பொதுச் சொத்து அம்பாள், நமக்கு சொத்திலெ ஆசை. அதைப் பத்தியே பேசணும்."

"எனக்கு என்ன தெரியும்?" என்று குறுகினான் காமேச்வரன்.

நிறையப் பேசணும் என்றாரே ஒழிய, முத்துசாமிக்கு யார் யாரோ வந்துகொண்டிருந்தார்கள். பிள்ளைக்குப் பித்து, மனைவிக்கு சங்காதோஷம். ஒரு லட்சம் போட்டுக் கட்டி வீட்டை வாடகைக்கு விட்டேன், காலிபண்ணமாட்டேன் என்கிறான்... பெண்ணுக்குக் கலியாணம் தட்டிக்கொண்டே வருகிறது... கடை வியாபாரம் திடீர் என்று தொஞ்சு போயிட்டுது... இப்படி நூறு கோரிக்கைகள். அவர் சொல்லும் பரிஹாரங்கள். அவரையே காரில் அழைத்துப்போய், கொண்டு விடும் பிரமுகர்கள்... ஜாதகக் கணிப்புகள்...

இப்படியே நாலுநாள் ஆகிவிட்டது.

"நானும் உங்களோட பேசணும்னு தான் பார்க்கறேன்... இந்தத் தடவை முடியாது போலிருக்கு..."

"ஊருக்குப் போகணுமோ."

"அட ஓய் – சும்மா இரும்யா... ஆவணி அவிட்டம் நாளைக்கு, அப்புறம் பிள்ளையார் சதுர்த்தி – வரலக்ஷ்மி நோன்பு எல்லாம் வந்துண்டிருக்கு. எல்லாத்துக்கும் இருந்துட்டுப் போகலாம்... அதான் லீவு எடுத்திண்டு வந்திருக்கீம்... இங்கியே இரும். குடுகுடுன்னு ஓடிப்போய் கரண்டியும் ஜாரிணியும் தூக்கவாண்டாம். பேசாம உக்காந்து ஜபம் பண்ணிண்டு இரும்."

முத்துசாமி உரிமையோடு அதட்டினார்.

காமேச்வரன் அவர் சொன்னபடியே ஜபம் பண்ணினான். வயல் வெளிகளில் உலவினான். தோட்டம் துறவுகளில் சுற்றினான்.

அவர் சொன்ன பண்டிகை இரண்டு ஆயிற்று.

வரலக்ஷ்மி பூஜை அன்று மாலை.

"வாரும்யா... இன்னிக்கிக் கூட்டம் கூட்டமாக பொண்டுகள் கூட்டம் வந்துண்டிருக்கும். நாம் இப்படி போயிட்டு வருவோம்", என்று அவனை அழைத்தார் முத்துசாமி.

தி. ஜானகிராமன்

ஊருக்கு வெளியே நடந்து ஒரு வாய்க்கால் மதகு மீது உட்கார்ந்து கொண்டார்கள். சூரியன் செங்கோளமாக மேற்கே அடிவானில் நழுவிக்கொண்டிருந்தது. பறவைகள் கூட்டுக்கு விரையும் கூட்டம். எங்கேயோ வயல் வெளியில் கூப்பிடு குரல்கள்.

செங்கோளம் அரைவட்டமாய் சுழன்று நழுவிக்கொண் டிருந்தது. எட்டாம் நாள் நிலவாக உலகத்தாயின் நெற்றியைக் கண்டார்களே. சூரிய அரைவட்டம் என்று சொல்லியிருக்கக் கூடாதோ – வீரமும், சூடு ஓய்ந்த அமைதியும் இந்த சூரியனிடம் தானே காண முடிகிறது – என்று காமேச்வரன் பார்த்துக் கொண்டிருந்தான். பத்துக் கணத்தில் அந்த அரை வட்டம் முழுதும் நழுவி விட்டது. அவன் மனது எங்கோ பாய்ந்தது.

“அண்ணா – தனியா இருக்கோம். நாலு பேருக்கு நடுவிலே பேசவும் முடியலெ இப்ப கேட்கிறேன்”, என்று ஆரம்பித்தான்.

“என்ன பெரிய பீடிகை?”

“ரயில்லெ ஜாதகம் பார்த்தேளே – ரங்கமணி அம்மாளோட பிள்ளை ஜாதகத்தையும், மாட்டுப்பெண் ஜாதகத்தையும். பிள்ளைக்கு சந்ததியில்லெ மாட்டுப் பொண்ணுக்கு உண்டுன்னு நீங்க சொன்னேளாம். அந்த மாட்டுப் பொண்ணுக்கு நான் வரதுக்கு ரண்டு நாள் முன்னாலெ சீமந்தம் நடந்துது.”

“அப்படியா? தேவலையே.”

“உங்களை மனசுக்குள்ள குரோதமாத் திட்டினேன். இந்த ஜாதகம் பார்க்கிறவர்களுக்கெல்லாம் மாலைக்கண்ணுன்னு புரிஞ்சிண்டேன்.”

“நான் சொன்னது சரியில்லேன்னு சொல்றீம்.”

“சரியில்லேங்கறது மட்டுமில்லெ. இது ஆபத்தான வேலை. உசிரோட விளையாடற குரூரத்தனம்”

“எனக்குப் பட்டதைத் தானே சொல்றேன்.”

“பட்டதைச் சொல்றது, யோசிக்காம சொல்றதே உலகத்து வழக்கமாப்போச்சி ... நீங்க அப்படிச் சொன்னேளா ... நீங்க ஜோசியம் சொன்ன களங்கம் அந்தப் பெண்ணுக்கு. போறாததுக்கு, ஒரு மனுஷன் என்னைப் பார்த்து, உம்மாலே தானேன்னு வா கூசாம கேட்டுட்டான். இந்த மாதிரி ஒரு தனியிடத்திலெ நின்னுண்டு.”

“கேட்டானோல்லியோ!”

“அப்படின்னா?”

“அவன் வாயைத்திறந்து கேட்டான். வேற யாரும் கேக்கலியே?”

“கேட்காட்டா என்ன? கேட்கறாப்பல பாத்ததுகள்.”

“பாத்ததுகளோல்லியோ?”

“என்ன லோகம் அண்ணா – உங்க ஜோசியமும் இந்த லோகமும்”, என்று அறுவறுப்போடு அவர் பக்கம் திரும்பினான் காமேச்வரன்.

“மாலைக்கண்ணுன்னு சொன்னீரே. அது ரொம்ப சரி, ரொம்ப சரியும் இல்லெ.”

“என்னது!”

“ஆமா. ஜாதகத்திலெ அந்தப் பெண் புருஷனைத்தவிர வேற யாரோ கூடி, சீமந்தம் நேர்ந்துதுன்னு எழுதியிருக்காது. அப்படி நடந்தாப்பல உன்னை ஒத்தன் கேட்டது – நாலுபேர் அந்த மாதிரி பார்த்தது – இந்த அபவாதம் வந்திருக்கு பாரும். அதுவே போரும். நிஜமா நடந்தா என்ன, நடந்ததாக அபவாதம் வந்தா என்ன? ரண்டும் சமம்தான்.”

“எப்பேர்ப்பட்ட குயுக்தி!”

“குயுக்திதான். என்ன பண்றது? பேசாம பொறுத்துக்க வேண்டியதுதான்.”

“எப்படிப் பொறுத்துக்கறது? நான் அந்த துரைக்குக் குழந்தை பிறக்கணும்னு என் ஜீவசக்தி எல்லாத்தையும் குவிச்சு அம்பாளை வேண்டிண்டேன். அதனாலெதான் அந்தப் பெண் ‘உண்டா’னதாக எனக்கு சர்வ நிச்சயம். ஒரு மனுஷன் தன்னோடு சக்தி – மனசு, புத்தி, பார்வை எல்லாத்தியும் ஒரு கெட்டியா திரட்டி ஒரு க்ஷணம்கூட ஒரு விஷயத்தைப் பார்க்கறதோ சிந்திக்கிறதோ சாத்தியம் இல்லேன்னு எங்க வத்சன் சொல்லுவர். அது பெரிய மகான்களுக்குத்தான் முடியும்னு சொல்லுவர். இருந்தாலும் நான் எத்தனையோ மணியிலே, ஒரு நாலஞ்சு கணமாவது அப்படி சர்வத்தையும் குவிச்சு வேண்டிண்டிருக்கேன், அந்தப் பெண்ணுக்காக–”

முத்துசாமி ஒருசிறு வியப்புடன் அவனைப் பார்த்தார். சொன்னார்.

“அது உம்மாலெ முடியும். நீர் அப்பேர்ப்பட்ட ஆசாமின்னு எனக்குத் தெரியும். நானும் என்னென்னமோ பண்ணிப் பார்க்கறேன். ஒரு வீசவிநாடிகூட அந்த மாதிரி சக்தியைக் குவிக்க முடிஞ்சதில்லெ. என்னாலெ முடியவும் முடியாது. வீடு,

சொத்து, ஜோஸ்யம் சரியாச் சொல்லணும்னு கவலை. நல்ல மனுஷன், பெரியவன்னு எல்லாரும் நினச்சுக்கணும்னு ஆசை – இத்தனை கல்லையும் கழுத்துலெ கட்டிண்டிருக்கேன். உமக்கு ஒண்ணும் கிடையாது. உமக்கு நீரே கிடையாது – எல்லாம் முடிகிறது. உம்ம வத்சன் சாத்யமில்லேன்னு சொன்னதை சாதிக்க முடியறது. அதனாலெ இந்தலோகத்திலெ அபத்தம், கோணல் எல்லாம் இருக்கறதையும் பொறுத்துக்கும்", என்று அவனைப் பார்க்காமல் பறந்து போகிற ஒரு கொக்கு வரிசையைப் பார்வையால் தொடர்ந்து கொண்டிருந்தார் முத்துசாமி. அவனும் அதைக்கண்ணால் தொடர்ந்தான். புள்ளிகளாகி மறையும் வரை இருவரும் பார்த்துக்கொண்டிருந்தார்கள்.

"நீர் கிண்டியாய நமஹன்னு அன்னிக்கிவந்து நின்ன போதே நினச்சேன் – என்னமோ இருக்கும்னு. எதோ சொல்லி சுமையை இறக்கணும்னு வந்திருக்கீம், எனக்கும் ஜோஸ்யத்திலே ஒரு பாடம் கிடைச்சுது. வாரும் . . . கொசு கிளம்பிட்டுது" என்று எழுந்தார் முத்துசாமி.

ஜோஸ்யப் போக்கிரி என்று நினைத்துக்கொண்டான் காமேச்வரன். ஒரு மாதிரி சொல்லவும் சொன்னான். "இப்பவும் உங்களை வெய்யணும் போலதான் இருக்கு."

"நன்னா வெசுக்கும். இந்த லோகத்திலெ எத்தனை கோடி பித்துகள் இருக்கு. பண்றதையெல்லாம் பண்ணிப்பட்டு, பண்ணினதையெல்லாம் மறந்துட்டு, அதோட பலன் மாத்திரம் எல்லாம் நல்லதா இருக்கணும்னு ஆசைப்படறது பாரும். இப்ப நடக்கிறதையே சமாளிச்சுக்க முடியலெ. இனிமே என்ன நடக்கும்னு கிடந்து தெரிஞ்சுக்கணுமாம். பாக்கிறது எல்லாம். இந்தப் பித்துகளுக்கு எதையாவது சொல்லித் தொலைக்க வேண்டியிருக்கு. சமாதானம் சொல்ல வேண்டியிருக்கு. உமக்கு வெய்யத்தான் தோணும். வெய்யும்."

காமேச்வரனுக்கு உரக்கவே சிரிப்பு வந்தது.

"அட ஜோஸ்யப் போக்கிரின்னு உங்களை சித்த முன்னாலெ மனசுக்குள்ளே வெய்தேன்" என்றான்.

"ஜோஸ்ய ராஸ்கல்னுகூட சொல்லலாமே" – முத்துசாமியும் சிரித்தார்.

ஊரை நோக்கி இருவரும் நடந்தார்கள்.

6

இருவரும் சற்றுப் பேசாமல் நடந்தார்கள். அந்த மௌனத்தைத் தாளாதது போல் நடுவழியில் முத்துசாமி வாயைத் திறந்தார்.

"நீர் இங்கியே, என்னோடயே இருந்துடுமேய்யா. எதுக்காக யார் வீட்டிலோ போய் சமையக்காரனா இருக்கனும் – நான் ஏதேதோ புஸ்தகம் எல்லாம் வாசிச்சிண்டிருக்கேன். உபாசனை பண்றேன், என்னென்னவல்லாமோ யோசிக்கிறேன். ராத்திரி கனவு, பகல் கனவு எல்லாம் காண்றேன். வாசலைப் பார்த்து உட்கார்ந்துண்டு கல்ப்பனையெல்லாம் பண்ணிண்டிருக்கேன். பலூன்லெ ஏறி மெதுவா தாழப்பறந்து உலகம் முழுக்கப் பார்த்துண்டே நாற்காலியிலே சாய்ஞ்சுண்டிருக்கேன். யார்கிட்டவாவது பேசினா சொன்னா தேவலெ போலிருக்கு. எங்கிட்ட வரவன்லாம் கவலை, பிடுங்கல், குறைன்னு ஆயிரம் சொல்லிண்டு வரான். நான் அதைப் பண்ணு, இதைப் பண்ணுன்னு, என்னமோ சொல்றேன். கேட்டுண்டு போயிடறான் – கஷ்டத்தைத் தீர்க்க. கஷ்டம் தீந்ததுன்னா, நினைச்சகாரியம் பலிச்சுதுன்னா, நீங்கதான் தெய்வம்னு கால்லெ விழுந்துட்டு, சால்வை, புடவைன்னு எதையாவது வச்சுப்பட்டு, ஓடிப் போயிடறான். எதாவது சொன்னா 'ம்ம்'னு கேட்டுக்கறானே ஒழிய, மாத்துக் கேள்வி போட்டு மடக்கமாட்டேங்கறான். உம்ம மாதிரி போக்கிரின்னு சொல்றவனா யாரும் வரமாட்டேங்கறான். நீர் என்னோட – இருந்தீர்னா, ரண்டு பேரும் வாய்ச்சண்டை போட்டுண்டிருக்கலாம். உம்மைப்பத்தி யாரும் கன்னாப் பின்னான்னு

சொல்லவும் மாட்டா. இவளுக்கு இனிமே குழந்தை பிறக்கப் போறதில்லெ. தூரம் எல்லாம் போயி பன்னண்டு வருஷத்துக்கு மேல ஆகப்போறது—"

இதைக்கேட்டதும் காமேச்வரனுக்கு அடக்க முடியாமல் சிரிப்பு பீறிக்கொண்டு வந்தது. வயிற்றைப் பிடித்து ரஸ்தா நடுவில் உட்கார்ந்து விட்டான்.

"ஹப்பா அப்பா" என்று முனகிக்கொண்டே அவன் சுதாரித்துக்கொண்டு சிரிப்பு அடங்கி, எழுந்து நிற்க ஒரு நிமிஷம் ஆயிற்று. கண் விளிம்பில் கட்டிய நீரை வழித்துக் கொண்டான். நாலைந்து தடவை இருமினான். ஹப்பா ஹம்மா என்று லேசாக இழுத்துக் கொண்ட விலாவைத் தடவி விட்டுக் கொண்டான்.

"சிரிச்சாப் போருமா? பதில் ஒண்ணும் சொல்லலியே." மறுபடியும் சிரித்தான்.

"என்னத்தைப் பெரிசாச் சொல்லிட்டேன் – இப்படி விழுந்து சிரிக்கிறதுக்கு?"

"என்னாலெ இப்படி நித்யம் சிரிக்க முடியாது. நான் அங்கியே போய் சமையக்காரனா இருக்கிறேன்."

"நீர் எதோ ஒப்புக்குச் சொல்றேன்னு நினச்சுட்டீர் இல்லியா? நான் நிஜமா, மனசாரச் சொல்றேன். நீர் இங்கியே இரும். உமக்கு மனுஷா கிடையாது. எனக்குப் பேச ஆள் கிடையாது. புள்ளை குட்டியில்லாதவன் மாதிரி செலவழிக்க பயப்படறதுமில்லெ நான். உமக்கு செலவுக்கும் எப்ப எத்தனை வேணும்னாலும் கேளும். கிடைக்கும். வேணும்னா ஒரு செக் புஸ்தகத்தையே கையெழுத்துப் போட்டுத்தரேன். இந்த உலகத்திலெ ரண்டு கருமிகள் உண்டு. ஒருத்தன் புள்ளைகுட்டி இல்லாதவன். ஐயோ புள்ளைகுட்டி இல்லியே, யார் நம்மைக் காப்பாத்துவான்னு நடுங்கிப் போயி, இதாவது காப்பாத்தட்டும்னு பணத்தைப் பைசா பைசாவாக சேத்துண்டிருப்பன். ஒருவாய் காபி கூட கொடுக்கமாட்டான். இன்னொண்ணு, கலியாணமாகாம வேலைக்குப் போற பொம்மனாட்டி, இதிலே ஒரு பத்து கேசைப் பாத்துப்ட்டேன். புடவை, நகை, தன்னோட சொந்தச் செலவைத் தவிர ஒரு காலணா உமக்கும் எனக்கும் செலவழிக்க மாட்டா அவ. இதே பயம்தான். காசுதான் ஆமடையான், புள்ளைகுட்டி எல்லாம் அவளுக்கு. நான் அப்படியெல்லாம் இருக்கமாட்டேன். நீர் இஷ்டப்படி செலவு பண்றதுக்குக் கொடுக்கறேன். சின்சியராச் சொல்றேன். என்ன?... பதில் சொல்லுமே—"

"ம்?"

"என்ன 'ம்'?"

"சொல்றேண்ணா. . ."

"உமக்கு யாரைக் கேக்கணும்?"

"நீங்க யாரைக் கேட்டுண்டு என்னைக் கூப்பிடறேளோ. அந்த அம்பாளைக் கேட்டுண்டுதான் நானும் சொல்லணும்."

மறுபடியும் பேச்சு நின்றுவிட்டது.

ஊருக்குள் புகுந்தார்கள். இருட்டி இரண்டு நாழிகை ஆகியிருந்த நேரம். படியேறும் போது, உள்ளே கூடத்திலிருந்து யாரோ பெண் பாடுவது கேட்டது.

"இன்னும் பொண்டுகள் செஷன் கலையலெ போலருக்கு... இப்படியே கொஞ்சம் உட்கார்ந்துப்பம்" என்று திண்ணை மீது உட்கார்ந்தார் முத்துசாமி. "நீரும் உட்காரும். இப்ப போனா எல்லாரும் எழுந்துண்டு நிக்க ஆரமிச்சுடுவா."

ஊதுவத்தி மணத்தது. சற்று ஈரக்காற்றாக, குளிர்ச்சியாக முற்றத்திலிருந்து தவழ்ந்து வந்தது. அத்துடன் பாட்டும் இசைந்து வந்தது. இருவரும் மௌனமாகக் கேட்டுக்கொண் டிருந்தார்கள். வரலக்ஷ்மி உருவம் நீட்டி தேங்காயும் மாவிலையுமாக அமர்ந்திருக்கும் செம்பின் முன் அமர்ந்து பெண்டுகள் பாடிக் கொண்டிருப்பதை மனக்கண்ணால் பார்த்தான் காமேச்வரன். ஒரு பாட்டு முடிந்து வேறு குரல் ஒன்று புதிய பாட்டைத் தொடங்கிற்று.

"தனம், தான்யம், பசு, சந்தோஷம், சாந்தம் எல்லாம் வேணும்னு இந்தப் பெண்டுகள்ளாம் பாடிண்டிருக்கா. ஆயிரம் வருஷமா, ரண்டாயிரம் வருஷமா, மூவாயிரம் வருஷமாப் பாடிண்டிருக்கா. இதை வந்து கெடுத்தான் பாரும் அந்த மலையாளத்து நம்பூத்ரி!", என்று வெகண்டயாகச் சிரித்தார் முத்துசாமி.

காமேச்வரனுக்குப் புரியவில்லை. பேசாமல் இருந்தான்.

"என்ன பேசமாட்டேங்கிறீம்? நீரும் அந்த மலையாளப் பார்ப்பான் கட்சிதானோ?"

"யாரு? எந்த மலையாளப் பிராமணனைச் சொல்றேள்?"

"அதான்யா! உம்ம ஆதிசங்கரர் – புத்தமதத்தைக் கவுக்கறேன்னு, அவன் சொன்னதையே கொஞ்சம் அப்படியும் இப்படியுமா மாத்தி, உலகமே பொய், பிரமையாக்கும். ஐம்புலனைச் சுட்டெரிச்சு நீயே சாமிங்கறதைக் கண்டுக்கோன்னாரே, அந்த மலையாளி. உலகத்தோட 'பிக்கெஸ்ட் இண்ட்டெலெக்ட்டு'ன்னு எல்லாரும் மோளம் அடிக்கிறானே – அந்த சங்கர நம்பூத்ரி."

“உங்களுக்கு என்ன திடீர்னு அவர் மேல இவ்வளவு கோபம்? அத்வைத நிலை கிட்டினவனுக்குத்தான் ‘உலகம் மாயம், தோற்றம் பொய்’யின்னெல்லாம் சொன்னார். அவர் மத்தவங்களுக்குச் சொல்லலியே.”

“அவர் என்ன சொன்னாரோ – எப்படிச் சொன்னாரோ –”

“அவர் சொன்னதைத் தப்பாப் புரிஞ்சிண்டா, அவர் என்ன பண்ணுவர்?”

“கோடி ஜன்மத்துக்கு அப்பறம்தான் சாமியும் நாமும் வேற இல்லேன்னு ஞானம் வருமாம். அதுக்கு இப்பவே ஐம்புலனைச் சுட்டெரிங்கடான்னு ஊர் ஊராப்போய் கத்தணுமா? தலாணி தலாணியா புஸ்தகம் எழுதணுமா? அவன் சொன்னதைக் கேட்டுண்டுதான், அரை வேக்காட்டுப் பிராமணன் எல்லாம் பொம்மனாட்டி வாசனை வாண்டாம் பணம் வாண்டாம்’னு காஷாயம் கட்டிண்டு சுத்த ஆரமிச்சான். ‘பாப்பார சாமியாருக்கு மாத்திரம் மடம், யானை, பிச்சை, பல்லாக்கு, நகரா எல்லாமா? நான் மாத்திரம் என்ன கெட்டுப் போய்ட்டேன்’னு பாப்பானா இல்லாதவனும் காவியைக் கட்டிண்டு, மடம் கட்டிண்டு, ‘ஐம்புலனைச் சுட்டெரியுங்கடா’ன்னு குடித்தனக்காரன் எல்லாரையும் பார்த்துக் கத்த ஆரமிச்சான். ஐம்புலனையும் அம்பாள், சக்தி, படைச்சிருக்கா. இந்த மலை, ஆறு, சமுத்ரம், காடு, பச்சை, பொண்ணு, குழந்தை எல்லாத்தையும் பார்த்து அனுபவிச்சிண்டு சந்தோஷமா இருங்கடான்னு சொல்லி. ஐம்புலனையும் சுட்டெரிச்சிப்ட்டு நீ என்னத்தைப் பார்க்கப்போறே. என்னத்தைக் கேக்கப்போறே? ஐம்புலனைச் சுட்டெரிக்காதவங்கதான், ரயில், கார், ஏரப்ளேன்லாம் கொண்டு வந்திருக்காங்க. இந்த சாமியாரெல்லாம் அந்த ரயில்லியும் ஏரப்ளேன்லியுமே ஏறி உட்காந்துண்டு, ‘ஐம்புலனைச் சுட்டெரியுங்கோ’ன்னு நம்ம தலையிலே அட்சதை போட்டிண்டிருக்கான், ரண்டாயிரம் வருஷமா – இதுக்கெல்லாம் யாரு மூலம் – உங்க சங்கர நம்பூத்ரியும், அந்த ஆசாமி ‘குரு’ன்னு ஒத்துக்காத புத்தனும் தானேங்காணும்?”

“என்ன திடீர்னு இன்னிக்கி கோபம் இப்படி வந்திருக்கு அண்ணாவுக்கு?”

“அட எனக்குக் கோபம் ஒண்ணும் இல்லைய்யா! புரியாத சமாச்சாரங்களை, புரியாதவங்களுக்குச் சொன்னா அனர்த்தம் தான் வரும் – ஒரு புத்திசாலி சொல்லிட்டான்னா, ஜனங்கள்ளாம் மயங்கிப் போயிடும். நம்ம தேசம் இப்படி பிரமையைத் தொத்திண்டு, இங்கியும் இல்லாம, அங்கியும்

இல்லாம, ஆஷாடபூதியா ஆயிட்டமேங்கறது கூடத் தெரியாம, ஈரத்துணியாப் போயிட்டுது பார்த்தியான்னு வருத்தமா இருக்கு. எனக்கும் ஒண்ணும் புரிய மாட்டேங்கறது. அதுக்குத்தான் உம்மை இருக்கச்சொல்றேன். நீர் அந்த மலையாளத்தான் கட்சியை எடுத்துக்கும். நான் நம்ம அம்பாள் – நம்ம சக்தி கட்சியை எடுத்துக்கறேன். ரண்டு பேரும் சண்டை போடலாம்னு பார்க்கறேன். நீர் நறுக்குனு சரி சொல்ல மாட்டேங்கிறீம்."

காமேச்வரன் பதில் சொல்லவில்லை. இந்த முத்துசாமியின் பேச்சைக் கேட்டு எதிர் வீட்டுக்காரர் வந்து திண்ணை ஒட்டில் உட்கார்ந்து கொண்டிருந்தார்.

முத்துசாமி பாதி பேசும்போதே நாலைந்து பெண்டுகள் மஞ்சள் குங்குமம் கொழுக்கட்டைப் பொட்டணங்களுடன் விடை பெற்று வெளியே போய் விட்டார்கள். சுலோச்சனம்மாள் வாசல் நிலையைத் தொட்டவாறு அவர் பேசுவதைக் கேட்டுக் கொண்டிருந்தாள்.

"எதுக்கு இப்படி தூஷிக்கணுமாம்?", என்றாள் அவர் வாய்மூடிக் கொண்டதும்.

"யாரு? நீயா? நான் ஒருத்தரையும் தூஷிக்கலியே. இந்த சாமியார்களைத்தான் தூஷிச்சேன். என்ன தப்பு?"

"இப்ப என்ன உலகம் முழுக்க சாமியாராவா போயிடுத்து, அவா பேச்சைக் கேட்டு?"

"சாமியாரப் போனா யாரு சோறு போடுவா? அதுக்கும் மடம், பல்லக்கு, மானேஜர், பத்திரிகை எல்லாம் வேணும் – சரி, இப்ப எங்க பாடு என்னவாம்?"

"வரட்டுமே. இட்லி, கொழக்கட்டை எல்லாம் இருக்கு. வெளியே போனவாளைக் காணமேன்னுதான் பாடுங்கோடி பாடுங்கோடின்னு சொல்லிண்டிருந்தேன்."

"வாரும்யா – பல்லக்கு, மானேஜர்லாம் இல்லாமேயே பிட்சை நடக்கப்போறது."

காமேச்வரன் முத்துசாமியைத் தொடர்ந்து உள்ளே நடந்தான்.

○○○

மறுநாளும் முத்துசாமி விடவில்லை. காவிதாரிகளைக் கடித்துத் துப்பிக் கொண்டிருந்தார். விமானங்களிலும் ரயிலிலும் ஏறி வந்து, சம்சாரக்கடலை வற்ற அடிக்கிற சாமியார்களின் மீது கல்லும் மண்ணுமாக எறிந்து கொண்டிருந்தார். ஐம்புலன்களைச்

சுட்டெரிக்கும் அவர்களை சொல்லால் கழுவேற்றிக் கொண்டிருந்தார். ஒருநாள் முழுதும் அப்படிப் போயிற்று.

மறுநாளைக்கு மறுநாள் பையில் வேட்டி துண்டுகளை மடித்துவைத்து விடை பெற்றுக் கொண்டான் காமேச்வரன்.

“போய்ட்டு வரேண்ணா.”

“பொய் சொல்லமாட்டீரே, போய்ட்டு வரேன்னு சொல்றீம். நான் ஒப்புக்கு சொல்லலேன்னு சொல்லிட்டேன்.”

“தெரியும்ணா.”

மாத்தூர் பஸ் சாலை வரையில் முத்துசாமியே அவனைக் காரில் ஏற்றி பஸ் வருகிற வரையில் காத்திருந்து ஏற்றிவிட்டு திரும்பிப் போனார்.

‘இவ்வளவு சொல்லுகிறபோது இங்கு தான் வந்து தங்கி விட்டால் என்ன?’ என்று கேட்டுக்கொண்டே பஸ்ஸில் உட்கார்ந் திருந்தான் காமேச்வரன். குளிர்ந்த காற்றும், புளியும் வேம்பும் ஆலும் எதிரே விரைந்து கொண்டிருந்தன. சன்யாசிகளின்மீது ஏன் முத்துசாமிக்கு இந்தக் கோபம்? எதற்கு இந்தப் பேச்சை எடுத்தார்? நான் சந்யாசியாகத் தோன்றுகிறேனோ அவருக்கு? கலியாணம் பண்ணிக் கொள்ளாத ஜன்மம் மூளி ஜன்மம் என்று இடித்துக் காட்டுகிறாரா?

பஸ்ஸில் ஒருபக்கம் முழுவதும் பெண்களுக்கு என்று ஒதுக்கப்பட்டு, மேலே ‘பெண்கள்’ என்று எழுதியும் இருந்தது. அத்தனை இருக்கைகளும் நிரம்பவில்லை. இரண்டு மூன்றுகளில் ஒரு பெண் வீதம் பாதி காலியாயிருந்தது. அவன் உட்கார்ந்திருந்தது ஒன்பதாவது வரிசை. முன்னாலிருந்த ஆண்களையும் பெண்களை யும் மாறி மாறிப் பார்த்துக்கொண்டிருந்தான்.

உயிர் உள்ள பிராணி என்ன செய்ய வேணும்? இன்னொரு உயிரை அணுகி அணைத்துக்கொள்ள வேண்டாமோ! இரண்டு ஜாதி தோன்றியது அதற்குத்தானே!

கலியாணம் பண்ணிக்கொள்ளாத ஜன்மம் மூளியா? பெண்ணோடு ஆணோ, ஆணோடு பெண்ணோ அணுகிச் சேராத ஜன்மம் மூளியா!

பரம்பொருள், தன்னையே ஆணும் பெண்ணும் ஆக்கிக் கொண்டு கூடிற்றாம். ஆணாகவும் இன்றி, பெண்ணாகவும் இன்றி வெறும் மொத்தையாகக் கிடக்க அதற்குப் பிடிக்கவில்லை. ஆண்மாடு, பெண்மாடு, ஆண் ஆடு, பெண் ஆடு ஆண் ஈ, பெண் ஈ – ஆண் கொசு, பெண் கொசு...

முன்னாலிருந்த இருக்கைகளில் ஒரு சாரியில் ஒரு பெண் இருந்தால் இந்தச் சாரியில் அவள் புருஷன் இருப்பான். கழுத்திலும் கையிலும் ஒன்றுமில்லாத ஒருத்தி – இவளுக்கு ஒரு காலத்தில் அவன் என்று இருந்திருப்பான். ஒரு பால் வடியும் பெண்முகம். இந்தப் பஸ்ஸில் இல்லாவிட்டால் எங்காவது ஒரு பால்வடியும் ஆண் இதற்கு இருந்து கொண்டிருக்கும்.

நான்தான் மதியச்சாப்பாடு சாப்பிடுகிற அந்தப் பள்ளிக்கூடப் பையன்களை எல்லாம் கலியாணம் செய்து கொண்டிருக்கிறேனே, இதுகளெல்லாம் இருந்தும் நான் மூளியாகத்தான் இருப்பேனா? ஒரு மூளியை இத்தனையும் சேர்ந்து அடைக்காதா!... வத்சன் இந்த மூளியை அடைக்கத்தான் வாசலில் ராமாரி கிருஷ்ணாரி பாடிக்கொண்டு வந்தவளை நிலையைக் கடத்தித் தாழிட்டுக் கொண்டாரா!...

மனிதன், மிருகம், பட்சி, பூச்சி, மரம், பூண்டு என்று அனைத்தையும் ஆணும் பெண்ணுமாகப் பார்த்துக்கொண்டு மனது கும்பகோணம் போகிற வரையில் அலைந்தது. நல்லூர் போகிற பஸ்ஸுக்கு மாறிய பிறகும் இது ஓயவில்லை. தெருவில் திரும்பி வீட்டு வாசலில் நின்று கிராதிக்கதவை அசைக்க வேண்டியிருந்தது.

ரங்கமணி வந்து திறந்தாள்.

"அப்பாடா, வழி தெரிஞ்சுதா?" என்று முன்னே நடந்தாள்.

முத்துசாமியோடு இருந்ததை எல்லாம் சொல்லவில்லை அவன். கும்பகோணம் – இன்னும் வத்சனோடு இருந்த இடங்கள், சிநேகிதர்கள் – எல்லாரையும் பார்த்துவிட்டு வந்ததாகச் சொல்லிக்கொண்டான்.

பங்கஜத்தைக் காணவில்லை.

பிறந்த ஊருக்கு அழைத்துப் போயிருக்கிறார்கள் என்று, அடுக்களை, புறக்கடைப்பக்கம் அவன் கண்தேடுவதைப் பார்த்துச் செய்தி சொன்னாள் ரங்கமணி.

அவனுக்கு வெறிச்சென்று இருந்தது. சற்று நிம்மதியாகவும் இருந்தது. பேச மனம் இல்லை. முத்துசாமியின் வீட்டுக் கூடத்தையும் அவர் பேச்சுக்களையும் இழுத்து அசை போட்டது. சாயங்கால டிபனைப் பண்ணி வைத்துவிட்டு, ரங்கமணிக்குக் காப்பி கொடுத்து தானும் சாப்பிட்டு முகப்புத் திண்ணையில் வந்து உட்கார்ந்தான்.

"எப்ப சார்?" என்று ஜகது முகப்புக்குள் நுழைந்தான்.

“ரண்டு நாழியாச்சு.”

“பார்த்தேன். பஸ்ஸிலேருந்து நீங்கதான் இறங்கி வர்ற மாதிரி இருந்தது. மாரியப்பன் கடையிலேர்ந்து பார்த்துண்டிருந்தேன்.”

பிடி அரிசி, பள்ளிக்கூடச் சாப்பாட்டையெல்லாம் பற்றி விசாரித்தான் காமேச்வரன்.

“எல்லாம் சரியாத்தான் நடக்கிறது. இன்னிக்கிக்கூட மழவராயர் வரச்சொன்னார் – நூறு ரூபா கொடுக்கிறேன்னு. நீங்க ப்ரீயா இருந்தா ரண்டு பேருமாப் போகலாம்.”

“நூறு ரூபாயா – தேவலையே – நான் ரெடி!” என்று அப்படியே துண்டைத் தோள் மீது போட்டு எழுந்தான் காமேச்வரன்.

மேற்கே கோயில் மடவிளாகம் வழியாக நடந்து நாலைந்து தெருவைக் கடந்து, ஆற்றுக்குப் போகிற பாதையில் நடந்தார்கள்.

மழவராயர் வீட்டு வாசலில் ஏறாமல் நேராக நடந்தான் ஜகது.

“எங்க போயிண்டே இருக்கேள்” என்று தயங்கினான் காமேச்வரன்.

“வாங்கோ – சொல்றேன்.” என்று கடைக்கண்ணால் பார்த்துக்கொண்டே நடந்தான் ஜகது.

“மழவராயர் வீடு –”

“சித்தெ கழிச்சு பார்க்கலாம் அவரை வாங்கோ” என்று ஜகது சற்று வேகமாகவே நடந்தான்.

தெரு முடிந்து இருமங்கும் வயல்களும் வேலிகளுமான பாதையில் நடந்தார்கள்.

ஆற்றங்கரையில் நடமாட்டம் இல்லை. பெரிய அரசமரம், அதன் வேர்களைத் தழுவி ஓடிற்று நீர். குளிக்கிறவர்கள் சாமான்களை வைக்கவும் ஆடைமாற்றி உட்கார்ந்துகொள்ள, வாசலில்லாத ஒரு சின்ன கூரைக் கட்டிடம்.

“மழவராயரை அப்பறம் பார்ப்போம். இன்னிக்கு ஆற்றிலெ முறை. தண்ணி நிறையப் போறது. நல்ல காத்து. கொஞ்ச நேரம் உட்காருவமே”, என்று திண்ணை மீது உட்கார்ந்தான் ஜகது. காமேச்வரனும் தூணோரமாக அமர்ந்தான்.

“நான் இந்தத் துறைக்கு ஜாஸ்தி வந்ததே இல்லெ. என்ன சுகமா இருக்கு!”

"சுகமாத்தான் இருக்கு. இதுக்கு கள்ளத்தெரு, வெள்ளாளத் தெரு ஜனம்தான் வரும். நம்ம தெரு படித்துறை ஓடம் போற படித்துறை. அங்க அக்ரகாரம், சாலியத் தெரு, கொடிக்கால் தெருவுன்னு எல்லாரும் வருவா. அதனால்தான் இளங்கண்ணனும் மாலிங்கமும் சிண்டைப் பிடிச்சுக்கும் படியா ஆச்சு."

"எந்த மாலிங்கம்?"

"சொல்றதுக்குத்தான் உங்களைத் தனியா அழைச்சிண்டு வந்தேன்" – ஜகது பெரிய கதையாகச் சொல்லத் தொடங்கினான்.

ஆவணி அவிட்டத்தன்று, வழக்கம் போல அக்ரகாரத்து ஜனங்கள் – பெரியவர்கள், சின்னவர்கள், கிரகஸ்தர்கள், பிரம்மச்சாரிகள் – எல்லோரும் மூன்று நான்கு குழுக்களாக சங்கல்பம் செய்துவிட்டு குளிக்க இறங்கியிருக்கிறார்கள். ஹோட்டல் சரக்குமாஸ்டர் மகாலிங்கமும், மொழு மொழு வென்று தொப்பையும் பூசின உடம்புமாக ஒரு குழுவில் ஓரமாக உட்கார்ந்து சங்கல்பம் செய்துவிட்டு, சற்று இப்பால் வந்த முழுக இறங்கியிருக்கிறான். இளங்கண்ணன் குளித்துக்கொண்டிருந் தானாம்.

"உங்களுக்கு என்னாத்துக்கு இந்தப் பூணூலு, குளியல் எல்லாம்?" என்று சிறிது அசட்டையும் சிரிப்புமாகக் கேட்டானாம் மகாலிங்கத்தைப் பார்த்து.

"ஏன், நான் என்ன கெட்டுப் போய்ட்டேனாம்?"

"நீங்க கெட்டே போகலியா? அப்ப சரி... இல்லை நீங்க பூணூலைப் போட்டுகிட்டு "அங்க" தானே போப்போறீங் களோன்னு நினைச்சுக் கேட்டிட்டேன்" – இளங்கண்ணன்.

"நான் எங்கியாவது போறேன் . . . அப்படின்னு மேல மேல எதோ ரசாபாசமாப் பேசினானாம் மாலிங்கம். தடிச்சுப் போச்சு வார்த்தை. என்ன சொன்னேன்னு ஒரே பாச்சலாப் பாஞ்சு மாலிங்கத்தோட பூணூலை அறுத்திருக்கான் இளங்கண்ணன்–"

"எதுக்கு?"

"அதான் வார்த்தை தடிச்சுப்போச்சுன்னனே."

"சொல்லுங்களேன். இவன் என்ன சொன்னான்? அவன் என்ன சொன்னான் அதுக்கு? அப்படிப் பூணூலை அறுக்க முடியுமா, என்ன நடந்துது?"

"அண்ணாவைப் பத்தி என்னமோ கன்னாப்பின்னான்னு சொல்லியிருக்கான் மாலிங்கம்!"

"மாலிங்கமா? என்னைப் பத்தியா!... நான் அவனோட பேசினது கூட இல்லியே!" என்று குழம்பினான் காமேச்வரன். "என்ன சொன்னானாம்? சரியாச் சொல்லுங்களேன்."

"பண்றதையும் பண்ணிப்ட்டு சீமந்தத்தை யார் தலையிலோ கட்டினானே உன் சகபாடி, உன் தோழன் – அவனுக்கு நான் என்னடா கெட்டுப்போய்ட்டேன்னனாம் அந்த மாலிங்கம் படவா–"

"அட அல்பமே!" – காமேச்வரன் லேசாகக் கத்தினான்.

"அவ்வளவுதான். இளங்கண்ணன் ஒரே எட்டிலெ தாவி அவன் பூணூலைப் பிடிச்சு படக்குனு இழுத்திருக்கான். அறுந்து போச்சு. ஓங்கி ரண்டு அறையும் கன்னத்திலே விட்டிருக்கான். மாலிங்கம் அரண்டு போய், கரையேறி ஓடியிருக்கான். ஓடறபோது பூணூலை அறுத்துட்டான் அறுத்துட்டான்னு கத்திண்டே ஓடினானாம். இளங்கண்ணன் அவனைத் துரத்திண்டு ஓடியிருக்கான். எல்லாரும் தண்ணியிலே நின்னுண்டு வேடிக்கை பார்த்திருக்கா–"

ஜகதுவை அன்று சாயங்காலம் வெங்காச்சமும் அவரோடு சீட்டாடுகிறவர்களும், "இது என்ன அக்ரமம்!" என்று வாதாடியிருக் கிறார்கள். "போலீஸுக்கு ரிப்போர்ட் பண்ண வாண்டாமோ!", என்று ஓய்வு பெற்ற போஸ்ட்மாஸ்டரும் குதித்திருக்கிறார்.

"மாலிங்கம் சொன்ன ஆபாசங்கள்ளாம் அவங்க காதிலெ விழுந்திருக்காதுன்னு நினைக்கிறேன். என்னமோ வாய்ச் சண்டை, கைச்சண்டையா மாறிருக்கு. அதுக்கு மேல அவங்களுக்கு ஒண்ணும் தெளிவாகத் தெரியலென்னு பட்டுது. 'மாலிங்கம் பயலுக்கு உங்களோடு நின்னு ஆவணி அவிட்டம் பண்றத்துக்கு யோக்யதை ஏதுன்னுதான் இளங்கண்ணனுக்கு ஆத்திரம் வந்திருக்கும். இதுக்கு நீங்கள்ளாம் எதுக்காக பதட்டப் படறீங்க'ன்னு சொல்லி அடக்கி வச்சிருக்கேன்... தப்பும் தவறுமா திரிச்சு உங்க காதிலெ யாராவது எதையாவது சொல்லிடப் போறாளேன்னு இப்ப உங்களை அழச்சிண்டு வந்தேன். நாலுநாளா இதுக்காகத்தான் நீங்க வந்தாச்சா வந்தாச்சான்னு துரை வீட்டுக்குப் போய் கேட்டுண்டிருந்தேன்... நீங்க இதையே நினைச்சு மனசைப்போட்டு அலட்டிக்க வாண்டாம்–"

7

சொல்லிவிட்டு ஜிப்பா பையிலிருந்து பொட்டணத்தைப் பிரித்து வெற்றிலைசீவல் போட்டு, புகையிலையை அதக்கி, வெள்ளத்தைப் பார்த்தான் ஜகது. இரண்டு தடவை சாற்றைத் துப்பினான்.

"நல்ல வேளையா துரை அங்க இல்லெ. வீட்டிலேயே காலமே பூணலைப் போட்டுண்டு கடைக்குப் போய்ட்டாராம். இந்த மாலிங்கம் கம்மனாட்டிக்கு எதுக்கு பூணல்? இவன் என்னத்துக் காக ஆத்துக்குப் போனான்? அவன்தான் போனான், இவன் எதுக்காக அந்த சமயம் பாத்து குளிக்கப் போகணும் – அவன் வாயைப் பிடுங்கணும்?" ஜகது நடுநடுவில் புகையிலையைத் துப்பித் துப்பிப் பேசிக்கொண்டிருந்தான்.

காமேச்வரனுக்கு வாய் கசந்தது. ஓரிரண்டு முறை தோல் சொரசொரத்தது. ஆற்று வெளியைப் பார்த்தான். அரசமரம் பரந்து சலசலப்பதைப் பார்த்தான். மஞ்சள் வெயிலைப் பார்த்தான். அரச மரத்தடியில் நாகணவாய்கள் ஆடி ஆடி மாற்றுக் கால் போட்டு நடந்துகொண்டிருந்தன. ஜிவ் என்று பறந்து எங்கோ போய்விட்டுத் திரும்பிவந்து நடந்தன. எங்கும் மௌனம். இலையும் நீரும் நாகணவாய்களும் எழுப்பின ஓசைகளில் அந்த மௌனம் கலைந்து பாசி போல விலகி விலகி மூடிக்கொள்ளும். காமேச்வரன் மனது மட்டும் அதிர்ந்தது. அதன் தாக்கத்தில் உடம்பு லேசாக அதிர்ந்தது.

"இந்த பங்கஜம் என்ன குற்றம் செய்தாள்?" என்று உள்ளே மருகிற்று.

"நான் மூளியாயிருக்கிறது இப்படியா ஒரு ஊரையே தாக்கும்!"

மாத்தூர் பஸ்ஸில் பார்த்த ஆண் – பெண் வரிசைகள் இப்போது பார்வைச் சூன்யத்தில் அசைந்தன. பூச்சி, மிருகங்கள், பூண்டெல்லாம் ஆணும் பெண்ணுமாக அசைந்தன.

திரும்பி வரும் வழியில் மழவராயரின் வீட்டுப்பக்கம் தயங்கினான் காமேச்வரன். இப்போதும், "நீங்க வாங்கோ – அப்புறம் பார்க்கலாம். இப்ப அவர் இருக்கமாட்டார்" என்று ஜகது அவனை இழுத்துப் போனான். சிறிது தூரம் போன பிறகு, மழவராயராவது. நூறு ரூபாயாவது! உங்களுக்குச் சேதியைச் சொல்லணும்னு கிளப்பிண்டு போறதுக்காக ஏதோ சொன்னேன். நீங்களே அப்பவே புரிஞ்சிண்டிருக்கலாம்னு நினச்சேன்", என்று ஜகது மன்னிப்புக் கேட்கிற புன்னகையோடு சொல்லிக்கொண்டான்.

சாலியத் தெரு திரும்பி வீடு நெருங்கும்போது, "இதைப் பத்தியே நெனச்சுண்டு நீங்க அதைர்யப்படவாண்டாம்," என்று ஜகது தேற்றினான்.

"எனக்கு என்ன அதைர்யம்! நான் என்னைப்பத்தியா கவலைப்பட்டுண்டிருக்கேன், ஜகது! அந்தப் பெண்ணை நினச்சுத்தான் என் வேதனை. வெறும் வேதனையா மட்டுமில்லெ. கணகணன்னு மனசு சுடறது."

"ஆமா" ஜகதுவுக்கு மேலே ஏதும் சொல்லத் தோன்றவில்லை.

வீட்டுக்கு வந்து இரவுச் சமையலை முடித்து, "துரை சாருக்கு நீங்களே பரிமாரணும் இன்னிக்கு. நான் இப்படி கொஞ்சம் வெளியே போயிட்டு வந்துடறேன்", என்று ரங்கமணியிடம் சொல்லிக்கொண்டு கிளம்பினான் காமேச்வரன்.

இளங்கண்ணன் வாசல் திண்ணையில் உட்கார்ந்து தாயாருடன் பேசிக்கொண்டிருந்தான்.

காமேச்வரனைப் பார்த்ததும், "வாங்க வாங்க" என்று புடவையால் தோளை மூடிக்கொண்டு எழுந்தாள் தாயார்.

"வாங்கண்ணா," எழுந்து வரவேற்றான் இளங்கண்ணன். "எப்ப வந்தீங்க?"

"மத்தியானம்."

"போனீங்க போனீங்க அப்படியே போய்ட்டீங்க, எங்க போயிருந்தீங்களாம்?"

"எங்கியோ போனேன். போனது நல்லது தானே", என்று உட்கார்ந்தான் காமேச்வரன்.

"அதைச் சொல்லுங்க" – இளங்கண்ணனின் தாயார்.

"வந்ததும் வராததுமா ஜகது என்னை கள்ளத் தெரு துறைப் பக்கமாக அழச்சிண்டு போனார். என்னென்னவோ சொன்னார். என்ன இதெல்லாம்?"

"நான் சொல்லிக்கிறேன் அண்ணா கிட்டன்னு சொல்லி வச்சிருந்தேன் ஜகதுகிட்ட. அதுக்குள்ளியும் பொறுக்கலியா அவருக்கு?" "உனக்கு மட்டும் பொறுமையா? ஊர்லெ, உலகத்திலே அல்லா சாதி சனமும் அவங்க அவங்க கட்டுப்பாடு, ஆசாரம், முறையோடவா இருக்குறாங்க. சிறிசுங்களுக்கே முடி நரைச்சுடுது. நாலுமா நல்லதா இருக்கும். ரெண்டு கோணல் இருக்கும். பத்து கிழிசல் இருக்கும். அதுக்கெல்லாம் ஆண்டவன் கூலி கொடுத்துக்கறான். இவனுக்கு என்ன வந்திச்சாம்?", என்று இளங்கண்ணனைக் கடிந்தவாறு காமேச்வரனைப் பார்த்தாள்.

"இது தடிப்பய ஊருங்க. பேருதான் நல்லூரு", என்றாள் பிறகு, சிறிது நேரம் யாரும் பேசவில்லை. இளங்கண்ணன் விரலால் விரல் மீது தாளம் போட்டுக்கொண்டிருந்தான். யோசித்துக் கொண்டே சொன்னான்:

"அன்னக்கி எல்லாரும் தண்ணியிலே நின்னுகிட்டு மந்திரம் சொல்லிட்டிருந்தாங்களா? எல்லாம் ஒரே சிரிப்பா வந்தது எனக்கு. அத்தனை கூட்டத்திலியும் ஒத்தருக்கும் ஒண்ணும் தெரியாது. அந்த சாஸ்திரியாரு ஒருத்தருக்குத்தான் என்ன சொல்றோம்னு தெரியும்! பாக்கி எல்லாரும் கிளிப்பிள்ளை கணக்காக அவர் சொன்னதையே சொல்லிட்டிருந்தாங்க. அது கூட முக்காவாசி பேரு சொல்லலெ. வலது கை இடது கையாலெ மூடிகிட்டு எங்கியோ ப்ராக்கு பார்த்துகிட்டிருந்தாங்க. ரண்டு மூனு பேரு எப்படா முடியப் போவதுங்கறாப்பல முகத்தைச் சிணுக்கிட்டிருந்தாங்க. பாஷையும் சமஸ்க்ருதம். சாஸ்திரியாரு ஒருத்தருக்குத்தான் தெரியும். எட்மாஸ்டருக்கும் இன்னும் ரண்டு பேருக்கும் தெரியுமோ என்னவோ. பாக்கி எல்லாரும் எங்கியோ நினச்சிட்டு என்னத்தையோ கேட்டுகிட்டுருந்தாங்க. கிறிஸ்தவ பள்ளிக்கூடத்திலெலே, அவங்க வேதத்தைப் பத்திச் சொல்லிக் கொடுக்கறாங்க. நம்ம பள்ளிக்கூடங்கள்ள என்ன செய்யறாங்க, சொல்லிக்குடுக்கறதா, வாணாமா? அது வேற பிரச்னைங்க.

இவங்க, வீட்டிலியும் படிச்சதில்லெ. வெளியிலியும் படிச்சதில்லெ. ஏன் இப்படி தெரிஞ்சாப்பல பாசாங்கு பண்றாங்கன்னு சிரிப்பா இருந்தது. அதுவும் இந்த மாலிங்கய்யனைப் பார்த்தும் பொசபொசன்னு வந்திச்சு. வெவஸ்தை கெட்ட பன்னி இது. அடக்கிக்க முடியலெ. உனக்கென்னதுக்குய்யா இதெல்லாம்னு கேட்டுப்ட்டேன். அந்தச் சாக்கடை வாயி இப்படித் திறந்துக்கும்னு தெரியாம போயிரிச்சு. அந்தப் பயலெ அப்படியெ கழுத்தைப் பிடிச்சு நெறிச்சிருப்பேன். பூணூலும் கன்னமும்தான் கைக்குக் கெடச்சுது ஓடினான் பின்னாலியே ஓடினேன். முதுகிலே நாலுவச்சேன். ஓடிப் போய் வப்பாட்டி வீட்டிலேயே பூந்துக்கிட்டான். நானும் திரும்பிப் போய் முளுகிட்டு, அந்த வீட்டுப் பக்கமாத் தானே வரணும்! வந்தேன். வாசக் கதவு சாத்திக்கிடந்தது. அப்பவும் எனக்கு அடங்கலெ. அண்ணாவைப் பத்தில்ல இந்த சாக்கடை வாயி திறந்துகிட்டுது. அப்படி கொஞ்சம் நின்னேன். கதவைத் தொரடா கயவாளின்னு கத்தணும்போல ஒரு வேகம். அண்ணாவைத்தான் நெனச்சேன். சரி, விடு சனியனென்னு வீட்டுக்கு நடந்து வந்திட்டேன் . . . சாயங்காலம் போலீஸ் ஸ்டேசன்லே சப் இன்ஸ்பெக்டரு கூப்பிடறாருன்னு ஆளுவந்தது, போனேன். விளக்கமாச் சொன்னேன். அன்னக்கி மத்யானம் சோத்தைத் தின்னுப்ட்டு, ஸ்டேசன்லெ போய், திரிச்சுவிட்டானாம் இந்த அடுப்பாங்கரை அளுக்குத்துணி – இந்த மாதிரி அக்ரகாரத்தாருங்களை ஆவணியாட்டம் பண்ணவிடாமே கலாட்டா பண்ணினான். பூணலை அறுத்தான்னு, பொகையைப் போரா ஜோடிச்சு கதை உட்ருக்கான் போலருக்கு. விசாரிக்கிறேன் நீ போயான்னு சொல்லி அனுப்பிச்சாராம் அவனை இன்ஸ்பெக்டரு, நான் போயி சொன்னப்பறம், உங்களுக்கு என்னத்துக்குத் தம்பி, இந்த சகதியிலெ கல்ல எறியற வேலையெல்லாம்னு சொல்லி போகச் சொல்லிட்டாரு.”

பேச்சுக்கு நடுவில் இளங்கண்ணனின் தாயார் உள்ளே போய் ஒரு டம்ளரில் காபி கொண்டு வைத்திருந்தாள்.

“சாப்பிடுங்க . . . எனக்கு இல்லியாம்மா?” என்றான் இளங்கண்ணன்.

“வருதுடா. டிக்காஷன் தீந்து போச்சு, போட்டிருக்கேன்” என்று உள்ளே எழுந்து போனாள்.

“இன்ஸ்பெக்டரு உங்களைப் பார்க்கணும். முடிஞ்சா அழச்சிட்டு வாங்கன்னாரு.”

“என்னை எதுக்குப் பார்க்கணுமாம்?” என்றான் காமேச்வரன்.

“என்னவோ, சும்மாத்தான் பார்க்கணும்னாங்க. முடிஞ்சா அழச்சிட்டு வாங்கன்னாரு. உங்களுக்கு இஷ்டமில்லேன்னா வாணாம்.”

காமேச்வரன் சற்று யோசித்தான். “வாங்களேன் போவோம்.”

“கட்டாயமில்லே அப்புறம் கூட நான் யோசிச்சேன். ஏதாவது விஷயம்னா, அவருல்ல வந்து உங்களெ பார்க்கனும். நீங்க எதுக்குப் போகனும்?”

காமேச்வரனுக்கு, போய்த்தான் பார்ப்போமே என்று தோன்றிற்று. முத்துசாமியோடு நெருங்கிப்பழகின அன்று காலை, அதற்கு முந்திய நாட்கள் எல்லாம் நினைவு வந்து அவனை உந்துவது போலிருந்தது. இத்தனை தூரம் யார் யார் வாயிலும் கண்ணிலும் புகுந்து புறப்பட்டு விட்டபோது. இவன் கண்ணிலும்தான் படுவோமே.

“போறவழி தானே எட்டிப் பார்த்தால் போச்சு.”

“சரி, காப்பி வரட்டும்.”

காவல் நிலையத்தில் சப்–இன்ஸ்பெக்டர் இல்லை. நாலு வீடு தள்ளி வீதியிலேயே இருந்தது அவர் வீடு. இளங்கண்ணன் இடைகழியைக் கடந்து உள்ளே போய்விட்டு அரை நிமிஷம் கழித்து வந்தான். கூப்பிட்டான்,

“வாங்க சார் ... உட்காருங்க.”

இன்ஸ்பெக்டர் நெற்றியில் குங்குமம்.

“நானே வந்து பார்க்கணும்னுதான் இருந்தேன்.”

“என்ன விஷயம்?” – காமேச்வரன்.

“ஒண்ணுமில்லெ. சாதாரணமாத்தான் ... சரளா–” என்று உள்ளே பார்த்துக் குரல் கொடுத்தார். போலீஸ்காரர், “என்ன சாப்பிடறீங்க – காப்பியா, டீயா? இல்லெ கூலா ...”

“இப்பத்தான் காபி குடிச்சோம் . . . பரவால்லீங்க அண்ணாவுக்கில்லெ சொல்றேன். வேற யாராவது இருந்தா, இது கட்சி கிட்சின்னு பெரிய அரசியலா போயிருக்கும்–” என்று இளங்கண்ணன் ஆரம்பித்தான்.

“எது?”

“என் சேதிதான்.”

“விடுங்க. அதான் தீந்து போச்சே. அன்னக்கிக்கூட இந்தக் குருக்கள் வந்தாரு. சாரைப்பத்தி என்னமோ சொன்னாரு–” இன்ஸ்பெக்டர் முடிப்பதற்குள் இளங்கண்ணன் குறுக்கிட்டான்.

“அண்ணாவைப் பத்தியா?”

“ஆமா.”

“எந்தக் குருக்கள்?”

“அவருதான் பேய் பிசாசு எல்லாம் விரட்றாராமே. காத்து தோஷம் எல்லாம் அவரைக் கண்டதும் பயந்துகிட்டு ஓடுமாமே.”

“மகாதேவக் குருக்களா?”

“அவர்தான். யாரோ கள்ளச்சாராயம் காச்சினானாம். அவனை இழுத்துக்கிட்டு வந்தாங்க. இவரு அவனுக்காக மன்னாட வந்தாரு. அக்ரகாரத்திலெ பட்டப்பகல்லெ பூஜை பண்றேன் பேர்வழின்னு விஸ்கியும் ப்ராந்தியும் குடிச்சுண்டு திரியறான். அவனெயெல்லாம் ஒண்ணும் செய்ய மாட்டேங்கிறீங்க. யாரோ ஏழை ஏதோ பண்ணிட்டான்னு இவனெப் போட்டு கொட்டடிலெ அடைக்கிறீங்களேன்னாரு. யாருய்யா அப்படீன்னு கேட்டதுக்கு இவங்களைச் சொல்லி நாலு நா வட்டம் கும்மாணம் போறேன், மாயவரம் போறேன்னு பாட்டிலா வாங்கிண்டு வந்து சாப்பிடறாருன்னாரு–”

“இத விசாரிக்கத்தான் அண்ணாவைப் பார்க்கனும்னீங்களா?” என்று இளங்கண்ணன் சிரித்தான்.

“விசாரிக்க இல்லெ. எங்க குடும்பத்திலியும் காளி பூஜை பண்றதுண்டு. நானே தினமும் பண்றேன். இப்படியெல்லாம் கூட சாமிக்கு படைக்கிறது உண்டான்னு தெரிஞ்சிக்கறத்துக்காகத்தான் சாரைப் பார்க்கணும்னு யோசிச்சேன்,” என்று காமேச்வரனைப் பார்த்தார் இன்ஸ்பெக்டர்.

காமேச்வரன் சிரித்தான்.

“என்ன சிரிக்கிறீங்க?”

“நான் நித்ய பூஜையிலே த்ராக்ஷாசவம்தான் நிவேதனம் பண்ணுவேன். அது அசல் இல்லெ, மாத்துதான். நவராத்ரீம் போது மட்டும் நிஜமான மதுவே நிவேதனம் பண்ணுவேன். பிரசாதமா ஒரு உத்தரணி சாப்பிடுவேன். இதையெல்லாம் பத்தி சொல்லணும்னா, தந்திரவித்தையைப் பத்தி மாசக்கணக்கில் சொல்லணும். இப்படி போறவழியிலெ பார்த்துச் சொல்லவோ தெரிஞ்சுக்கறதோ முடியாது. நீங்க கேட்டதுக்காக ரண்டு

வார்த்தையிலெ சொல்றேன். இது எங்க மார்க்கம். படைப்பிலே எல்லாம் முக்யம்தான். பாலு, கள்ளு – எல்லாம் முக்கியம்தான். மனுஷன் தன் மாதிரியே கடவுளையும் நினைச்சிண்டு, எதையாவது கொடுத்து கடவுளுக்குத் தன் சந்தோஷத்தை தெரிவிச்சுக்கறான். எங்க வாத்யார் சொல்லிக் கொடுத்தது இது. இதுக்குமேல் இப்ப சொல்றதுக்கு நேரமில்லெ. சட்டப்படி பர்மிட் வாங்கியிருக்க வேண்டியதுதான், பூஜைக்குப் படைக்கக்கூட. நான் வாங்கலெ. தப்புதான்–" காமேச்வரன்.

"பரவால்லீங்க. நீங்க பர்மிட் இல்லாம ஒரு உத்தரணிதான் சாப்பிடறீங்க. எங்க ஆளுங்க சில பேரு டூட்டி முடிஞ்சப்பறம் குருக்களோட ஆள் கிட்டவே, லிட்டர் லிட்டரா வாங்கி சாப்பிடறாங்க – சாமிட்ட சொல்லாமியே."

"நீங்க நினைச்சா என்னையும் கைது பண்ணலாம் இல்லியா?" என்று சிரித்தான் காமேச்வரன்.

"பண்ணலாம், பண்ணக்கூடாது. ரண்டும் சொல்லலாம். முப்பது வருஷம் முன்னாலெ பிரிட்டிஷ் கவர்மெண்ட்டை எதிர்த்துப் பேசினா, ராஜத் துரோகம். இன்னிக்கிப் பேசினா, அதுவே தேசாபிமானம். பேசுறது ஒரு ஆளுதான். கவர்மெண்ட்டு, அதுக்கு எல்லை சட்டம் – இந்த மாதிரி வார்த்தைகளைச் சொல்லி மனுஷங்க வச்சா குடுமி, சிரைச்சா மொட்டை. பர்மிட் வாங்கிக் குடிச்சா சட்டம். வாங்காம குடிச்சா சட்ட விரோதம். சரக்கு ஒண்ணுதான். குடிக்கிற ஆளு ஒண்ணுதான்.

"இப்ப பேசறது யாரு? போலீஸ் இன்ஸ்பெக்டரா–"

"மனுஷன்" என்று உள்ளே எழுந்து போனார் இன்ஸ்பெக்டர். சிறிதுநேரம் கழித்து அவர் மனைவி தட்டில் இரண்டு கண்ணாடி டம்ளரை "இது எலுமிச்சம்பழ ஜூஸ். பர்மிட்டே தேவை இல்லை. அதாவது இப்ப. இதைச் சாப்பிடவும் பர்மிட் வேணும்னு ஒரு கவர்மெண்ட் சட்டம் கொண்டுவந்தா–"

"எனக்குத் தலை சுத்துது சார்" என்றான் இளங்கண்ணன்.

"இதைச் சாப்பிடுங்க. சுத்தாது" பிறகு ஊர்வம்பெல்லாம் பேசினான் இளங்கண்ணன்.

அவர்கள் விடைபெற்றுக் கொள்ளும்போது, "உங்ககிட்ட நிறைய கேக்கணும் போலிருக்கு. ஒழிஞ்சபோது வந்தீங்கன்னா நான் உண்மையான போலீஸ்காரனா, அதாவது மனுஷனா இருக்க உதவியாயிருக்கும்", என்று இன்ஸ்பெக்டர் வாசல் வரையில் வந்தார். இருவரும் தெருவில் இறங்கினார்கள்.

வழியில் "நான் இந்தமாதிரி அதிகப்பிரசங்கியா இருந்திருக்க வாணாம். என்னதான் சேதி ஒரு வழியா அடங்கிப் போய்ட்டாலும், அந்தப் பயகிட்ட நான் வாயைக் கொடுத்திருக்கக்கூடாது", என்று இளகினான் இளங்கண்ணன்.

"சரி. விடுங்க. நீங்க வேணும்னு செய்யலெ. கடைசியாப் பார்த்தா, நான்தான் இதுக்கெல்லாம் காரணம்... நீங்க யோசிச்சு பாருங்கோ... நான் வறேன். வேலையிருக்கு", என்று விடைபெற்றுக் கொண்டான் காமேச்வரன்.

இரவு கடையிலிருந்து திரும்பி வந்த துரையின் முகத்தில் வித்தியாசமாக ஏதும் தென்படவில்லை. வழக்கம் போல் காமேச்வரன் போய் வந்த செய்திகளை எல்லாம் விசாரித்தான். முத்துசாமியின் ஊருக்குப் போய் வந்தது, தங்கியது எதையும் சொல்லாமல், வத்ஸனின் மற்ற சீடர்கள் ஓரிருவரைப் பார்த்து வந்ததாகக் கதைகள் இட்டுக்கட்டினான்.

சாப்பாடு வேலைகள் முடிந்ததும், வெங்காச்சத்துடன் ஒரு மணி நேரம் அரட்டை அடித்தான்.

விடியற்காலையிலும் இருட்டோடு ஆற்றங்கரைக்குப் போய் வந்தான். வேலை முடிந்ததும் முகப்பை ஒட்டியிருந்த தன் அறையில் ஏதோ புத்தகத்தை எடுத்து உட்கார்ந்திருந்தான். வெளியே போக மனம் இல்லை. வெயிலைப் பார்த்து உடல் கூசிற்று. தெரு வெளியைப் பார்த்து மனது கூசிற்று. ஒரு சமயம் தைரியம். ஒரு சமயம் குறுகுறுப்பு. ஒரு சமயம் வேதனை. ஒரு சமயம் வெளிச்சம், காற்றுப் படாமல் பார்த்த கண்ணை மூடிக் கொள்ளுகிற ஒரு அச்சம்.

"இளங்கண்ணனின் கேள்விக்கு மாலிங்கத்திடமிருந்து எதிர்பாராத ஒரு சொல் வெடித்தது. அந்த மாதிரி, நான் இங்கு இருப்பது, ஏதேதோ சொற்களை எங்கெங்கோ வெடித்துக் கொண்டிருக்கிறது–"

அவன் தானாக இல்லை. பங்கஜமாகவே மாறியது போல, என்னன்னமோ காதில் விழுந்து கொண்டிருந்தது. வயிற்றையும் மேனி மெருகையும் எந்த எந்த கண்களோ குத்திட்டு முறைத்தன. வீதியில் நடக்கும்போது யார் யாரோ எட்டிப் பார்த்துக் கொண்டிருந்தார்கள். பெண்கள் ஆண்கள், சிறுவர்கள் ஆற்றில் குளிப்பவர்கள், கடைவீதியோடு போகிறவர்கள் எல்லாரும் தன்னையே – பங்கஜமாயிருக்கிற தன்னைப் பார்க்கிறார்கள். பிறகு ஒருவரை ஒருவர் பார்த்துக்கொள்கிறார்கள்.

தானாக மாறுவதே பிரச்னையாகிவிடும் போலிருந்தது. என்ன இது?

"ஈஸ்வரீ" என்று கண்ணை மூடிக்கொண்டான்.

கால்மணியோ, அரைமணியோ—

முகப்புக் கிராதியை ஆட்டும் சப்தம் கேட்கிறது.

"தபால்."

எழுந்து கீழே கிடந்த இரண்டு மூன்று கடிதங்களை எடுத்து உள்ளே கொடுக்கப் போனான்.

ஒன்று அவனுக்கு. எனக்கா? எனக்கு யார் கடுதாசு போடுகிறார்கள்!

மற்ற இரண்டையும் உள்ளே ரங்கமணியிடம் கொடுத்துவிட்டு, முன் அறைக்கு வந்து, உட்கார்ந்து பிரித்தான். முத்துசாமியிடமிருந்து கடிதம்! அதற்குள்ளாகவா! காலையில் தானே பஸ்ஸில் ஏற்றி விட்டார். உடனே போய் எழுதினாரா!

"ஆப்தன் ஸ்ரீகாமேச்வரனுக்கு."

"அம்பாளின் அருள் பூர்ணமாகக் கிட்டவேணும். நீர் நாளைக் காலையில் தான் ஊருக்குப் புறப்படுவீர். நான் ரொம்ப அதிகமாய் பேசிவிட்டேன். அதையெல்லாம் பற்றி யோசித்தேன். தூக்கம் வரவில்லை எழுந்து உட்கார்ந்து எழுதுகிறேன். நான் சன்யாசிகள், சங்கராச்சாரிகள் – முக்கியமாக, ஆதிசங்கரர் எல்லாரையும் தூஷிப்பதாக அபிப்ராயம் சொன்னீர்."

"நான் தூஷிக்கவில்லை. (ஆதிசங்கரர் உலகம் பிரமிக்கிற மேதைதான். அவர்கள் எல்லாரும் சொந்த ஆசாரத்தில் நல்லவர்கள் தான். நல்ல சீலர்கள், அன்புள்ளவர்கள்தான். ஆனால் ஜனங்களை எல்லாம் ஏழைகளாகவும், கையாலாகாதவர்களாகவும், காரியத்தில் ஊக்கமில்லாதவர்களாகவும், அடிக்கிற ஒரு சம்பிரதாயத்திற்குக் கை கொடுத்து அடி நீடிக்குமாறும் ஸ்தாபிக்கவும் உதவி செய்து விட்டார்கள். அவர்களுக்கு ஏதும் வேண்டாம் என்றால் மற்றவர்களும் அந்த மாதிரி நினைப்பவர்கள் என்று அர்த்தமா? இந்த உலகம் சுபிட்சமானது. அம்பாள் என்ற சக்தி எதையும் எப்போதும் கொடுக்கக் காத்துக்கொண்டிருக்கிறது. எதைக் கேட்டாலும் கொடுக்கும். ஆனால் கேட்க வேண்டும். கேட்கா விட்டால் கொடுக்காது. கேட்காதவர்களுக்கும் கொடுக்காது. நான் நாய், பேய் ஏழையாகவே இருப்பேன் என்று நினைத்தால், நீ

ஏழையாக, நாயாகவே, பேயாகவே இரு என்று சொல்லு சும்மா இருந்துவிடும். எனக்கு ஒன்றும் வேண்டாம், சுகம் வேண்டாம் ஆண்டியாக இருப்பேன், எளிமைதான் பெருமை, இன்பம் என்றால் நீ ஆண்டியாக, ஏழையாக இரு என்று விட்டுவிடும். இந்த உலகத்தில் எத்தனை கோடி ஜீவர்களுக்கும் வற்றாமல் ஆகாரம், வீடு, துணிமணி, சுகங்கள் எல்லாம் எல்லையில்லாமல் நிரம்பிக் கிடக்கின்றன. அவை கேட்டால்தான் கிடைக்கும். கேட்டால்தான், அவைகளைப் பெறும் வழியையும் அந்த சக்தி கொடுக்கும். சுகமாக வாழ்வது குற்றம் என்றால், சரி அப்படியே ஆகட்டும். நீ ஒற்றைத் துளியோடு. கஞ்சிகுடித்து குற்றமற்று எலி வளையிலேயே குடியிரு என்று சொல்லும். சுகத்தை அடைகிற மார்க்கத்தை காட்டாது. நம்முடைய வேதங்கள் எல்லாம், எல்லா மனிதர்களும் சுகமாக வாழ வேண்டும், சுகமாக வாழவிடு, என்று தெய்வத்தைப் பார்த்துப் பாடுகின்றன. ஆனால் நம்முடைய கச்சேரிகளிலும் பஜனைகளிலும் நாம் நாய், பேய், ஏழை, என்று கதவிடுக்கில் சிக்கின மூஞ்சூறுகள் போல கத்துகிறோம். கதாகாலக்ஷேபங்களிலும் கத்துகிறார்கள். நாங்கள் எல்லாரும் தீரர்கள், சத்தியங்களைப் பார்க்கப் பிறந்திருக்கிறோம், சௌக்யமாக வாழ்ந்து அம்பாள் படைத்த சகலத்தையும் அனுபவிக்கப் பிறந்திருக்கிறோம், கொடு என்றால் அம்பாள் வேலைக்காரி மாதிரி கொடுப்பாள், ஓடி உழைப்பாள், அத்தனை சுகங்களையும் கண்டுபிடித்து அனுபவிக்கிற புத்தியையும் வழியையும் காண்பிப்பாள். சக்தியை வழங்குவாள்.

அம்பாளைப் பார்த்து ஒன்றும் கேட்காதே – கிடைத்ததை வைத்துக்கொண்டு போதுமானாலும் போதாவிட்டாலும் இதுதான் நாம் கொடுத்து வச்சது, என்று வாயை மூடிக்கொண்டு சும்மா இரு என்ற வாயை அடைத்துவிட்டார்கள் இந்த சன்யாசிக் கூட்டங்கள். அதனால்தான் நான் உம்மிடம் உஷ்ணமாகக் கத்தினேன். வித்யாசமாக நினைக்கவேண்டாம். எனக்கு யார் மேலும் கோபம் இல்லை. இந்த ஆண்டிகள் பலநூறு ஆயிர வருஷங்களாக நம் மனசையும் ஆண்டியாக்கிவிட்டார்களே என்றுதான் எனக்கு வருத்தமாயிருக்கிறது. நீர் அந்த மாதிரி ஆண்டிப்பேச்சுப் பேசவேண்டாம் என்று கேட்டுக்கொள்கிறேன். அடுத்த படியாக, நான் கேட்டுக்கொண்டபடி இங்கு என்னோடு வந்து இரும். மறுபடியும் கேட்டுக்கொள்கிறேன். நீர் எனக்குப் பிள்ளையாகவும், சகோதரனாகவும், சில சமயம் குருவாகவும், சில சமயம் சீடனாகவும், ஆப்தசிநேகிதனாகவும் இருக்கலாம். தயங்காமல் வாரும். இல்லாவிட்டால் அடிக்கடி வந்து போய்க் கொண்டாவது இருக்கவேணும். ரங்கமணியம்மாள் குடும்பத்திற்கு

எங்கள் பிரியமான விசாரணைகளைச் சொல்லவேணும். இப்படிக்கு உம்முடைய ஆப்தன், அம்பாள் திருவடி முத்துசாமி."

அதற்குப் பிறகு பி.கு. என்று போட்ட நாலைந்து வரிகள்.

"நாமெல்லாம் ஏழைகளாகவும் சோப்ளாங்கிகளாகவும் இருப்பதற்காக நம்மைப் படைக்கவில்லை அம்பாள். அட, முட்டாள்களே, குருடர்களே, செவிட்டுப் பொணங்களே என்று அந்த மாதிரி இருப்பவர்களைப் பார்த்துச் சிரிக்கும்."

முத்துசாமிக்குத் திருப்தி இராது போலிருக்கிறது. இன்னும் ஏதாவது பிகுக்கள் என்று திருப்பித் திருப்பிக் கடிதத்தைப் பார்த்து விட்டு கடிதத்தை மடித்து வைத்து, தலையணைமீது சாய்ந்து கொண்டான். சிரிப்பு வந்தது. வத்சனை நினைத்துக் கொண்டான். அண்டவெளி, நக்ஷத்ரங்கள், கோள்கள், வயல்கள், மரங்கள், பழங்கள், தானியங்கள், கடல், சுரங்கங்கள் – எல்லாவற்றையும் ஒவ்வொன்றாக மனதில் எழுப்பிப் பார்த்தான். முத்துசாமியை நினைத்து வியந்துகொண்டேயிருந்தான்.

தி. ஜானகிராமன்

8

"என்ன இன்னிக்கி உள்ள படுத்திண்டிருக்கே? உடம்பு கிடம்பு சரியாயில்லியா?"

ரங்கமணி இடைகழியில் நின்று முன்னறையின் நிலை மீது கைவைத்தவாறு கேட்டாள்.

மல்லாந்து படுத்திருந்த காமேச்வரன் எழுந்து உட்கார்ந்தான்.

"உடம்புக்கு ஒண்ணுமில்லெ"

"வாசல் வாரந்தாவிலெ படுத்திண்டிருப்பியே. இன்னிக்கு ரொம்ப நாழியா உள்ள படுத்திண் டிருக்கியே – உடம்புக்கு எதாவது ஜாட்யமாயிருக் கோன்னு பார்த்தேன்."

"அதெல்லாம் ஒண்ணுமில்லெ. யோசிச்சிண் டிருந்தேன்" என்று எழுந்து நின்று வெளியே வர முன் வந்தான். ரங்கமணி ஒதுங்கிக்கொண்டே, "என்ன யோசிச்சுண்டிருந்தே?" என்று பின்னால் நடந்தாள்.

காமேச்வரன் கூடத்தில் பெஞ்சுமீது உட்கார்ந்து கொண்டான்.

"எப்படிச் சொல்றதுன்னு யோசிச்சிண் டிருந்தேன்", என்று கைவிரல் நுனிகளைச் சேர்த்து மேலும் கீழும் அசைத்தான்.

"எதை?"

“உங்களுக்குப் பதில் சொல்றதை?”

“நன்னா சொல்லேன்.”

“ஒரு வருஷமா நான் பிறந்து வளர்ந்த வீடு மாதிரியே இருந்துது. இன்னிக்கி ராத்திரி பொட்டியை எடுத்துண்டு கிளம்பப்போறேன்.”

“என்னது?”

ரங்கமணியை ஒரு கணம் ஏறிட்டுப் பார்த்தான் அவன். பார்க்க தைரியமில்லை. அதைரியமே தைரியமாகிற கணங்களில் ஒன்றாக இருந்தது அப்போது.

ரங்கமணியின் முகத்தில் கிலி, குற்றச்சாட்டு, குற்ற உணர்வு, அதிர்ச்சி – அனைத்தையும் பார்க்க முடிந்தது.

“என்ன சொல்றெ நீ?”

“அதான் சொன்னேனெ”

“எங்க போப்போறெ?”

“இங்க வரதுக்கு முன்னாலெ எங்கெ இருந்தேன் – எப்படி இருந்தேன் – அங்கெல்லாம், அப்படியெல்லாம்.”

“என்ன இப்படி திடீர்னு?”

“உங்களுக்குத் தெரியலியா?”

“தெரியறது . . . ஆனா நீ இவ்வளவு தூரத்துக்கு பயந்து நடுங்குவேன்னு இந்தக்ஷணம்தான் தெரியறது. ஊருக்குப் பயப்படறதுன்னு ஆயிடுத்துன்னா, எந்த ஊர்லெயும் இருக்க முடியாது . . . பேசாம இங்கியே இரு.”

“இல்லெ, இல்லெ,”

“என்ன இல்லெ இல்லெ?”

“நான் கிளம்பிவிடறதுன்னு நினைக்கத் தொடங்கிட்டேன், எனக்கு எது நினச்சாலும் உடனே செய்துடணும். அது என் சுபாவம். நினச்சதை உடனே செய்யாட்டா, யாரோ சின்ன உள்ளிலெ என்னை வச்சுப் பூட்டிட்டுப் போனாப்பல ஆயிடும். இப்ப என் மனசு இப்பவே கிளம்பிப் போயிட்டுது. உடம்பு தான் நின்னுண்டிருக்கு இங்க.”

“என்ன இது!”

“–”

"இங்கியே பிறந்து வளர்ந்த மாதிரி இருந்துதுன்னு ஒரு நிமிஷமாகலியே, நீயே உன் வாயாலெ சொல்லி. அதுக்குள்ளெ தாயாதி மாதிரி எங்கியோ தூரப்போய் நிக்கிறியே."

காமேச்வரன் அந்தச் சொற்களைப் பற்றி நினைக்கத் தொடங்கி, மௌனமாக நின்றான். எத்தனை சரியாகச் சொல்கிறாள்! பொம்மனாட்டிகளுக்கு எப்படி பிடிபடாததையெல்லாம் வார்த்தைகளில் பிடிக்கத் தெரிகிறது! எனக்குக் கால் இங்கு தரிக்கத்தான் இல்லை. இனி தரிக்காது போலிருக்கிறது. ராத்திரி பதினோரு மணிக்கு மேற்கே போகிற ரயில். அது வரையில் இங்கு கால் பாவாது போலிருக்கிறது. தாயாதி மாதிரி என்று எப்படிச் சரியாகச் சொன்னாள்! ... ஆனால் தாயாதி மாதிரியா? எனக்கு என்ன, பொறாமையா? பகையா? காய்ச்சலா! என்ன குரூரமான வார்த்தை! தாயாதி மாதிரி! தாயாதிமாதிரி! அதிர அடிப்பதற்காக இப்படிச் சொன்னாளா!...

"ஏன் இப்படிப் படுத்தறே?", என்றாள் ரங்கமணி. நிமிர்ந்து பார்த்தான். அவள் கன்னச்சதை கோணிற்று. கண்களில் கலக்கம், கண்ணீர்.

'இனிமே தாயாதி அப்படி இப்படின்னு இந்த வார்த்தையைச் சொல்லப்படாது நீங்க. தாயாதியா போகலெ நான். என்னாலெ வந்த இக்கட்டு – இந்த வீட்டுக்கு வந்த இக்கட்டு – துரை எவ்வளவு குழந்தை சுபாவம்! இதையெல்லாம் நன்னா இருந்து அனுபவிச்சிருக்கேன். அதுனாலெ ஊர்மேல கோபம் வறது. நான் இந்த வீட்டுக்கு தாயாதியாகலெ. ஊருக்கு ஆயிட்டேன்."

"அதுக்குப் பயப்படாம நிக்கறதுன்னா தைரியமா இருக்கற வாளுக்கு அழகு. நீ அம்பாளை பூர்ணமா நம்பியிருக்கறவன்னு சொல்றவன், அந்த நம்பிக்கையை விட்டுட்டியா?"

"அப்படிப் பார்த்தா அம்பாள்தான் ஊருக்கும் இப்படி விஷமக் கண்ணைக் கொடுத்தான்னு சொல்லலாம். இப்படி யெல்லாத்துக்கும் சொல்லிண்டே போகலாம். மனுஷா எல்லாரும் நல்லவான்னு நினைச்சுண்டே இருக்கணும்னு தோணறது. அம்பாளோ, அல்லாவோ, கர்த்தரோ – எந்தப் பேர் சொன்னாலும் – அது வந்து கருணையே வடிவம். நல்லதைத்தான் படைச்சிருக்கு. கெடுதல் எதையுமே படைக்கலெ – மனுஷாளையும் ஒருத்தரைவிடாம முழுக்க முழுக்க நல்லவர்களாத்தான் படைச்சிருக்குன்னு நினைக்கணும்னு ஆசையாயிருக்கு. ஆனா நல்லதில்லாததும் இருக்கறதைப் பார்க்கறபோது, இதைப் பத்தி நன்னா யோசிக்கணும்னு நினைக்கிறேன். நான் யாத்திரை

ரயில்லெ வேலையாயிருக்கறபோது ரொம்ப படிச்சவர் ஒருத்தர் ஒருதடவை யாத்ரீகரா வந்தார். நமக்கு சுதந்தரமா அறிவையும் கொடுத்திருக்கான் பகவான் – நல்லது எது கெட்டது எதுன்னு பிரிச்சுப் பாக்கற சக்தியையும் கொடுத்திருக்கான்னு சொல்லுவார் அவர். அதோட இன்னொண்ணும் சொல்லுவர், ஒரு மனுஷன் நம்மகிட்ட பகையா நடந்து கொண்டா, நம்மைப் பத்தி தப்பான எண்ணங்கள்ளாம் வச்சிண்டிருந்தா, அவன் கிட்டவும் பகவான் இருக்கார். அவனை ஏன் இப்படி தப்பாகவெல்லாம் என்னைப் பத்தி நினைக்கச் சொல்றே? நீ உடனே அதை மாத்துன்னு பகவானைப்பாத்து பரிவோடு, உண்மையா, கேட்டா அந்த மனுஷனுக்கு நம்ப கிட்ட இருக்கிற பகை, தப்பெண்ணம் எல்லாம் தீந்துபோயிடும்னு சொல்லுவர் அவர். ஒரு ஒரு மனுஷனுக்கும் ஒரு ஜீவனுக்கும் தெய்வீகமா ஒரு கார்டியனை வச்சிருக்கான் பகவான். அந்த கார்டியன் கண்ணுக்குத் தெரியமாட்டான். ஆனாலும் அந்த கார்டியனைப் பார்த்து, ஏன் உன்னோட ஆளு இப்படியெல்லாம் தப்பா நினைக்கிறான் என்னைப் பத்தி. நான் அவன் கிட்ட தவறா நடந்துக்கலியே. நீ அவனுக்கு நன்றாப் படும்படியாச் சொல்லித் திருத்துன்னு அந்தரங்கமாவும் உறுதியோடவும் கேட்டா, அந்த மனுஷன் திருந்தி நம்மகிட்ட பிரியம் காண்பிக்க ஆரம்பிப்பான்னு சொல்லுவார் அவர். எங்கவத்சன் இதைல்லாம் சொன்னதில்லெ. ஆனா இவர் இப்படி சொன்னது அடிக்கடி எனக்கு ஞாபகம் வரும். இன்னிக்கி எனக்கு இது ரொம்ப ஞாபகம் வந்துண்டேயிருக்கு. அந்த கார்டியனைப் பார்த்துக் கேக்கப் போறேன்."

"அப்படிக்கேளு. அதுசரி, பொட்டியை எடுத்துண்டு கிளம்பப் போறேன்னு சொன்னியே. எனக்குத் தூக்கிவாரிப் போட்டுது" – ரங்கமணி ஆச்வாசமாக முகம் மலர்ந்தாள்.

"பொட்டியை எடுத்துண்டு வெளியிலே போய்த்தான் அதைக் கேட்கப் போறேன்."

"என்னது!"

"ஆமா. கொஞ்சகாலம் என்னை இந்த ஊர்க்காரா பார்க்காம இருக்கணும். என்னை தினமும் பார்த்துண்டேயிருந்தா, அந்த கார்டியனும் இவா மனசும் ஒண்ணுக்கொண்ணு தகராறு பண்ணிண்டேயிருக்கும். என்னைப் பார்க்காம இருந்தா அந்த கார்டியன் பாட்டுக்கு வேலை செஞ்சுண்டேயிருக்கும். அப்பறம் நான் வந்தா அந்த ஞாபகம் எல்லாம் மறந்துபோய், என்னை காமாதுரனாப் பார்க்காம காமேச்வரனாப் பார்க்க ஆரமிச்சிருக்கும் இந்த ஊரு?"

ரங்கமணி பதில் பேசவில்லை. மறுபடியும் கரகரவென்று கண்ணீர்.

"உங்க மாதிரிதான் எனக்கும் இருக்கு. என்ன செய்யறது?"

"ஏன் இப்படி என்னைக் குழப்பறே?"

"குழப்பலெ. இதைவிட தெளிவாக எப்படிச் சொல்லுவேன்? கொஞ்ச காலத்துக்கு நான் இப்படி வெளியிலெ இருந்துட்டு வரேன்."

"பங்கஜத்துக்கு நான் என்ன பதில் சொல்லுவேன்? ஏன் நீ போய்ட்டேன்னு அவ பன்னிப் பன்னிக் கேப்பளே. இன்னும் ஒரு வாரத்திலெ இங்க வந்துடுவ. அப்பவும் எட்டாம் மாசம். ஒன்பதாம் மாசம்தான் பிரசவத்துக்குன்னு பிறந்த வீடுன்னு போகணும். இப்பவே நிறை கர்ப்பம் மாதிரிதான். நீ விட்டுட்டுப் போயிட்டேன்னா, அவளுக்கு கொஞ்சம் உலுக்கினாப்பலத்தான் இருக்கும்."

அவள் சொன்னதன் உண்மையை விட, ரங்கமணி என்ற பெண்டின் மடக்கு தந்திரம்தான் அவனுள் அதிகமாக உரைத்தது. வந்த புன்சிரிப்பைக்கூட அமுக்கி விழுங்கிக்கொண்டான்.

"ஏதோ காரியமாகப் போயிருக்கேன். இரண்டு மாசத்திலெ வந்துடுவேன்னு சொல்லிவையுங்களேன்."

"என்னமோ!" என்று அடுக்களையைப் பார்க்க நடந்தாள் ரங்கமணி. திரும்பி தன் முன்னறைக்கு வந்தான் அவன்.

என்னமோ நினைத்துக்கொண்டு பெட்டியிலிருந்த புத்தகங்களையும் இருக்கிற நாலைந்து வேட்டிகளையும் சட்டைகளையும் ஒரு பெரிய கான்வாஸ் பைக்கு மாற்றிக்கொண்டான். மீண்டும் கூடத்தை நோக்கி நடந்தான். ஊஞ்சலில் ரங்கமணி பறிபோன முகமாக சூன்யத்தைப் பார்த்து உட்கார்ந்திருப்பதைப் பார்த்தான்.

"நான் பொட்டியை எடுத்துண்டு போகலெ. இங்கியே இருக்கட்டும். பெட்டி ரண்டும் தலகாணியும் இங்கே இருக்கட்டும். கொஞ்சம் புத்தகத்தையும் துணிமணியும்தான் எடுத்துண்டு போறேன்" என்றான்.

ரங்கமணி அந்த சமாதானக் கண்ணை வெறித்துப் பார்த்தாள் – சிறிது நேரம் பேசவில்லை.

இருட்டுகிற வரையில் அவன் வெளியே போகவில்லை. பிற்பகல் சிற்றுண்டி காப்பி, இரவுக்கான சமையல் எல்லாவற்றையும் செய்தான். பூஜைக்கு உட்கார்ந்தான். முடித்தான். இருட்டி ஒரு

நாழிகைக்குப் பிறகு தேர்முட்டி சந்து வழியாக இளங்கண்ணன் வீட்டுக்கு நடந்தான்.

இளங்கண்ணன் சலவை வேட்டி, சலவைச் சட்டையுமாக திண்ணையில் உட்கார்ந்திருந்தான்.

"வாங்கண்ணா."

"எங்கியாவது வெளியில கிளம்பிக்கிட்டிருக்கீங்களா?"

"ஆமாண்ணா, சீயாழி போறேன்."

"என்ன விசேஷம்?"

"ஏதோ கட்சிக் கூட்டம், போங்களேன்... எங்க இப்படி?"

"சொல்லிட்டுப் போகலாம்னு வந்தேன். நான் ராத்திரி திருச்சி போறேன், பாசஞ்சர்லெ."

"என்ன சங்கதி?"

"வேலைக்குப் போறேன்... பழைய வேலைக்கு. எங்க நாயுடுவைப் பார்க்கப் போறேன். நம்ம பழைய முதலாளி, யாத்திரை ஸ்பெஷல் விடறாரே அவரு!"

"என்ன அண்ணா இது, திடீர்னு?"

"நான் போறதுதான் நியாயம். என்னாலெ ஒரு குடும்பத்துக்கே முகத்திலெ கரி."

"நீங்க பூசின கரியில்லியே."

"உங்களுக்கு வேற விளக்கணுமா? மத்யானம் முழுக்க துரையோட அம்மாவுக்கு விளக்கியாச்சு, இனிமேயும் ஆரமிச்சா வாய் நோகும்."

"அம்மா...வ்" – என்று உள்ளே பார்த்துக் கத்தினான்.

"ஏன்?"

"இப்படி வாயேன் கொஞ்சம்."

தாயார் வந்தாள்.

"என்னடா?"

"அண்ணன் வந்திருக்காங்க – வேலையை விட்டுட்டு வேற எங்கியோ போறாங்களாம்,"

"வாங்க."

“உங்ககிட்ட சொல்லிண்டு போகலாம்னுதான் வந்தேன். ராத்திரி வண்டிக்கு திருச்சிக்குப் போறேன். துரை வீட்டிலேர்ந்து நின்னுக்கப் போறேன்.”

“ஏனாம்?”, என்று கண்ணை இடுக்கிக் கேட்டாள் தாயார்.

“சும்மாத்தான். கால்லெ சக்கரம். இத்தனை வருஷமா ரயில்லெ சுத்திச் சுத்தி இப்ப கட்டிப்போட்டாப்பல ஆயிடுத்து. இன்னக்கி காசி, நாளைக்கு ராமேச்வரம். நாளானிக்கு ஏழுமலை என்னெல்லாம் இருந்துப்ட்டு, ஒரே வீட்டிலெ கொல்லையும் வாசலையும் பார்த்துண்டு இருக்க முடியலெ.”

“கோச்சுக்கிட்டுப் போறீக. அப்படித்தானே?” என்று காமேச்வரன் பக்கத்திலேயே திண்ணைமீது உட்கார்ந்தாள் தாயார்.

“யார்மேல கோபம் எனக்கு? ஊர் அலுத்துப் போச்சு.”

“முன்னெல்லாம் சொல்லுவீங்களே, அலையோ அலைன்னு அலைஞ்சு அலுத்துப் போச்சுன்னு.”

“சொன்னேன்.”

“இப்ப இந்தப் புள்ளையாண்டான்– முந்திரிக்கொட்டையாலெ ஊர் அலுத்துப் போச்சு.”

“உங்க புள்ளையாண்டானும் ஜகதுவும் இருக்கறதாலேதான் இத்தனை காலமா ஓட்டினேன்...”

“நெசமாவே இப்ப அலுத்துப் போச்சா?”

“நெசமாவேன்னு கேட்டா எப்படி சொல்றது?”

“நான்தான் சொன்னேனெ – இது தடிப்பய ஊரு – பேருதான் நல்லூருன்னு.”

காமேச்வரன் பேச்சை வளர்த்த விரும்பவில்லை.

“உங்களையெல்லாம் வந்து பார்க்காம இருக்கமாட்டேன். இப்படியே மடிஞ்சு போயிடுவேன்னு நினச்சிட்டீங்களா?”, என்று சிரித்து மழுப்பினான் காமேச்வரன்.

“ரொம்ப முடிவாச் சொல்றீங்களே– இப்படியே டேசனுக்குப் போயிடறாப்பல?”

“அந்த மாதிரிதான். வீட்டுக்குப் போய் மூட்டை எடுத்துண்டு கிளம்பிட வேண்டியதுதான்.”

“ம்” பெருமூச்சு விட்டாள் இளங்கண்ணனின் தாயார். சிறிது நேரம் காமேச்வரனைக் கண்ணெடுக்காமல் பார்த்தாள்.

“சரி... இவன் கொஞ்சம் நல்லபோது போக்கிட்டிருந்தான் நீங்க வந்தப்பறம்...”

“உங்க புள்ளே எப்பவும் நல்லபோதுதான் போக்கிண்டிருந்தார்.”

“அது சரி – சாமி இல்லெங்கறான். சாதில்லேங்கறான். சடங்கு இல்லெங்கறான். நல்ல போதுதான் போங்க.”

இளங்கண்ணன் தொங்குகிற காலை ஆட்டியவண்ணம் தாயாரை ஏதோ குழந்தை பேசுவதைக் கேட்பதுபோல, புன்சிரிப்புடன் கேட்டுக்கொண்டிருந்தான்.

“உங்களுக்கு நேரமாச்சு. நான் வரேன்”, என்று எழுந்தான் காமேச்வரன். “நான் வரேம்மா.”

“வாங்க – எல்லாம் நல்லபடியா இருக்கணும் . . . கொஞ்சம் காபி பாலு ஏதாவது சாப்பிட்டுப் போங்களேன்.”

காமேச்வரனுக்கு நெகிழ்ச்சியாக இருந்தது.

“இவர் ஊருக்குக் கிளம்பிட்டிருக்காரே...” என்று இழுத்தான்.

“எம் பயணம் கான்சல்–இனிமே நாளைக்காலை வண்டிக்குத் தான்.”

தாயார் உள்ளே போனாள்.

“எனக்கும்மா”, என்று ஞாபகப்படுத்தினான் இளங்கண்ணன்.

“இப்ப சொல்லுங்க. நெசம்மாவே முடிவு பண்ணிட்டீங் களா? . . .”

“ஆச்சு. ஆச்சு. ஆச்சு.”

“முக்கால் மூணுவாட்டி! . . . ஜகதுவுக்குத் தெரியுமா? அவரு இன்னக்கி காலை வண்டியிலே மன்னார்குடி போயிருக்காரே.”

“அப்படியா? நேத்து சொல்லலியே எங்கிட்ட.”

“ஊருக்குப் போறப்பல்லாம் உங்ககிட்ட சொல்லிகிட்டா போயிட்டிருந்தாரு?”

“சரி, அவர்கிட்ட சொல்லிடுங்க – பதம்மா.”

❍ ❍ ❍

துரையின் பேச்சைக் கேட்டு *அப்பாவி* என்று சிரிக்கவேண்டும் போலிருந்தது காமேச்வரனுக்கு.

“ஊர் டல்லடிச்சுப் போச்சு உங்களுக்கு ... ஊர்லேர்ந்து பங்கஜம் வந்தவுடனே என்னைத் துளைச்சு எடுத்துடுவ – ‘நீங்க ஏதாவது சொன்னேளா? அம்மா ஏதாவது சொன்னாரா? அவர் சமையலுக்குச் சாமான் எடுக்கறபோது உழக்கு ஆழாக்குன்னு அளந்து கொடுக்க ஆரமிச்சளோ! கடலமாவை குங்குமப்பூ தராசாலெ நிறுத்துக் கொடுத்தேளா, இது போரும் பஜ்ஜிக்கின்னு! அவரோட நாலு பேருக்கு நடுவ்லெ திடீர்னு சமையக்காரனோடு பேசறாப்பல பேசறத்துக்கு ஆயிட்டேளா... இல்லெ சீமந்தத்துக்கு வந்த மச்சினன் நாத்தனார்கள் எத்தையாவது அவர் கிட்ட சமையக்காரனாப் பேசிப்பட்டாளா!... “இப்படி கேட்டு என்னைப் பிடுங்கப்போறா ...”, என்று சிரித்துக்கொண்டே சொன்னான்.

தான் போவதைப்பற்றி துரை அதிர்ச்சிக்கோ வியப்புக்கோ மலைப்புக்கோ ஆளாகிவிடவில்லை என்பது அந்த அப்பாவிச் சிரிப்பு.

பதட்டம், உபசார வார்த்தை ஏதும் இல்லை.

ரங்கமணியோடு சென்ற வருடம் யாத்திரை ஸ்பெஷலில் பேசின பேச்சுகள், அங்கொன்றும் இங்கொன்றுமாக காமேச்வர னுக்கு நினைவில் வந்தன. மளிகைக் கடையும் அதன் மிளகாய் நெடி, புளிப்பிசுக்கு, கடைவாசலில் தானியப்பண்டங்களைப் புடைத்துச்சலித்து எழும்புகிற தூசி, கல்லா, பணம், மளிகைக்கடை ஆட்கள், கடைத்தெரு ஓசைகள், லாரிகள், பேரங்கள் – இவையே தத்துமகனின் மண வாழ்க்கை போலவும், இவை தவிர வேறு சங்காத்தமோ, எழுச்சியோ அவனுக்குத் தேவை இல்லை போலவும், ரங்கமணியின் பேச்சு காமேச்வரனின் மனதில் ஒரு படம் வரைந்திருந்தது. இங்கு வந்த பிறகுதான் அவனை நன்றாகப் பார்த்துத் தெரிந்துகொள்ள முடிந்தது. மளிகைக் கடையையும், கடைத்தெரு வட்டத்தையும் சுற்றி வெளியே இவனுக்கும் ஒரு வட்டம் இருந்தது புலப்பட்டது. அதில் ஒரு ஈச்வரன், ஈச்வரி, பொழுது போக்குப் புத்தகங்கள், மனைவி மீது ஒரு வெட்கம் கலந்த ஆசை, அவரிடம் ஒரு மரியாதை. பயம் என்றுகூடச் சொல்லவேண்டிய ஒரு கௌரவ புத்தி – எல்லாம் ஒவ்வொன்றாக விண்டு தென்பட்டன. கிட்டே நெருங்க நெருங்கத்தான் தெய்வம் தன்னை விண்டு விண்டு காட்டுவதுபோல, மனிதர்களும் சிறிது சிறிதாகத் தம்மை விண்டு காட்டிக்கொள்கிறார்கள். பங்கஜமும் இப்படித்தான். ரங்கமணி போட்ட படத்திற்கு மாறாக மலர்ந்து விட்டிருந்தாள். இளங்கண்ணன், ஜகது... என்று ஒவ்வொருவனாக நினைத்துப் பார்த்தான் காமேச்வரன். சந்தேகத்தோடு, தயங்காமல், மனதை நன்றாகத் துடைத்துவிட்டு, புன்னகையோடு நம்பிக்கையோடு

இவர்களை நெருங்கியபோதுதான், ஒவ்வொருவரும் புதிது புதிதான மலர்ச்சியோடு தன்னை நெருங்கினார்கள். ஒரு புன் சிரிப்பு எப்படி யார் யாரை எல்லாமோ அணைப்பில் கொண்டு வருகிறது!

ஆனால் ஊர்? பழகாதவர்கள் கிடக்கட்டும், பழகிய இந்தத் தேவார அய்யங்கார், வெங்காச்சம் இன்னும் இவர்களை விட சற்று எட்டியிருந்தவர்கள் – அதாவது ஊர் என்று சொல்லப் படுகிறவர்கள் – ஏன் இப்படிக் கண்ணில் எந்தக் கலிக்கமோ போட்டுக்கொண்டார்கள்! நான் புன்னகைக்கவில்லையா – உண்மையாக, மனப்பூர்வமாக?

துரை தான் படுக்கிற முன் அறைக்குப் போய், சிறிது நேரம் கழித்துத் திரும்பி வந்தான். ஒரு தட்டில் ஒரு வெற்றிலைப் பாக்கையும், இரண்டு பூவன் பழங்களையும், ஒரு காகித உறையையும் வைத்து காமேச்வரனிடம் கொடுத்து எட்டு அங்கமும் படவிழுந்து வணங்கினான்.

காமேச்வரன் காலை இழுத்துக்கொண்டான்.

"என்ன இது!"

"ஒண்ணுமில்லெ. கையிலெ இருக்கிறதைக் கொடுத்திருக்கு, இது என் பெருமைக்கோ, உதவி பண்றதாகவோ இல்லெ", என்று குரல் லேசாக நடுங்கச் சிரித்துக்கொண்டே நின்றான். உறையில் நூறு ரூபாய் நோட்டாக ஒரு ஏழெட்டு இருக்கும் போலிருந்தது. காமேச்வரனுக்கு எண்ணுவதற்கு வெட்கம்.

"இது..."

"பேசவாண்டாம்", என்று உரக்கச் சிரித்தான் துரை.

"நீங்க பொட்டி படுக்கையெல்லாம் வச்சுட்டுப் போறேன்னு சொல்றா அம்மா. பங்கஜம் வந்தா நீங்க எங்களை முழுக்க விட்டுட்டுப் போயிடலேன்னு அவகிட்ட இதையெல்லாம் காமிக்கிறேன்."

எந்த அப்பாவிகளும் எப்போதும் அப்பாவிகளாக இருக்க முடியாது என்று காமேச்வரன் பாடம் படித்துக்கொண்டு புறப்படத் தயாரானான்.

ரங்கமணியும் சிரமப்பட்டுச் சிரித்துக்கொண்டே விடைகொடுத்தாள்.

மணி பத்தரை இருக்கும். எதிர் வீட்டில் வெங்காச்சம் கட்டிலில் படுத்திருப்பது தெரிந்தது. அவர் எழுந்திருக்கவில்லை. போஸ்ட்மாஸ்டர் வீட்டு வாசலில் குண்டு மணி வெளியே வந்து புகையிலையைத் துப்பியவாறு நின்றுகொண்டிருந்தான்.

துரை ஒரு லேசான பையைப் பலவந்தமாக வாங்கிக் கொண்டு காமேச்வரனுடன் நடந்துகொண்டிருந்தான்.

இளங்கண்ணன் தெரு முனையில் வந்து இவர்களுக்காகக் காத்திருப்பது தெரிந்தது.

"நான் வீட்டுக்கே வரலாம்னு பார்த்தேன்", என்று பெரிய பையை வாங்கிக்கொண்டான்.

"நீங்க நின்னுங்க – நான் கொண்டு விட்டுட்டு வந்திடறேன்" என்று துரையை நிறுத்தினான்.

"நான் வரப்படாதா என்ன?", என்றான் துரை.

"வாங்க. நீங்கதான் மூணுபேராய் போப்படாதுன்னு விளக்கம் சொல்றவங்களாச்சே."

"இளங்கண்ணன்தான் வராரே. நீங்க நின்னுங்களேன். ராத்திரி ஒரு சமயம் வண்டி லேட்டா வந்துன்னா–"

"சரி ... ஜாக்ரதையா இருந்து ஏத்திட்டு வாங்க நீங்க", என்று இளங்கண்ணனுக்கு எச்சரிக்கை கூறிவிட்டு நின்று கொண்டான் துரை.

ரயிலடிக்குப் போகிற சாலை இரண்டு பக்கமும் வயல்கள். இருவரும் பேசாமல் நடந்தார்கள். இருபது நிமிஷ நடை நடந்து, டிக்கட் வாங்கி, ப்ளாட்ஃபாரம் என்ற திறந்த வெளியில் வந்தும் இருவரும் பேசவில்லை.

வண்டி வர இன்னும் ஐந்து நிமிஷம் இருந்தது. ஒரு ஏழெட்டு பிரயாணிகள் உதிரி உதிரியாக அங்குமிங்கும் ப்ளாட்பாரத்து வேப்பமரத்தடியிலும், ஆலங்கன்றின் அடியிலும் இருந்த பெஞ்சில் உட்கார்ந்திருப்பது தெரிந்தது.

"நல்ல இருட்டுவேளையாப் பார்த்து யாருக்கும் சொல்லாம கிளம்பிட்டீங்க. எங்கிட்டவும் அம்மாகிட்டவுமாவது சொல்லிக்கத் தோணிச்சே – அதுவே பெரிசு", என்று இளங்கண்ணன் வண்டி வரப் போகிற திசையைப் பார்த்துக்கொண்டு சொன்னான்.

"வேணும்னுதான் இந்த வேளையிலெ கிளம்பினேன்."

"தெரியுது."

பேச்சு அதோடு நின்றுவிட்டது.

பாசஞ்சர் ரயில் வந்து ஏறிக்கொண்டதும், "கடுதாசு போடறேன்", என்று காமேச்வரனே சொன்னான்.

வண்டி புறப்பட்டது.

நட்சத்ரங்கள் கூட வந்தன. மரங்கள் எதிர்த்து வந்தன.

ஒன்றாக இருந்த வஸ்து தன் தனிமையைக் கண்டு அலுத்துப் போய், பலவாக ஆகிறேன் என்று சொல்லிக்கொண்டதாம். இரண்டாக, நாலாக, பதினாறாக – பத்து கோடியாக நூறு கோடியாக ஆயிற்றாம். மரமாக, மலையாக, ஆறாக, கடலாக, மிருகமாக, மனிதனாக – நீராக, நெருப்பாக – எல்லாமாக ஆயிற்றாம்...

...எல்லாம் ஒழுங்காக, பாதை தவறாமல், தன்மேலும் மற்றவை மேலும் ஆசையோடு ஊர்ந்து கொண்டும், நின்று கொண்டும் மறைந்து கொண்டும், பிறந்து கொண்டும் இருக்கின்றன. ஆசையோடு – ஆசை – ஆமாம் – ஆசையோடு . . .

முத்துசாமி காஷாயம் கட்டினவர்களை, எதற்கும் ஆசைப் படாதது போலிருக்கிற காஷாயம் கட்டினவர்களைக் கண்டு பொருமி, குரைக்கத்தான் செய்தார். சீ – என்று ஒதுக்கிவிட வில்லை...

முத்துசாமியையும் எத்தனை தடவை படவாப்பாட்டு பாடியிருக்கிறோம் – ஆஷாடபூதி, குக்கிராமத்து அசட்டு அகங்காரப் பண மூட்டை, உலகத்தையே துச்சமாக நினைக்கிற அகம்பாவப் பூச்சி என்றெல்லாம் மனதுக்குள் பல வர்ணங்களாக படங்கள் போட்டோம். ஆனால் கிட்டப்போனதும் எப்படி அத்தனையும் அழிந்துபோய் வேறு படமாக மாறிற்று!

நட்சத்ரங்கள் திருச்சிவரை கூடவே வந்தன. கிட்ட இருக்கிற நட்சத்ரத்தின் ஒளி நம்மிடம் வருவதற்கே நாலரை வருஷ மாகுமாம் – மணிக்கு அறுபது எழுது கோடி மைல் வேத்தில் வந்தாலும்...

நாயுடு வீட்டுக் கதவைத் தட்டும்போது விடியற்காலையில் மூன்றரை மணியோ என்னவோ.

"யாரு! யாருய்யா அங்கே!" நாயுடுவின் மனைவி ஏழெட்டுத் தடவை கத்திவிட்டு, நாயுடுவையே எழுப்பி வந்தாள்.

நிலைக் கதவின் மேலுள்ள விளக்கு எரிந்தது. யாரு என்று தானே கேட்பது போல, இரட்டைக் கதவில் ஒரு கதவு திறந்தது. வெளியே வந்தார் நாயுடு.

"நான்தான்."

கண்களை இடுக்கிக் கசக்கிப் பார்த்த நாயுடு, "என்னது, என்னது – என்னய்யாது – எங்கேர்ந்து ஒரு கடுதாசு கூட

தி. ஜானகிராமன்

போடாம – என்ன அஞ்ஞாதவாசம்? கிருஷ்ண பரமாத்மாவைத் தூது அனுப்பிச்சாப்பல ஒரு கடுதாசியாவது போடப் படாதா? எங்கேர்ந்து வறீங்க! எப்படி வறீங்க!" – வியந்து பரந்துகொண்டே உட்கார்ந்தார்.

"ஏய் – உன்னைத்தானே ஆண்டாளு! இங்க வந்து பாரு – யாருன்னு" – என்று உள்ளே பார்த்துக் கத்தினார்.

"வருவா வருவா, அவ ஏளுமணிக்கு ஏந்திரிக்கிறவ . . . எங்கேர்ந்து வறீங்க? என்ன சேதி?"

"சேதி என்ன சேதி? மறுபடியும் வேலைக்கு வந்திருக்கேன் நளபாகம்தான். அப்பறம் ஒரு நல்ல பொண்ணாப் பார்த்துக் கலியாணம் பண்ணிக்கணும் – அதான் சேதி."

"ம்! எப்டி எப்டி! ஹம், அவ்வளவுக்கு வந்தாச்சா!", என்றார்.

"யாரு! – அட! நீங்களா!", என்றாள் ஆண்டாளு.

"அவரேதான்... திரும்பி வந்துட்டாரு. மறுபடியும் சமைக்கப் போறாராம். கலியாணம் பண்ணிக்கப்போறாராம். உனக்குத் தெரிஞ்ச இடத்திலெ ஏதாவது பொண்ணு இருக்கா?"

"உள்ளார வாங்க, திண்ணையிலெ குந்திகிட்டா கலியாணப் பேச்சு!", என்று ஆண்டாளு மேலே கொய்யாக் கட்டையைத் தூக்கி, இரண்டாவது கதவைத் திறந்தாள்.

○○○